Những Chiến Công Vĩ Đại – 1

- Phiên bản 2026 - 2

Với sự tham gia của - John G. Lake – Kathryn Kuhlman – Lester Sumrall – Frank và Ida Mae Hammond – Derek Prince – Novel Hayes – Joseph Ayo Babalola - Robert Schambach

Bạn sinh ra để làm điều này – Chữa lành, giải thoát và phục hồi – Hãy tìm hiểu cách thức từ những bậc thầy vĩ đại.

Những Chiến Công Vĩ Đại Phần 1

Bài viết của Đại sứ Monday O. Ogbe; Zacharias Godseagle

Table of Contents

Những Chiến Công Vĩ Đại - 1

- Giới thiệu về cuốn sách

Những Chiến Công Vĩ Đại – Tập 1 (Phiên bản 2026)
Bạn sinh ra là để làm điều này — Chữa lành, Giải thoát và Phục hồi
Hiện đã được dịch sang 50 ngôn ngữ.

Điều gì sẽ xảy ra nếu những phép màu trong Kinh Thánh không chỉ là lịch sử… mà còn là di sản của bạn?
Trong *Greater Exploits – 1* , bạn được mời tham gia vào một hành trình mạnh mẽ, dựa trên đức tin, hướng đến sự chữa lành, giải thoát và phục hồi — được xây dựng trên nền tảng Kinh Thánh và được soi sáng bởi cuộc đời của một số mục sư chữa lành có tầm ảnh hưởng nhất trong 100 năm qua.
Giới thiệu về cuộc đời và lời chứng của:
John G. Lake
Kathryn Kuhlman
Lester Sumrall
Frank và Ida Mae Hammond
Derek Prince
Norvel Hayes
Joseph Ayo Babalola
Robert Schambach
Cuốn sách này không chỉ kể chuyện. Nó trang bị cho bạn những kiến thức cần thiết.
Bạn đã sẵn sàng cho tự do chưa?

- Bạn có mệt mỏi vì cảm giác bất lực, tuyệt vọng, hay vòng luẩn quẩn của thất bại không?

- Bạn đang phải đối mặt với sự áp bức về thể chất, tinh thần hay tâm linh?
- Phải chăng những lời cầu nguyện của tôi vẫn chưa được đáp lại?
- Bạn có khao khát mang đến sự chữa lành và phục hồi cho người khác không?

Cuốn sách này được viết dành cho bạn.

Những gì bạn sẽ khám phá bên trong:

✓ Hơn 80 lời chứng mạnh mẽ về sự chữa lành và giải thoát

✓ Hướng dẫn thực hành về việc chữa lành và phục hồi

✓ Nền tảng Kinh Thánh dựa trên Mác 16:15–20 và Giăng 14:12

✓ Giải đáp các câu hỏi thường gặp về chữa lành và giải thoát

✓ Bảy điều kiện tâm linh quan trọng kích hoạt bước đột phá

✓ Những hành trình đức tin có thật thể hiện sự cam kết kiên định

Độc giả mô tả cuốn sách này như sau:

"Một nền tảng vững chắc và giàu niềm tin dành cho những độc giả muốn làm sâu sắc thêm hành trình tâm linh của mình."

"Truyền cảm hứng vượt ra ngoài phạm vi tôn giáo — một bài học phổ quát về lòng vị tha và sự tận tâm."

"Đầy ắp những lời chứng thực chân thực về đức tin và sự chữa lành… mạnh mẽ và giàu ý nghĩa."

Đây không phải là lý thuyết. Đây là sự kích hoạt.

Chữa lành. Giải thoát. Phục hồi.

Không phải thần học trừu tượng — mà là đức tin thể hiện qua hành động.

Bạn sẽ nhận được:

- Lời cầu nguyện
- Kinh thánh
- Những hiểu biết tâm linh mang tính chiến lược

- Các bước thực hành bạn có thể áp dụng ngay lập tức

Đây là cẩm nang kích hoạt mục vụ được xây dựng dựa trên lịch sử phục hưng và những lời chứng sống động.

Bạn sinh ra là để làm điều này

Chúa Giê-su tuyên bố trong Giăng 14:12 rằng những người tin sẽ làm những việc giống như Ngài — và còn làm những việc lớn hơn nữa.

Câu hỏi không phải là liệu những hành động vượt trội hơn có khả thi hay không.

Câu hỏi đặt ra là liệu bạn có nói "có" hay không.

Nếu bạn khao khát một đức tin sâu sắc hơn…

Nếu bạn khao khát tự do…

Nếu bạn muốn giúp người khác tìm lại sự bình an…

Hãy tiến lên phía trước.

Chiến dịch Greater Exploits bắt đầu ngay bây giờ.

Đánh giá trên Amazon

https://www.amazon.com/product-reviews/B0C7KY958F/

Từ Hoa Kỳ

5.0 trên 5 sao **Một nền tảng vững chắc và giàu đức tin dành cho những độc giả muốn đào sâu hành trình tâm linh của mình.**
Đánh giá tại Hoa Kỳ vào ngày 22 tháng 10 năm 2024
Định dạng: Kindle (**Đã xác nhận mua hàng**)
Các chủ đề về chữa lành, giải thoát và phục hồi được khám phá một cách sâu sắc và đầy nhiệt huyết. Cuốn sách đề cập đến nền tảng tâm linh cần thiết để giải thoát khỏi các thế lực tiêu cực, tìm kiếm sự chữa lành nội tâm và khôi phục sự bình an và niềm vui trong cuộc sống. Đây không chỉ là những khái niệm trừu tượng; tác giả trang bị cho người đọc những lời cầu nguyện, kinh thánh và các bước hành động cụ thể để áp dụng những bài học này vào cuộc sống của chính họ.
Hữu ích

Ponn Virulrak

4.0 trên 5 sao **Một bài học phổ quát về lòng vị tha và sự tận tâm**
Đánh giá tại Hoa Kỳ vào ngày 6 tháng 10 năm 2024
Định dạng: Kindle (**Đã xác nhận mua hàng**)
Là một người không theo đạo Cơ đốc, ban đầu tôi chọn đọc cuốn "Những Chiến Công Vĩ Đại - Tập 1" chỉ vì bìa sách và tựa đề hấp dẫn. Tôi tò mò về ý nghĩa của cụm từ "những chiến công vĩ đại". Khi bắt đầu đọc, tôi thấy những câu chuyện bên trong vô cùng lôi cuốn, không chỉ từ góc độ tôn giáo mà còn từ góc độ nhân văn sâu sắc.

Khái niệm về lòng vị tha, yếu tố cốt lõi của cuốn sách này, vượt lên trên mọi tôn giáo. Bất kể tín ngưỡng nào, việc đặt người khác lên trước bản thân và quan tâm đến hạnh phúc của người khác là một giá trị phổ quát. Những cá nhân được giới thiệu trong cuốn sách này – những người có đức tin sâu sắc – đã cống hiến cả cuộc đời mình để giúp đỡ người khác. Điều khiến tôi ấn tượng nhất là sự kiên định của họ trong cam kết. Từ khi bắt đầu cuộc hành trình đến cuối đời, họ không bao giờ do dự, không bao giờ mất phương hướng. Chính sự kiên định đó đã biến những người bình thường thành huyền thoại.

Tôi không khỏi suy nghĩ về cách điều này áp dụng ngoài lĩnh vực tôn giáo. Sự tận tâm phục vụ người khác tương tự có thể thấy ở các nhà từ thiện, y tá, giáo viên và vô số cá nhân khác âm thầm cống hiến để làm cho thế giới tốt đẹp hơn. Dù những người này tác động đến hàng triệu người hay chỉ chạm đến cuộc sống của từng người một, nguyên tắc vẫn giống nhau—giúp đỡ người khác mới thực sự để lại di sản lâu dài.

Nhiều câu chuyện trong cuốn sách này vô cùng truyền cảm hứng, và tôi đã có được một góc nhìn mới về Cơ Đốc giáo, một góc nhìn mà trước đây tôi chưa từng biết đến. Tôi khen ngợi tác giả vì đã viết cuốn sách này và vì đã mang đến cho những độc giả như tôi, những người có thể chưa quen thuộc với đức tin này, một cái nhìn thoáng qua về lòng trắc ẩn và sự tận tâm sâu sắc của những cá nhân này.

Tôi sẽ chấm cuốn sách này bốn sao vì nội dung sâu sắc và truyền cảm hứng của nó.
Một người thấy thông tin này hữu ích.

Ân điển vượt trên

***5.0 trên 5 sao!* Tôi rất thích những câu chuyện về sự chữa lành!**

Đánh giá tại Hoa Kỳ vào ngày 24 tháng 10 năm 2024
Định dạng: Kindle (**Đã xác nhận mua hàng**)
Cuốn sách "Những Kỳ Công Vĩ Đại—1: Bạn Sinh Ra Để Làm Điều Này—Chữa Lành, Giải Thoát và Phục Hồi" thật tuyệt vời! Tôi rất thích cách tác giả bắt đầu câu chuyện chữa lành của chính mình và dẫn dắt sang những câu chuyện khác với những lời chứng về đức tin và sự chữa lành. Có một số lời chứng thực về đức tin ở đây. Cuốn sách rất thú vị và mạnh mẽ. Tôi khuyên bạn nên đọc "Những Kỳ Công Vĩ Đại—1: Bạn Sinh Ra Để Làm Điều Này—Chữa Lành, Giải Thoát và Phục Hồi" để làm phong phú thêm đức tin của mình.
Một người thấy thông tin này hữu ích.

Những Chiến Công Vĩ Đại - 1

- Về tác giả

Sứ giả của Chúa Kitô, Monday Ogwuojo Ogbe là một sứ giả của Chúa Kitô tại các chợ, với tấm lòng hướng đến sự hiệp nhất trong thân thể Chúa Kitô. Cuộc gặp gỡ trực tiếp với Chúa Giê-su Kitô vào thứ Bảy, ngày 22 tháng 4 năm 2006 lúc 5 giờ sáng đã thay đổi hoàn toàn hướng đi cuộc đời ông.

Đại sứ Monday O. Ogbe là một mục sư được phong chức của Open Ministries, San Diego, một tổ chức mục vụ phi giáo phái chuyên đưa các tín hữu đến với công việc mục vụ không biên giới. Monday đang theo học chương trình học tập suốt đời tại Viện Lãnh đạo Cơ đốc (Christian Leadership Institute - CLI) https://www.christianleadersinstitute.org/ và là thành viên của Liên minh Lãnh đạo Cơ đốc (Christian Leadership Alliance - CLA) Spring Lake, Michigan, Hoa Kỳ.

Là một chuyên gia CNTT, ông sử dụng kỹ năng của mình để tiếp cận những người tìm kiếm trực tuyến và trang bị cho cộng đồng tín hữu thực hiện công việc mục vụ thông qua trang web mục vụ của mình otakada.org – Một mục sư tại Otakada Cyber Church Ministries, một nhà thờ không có tường rào, biên giới và giáo phái, nơi có hơn 2 triệu nội dung hướng đến Cơ Đốc giáo hiện đang được lưu trữ và phân phối đến khán giả toàn cầu gồm cả những người tìm kiếm và các tín hữu Cơ Đốc.

Nội dung trên Otakada.org thu hút hơn nửa triệu lượt truy cập trực tuyến mỗi tháng và con số này vẫn đang tiếp tục tăng lên!

Thứ Hai sẽ diễn ra chuỗi bài giảng "Đủ rồi, chấm dứt sự giam cầm và chào đón sự tự do trong Đấng Christ" về chữa lành, giải thoát và phục hồi, nơi ông giảng dạy và trang bị cho các tín hữu để phục vụ sự chữa lành, giải thoát và phục hồi cho bản thân và người khác trong và ngoài vòng tròn của họ – Chữa lành là bánh của con cái và là dấu hiệu cho những người không tin thấy để chứng thực sự ủng hộ của Chúa đối với niềm hy vọng trong ơn gọi của chúng ta. Chúng ta đã chứng kiến những sự chữa lành, giải thoát và phục hồi đáng kinh ngạc diễn ra vì vinh quang của Chúa!

Ông đã viết một số cuốn sách, cụ thể là: Trường Thực Hành của Đức Thánh Linh gồm 8 phần; Tin Tức Tiên Tri Năm 2020 Phần 1/4; 2/4; 3/4; Tình Dục Trong Đền Thờ của Chúa – 15 Cách Dễ Dàng để Hiểu, Nhận Diện và Vượt Qua Sự Vô Luân về Tình Dục và Cạm Bẫy Cảm Xúc trong Cuộc Sống của Bạn; Không Biên Giới – Hình Dung và Trải Nghiệm một cộng đồng tín hữu duy nhất không có tường rào, biên giới và giáo phái; Thoát Đến một thế giới của sự hiểu biết – phương thuốc chống lại sự thù hận đối với người Hồi giáo, Kitô hữu và mọi người ở khắp mọi nơi; Không Biết Gì: – Hãy Đi Làm Môn Đệ, một cuốn sách thực tiễn về cách làm môn đệ; Chiến Thắng Trận Chiến Cuộc Sống Mỗi Ngày – một lời tuyên bố Kinh Thánh hàng ngày hướng đến việc chiến thắng cuộc sống mỗi ngày; Kết Nối với Đức Chúa Trời Siêu Nhiên – Chúa khao khát được phán dạy, chúng ta có khao khát được nghe và đáp lại không; Khơi Dậy sức mạnh tiềm ẩn bên trong bạn – Nơi Đức Thánh Linh sẵn sàng thực hiện những việc kỳ diệu thông qua chúng ta và Những Lời Cầu Nguyện Phục Hưng Giải Phóng gồm 12 loạt bài từ tháng Giêng đến tháng Mười Hai – Cầu nguyện cho sự phục hưng trong cuộc sống của chúng ta, trong cộng đồng nhà thờ xung quanh chúng ta và nhiều tựa sách khác được dịch ra nhiều ngôn ngữ.

Ông xuất bản một blog hàng tuần tiếp cận độc giả trên mạng xã hội, truyền hình vệ tinh và trên trang web xuất bản của mình otakada.org.

Link bài đăng trên blog:
https://www.otakada.org/category/blog/

Trang giới thiệu tác giả Monday O. Ogbe của Amazon Author Ambassador với loạt sách Greater Exploits Series :
https://www.amazon.com/~/e/B07MSBPFNX

Trang Amazon Zacharias Godseagle

https://www.amazon.com/stores/Zacharias-Godseagle/author/B0FCZ89D4K

Ông kết hôn với Comfort và có bốn người con, đó là ***Diana Odjo, Joseph – Ojima, David – Ojonogwa và Isaac – Unekwu.***

Những Chiến Công Vĩ Đại - 1 – Làm thế nào tôi được hun đúc và dấn thân vào công việc Mục vụ Chữa lành, Giải thoát và Phục hồi

Các bạn thân mến, tôi không biết phải bắt đầu phần này như thế nào. Nhưng tóm lại, từ khi tôi được thụ thai, quá trình chữa lành, giải thoát và phục hồi đã bắt đầu diễn ra – ngay từ trong bụng mẹ tôi. Tại sao lại như vậy?

Mẹ tôi, một nữ hộ sinh được đào tạo bài bản, khi phát hiện mình mang thai với một người đàn ông không phải chồng mình – vì bà đã ly thân với người chồng đầu tiên khoảng 4 năm – đã quyết định phá thai.

Với sự giúp đỡ của một bác sĩ khác, họ đã cố gắng hết sức để đưa tôi ra khỏi bụng mẹ trước thời điểm dự định, nhưng Chúa đã giải cứu tôi khỏi họ – hay đúng hơn là khỏi ma quỷ muốn phá bỏ số phận thiêng liêng dành cho cuộc đời tôi. Đó là lần đầu tiên tôi được giải thoát khỏi nanh vuốt của Sa-tan.

Sự giải thoát và phục hồi thứ hai là vài tháng sau khi tôi chào đời, một vụ kiện đã diễn ra giữa cha ruột tôi và người chồng đầu tiên của mẹ tôi để xác định ai thực sự có quyền nuôi dưỡng tôi. Cha ruột tôi đã thắng kiện. Đó chính là sự giải thoát và phục hồi thứ hai.

Lần chữa lành, giải thoát và phục hồi thứ ba xảy ra khi tôi sống với bà ngoại lúc khoảng năm (5) tuổi. Tôi nhìn thấy một loại hóa chất soda mà bà ngoại mua để làm xà phòng – nó trông giống như đường. Tôi đã lấy một lượng lớn soda và nuốt nó. Lưỡi tôi bắt đầu bị tổn thương, máu chảy khắp nơi. Lưỡi tôi bị sưng lên. Tôi không thể nói chuyện trong nhiều ngày! Cảm ơn Chúa vì quyền năng chữa lành của Ngài. Tôi lại được chữa lành, giải thoát và phục hồi. Lưỡi tôi đã được chữa lành. Hôm nay tôi có thể nói chuyện như thể chưa từng có chuyện gì xảy ra với lưỡi tôi.

Sự giải thoát và phục hồi thứ tư đến từ bà ngoại tôi. Bà từ chối giao tôi cho cha ruột. Đó là lý do tôi sống với bà. Nhưng tạ ơn Chúa, khi tôi 6 tuổi, bà đã cho phép tôi về với cha.

Lần chữa lành, giải thoát và phục hồi thứ năm diễn ra tại nhà bố tôi. Bố ruột tôi theo chế độ đa thê – ông có bốn người vợ. Một ngày nọ, khi đang ở cùng ông, một trong những người vợ gọi tôi vào phòng. Vừa bước vào, tôi thấy một ông lão râu dài. Người vợ chỉ vào tôi và nói với ông lão: "Đây là cậu bé mà tôi đã kể với ông." Tôi rời khỏi họ. Vào ban đêm, trong giấc mơ, tôi thấy ông lão cưỡi tôi như cưỡi ngựa. Đó là khởi đầu cho nhiều rắc rối của tôi.

Khi tỉnh dậy khỏi giấc mơ, tôi bắt đầu nôn mửa liên tục. Tôi không thể giữ thức ăn trong dạ dày. Tình trạng này kéo dài nhiều tháng, tôi trở nên gầy gò – gầy như lông vũ.

Mẹ ruột tôi đến thị trấn, đưa tôi cùng bố, và chúng tôi đến một trung tâm chữa lành và giải thoát ở một thành phố khác. Trong khi họ cầu nguyện cho tôi, một sự mặc khải đã đến. Đức Thánh Linh cho biết rằng một trong những người vợ của bố tôi đã nhìn thấy tương lai và cảm nhận rằng cậu bé này sẽ là một tài sản quý giá cho con cái bà. Vì vậy, bà đã giao tôi cho thế giới của sự gian ác, để họ có thể làm cho tôi phát điên và phá vỡ vận mệnh thiêng liêng. Trong khi cầu nguyện để được giải thoát, một sợi tóc người, được cuộn lại thành một quả cầu nhỏ tròn và được giữ chặt bằng hai chiếc kim, đã bị nhổ ra khỏi đầu tôi. Đêm đó, trong buổi lễ giải thoát, sợi tóc và những chiếc kim đã bị đốt cháy.

Đó là lúc bệnh tật chấm dứt và ở trường, tôi trở thành học sinh giỏi nhất lớp. Trước khi được chữa lành, tôi luôn đứng thứ hai từ dưới lên trong lớp. Tôi không hiểu bất cứ điều gì được dạy trên lớp. Chỉ sau một đêm, tôi đã được chữa khỏi, được giải thoát và được phục hồi. Alleluia? Amen

Sự giải cứu và phục hồi thứ sáu xảy ra khi tôi đang chuẩn bị nhập học đại học. Cha tôi, một người giàu có, gặp khó khăn về tài chính. Tôi vẫn được nhận vào đại học nhưng việc lo đủ tiền sinh hoạt phí rất khó khăn. Tôi đã nộp đơn xin học bổng du học và theo cách phục hồi của Chúa, đất nước tôi và nước ngoài đã quyết định tài trợ cho việc học của tôi đến chương trình thạc sĩ kỹ thuật – Những gì tôi làm trong chức vụ ngày nay một phần kiến thức có được là nhờ học bổng mà chính Chúa đã tạo điều kiện. Ngày nay, tôi được đào tạo bởi những người giỏi nhất. Ca ngợi Chúa!

Sự giải thoát và phục hồi thứ bảy đã xảy ra trong cuộc hôn nhân đầu tiên của tôi, rồi đến cuộc hôn nhân thứ hai. Vợ cũ của tôi một ngày nọ đột nhiên nói rằng cô ấy không còn yêu tôi nữa và muốn ly hôn. Tôi đã van xin, làm mọi thứ có thể để giữ cô ấy lại nhưng cô ấy đã bỏ đi cùng con gái tôi. Hôm nay, Chúa đã phục hồi cuộc hôn nhân bằng cách ban cho tôi người vợ do Ngài định sẵn. Sự an ủi đã trở thành nguồn an ủi lớn lao đối với tôi nhờ ba cậu con trai.

Phép chữa lành, giải thoát và phục hồi thứ bảy đã xảy ra với con gái tôi. Ở Pháp, con bé được chẩn đoán mắc chứng trầm cảm và tâm thần phân liệt. Đó là vào năm thứ nhất chúng tôi bắt đầu chương trình đại học. Con bé phải nhập viện nhiều lần. Một ngày nọ, chỉ khoảng 24 giờ trước sinh nhật con bé, tôi bắt đầu cầu nguyện với Chúa, tuyên bố rằng con bé sẽ không phải ở lại bệnh viện thêm một ngày nào nữa và sẽ được chữa lành hoàn toàn vào ngày sinh nhật của mình. Ngày hôm sau, các bác sĩ đã rất ngạc nhiên trước sự biến đổi và phục hồi đáng kinh ngạc và cho con bé xuất viện đúng vào ngày sinh nhật. Từ đó trở đi, con bé chưa bao giờ nhìn thấy con chim bệnh viện nữa.

Tôi đã bỏ qua sự giải thoát và phục hồi sau cú sốc điện suýt cướp đi mạng sống, vụ ngộ độc thực phẩm, nhiều vụ tai nạn xe hơi mà tôi may mắn thoát chết, nhiều lần thất bại trong kinh doanh và sau đó được phục hồi nhờ ơn Chúa toàn năng – Quá nhiều để kể hết trong bài viết này!

Giờ đây, tôi hết lòng phụng sự Đức Chúa Trời toàn năng.

Tôi đã được chữa lành, tôi đã được giải thoát và tôi đã được phục hồi - Vinh quang thay!

Tôi mang ơn Đức Chúa Trời toàn năng vì sự tồn tại của mình. Thật kỳ diệu khi Chúa đã đưa chúng ta vào chức vụ mà Ngài dành cho chúng ta thông qua những trận chiến trong cuộc sống. Những trận chiến đó đã trở thành nơi rèn luyện để sinh ra chức vụ. Vì vậy, đừng lãng phí nỗi đau của bạn. Đừng coi thường những khó khăn. Đừng có chút xấu hổ nào, bởi vì nếu bạn có thể vượt qua những trận chiến đó, bạn sẽ được nếm trải trước những gì Chúa dành cho bạn. Chúa Giê-su đã học được sự vâng phục qua những điều Ngài đã chịu đựng. Ngài đã ngồi ở nơi chúng ta đang ngồi, Ngài sống để cầu thay cho chúng ta. Ngài đã thể hiện sự chữa lành, giải thoát và phục hồi cho chúng ta khi Ngài ở cùng chúng ta và truyền lệnh cho chúng ta làm điều tương tự (Mác 16:15-20).

Mác 16:15-20
Kinh Thánh Amplified, Phiên bản Cổ điển
15 Và Ngài phán với họ: Hãy đi khắp thế giới, rao giảng và công khai tin mừng (Phúc Âm) cho mọi tạo vật [của toàn thể loài người].
16 Ai tin [ai tuân giữ, tin cậy và trông cậy vào Phúc Âm và Đấng được rao giảng trong đó] và chịu phép báp-têm sẽ được cứu [[b] khỏi hình phạt tử hình đời đời]; nhưng ai không tin [ai không tuân giữ, tin cậy và trông cậy vào Phúc Âm và Đấng được rao giảng trong đó] sẽ bị kết án.
17 Những dấu hiệu chứng thực này sẽ đi kèm với những người tin: nhân danh Ta, họ sẽ đuổi quỷ; họ sẽ nói những thứ tiếng mới;
18 Họ sẽ cầm rắn; và nếu họ uống bất cứ thứ gì độc hại, nó cũng sẽ không làm hại họ; họ sẽ đặt tay trên người bệnh, và người bệnh sẽ được lành bệnh.
19 Vậy, sau khi nói chuyện với họ xong, Chúa Giê-su được cất lên trời và ngồi bên hữu Đức Chúa Trời.
20 Họ đi rao giảng khắp nơi, trong khi Đức Chúa Trời tiếp tục làm việc cùng họ và xác nhận lời rao giảng bằng những dấu lạ và phép lạ đi kèm. Amen (nguyện cho điều đó thành sự thật).

Những thử thách bạn gặp phải chính là môi trường rèn luyện thực sự cho mục đích sống của bạn. Hãy tự đánh giá lại cuộc sống của mình ngay hôm nay. Đặc biệt là nếu bạn đang gặp khó khăn trong việc tìm ra mục đích thiêng liêng mà Chúa dành cho cuộc đời mình.

Để khích lệ anh em, với tư cách là đội quân của Đức Chúa Trời hằng sống, hôm nay tôi xin chia sẻ trên bục giảng kinh nghiệm của vị Thượng Tế tối cao của chúng ta - Chúa Giê-su Ki-tô.

Hê-bơ-rơ 5:7-10

Kinh Thánh Amplified, Phiên bản Cổ điển
[7] Trong những ngày Ngài còn sống trên trần gian, [Chúa Giê-su] đã dâng lên những lời cầu xin cụ thể, đặc biệt [cho những điều Ngài không chỉ muốn [a] mà còn cần] và những lời khẩn cầu với tiếng khóc lớn và nước mắt cho Đấng [luôn] có thể cứu Ngài khỏi cái chết, và Ngài đã được nhậm lời vì lòng kính sợ Đức Chúa Trời của Ngài [sự kính sợ Đức Chúa Trời, lòng mộ đạo của Ngài, [b] vì Ngài sợ hãi sự kinh hoàng của việc xa cách khỏi sự hiện diện rạng rỡ của Cha].
[8] Dù là Con, Ngài đã học được sự vâng phục [chủ động, đặc biệt] qua những đau khổ mà Ngài phải chịu.
[9] Và, [kinh nghiệm trọn vẹn của Ngài] đã trang bị cho Ngài một cách hoàn hảo, Ngài trở thành Tác giả và Nguồn gốc của sự cứu rỗi đời đời cho tất cả những ai chú ý và vâng phục Ngài.
[10] Được [c] chỉ định , công nhận và tôn kính bởi Đức Chúa Trời với tư cách là Thượng tế theo thứ tự (với [d] cấp bậc) của Melchizedek.

Ngày nay, Otakada.org Cyber Church Ministries truyền bá sự chữa lành, giải thoát và phục hồi thông qua hơn 2 triệu nội dung đến bất cứ ai sẵn lòng mở lòng đón nhận phép lạ trong Chúa Giê-su Christ. Sứ mệnh này là điều mà Đức Thánh Linh đã đặt vào tâm trí tôi vào ngày 14 tháng 6 năm 2003 khi tôi đang sống ở Vương quốc Anh. Ngài phán với tôi: "Ta muốn con dùng internet để truyền bá lời Ta đến tận cùng trái đất." Vào thời điểm đó, chưa có điện thoại thông minh. Ngày nay, đã có và lời Chúa đang được lan truyền không bị cản trở. Otakada.org ra đời vào tháng 1 năm 2013, mười năm sau lời chỉ dẫn thiêng liêng đó.

Nếu có điều gì tôi cầu nguyện cho thân thể Chúa Kitô, thì đó là: Xin cho mỗi người được gặp gỡ Chúa Kitô một cách riêng tư và theo những cách thức kỳ diệu, làm thay đổi hoàn toàn hướng đi cuộc đời họ! Amen

Dưới đây là cuộc gặp gỡ với Chúa Kitô làm từ nho khô vào năm 2006. Mong bạn luôn được phước lành từ câu chuyện này.
Đây là trích đoạn từ cuốn sách của tôi – ***Kết nối với Thượng đế siêu nhiên!*** – Chúc bạn đọc vui vẻ!

https://www.amazon.com/~/e/B07MSBPFNX

Trang Amazon mới nhất - https://www.amazon.com/stores/Zacharias-Godseagle/author/B0FCZ89D4K

Câu chuyện có thật: Cuộc gặp gỡ của tôi với Chúa Thánh Thần tại Luân Đôn, Thứ Bảy, 5 giờ sáng, ngày 22 tháng 4 năm 2006

Tôi sinh ra trong một gia đình theo đạo Cơ Đốc, luôn là một tín đồ Cơ Đốc, tích cực đi nhà thờ, tham gia các hoạt động và phục vụ hết mình cho đến khi cuộc gặp gỡ thay đổi cuộc đời tôi diễn ra. Vào ngày 16 tháng 3 năm 2006, tôi đi đi lại lại trong hành lang bệnh viện ở London vì vợ tôi đã chuyển dạ được ba ngày. Cuối cùng, các bác sĩ kết luận rằng nếu cô ấy không sinh thường vào sáng hôm sau, cô ấy sẽ phải sinh mổ. Điều mà chúng tôi không hề hay biết, mẹ vợ tôi đã có linh cảm rằng bà có thể không qua khỏi ca sinh nở này. Cảm ơn Chúa vì những người mẹ chồng kính sợ Chúa. Tất nhiên, vợ chồng tôi không hề biết điều này.

Trong lúc đi đi lại lại như vậy, tôi nhận được một ấn tượng mạnh mẽ trong tâm trí mình về việc bắt đầu một kỳ ăn chay bốn mươi (40) ngày, bắt đầu từ ngày hôm sau, tức là ngày 17 tháng 3 năm 2006. Tôi rất lo lắng vì tôi chưa bao giờ thực hiện một kỳ ăn chay bốn mươi ngày nào trước đây. Đây là cách bạn phân biệt những suy nghĩ thuộc về xác thịt và những suy nghĩ được Đức Thánh Linh tác động từ trái tim đến tâm trí chúng ta. Ngài sẽ bảo bạn làm điều gì đó theo Kinh Thánh mà bạn sẽ không tự nhiên làm theo. Tôi bắt đầu cuộc trò chuyện với suy nghĩ bất chợt nảy ra trong tâm trí mình, suy nghĩ đáp lại những ấn tượng suy nghĩ, tôi xin được biết mình sẽ cầu nguyện về điều gì trong bốn mươi ngày.

Chỉ dẫn tiếp theo là tôi nên lấy một cuốn sổ và một cây bút, và tôi bắt đầu viết ngay tại phòng bệnh viện những ấn tượng mà tôi nhận được. Thay vì cầu nguyện cho vợ mình, tôi nhận ra những điều cần cầu nguyện trong tâm trí tôi lại hướng về các mục sư, các nhà thờ, sự hiệp nhất trong thân thể Chúa và tất cả mọi thứ. Chính lúc đó tôi hỏi Chúa, nếu tôi thực hiện nhiệm vụ này, tôi có muốn được gặp Ngài trước khi kết thúc 40 ngày kiêng ăn không. Bây giờ tôi tin rằng không có câu trả lời nào vì điều kiện để Ngài hiện diện sẽ phụ thuộc vào sự vâng lời của tôi đối với chỉ dẫn đầu tiên là kiêng ăn 40 ngày.

Trước khi tiếp tục câu chuyện, điều cần lưu ý là Chúa sẽ không tiến thêm bước nào nữa nếu bạn chưa hoàn toàn vâng lời Ngài. Nếu Ngài chỉ dẫn bạn làm điều gì đó, bạn không làm, Ngài sẽ tạm dừng cho đến khi bạn quay lại điểm bất tuân cuối cùng và vâng lời. Hãy đọc câu chuyện về Giô-na. Giô-na đã đi ngược hướng với sự chỉ dẫn của Chúa. Trong những cơn bão tố, chừng nào Giô-na còn bất tuân, Chúa không hề lên tiếng, cho đến khi Giô-na, sau khi nỗ lực tự tử bất thành, đã kêu cầu Chúa.

Giô-na 2:1-10

1 Sau đó, Giô-na cầu nguyện với Đức Giê-hô-va, Đức Chúa Trời của mình, từ trong bụng cá.

2 Và ông nói: "Tôi kêu cầu Đức Giê-hô-va vì sự khốn khổ của tôi, và Ngài đã đáp lời tôi. Từ trong lòng âm phủ, tôi kêu lên, và Ngài đã nghe tiếng tôi.
3 Vì Chúa đã ném con xuống vực sâu, xuống tận đáy biển, và nước lũ bao vây con; mọi sóng gió của Chúa đều tràn qua con.
4 Bấy giờ tôi thưa rằng: "Con đã bị đuổi khỏi mặt Chúa; nhưng con sẽ lại hướng về đền thánh của Chúa."
5 Nước bao vây tôi, đến tận linh hồn; Vực sâu khép chặt lấy tôi; Rong rêu quấn quanh đầu tôi.
6 Tôi xuống đến nơi neo đậu trên núi; Trái đất với những song sắt khép lại sau lưng tôi mãi mãi; Nhưng Chúa, Đức Chúa Trời của tôi, Ngài đã cứu sống tôi khỏi vực sâu.
7 "Khi tâm hồn tôi suy sụp, tôi nhớ đến Chúa; và lời cầu nguyện của tôi dâng lên cùng Ngài, vào đền thánh của Ngài.
8 "Những kẻ tôn thờ thần tượng vô giá trị thì từ bỏ lòng thương xót của chính mình.
9 Nhưng con sẽ dâng tế lễ cho Chúa với tiếng tạ ơn; con sẽ trả những gì con đã hứa nguyện. Sự cứu rỗi đến từ Đức Chúa Trời."
10 Vậy, Đức Giê-hô-va phán với con cá, và nó nhả Giô-na lên bờ.

Một vài lời dành cho ai đó

"Hãy lắng nghe, hỡi con gái và con trai yêu dấu của Đức Chúa Trời hằng sống và đầy lòng thương xót. Đức Chúa Trời yêu thương và nhân từ, nhưng Ngài cũng chơi bóng đá rất quyết liệt. Các con có muốn thách đấu Ngài trong một trận bóng đá ác liệt không? Đừng bao giờ nghĩ đến điều đó. Các con sẽ bị sưng chân tay đấy. Dù vậy, Ngài vẫn yêu thương các con và tiếp tục yêu thương các con và ta bằng một tình yêu vĩnh cửu. Các con mang Thánh Linh của Ngài trong mình. Các con được tạo dựng theo hình ảnh và giống như Ngài."

Bạn là dự án cưng của Ngài, Ngài hết lòng vì bạn ngay cả khi bạn đang chìm sâu trong tội lỗi, Ngài vẫn nhìn bạn với lòng thương xót, dò xét, sắp xếp những hoàn cảnh và tình huống để dẫn bạn trở lại với tình yêu thương của Ngài. Bạn không thuộc về chính mình, bạn đã được chuộc lại bằng một giá rất đắt, bạn thuộc về Chúa Kitô, thuộc về Đức Chúa Trời. Bạn là con ngươi trong mắt Ngài, bạn là hoàng tộc, bạn là thầy tế lễ của Ngài, bạn thật đặc biệt. Ngài phán rằng nếu bạn có thể hình dung những vì sao rực rỡ đến mức nào, thì bạn còn rực rỡ hơn cả những vì sao trên trời. Ngài phán rằng không một sợi tóc nào rơi trên đầu bạn mà Ngài không biết. Ngài đếm chúng và biết số lượng của chúng.

Lu-ca 12:4-7

4 "Và ta nói với các ngươi, hỡi các bạn của ta, đừng sợ những kẻ giết thân xác, vì sau đó chúng không thể làm gì hơn nữa.
5 Nhưng ta sẽ chỉ cho các ngươi biết ai là người các ngươi phải kính sợ: Hãy kính sợ Đấng, sau khi đã giết chết, còn có quyền ném vào địa ngục; phải, ta nói với các ngươi, hãy kính sợ Ngài!
6 "Chẳng phải năm con chim sẻ được bán với giá hai đồng xu sao? Đức Chúa Trời chẳng quên một con nào trong số chúng cả.
7 Nhưng ngay cả những sợi tóc trên đầu các ngươi cũng đều được đếm. Vậy nên đừng sợ hãi; các ngươi quý hơn nhiều chim sẻ.

Cuộc gặp gỡ tiếp tục: Hãy xem, vào ngày 22 tháng 4 năm 2006, ba ngày trước khi kết thúc kỳ ăn chay 40 ngày, đúng 5 giờ sáng, Chúa đã giữ lời hứa của Ngài. Tôi đang nửa tỉnh nửa mê thì một Đấng, trong hình dạng con người, hai tay khoanh sau lưng, hơi cúi người về phía trước, nhìn tôi đang nằm trên sàn nhà, nhẹ nhàng bước từng bước một, không vội vã, tiến về phía tôi vào phòng khách qua cửa sổ. Tôi có thể nhận ra hình dáng Ngài nhưng không nhìn rõ mặt Ngài.

Bạn biết kiểu trang phục mà Chúa Giê-su thường mặc trong các bộ phim Trung Đông mà chúng ta xem chứ? Ngay khi Ngài đến gần tôi, vùng xung quanh chân tôi, nơi Ngài đang đứng, bắt đầu rung lên dữ dội như thể nó chưa từng tồn tại, giống như vùng đó vừa biến mất vậy. Khi Ngài di chuyển về phía ngực, cổ và đầu tôi, điều tương tự cũng xảy ra và Ngài cứ tiếp tục đi đi lại lại. Mỗi vùng Ngài rời khỏi đều tái hợp như trước và quá trình cứ thế tiếp diễn. Không có từ ngữ nào có thể diễn tả được sức mạnh mãnh liệt của trải nghiệm đó; tôi quên mất thời gian, trở nên sợ hãi và bắt đầu cầu xin Ngài hãy dừng lại và nói cho tôi biết Ngài muốn tôi làm gì cho Ngài, trong khi tôi lăn lộn không kiểm soát trên sàn nhà. Đó là cuộc gặp gỡ của tôi với sức mạnh hiển nhiên của Cha trên trời.

Sau trải nghiệm xuất thần đó, tôi bắt đầu nhìn thấy những hình ảnh khác nhau về thân thể của Chúa Kitô. Trong một giấc mơ, Chúa Giê-su Kitô bước vào, thân thể Ngài rời rạc nhưng được kết nối bằng những dây chằng da nhỏ. Mỗi bộ phận là một chức vụ trong Giáo hội. Tôi có thể nhận ra những chức vụ mà tôi quen thuộc. Các kết nối giữa các bộ phận cơ thể không vững chắc. Giờ đây tôi hiểu rằng các thể chế hoặc chức vụ trong Giáo hội như chúng ta biết ngày nay đang chia rẽ thân thể Ngài, các thành viên riêng lẻ trong Giáo hội tạo nên thân thể Ngài, bởi vì sự kiêu ngạo, cái tôi nhỏ nhen và tất cả những dục vọng mà xác thịt mang lại. Biểu hiện là sự cạnh tranh giữa các giáo hội, tranh giành lãnh đạo, làm lạc hướng các thành viên, nói xấu các chức vụ khác, tranh chấp giữa các thành viên trong giáo hội, tranh giành lãnh đạo và lối sống xa hoa không phản ánh mức sống của các thành viên, và còn nhiều nữa. Nếu bạn là người như vậy, hãy từ bỏ sự gian ác, vì Đức Chúa Trời chúng ta là ngọn lửa thiêu đốt và hãy nhớ đến tội lỗi của Balaam, người vì lòng tham tiền bạc mà đã xuyên tạc Đức Chúa Trời và giao con cái được Chúa chúc phúc cho Sa-tan thông qua lời khuyên xấu xa cho kẻ thù.

Tôi đã hỏi Chúa rằng mình nên ở đâu trong thân thể rời rạc và thiếu sự kết nối của Ngài. Ngài bảo tôi hãy tìm những hội thánh đào tạo môn đồ và đừng để bị lay động bởi số lượng.

Phần còn lại đã trở thành lịch sử. Sau cuộc gặp gỡ đó, tôi nhận ra niềm tin của mình vào Ngài đã được xây dựng vững chắc, tôi có ý thức về mục đích và sứ mệnh. Tất cả những nhiệm vụ Chúa giao cho tôi trong những giấc mơ sau này đều nhất quán với nhiệm vụ đầu tiên này. Hoàn toàn không có sự mâu thuẫn nào. Đôi khi tôi lạc lối, nhưng Ngài yêu thương dẫn dắt tôi trở lại, đôi khi với những vết bầm tím để minh chứng cho sự bất tuân. Quyền năng và sự hiện diện của Đức Thánh Linh đã giúp tôi hoàn thành những việc mà lẽ ra tôi không thể làm được khi tiếp cận những lĩnh vực được giao cụ thể. Chúa ban cho chúng ta Đức Thánh Linh của Ngài để trang bị cho chúng ta trong chức vụ. Đừng bao giờ đảm nhận bất kỳ nhiệm vụ nào cho Chúa mà không có sự cho phép và giao phó thiêng liêng.

Sự mặc khải này đã cho tôi sự tự tin và chắc chắn rằng Chúa luôn hiện diện và rất mong muốn được trò chuyện với chúng ta, nếu chúng ta sẵn lòng kết nối với tần số của Ngài và cầu xin Ngài bằng đức tin. Ngài phán dạy qua trạng thái xuất thần (khải tượng mở) như trong trường hợp này, qua giấc mơ, qua những ấn tượng hình ảnh, những suy nghĩ bất chợt nảy sinh trong tâm trí chúng ta, qua những hoàn cảnh chúng ta đối mặt, những người chúng ta gặp gỡ, những người nam nữ được Chúa chọn, qua con cái, qua sự im lặng và qua lời Chúa. Điều quan trọng cần lưu ý là sự chứng kiến bên trong và lời Chúa phải phù hợp với những gì chúng ta đã thấy, nghe hoặc được khắc sâu trong tâm trí. Sa-tan và các linh hồn ma quỷ cũng nói, cũng tác động đến tâm trí chúng ta. Chúa Giê-su đã cảnh báo chúng ta về điều này trong:

Giăng 10:27

27 Chiên của Ta nghe tiếng Ta, Ta biết chúng, và chúng theo Ta.

Bài tập 1
Bạn đã từng có trải nghiệm nào với Cha Thiên Thượng giống như câu chuyện tôi vừa kể chưa? Nếu chưa, tôi khuyến khích bạn hãy cầu xin một điều đó. Không phải để phô trương, mà là vì bạn mong muốn xây dựng mối quan hệ mạnh mẽ hơn với Ngài so với hiện tại. Hãy bắt đầu từ điểm bạn đang đứng. Nếu bạn đang đi sai hướng, hãy bắt đầu từ đó. Hãy nhớ đến người con hoang đàng, người cha đã đón nhận con mình bất chấp tội lỗi. Đó chính là tấm lòng của người cha. Đôi khi, chúng ta rơi vào rắc rối vì không cảm nhận được sự hiện diện của Chúa trong cuộc sống. Ngài đang chờ đợi, chờ đợi để kết nối với bạn và tôi.

Hãy dừng lại ngay bây giờ và cầu nguyện, xin Ngài bày tỏ chính Ngài cho bạn, ý tôi là một sự thể hiện hữu hình. Không phải những cuộc gặp gỡ vô ích mà bạn sẽ quên đi trong vài ngày. Mỗi lần tôi nhớ lại trải nghiệm trên, nó vẫn tươi mới như thuở ban đầu. Nó đã khắc sâu vào trong tôi mãi mãi. Hãy cầu xin Ngài bày tỏ chính Ngài cho người thân yêu, vợ, chồng, bạn đời, v.v. và hãy tin tưởng. Hãy xem điều gì sẽ xảy ra. Chúa muốn được tin tưởng, Ngài khao khát được tin tưởng. Đức tin của chúng ta nói rằng con tin tưởng Ngài và trông cậy vào Ngài để làm những gì Ngài muốn.

Ngoài những trải nghiệm chữa lành, giải thoát và phục hồi cá nhân mà tôi đã trải qua, một số sự kiện sau đây đã thổi bùng ngọn lửa giận dữ trong tôi, khiến tôi trở thành người truyền giáo này: Mẹ tôi mất năm 44 tuổi vì huyết áp cao, chị gái cả của tôi mất năm 44 tuổi vì ung thư vú và cha tôi mất năm 77 tuổi vì ung thư tuyến tiền liệt. Vì vậy, tôi giận Satan vì đã cướp đi những người thân yêu của tôi và tôi khao khát nhận được những điều tốt lành nhất từ Chúa. Không chỉ cho bản thân tôi mà còn cho người khác để họ không phải mất cha mẹ hoặc anh chị em khi còn trẻ và họ có thể sống trọn vẹn những ngày tháng của mình trong sức khỏe tốt và hoàn hảo, nhân danh Chúa Giê-su, Amen.

Chúa đã hứa với tôi và với bạn điều này trong:

Xuất Ê-díp-tô Ký 23:25-27
Kinh Thánh Amplified, Phiên bản Cổ điển
25 Các ngươi phải phụng sự Chúa, Đức Chúa Trời của các ngươi; Ngài sẽ ban phước cho bánh và nước của các ngươi, và ta sẽ cất bệnh tật khỏi giữa các ngươi.
26 Trong xứ các ngươi, không ai sẽ bị sảy thai hay hiếm muộn; Ta sẽ làm cho số ngày của các ngươi được trọn vẹn.
27 Ta sẽ phái sự kinh hãi của Ta đi trước ngươi và sẽ làm cho tất cả những người mà ngươi đến gặp đều hoảng loạn, và Ta sẽ khiến tất cả kẻ thù của ngươi phải bỏ chạy khỏi ngươi.

Cùng với anh chị em, tôi quyết tâm giữ lời hứa đó trong danh Chúa Giê-su, Amen. Trong cuốn sách này ***"Những Chiến Công Vĩ Đại - 1 – Anh Chị Được Thiêu Đốt Vì Điều Này – Chữa Lành, Giải Thoát và Phục Hồi – Hãy tìm hiểu từ những người vĩ đại*** qua những ghi chép hơn 100 năm về những chiến công của những người nam và nữ của Chúa, những người mà Chúa đã sử dụng trong thời đại của họ. Điều đó cũng dành cho chúng ta. Cuốn sách sẽ chỉ cho anh chị em cách làm điều đó. Chúng tôi đã thấy kết quả thông qua việc áp dụng những bài học và anh chị em cũng vậy. Amen

Những Chiến Công Vĩ Đại - 1

- Giới thiệu về nhà xuất bản

Giới thiệu về chúng tôi – Hội thánh God's Eagle Ministries (GEM)

Giăng mầm đức tin giữa các dân tộc. Thay đổi cuộc sống.
"Để tất cả họ đều được hiệp nhất..." — Giăng 17:21-23
Tầm nhìn quản trị của chúng tôi
Một thế giới Cơ Đốc giáo thống nhất — được hình thành, chứ không chỉ đơn thuần là tập hợp lại.
Hội thánh God's Eagle Ministries tồn tại để tham gia vào mục đích vĩnh cửu của Chúa:
một Hội thánh hiệp nhất bước đi trong sự vâng phục, trưởng thành và biến đổi hữu hình , bén rễ trong Chúa Kitô và được hướng dẫn bởi Đức Thánh Linh.
Chúng tôi hình dung một Thân Thể Chúa Kitô toàn cầu không được thống nhất bởi sự đồng nhất, cương lĩnh hay cá tính—mà bởi **sự phục tùng chung đối với chân lý, sự môn đệ hóa dựa trên sự vâng phục và cuộc sống được biến đổi** .
Đối với chúng tôi, sự hiệp nhất không phải là một khẩu hiệu.
Đó là kết quả của **sự đồng thuận** , **đổi mới** và **hình thành nên hình ảnh Chúa Kitô trong mỗi con người** .
Nhiệm vụ nền tảng của chúng tôi
Sự biến đổi theo Rô-ma 12:1-2
Tất cả những gì chúng ta làm—sách, sách cầu nguyện, bài giảng, phim ảnh, âm thanh, video, nền tảng kỹ thuật số và công nghệ tương lai—đều tồn tại vì **một mục đích chi phối duy nhất** :

Sự đổi mới tư duy tạo ra những chuyển biến có thể đo lường và thể hiện rõ rệt trong cuộc sống.

Các hình thức truyền thông của chúng tôi **không nhằm mục đích tiếp nhận thông tin** , kích thích cảm xúc hay truyền cảm hứng thụ động.

Chúng được thiết kế cho:

- Ăn năn hối cải và tái định hướng
- Đổi mới tư duy
- Vâng phục Kinh Thánh
- Thay đổi ký tự rõ ràng
- Sự trưởng thành tâm linh bền vững

Sự chuyển đổi không phải là điều hiển nhiên.

Nó được **thiết kế, quản lý, đo lường và thực hiện đến cùng** .

"Thước đo thành công của chúng tôi"

Với ngôn ngữ như sau:

- Chúng tôi không chỉ đánh giá sự thành công dựa trên lưu lượng truy cập.
- Chúng tôi đánh giá sự thành công bằng những cuộc đời được thay đổi.
- Chúng tôi coi trọng sự vâng lời hơn là sự tham gia.
- Chúng tôi coi trọng sự đổi mới hơn là tính lan truyền nhanh chóng.

Sứ mệnh của chúng tôi

Gieo mầm cho các quốc gia — Mỗi cuộc đời một lần

Mục đích tồn tại của Hội thánh God's Eagle Ministries là:

- **Tạo ra, tập hợp và phổ biến các nguồn tài liệu dựa trên Kinh Thánh** nhằm dẫn đến sự biến đổi, chứ không chỉ đơn thuần là kiến thức.
- **Tham gia vào công tác truyền giáo, dạy dỗ môn đồ, chữa lành, giải thoát, phục hồi và tư vấn về** tinh thần, tâm hồn và thể xác.
- **Tổ chức các hành trình môn đệ hóa có cấu trúc** , dẫn dắt tín đồ từ giai đoạn gặp gỡ đến giai đoạn vâng phục.

- **Hãy ủng hộ sự vâng phục theo lời tiên tri và việc tận hiến lãnh thổ** , như được Đức Thánh Linh hướng dẫn.
- **Quản lý các hệ thống kỹ thuật số quy mô lớn** dưới sự hướng dẫn của Kinh Thánh và sự giám sát của con người.

Sứ mệnh của chúng tôi không phải là mở rộng quy mô vì mục đích riêng, mà là **sự trung thực ở quy mô lớn** .

Giá trị cốt lõi của chúng tôi

Những giá trị này chi phối **mọi hoạt động trong lĩnh vực mục vụ, xuất bản, lãnh đạo và công nghệ** :

- **Sự can đảm và không sợ hãi trong Chúa Kitô**
- **Lãnh đạo phục vụ**
- **Xuất sắc đi kèm với trách nhiệm**
- **Tính chính trực và minh bạch**
- **Nhanh chóng và sáng suốt**
- **Sự sáng tạo bắt nguồn từ sự thật.**
- **Lòng quảng đại được dẫn dắt bởi Thánh Linh**

Niềm đam mê của chúng tôi

Chúng tôi hết sức cam kết:

- **Sự hiệp nhất của Thánh Linh và sự hiệp nhất của đức tin** (Ê-phê-sô 4:3, 13)
- **Trang bị cho các thánh đồ để trưởng thành và làm những việc lành** (Ê-phê-sô 4:11-16)
- **Sự chữa lành, giải thoát và phục hồi** bền vững—không phải là những chu kỳ lặp lại.
- **Việc dạy dỗ môn đồ phải tạo ra sự vâng lời, chứ không phải sự phụ thuộc.**
- **Nuôi dưỡng những người có đức tin vững vàng, biết phân biệt đúng sai và có thể hướng dẫn người khác trở thành môn đồ của mình.**

Bảy khía cạnh cốt lõi trong công việc của chúng tôi

1. **sự thống nhất trong Giáo hội:**
   Thúc đẩy sự thống nhất về mặt quan hệ và hình thành nhân cách giữa các giáo phái, văn hóa và quốc gia.

2. **Tuần Cầu Nguyện và Ăn Kiêng Toàn Cầu Hàng Năm:**
   Bốn mươi ngày (17 tháng 3 – 26 tháng 4) dành riêng cho sự hiệp nhất, phục hưng, hòa hợp và môn đệ hóa. Cầu nguyện đặc biệt cho Giáo Hội và các vị lãnh đạo của Giáo Hội trên toàn thế giới. Dù họ ở bất cứ nơi nào trên bảy ngọn núi ảnh hưởng!
3. **Quản lý xuất bản và nội dung**
   - các tựa sách do tác giả viết và xuất bản
   - Phân phối tại hơn 66 quốc gia
4. **Phân phối nội dung toàn cầu:**
   Hơn **2 triệu tài nguyên Cơ đốc giáo** được quản lý và phân phối trên các nền tảng kỹ thuật số.
5. **Các lộ trình môn đệ hóa có cấu trúc,**
   bao gồm các lộ trình tự động và có hướng dẫn được thực hiện thông qua nền tảng Otakada.
6. **Tư vấn, chữa lành và phục hồi:**
   Trực tuyến và trực tiếp, tập trung vào toàn diện con người.
7. **Sự vâng phục mang tính tiên tri và sự tận hiến cho lãnh thổ**
   chỉ được thực hiện khi có sự hướng dẫn của Đức Thánh Linh, dưới sự chịu trách nhiệm.
8. **Tiếp tục cầu nguyện và kiêng ăn cho các quốc gia.**

Chúng ta cùng nhau cầu nguyện và kiêng ăn:
• Thứ Năm hàng tuần
• Ba ngày cuối cùng của mỗi tháng
Mỗi châu lục được cầu nguyện hai lần mỗi năm, kêu gọi sự cai trị của Vương quốc Đức Chúa Trời trên **Bảy Ngọn Núi Ảnh Hưởng** , phù hợp với Ma-thi-ơ 21:13, Ê-sai 56:7 và Giê-rê-mi 7:11.
Chúng tôi mời bạn tham gia một cách tận tâm.
Các nền tảng của chúng tôi (Một hệ sinh thái, một triết lý)

- **Otakada.org** — Môn đệ hóa, giáo lý tiên tri, hành trình biến đổi
- **Store.Otakada.org** — Thư viện số, sách, bộ truyện và nội dung sống động trong tương lai
- **shop.otakada.org – Trang chủ cửa hàng sách**
- **Kênh phân phối xuất bản** — hơn 40.000 nhà phân phối toàn cầu trên toàn thế giới
- **Các kênh truyền thông** — Bài giảng, lời chứng, phim ảnh và nội dung môn đệ hóa

Tất cả các nền tảng đều hoạt động theo **một hiến chương chuyển đổi duy nhất** , chứ không phải theo các chương trình nghị sự cạnh tranh.

Phạm vi toàn cầu & Trách nhiệm quản lý

- Lượt tiếp cận hàng tháng: **hơn 500.000**
- Nguồn lực đã được phân bổ: **hơn 2 triệu**
- Hiện diện tại **hơn 66 quốc gia.**
- Mục tiêu truyền bá môn đệ: **100 triệu tín đồ vào năm 2045**

Chúng tôi là ai

Hội thánh God's Eagle Ministries bao gồm:

- **Được Thánh Linh dẫn dắt**
- **Không biên giới**
- **Không thuộc giáo phái nào nhưng vẫn giữ vững nền tảng giáo lý.**
- **Cam kết với Chúa Kitô được hình thành trong con người**
- **Một nhà thờ không có tường bao, nhưng không phải là không có trật tự.**

"Đấng Christ ở trong anh em, là niềm hy vọng về vinh quang." — Cô-lô-xi 1:27

Sự thống nhất, với sự rõ ràng dựa trên Kinh Thánh

- **Sự hiệp nhất trong Thánh Linh** (Ê-phê-sô 4:3) Một thực tại hiện hữu mà chúng ta gìn giữ bằng sự khiêm nhường và tình yêu thương.

- **Sự hiệp nhất trong đức tin** (Ê-phê-sô 4:13)
  Một kết quả tăng trưởng đạt được thông qua việc trở thành môn đệ dựa trên sự vâng phục.

Sự thống nhất mang **tính tương quan và hình thành** , chứ không bao giờ hời hợt.

Các nền tảng hoạt động của Bộ chúng tôi

- **Otakada.org** – Môn đệ hóa, tài nguyên, mục vụ tiên tri
- **Shop.otakada.org** – Sách và công cụ học tập môn đệ hóa kỹ thuật số
- **Trang tác giả Amazon 1** – https://www.amazon.com/stores/Zacharias-Godseagle/author/B0FCZ89D4K Zacharias Godseagle/ Ambassador Monday O. Ogbe Trang tác giả
- **Trang tác giả Amazon 2** – https://www.amazon.com/stores/author/B07MSBPFNX/allbooks . Trang tác giả của Đại sứ Monday O. Ogbe
- **Kênh YouTube CHÍNH –** https://www.youtube.com/@godseagleministries — Bài giảng, lời chứng và hoạt động truyền giáo
- **Kênh YouTube – Mới nhất** – https://www.youtube.com/@AmbassadorMondayogbe — Phim và các nội dung khác phục vụ cho việc truyền bá đức tin và môn đệ hóa toàn cầu.

Kết nối với cộng đồng trang bị của chúng tôi

- **Cộng đồng cầu nguyện Phong trào 10 Triệu – Tham gia trên Facebook**
- **Chương trình môn đệ hóa Trường Chúa Thánh Thần – Tham gia trên Facebook | Tham gia trên Telegram**
- **10 Triệu Người Cầu Nguyện – Tham gia ngay trên WhatsApp**

Cộng đồng WhatsApp của God's Eagle Ministries

- **Cộng đồng 1**

- **Cộng đồng 2**

Các sáng kiến tiêu biểu

- **Chương trình cầu nguyện và ăn chay toàn cầu 40 ngày hàng năm: Từ ngày 17 tháng 3 đến ngày 26 tháng 4**
- **Cầu nguyện và ăn chay hàng tháng cho các quốc gia:** Tập trung vào **Châu Phi, Châu Mỹ, Châu Âu, Châu Á, Trung Đông, Châu Đại Dương và các vùng cực.**
- **Loạt phim về những chiến công vĩ đại: Hơn 20 tập sách** về chữa lành, phục hưng và trang bị tâm linh.

Chúng tôi là ai

God's Eagle Ministries là một **phong trào không biên giới, được dẫn dắt bởi Thánh Linh,** cam kết:

- Xây dựng **những ngôi đền tâm linh** trong trái tim của những người tin tưởng
- **Phục hồi cuộc sống** : Tinh thần, Tâm hồn và Thể xác
- Thúc đẩy **sự hiệp nhất của Thánh Linh** và sự **hiệp nhất của đức tin** *(Ê-phê-sô 4:3,13)*

"Đấng Christ ở trong anh em, là niềm hy vọng về vinh quang!" — Cô-lô-xi 1:27

Hãy kết nối!

E-mail: ambassador@otakada.org

Điện thoại/WhatsApp: +1 804-778-2759 (WhatsApp) | +1 302-492-2440 | +2348032835348 (WhatsApp)

Blog: otakada.org/blog

Hợp tác & Quyên góp: Bấm vào đây

Sự hiện diện toàn cầu của chúng tôi

Bờ Đông Hoa Kỳ: 3825 Lancaster Pike, Wilmington, DE;

Bờ Đông Hoa Kỳ: 4510 Burkes Promise Drive, Bowie, Maryland;

Bờ Tây Hoa Kỳ: 1985 Del Amo Blvd, Torrance, CA;

Trụ sở chính Tây Phi: 8 Sahaba Residence, Lugbe Abuja |

Trụ sở chính Tây Phi: 14 Olalere Close, Off Millionaire Quarters, Jos North, Jos, Plateau State

Khả năng lãnh đạo

Đại sứ Monday O. Ogbe

(Bút danh: Zacharias Godseagle)

Người sáng lập, Tác giả,
Hội Thánh Đại Bàng của Chúa —
Một Hội Thánh Không Tường, Không Biên Giới, Không Giáo Hội

Một sứ mệnh sống động

Tuyên bố này không phải là bất biến.
Nó quản lý:

- Tạo nội dung
- Tiêu chuẩn xuất bản
- Hệ thống môn đệ hóa
- sinh nở có sự hỗ trợ của trí tuệ nhân tạo
- Sự tham gia của cộng đồng
- Trách nhiệm giải trình và giám sát

Nó sẽ **phát triển về hình thức thể hiện** , nhưng không bao giờ thay đổi về **chân lý hay mục đích** , khi công việc của Chúa mở rộng đến các quốc gia.

Những Chiến Công Vĩ Đại - 1

– Lời cảm ơn

Cuốn sách này sẽ không thể ra đời nếu không có sự đóng góp của những người con kính yêu của Chúa thông qua những tư liệu đã làm cho cuốn sách trở nên phong phú:

- ***John G. Lake***
- ***Kathryn Kuhlman***
- ***Lester Sumrall***
- ***Frank và Ida Mae Hammond***
- ***Derek Prince***
- ***Tiểu thuyết Hayes***
- ***Joseph Ayo Babalola***
- ***Robert W. Shambach***
- ***Ashish Raichur***
- ***Curry Blake***
- ***Cindy Trimm***
- ***Và vô số những người khác mà tôi đã học hỏi được nhiều điều trong suốt những năm qua.***

Tôi cũng muốn bày tỏ lòng biết ơn đối với vợ tôi – Comfort và bốn người con của tôi – Diana, Joseph, David và Isaac, những người đã đóng góp tư liệu thông qua kinh nghiệm sống của chúng tôi. Những khó khăn, thăng trầm, thành công và thất bại đã giúp chúng tôi hướng đến mục đích thiêng liêng trong Chúa Kitô. Xin Chúa ban phước lành dồi dào cho tất cả các con bằng vô vàn cách thức không gì sánh bằng, trong danh Chúa Giê-su, Amen!

Những Chiến Công Vĩ Đại - 1

– Sự tận tâm

Tôi xin dâng tặng cuốn sách này cho Chúa Cha vì đã tạo dựng nên con và gìn giữ sự sống cho con.
Tôi dâng cuốn sách này cho Chúa Giê-su Ki-tô vì sự hy sinh cao cả đã ban cho tôi quyền tiếp cận không bị ràng buộc, không bị hạn chế với Đức Chúa Cha và được hiệp thông với Đức Chúa Cha, Đức Chúa Con và Đức Thánh Linh.
Tôi dâng hiến cuốn sách này cho Đức Chúa Trời, xin Ngài ban sức mạnh và sự soi sáng, dạy dỗ, hướng dẫn và an ủi tôi luôn luôn, để tôi có thể trở thành tất cả những gì Chúa Kitô đã chết để ban cho và tạo nên tôi.
Tôi xin dành tặng cuốn sách này cho vợ tôi – Comfort – và các con – Diana, Joseph, David và Isaac – trong hành trình cuộc sống cùng tôi, khi mà tôi gần như không có lựa chọn nào khác ngoài việc tiến vào những điều chưa biết trong vòng tay Chúa.

Những Chiến Công Vĩ Đại - 1

- Giới thiệu

Trong cuốn sách này, ***"Những Chiến Công Vĩ Đại - 1 – Bạn Sinh Ra Để Làm Điều Này – Chữa Lành, Giải Thoát và Phục Hồi – Tìm Hiểu Cách Từ Những Người Vĩ Đại,"*** bạn sẽ tìm thấy những câu chuyện, những câu chuyện có thật và hơn tám mươi (80) lời chứng để củng cố thông điệp và giúp bạn học hỏi để áp dụng vào cuộc sống của chính mình và cuộc sống của người khác trong tương lai.

Bạn sẽ tìm thấy ***các liên kết tải lên podcast âm thanh và video của chương 1 đến chương 10 để bạn có thể nghe và xem mọi lúc mọi nơi.***

Bạn sẽ tìm thấy ***những lời cầu nguyện thỏa thuận, tự chữa lành, giải thoát và phục hồi ở cuối chương 2, 4, 5, 6, 7, 8, 9 và 10 vì đây là một cuốn sách hướng dẫn thực hành cách tự mình thực hiện.***

Bạn sẽ tìm thấy ***tiểu sử của những người vĩ đại và những yếu tố đã làm nên sự vĩ đại của họ, để bạn có thể học hỏi quy trình và tự mình trở nên vĩ đại.***

Bạn sẽ tìm thấy ***những lời chứng xuyên suốt các năm để củng cố đức tin của bạn vào Chúa vì Ngài vẫn luôn hiện diện và sẵn sàng giúp đỡ, giống như trong thời Kinh Thánh, để làm những điều vượt xa, dư dật hơn tất cả những gì bạn có thể nghĩ đến, suy ngẫm hoặc tưởng tượng, theo quyền năng đang tác động đến bạn nếu bạn cho phép Ngài.***

Bạn sẽ tìm thấy ***cách để được báp-têm trong Đức Thánh Linh và bắt đầu chiếu rọi ánh sáng của Chúa đến một thế giới đang chết dần và suy tàn.***

Bạn *sẽ tìm thấy* ***"Đủ rồi!" cho sự giam cầm và chào đón sự tự do trong Chúa Kitô - Chiếu sáng ánh sáng của Chúa trong thế giới trụy lạc này + Lời cầu nguyện cho phép báp-têm trong Chúa Thánh Thần + 2 câu chuyện của Trevor Farrell đến từ Trevor Place và Robert W. Schambach về một người đàn ông được cứu sống khỏi ghế điện - Lời giới thiệu***

Bạn *sẽ tìm thấy* ***Đủ rồi! Chấm dứt sự giam cầm của Sa-tan và chào mừng đến với sự tự do trong Chúa Kitô – Được thúc đẩy bởi khát khao NHẬN được từ Chúa và sự giận dữ với ma quỷ vì đã CƯỚP đoạt hết di sản của chúng ta! + Hai (2) Câu chuyện – Câu chuyện thứ nhất: của Norvel Hayes: Phép lạ kỳ diệu – Phép lạ sáng tạo trên bàn tay con gái ông và những chiến công của Robert Schambach ở Ấn Độ + Kịch bản cầu nguyện tự giải thoát + Lời cầu nguyện thỏa thuận chữa lành, giải thoát và phục hồi Phần 1***

Bạn *sẽ tìm thấy* ***"Đủ rồi với cảnh giam cầm"*** và ***chào mừng đến với "Tự do – Cách chữa khỏi hoặc vượt qua COVID-19, Ung thư và các bệnh khác – Phần 2".***

Bạn *sẽ tìm thấy* ***"Đủ rồi!" để chấm dứt sự giam cầm của ma quỷ và "Chào mừng đến với sự TỰ DO trong Chúa Giê-su Christ" - Sự kích hoạt cho cuộc chiến hằng ngày. – Lời cầu nguyện tuyên bố hàng ngày để trang bị thực tiễn tại nơi cầu nguyện – Phần 3 – Kịch bản của Cindy Trimm***

Bạn *sẽ tìm thấy* ***cuốn sách "Đủ rồi, chấm dứt sự giam cầm của Satan" và "Chào mừng đến với sự tự do trong Chúa Kitô" - Liệu người Kitô hữu có thể bị quỷ ám? Những lời dối trá mà kẻ giam cầm, Satan, rao bán để giữ nhiều Kitô***

hữu trong sự giam cầm thông qua sự thiếu hiểu biết. Làm thế nào để phát hiện sự hiện diện của chúng trong cuộc sống của bạn và xua tan chúng + Câu chuyện có thật từ lời chứng của một trợ lý quốc hội hàng đầu về sự tự giải thoát được hướng dẫn như được kể bởi Derek Prince Phần 4 + Kịch bản cầu nguyện tự giải thoát + Lời cầu nguyện thỏa thuận chữa lành, giải thoát và phục hồi

Bạn *sẽ tìm thấy* ***Đủ rồi với sự giam cầm của Sa-tan và Chào mừng đến với sự tự do trong Chúa Giê-su Christ - Bảy (7) bước quan trọng để được giải thoát + Cách nhận biết và trục xuất các nhóm ma quỷ và Tầm nhìn về Cuộc xung đột cuối cùng và Cách chiến thắng một cách chiến lược trên Bốn (4) mặt trận giao tranh như được kể bởi Frank và Ida Mae Hammond – Phần 5 & Phần 6 + Kịch bản cầu nguyện tự giải thoát + Lời cầu nguyện thỏa thuận chữa lành, giải thoát và phục hồi***

Bạn *sẽ tìm thấy cuốn* ***sách "Đủ rồi, chấm dứt sự giam cầm của Sa-tan" và "Chào mừng đến với sự tự do trong Chúa Giê-su Christ" – Quyền năng của Đức Thánh Linh ngự trong bạn được truyền tải qua không khí vào nước và dầu như một tác nhân chữa lành, giải thoát và phục hồi trong cuộc sống của bạn và những người khác – Kèm theo mẫu kịch bản cầu nguyện trên nước và dầu + 2 câu chuyện về sự giải thoát của một mục sư và một bé gái 6 tuổi khỏi bệnh tâm thần phân liệt và nhiều ma quỷ khác như một bài học kinh nghiệm cho bạn, do Frank và Ida Mae kể lại – Phần 7 + Lời cầu nguyện hiệp nhất để chữa lành, giải thoát và phục hồi.***

Bạn sẽ tìm thấy ***Đủ rồi! Không còn bị Sa-tan giam cầm nữa và Chào mừng đến với Tự do trong Chúa Giê-su Christ – Ý chí và Quyền tối cao của Đức Chúa Trời ở đâu trong tất cả những lời nói về TỰ DO này? Tại sao không phải MỌI NGƯỜI mà chúng ta cầu nguyện đều được CHỮA LÀNH,***

***GIẢI THOÁT** hoặc **PHỤC HỒI**? Tại sao một số trường hợp lại diễn ra **DẦN DẦN** hoặc **MỘT PHẦN**? Những trở ngại nào cản trở **VIỆC CHỮA LÀNH, GIẢI THOÁT** và **PHỤC HỒI**? Và một số điều nên làm và không nên làm + Một (1) câu chuyện để chứng minh tiêu đề này và phá vỡ sự kìm kẹp của tinh thần sợ hãi bởi Anh Robert Schambach – Phần 8 + Kịch bản Tự giải thoát và lời cầu nguyện hiệp nhất để Chữa lành, Giải thoát và Phục hồi*

*Bạn sẽ tìm thấy cuốn sách **"Đủ rồi, chấm dứt sự giam cầm của Sa-tan" và "Chào mừng đến với sự tự do trong Chúa Giê-su Christ" – Nhận được câu trả lời cho những câu hỏi thường gặp về chữa lành, giải thoát và phục hồi + Hướng dẫn thực hành để phục vụ chữa lành, giải thoát và phục hồi + Tổng hợp về bệnh tâm thần phân liệt được Chúa Thánh Thần mặc khải cho Ida Mae Hammond và cách đối phó với linh hồn (phần 9).***

*Bạn sẽ tìm thấy **phần kết luận để tự mình xác nhận xem cuốn sách có đáp ứng yêu cầu của bạn hay không, và cũng có các liên kết đến trang về sự cứu rỗi và hành trình môn đệ hóa 40 ngày.***

Thưởng thức!

Những Chiến Công Vĩ Đại - 1

Tiểu sử ngắn - John G. Lake – Kathryn Kuhlman – Lester Sumrall – Frank và Ida Mae Hammond - Derek Prince – Novel Hayes – Joseph Ayo Babalola - Robert Schambach

Để bắt đầu trân trọng con người và những gì Chúa đã dùng họ trong thế hệ chúng ta, bạn và tôi cần nhìn lại lịch sử của họ. Nếu có điều gì mà nhân loại đã thất bại thảm hại, thì đó chính là điều này – sự bất khả năng nhìn lại quá khứ với lòng quan tâm và học hỏi từ lịch sử để chúng ta có thể bắt đầu vạch ra một hướng đi tích cực và có hiểu biết cho tương lai.

Chính vì lẽ đó mà tôi đã đưa vào cuốn "Những kỳ công vĩ đại - 1" những yếu tố đã định hình tư duy của họ, thúc đẩy họ đạt được những thành tựu vượt bậc vì Chúa.

Vậy nên, hãy chú ý điều này, học hỏi khi cần thiết và áp dụng vào cuộc sống của chính bạn và những người khác trong và ngoài vòng tròn quan hệ của bạn để làm vinh hiển Chúa!

John G. Lake

"Chúa Giê-su, Đấng chữa lành"

John Graham Lake sinh ngày 18 tháng 3 năm 1870 tại Ontario, Canada. Khi còn nhỏ, gia đình ông chuyển đến Michigan, Hoa Kỳ. Ngay từ khi còn trẻ, Lake đã tham dự một buổi họp của Đội Cứu Thế và nhận ra mình cần một Đấng Cứu Thế, và ông đã mời Chúa Giê-su làm Chúa tể cuộc đời mình. Lake chịu ảnh hưởng vô cùng lớn bởi bệnh tật. Ông là một trong mười sáu người con, và trong suốt cuộc đời ngắn ngủi của mình, tám người con đã qua đời. Ông dần căm ghét bệnh tật, đau buồn và cái chết vốn là một phần không thể thiếu trong cuộc sống gia đình mình.

Lake cảm thấy có tiếng gọi phục vụ Chúa và đã theo học để trở thành mục sư của Giáo hội Giám Lý. Ông hết lòng đón nhận giáo lý thánh hóa của Giáo hội Giám Lý và nhiệt thành tìm kiếm điều đó. Tuy nhiên, sau khi hoàn thành việc học, ông quyết định chuyển sang kinh doanh và thành lập một tờ báo ở Illinois. Sau đó, ông trở về Michigan và bắt đầu sự nghiệp trong lĩnh vực bất động sản. Ông gặp Jennie Stevens và kết hôn với bà.

Bệnh tật vẫn tiếp tục đeo bám Lake. Anh trai ông bị tàn tật, một người chị gái bị ung thư giai đoạn cuối, một người chị gái khác bị rối loạn đông máu, và vợ ông bị lao phổi và bệnh tim. Năm 1899, gia đình nghe nói về John Alexander Dowie ở Chicago vì ông đang nhận được sự chú ý đáng kể từ giới truyền thông. Họ đưa anh trai của Lake đến phòng chữa bệnh ở Chicago, và anh ấy đã được chữa khỏi ngay lập tức. Cả hai người chị gái sau đó cũng đến và cũng được chữa khỏi.

Cuối cùng, vào tháng 6 năm 1899, Lake đã liên lạc với mọi người để cầu nguyện cho vợ mình, và bà cũng được chữa lành. Ông mở Kinh Thánh ra và thấy Công Vụ Các Tông Đồ 10:38: *"Các ngươi biết về Đức Giê-su ở Na-xa-rét, về việc Đức Chúa Trời đã xức dầu cho Ngài bằng Đức Thánh Linh và quyền năng, và Ngài đã đi khắp nơi làm điều thiện, chữa lành những người bị ma quỷ áp bức; vì Đức Chúa Trời ở cùng Ngài."* (NASB) Ông thấy rõ ràng rằng Chúa Giê-su là Đấng chữa lành và Sa-tan là kẻ áp bức loài người. Lake trở thành thành viên của Giáo Hội Công Giáo Cơ Đốc của Dowie và một chi nhánh được mở tại Sault Ste Marie, nơi ông đang sống vào thời điểm đó. Lake trở thành phó tế trong nhà thờ mới. Vào tháng 8 năm 1900, vợ của Lake, Jennie, vô tình bị con trai 4 tuổi bắn trúng. Theo lời dạy của Dowie, vợ chồng nhà Lake từ chối sự giúp đỡ y tế và chỉ dựa vào lời cầu nguyện. Sự việc này gây chấn động đến mức một bài báo đã được viết trên tờ Chicago Daily Tribune, tờ báo thường xuyên đưa tin về các hoạt động của Dowie.

Năm 1904, Lake chuyển đến Chicago để làm việc với Dowie. Chứng kiến quyền năng của Chúa, Lake bắt đầu cầu xin nhiều hơn nữa sự hiện diện của Thánh Linh. Ông dành chín tháng để tìm kiếm sự hiện diện trọn vẹn hơn của Chúa. Lake cùng một người đàn ông khác đi cầu nguyện cho một người phụ nữ bị bệnh. Sự hiện diện của Chúa bao trùm lấy ông theo cách mà ông chưa từng biết đến trước đây. Sáu tháng tiếp theo được đánh dấu bằng sự ăn năn, hối cải và thanh tẩy tâm hồn. Các ơn tứ của Thánh Linh được khuếch đại, và khả năng phân định và chữa bệnh tăng lên đáng kể. Lake được đào tạo dưới sự hướng dẫn của John Alexander Dowie, nhưng không phải lúc nào cũng đồng ý với cách làm việc của ông. Có lần, Dowie liệt kê những thành tựu của ông và nói với ông: "Nếu anh phát triển được những phẩm chất mang tính xây dựng, ngang bằng với khả năng phê phán của anh, anh sẽ là một người vĩ đại hơn tôi." John Lake biết rằng ông phải bắt đầu công việc của riêng mình. Ông cảm thấy được Chúa kêu gọi đến châu Phi và đã đến đó vào năm 1908, sau một thời gian ngắn làm mục sư ở Indianapolis. Trong suốt 5 năm ở Nam Phi, Lake đã chứng kiến 1.000.000 người cải đạo, thành lập hàng trăm nhà thờ và đào tạo hơn 1000 mục sư địa phương. Tuy nhiên, công việc rất vất vả, và vợ ông qua đời vào tháng 12 năm 1908. Ông quyết tâm giữ gìn gia đình mình. Năm 1913, Lake trở về Hoa Kỳ cùng bảy người con.

Sau khi trở về Hoa Kỳ, ông tái hôn và bắt đầu một mục vụ lưu động. Một trong những nơi ông được mời đến thuyết giảng là Spokane, Washington. Ông được yêu cầu thành lập một phòng chữa bệnh, và ông đã đồng ý. Trong khoảng thời gian năm năm, hơn 100.000 trường hợp được chữa lành đã được ghi nhận. Spokane được tuyên bố là "thành phố khỏe mạnh nhất ở Hoa Kỳ". Mặc dù nhà thờ của Lake không bao giờ lớn, nhưng hàng ngàn người từ khắp đất nước và thế giới đã đến để nhận lời cầu nguyện. Năm 1920, ông cảm thấy được Chúa kêu gọi chuyển đến Portland, Oregon và bắt đầu một mục vụ phòng chữa bệnh ở đó. Những trường hợp chữa lành tương tự cũng được ghi nhận trong những năm này.

Ông Lake từng cân nhắc việc thành lập một mục vụ phòng chữa bệnh ở các thị trấn dọc bờ biển phía Tây. Tuy nhiên, sức khỏe của ông bắt đầu suy yếu vì ông sống với nhịp độ chóng mặt. Ông đến Houston, Texas để thành lập một nhà thờ, nhưng lại phải rời đi vì một biến cố gia đình và không bao giờ trở lại. Ông phục vụ tại các nhà thờ ở California, sau đó trở lại làm mục sư ở Portland một thời gian, và cuối cùng định cư ở Spokane cho đến hết đời. Ông mất vào ngày 15 tháng 9 năm 1935. Nguồn: https://healingandrevival.com/BioJGLake.htm

Kathryn Kuhlman

Tôi tin vào phép màu.

Kathryn Johanna Kuhlman sinh ngày 9 tháng 5 năm 1907 tại Concordia, Missouri. Cha mẹ bà là người Đức và bà là một trong bốn người con. Mẹ bà là người nghiêm khắc, ít thể hiện tình yêu thương hay sự trìu mến. Mặt khác, bà có một mối quan hệ vô cùng thân thiết và Cô có mối quan hệ yêu thương với cha mình. Khi còn nhỏ, cô thường kể lại rằng mỗi khi cha cô đi làm về, cô sẽ bám chặt lấy chân ông. Cô thường nói rằng mối quan hệ của cô với Chúa Cha vô cùng chân thực là nhờ mối quan hệ với chính cha mình.
Kuhlman đã cải đạo khi mới 14 tuổi, tại một buổi truyền giảng phúc âm được tổ chức ở một nhà thờ Giám Lý nhỏ. Năm 16 tuổi, cô tốt nghiệp trung học, nơi chỉ có lớp 10 ở thị trấn của họ. Chị gái của cô, Myrtle, đã kết hôn với một nhà truyền giáo lưu động, Everett B. Parrott. Họ dành thời gian đi du lịch và đề nghị Kathryn có thể đến cùng họ trong mùa hè. Cha mẹ cô đồng ý và cô đến Oregon để giúp đỡ. Cô làm việc cùng họ và thường xuyên chia sẻ lời chứng của mình. Khi mùa hè kết thúc, cô muốn ở lại, và cặp vợ chồng đã đồng ý. Cuối cùng, cô đã làm việc với họ trong năm năm.

Nhóm truyền giáo gồm bốn người: Everette, Myrtle, Kathryn và nghệ sĩ piano Helen Gulliford. Năm 1928, Everette vắng mặt trong một buổi họp ở Boise, Idaho. Myrtle và Kathryn đã thuyết giảng thay cho Everette. Mục sư của nhà thờ khuyến khích Kathryn tự mình đi truyền giáo. Helen đồng ý tham gia cùng bà. Bài giảng đầu tiên của bà được diễn ra tại một quán bi-a tồi tàn ở Boise, Idaho. Nhóm đã đi truyền giáo ở Idaho, Utah và Colorado trong năm năm tiếp theo. Năm 1933, họ chuyển đến Pueblo, Colorado. Họ lập trạm truyền giáo trong một nhà kho bỏ hoang của Montgomery Ward. Họ ở đó trong sáu tháng.

Denver, một thành phố lớn hơn nhiều, là điểm dừng chân tiếp theo. Họ chuyển nhà nhiều lần nhưng cuối cùng định cư tại một nhà kho của công ty giấy, và đặt tên là Nhà thờ Phục hưng Kuhlman. Sau đó, vào năm 1935, họ chuyển đến một nhà để xe tải bỏ hoang và đặt tên là Nhà thờ Phục hưng Denver. Kathryn gặt hái được nhiều thành công ở Denver. Nhà thờ phát triển lên khoảng 2000 thành viên. Bà bắt đầu một chương trình phát thanh có tên "Mỉm cười vượt qua" và mời các diễn giả từ khắp cả nước. Một trong số đó là Phil Kerr, người giảng dạy về sự chữa lành thần kỳ. Năm 1935, một nhà truyền giáo khác được mời là Burroughs Waltrip.

Waltrip là điềm xấu đối với Kuhlman. Ông ta là một người đàn ông cuốn hút, đẹp trai, hơn cô vài tuổi. Giữa họ nảy sinh sự thu hút ngay lập tức, và một gia đình khẳng định đã nhìn thấy hai người ôm nhau vào năm 1935, nhưng lúc đó ông ta đã kết hôn và có hai con. Waltrip rời Denver và trở về Austin, Texas, nhưng mối quan hệ giữa Kuhlman và Waltrip vẫn âm ỉ. Năm 1937, ông được mời trở lại Denver để làm mục sư trong hai tháng. Không lâu sau đó, ông ly dị vợ và bỏ rơi hai con trai. Sau đó, ông tung tin đồn vợ bỏ mình. Ông chuyển đến Mason City, Iowa, nơi ông nói với mọi người rằng mình độc thân, và bắt đầu một mục vụ mới. Waltrip đã quyên góp được 70.000 đô la để xây dựng một tòa nhà mục vụ có tên là

Radio Chapel. Đó là một công trình hiện đại với bục giảng có thể thu gọn và phong cách Art Deco. Ông ta dường như là một nhà thuyết giáo thành công và năng động.

Giữa Kuhlman và Waltrip có một mối quan hệ lâu dài, và họ kết hôn vào tháng 9 năm 1938. Kuhlman khá ngây thơ về hậu quả của những lựa chọn của mình và cuộc hôn nhân là một thảm họa. Bà tuyên bố với nhà thờ rằng bà và Waltrip đã kết hôn và họ sẽ đi lại giữa Denver và Mason City để thuyết giảng tại hai nhà thờ của họ. Hầu hết những người trong giáo đoàn của bà đã rời bỏ bà vì mối quan hệ của bà với Waltrip. Bà từ bỏ nhà thờ ở Denver, mất đi một số cộng sự thân thiết nhất và chuyển đến Mason City. Thành công của Waltrip hóa ra cũng chỉ là ảo tưởng. Nhà nguyện Radio được hoàn thành vào tháng 6 năm... Năm 1938. Đến tháng 10 năm 1938, Waltrip không thể trả nổi các khoản nợ. Đến tháng 12, Waltrip đòi tăng lương, ngay cả khi thu nhập bị thiếu hụt. Hội đồng quản trị của ông từ chức và để ông tự xoay xở với vấn đề tài chính. Giải pháp của ông là không trả tiền thế chấp hay các khoản nợ khác của nhà thờ Radio Chapel. Radio Chapel tuyên bố phá sản. Bài giảng cuối cùng của Waltrip là vào tháng 5 năm 1939. Vợ chồng nhà Waltrip giờ phải tự lo liệu. Viễn cảnh hạnh phúc của Kathryn về việc cô và chồng đi lại giữa Denver và Mason City với sự nghiệp thuyết giảng thành công đã hoàn toàn tan vỡ.

Những năm tiếp theo rất khó khăn đối với cặp đôi. Họ bắt đầu cuộc hành trình truyền giáo lưu động, chủ yếu ở vùng Trung Tây. Họ không được chấp nhận ở nhiều nơi do lịch sử hôn nhân của mình. Ban đầu, các quảng cáo ghi Waltrip là nhà truyền giáo chính. Sau đó, thỉnh thoảng bà Waltrip cũng được nhắc đến. Đến đầu những năm 1940, Kathryn Kuhlman Waltrip được ghi tên ngang hàng với ông. Cuối cùng, vào giữa những năm 1940, Kathryn chỉ sử dụng tên Kathryn Kuhlman trong các buổi họp mà bà là diễn giả chính. Năm 1944, Kuhlman thực hiện một chuyến truyền giáo ở bờ biển phía đông mà không có Waltrip. Có thể đó là một quyết định có ý thức để rời bỏ ông, hoặc bà cũng có thể đã tận dụng cơ hội để đánh giá lại cuộc sống của mình. Có vẻ như quá trình này diễn ra dần dần hơn vì Waltrip vẫn viết về họ như một cặp vợ chồng cho đến tận năm 1946. Kuhlman không bao giờ quay lại với Waltrip và cuối cùng họ ly hôn vào năm 1947. Bà đã bỏ lại cuộc hôn nhân của mình phía sau và từ đó trở đi sống như thể nó chưa từng tồn tại.

Năm 1946, Kuhlman được mời đến nói chuyện tại Franklin, Pennsylvania. Bà được đón tiếp nồng nhiệt và quyết định ở lại khu vực này. Kuhlman bắt đầu thuyết giảng trên đài phát thanh ở Oil City, Pennsylvania. Những chương trình này trở nên phổ biến đến mức được phát sóng ở Pittsburgh, và bà bắt đầu thuyết giảng khắp khu vực. Bà bắt đầu thuyết giảng về quyền năng chữa lành của Chúa. Năm 1947, một phụ nữ được chữa lành khỏi khối u khi đang nghe Kuhlman thuyết giảng. Vài Chủ nhật sau đó, một người đàn ông cũng được chữa lành khi bà đang giảng dạy về Đức Thánh Linh. Lúc này, bà đã tin chắc vào công việc chữa lành của Chúa. Một điều quan trọng cần lưu ý là bối cảnh và thời điểm của giai đoạn đột phá này trong cuộc đời của Kuhlman. Năm 1947 là khởi đầu của Phong trào Phục hưng Chữa lành (đôi khi được gọi là Phong trào Phục hưng Mưa Cuối Mùa) kéo dài trong 10 năm tiếp theo. Những gì đang diễn ra trong các buổi họp của Kuhlman đã lan rộng khắp Hoa Kỳ. Chính trong khoảng thời gian này, Hội thánh Tiếng nói Chữa lành được thành lập và những người như William Branham, Oral Roberts, AA Allen và nhiều người khác đã được đưa lên sân khấu công chúng. Kuhlman không liên kết với những nhóm đó, nhưng ông đã hòa mình vào dòng chảy của những gì Thánh Linh Chúa đang thực hiện trên khắp đất nước và thế giới.

Năm 1948, Kuhlman tổ chức một loạt các buổi họp tại Carnegie Hall ở Pittsburgh. Bà chuyển đến Pittsburgh vào năm 1950 và tiếp tục tổ chức các buổi họp tại Carnegie Hall cho đến năm 1971. Bà được Chúa sử dụng để mang thông điệp đặc sủng đến nhiều nhà thờ thuộc các giáo phái khác nhau, bao gồm cả Giáo hội Công giáo. (Bà nhận được rất nhiều lời chỉ trích về điều này và bị buộc tội là một người Công giáo ngầm.) Đây là những năm tháng nổi tiếng nhất của bà. Phong cách của bà rất hào nhoáng. Bà thường tổ chức các buổi lễ phép lạ nổi tiếng và khán phòng luôn chật kín người. Bà xuất hiện trên các chương trình phát thanh và truyền hình. Bà được thụ phong mục sư vào năm 1968 bởi Liên minh Giáo hội Tin Lành. Hàng trăm người đã được chữa lành trong các buổi họp của bà, thậm chí cả khi nghe bà trên đài phát thanh hoặc truyền hình. Những người bà cầu nguyện thường được Chúa ban quyền năng và "được Thánh Linh soi sáng". Kuhlman không bao giờ tự nhận mình là người chữa lành. Bà luôn hướng mọi người đến với Chúa Giê-su là Đấng chữa lành của họ.

Bà Kuhlman được chẩn đoán mắc bệnh tim vào năm 1955. Bà luôn bận rộn và làm việc quá sức, đặc biệt là vào những năm 1970. Bà thường xuyên đi lại giữa Pittsburgh và Los Angeles, cũng như thực hiện các chuyến đi vòng quanh thế giới. Tim bà bị phình to và bà Kuhlman qua đời vào ngày 20 tháng 2 năm 1976 tại Tulsa, sau ca phẫu thuật tim hở. Các video về một số buổi lễ của bà vẫn còn được lưu giữ và tiếp tục được yêu thích cho đến ngày nay.

Lester Sumrall

"Truyền giáo, chữa lành và giải thoát"

Lester Frank Sumrall sinh ngày 15 tháng 2 năm 1913 tại New Orleans, Louisiana, là con của George và Betty Sumrall. Mẹ ông là một tín đồ Cơ đốc giáo sùng đạo, nhưng cha ông lại không mấy mặn mà với đức tin. Trước khi Lester chào đời, mẹ ông đã dâng ông cho Chúa và cầu nguyện rằng ông sẽ trở thành một nhà truyền đạo. Ông là con thứ sáu trong một gia đình có tám người con. Bà Betty thường mời các nhà truyền giáo lưu động đến ở nhà họ trong khi nhà thờ của họ đang tổ chức các buổi họp. Điều này thường có nghĩa là phải nuôi thêm một gia đình và lo chỗ ở, và Lester không thích sự căng thẳng mà nó gây ra cho gia đình. Ông quyết định rằng mình không thích các nhà truyền giáo và chắc chắn không bao giờ muốn trở thành một người như vậy!

Betty Sumrall là một người phụ nữ hết lòng cầu nguyện và luôn cầu nguyện cho gia đình mình. Lester đã chứng kiến nhiều sự kiện kỳ diệu trong cuộc đời họ. Một ngày nọ, bà được chẩn đoán mắc bệnh ung thư vú. Bà đã được bao quanh bởi những người phụ nữ thường xuyên cầu nguyện cho bà. Trong đêm, giữa lúc đang chiến đấu với căn bệnh, Chúa Giê-su đã đến phòng bà và chạm vào bà. Từ đó trở đi, bà đã được chữa lành. Khi ông nội của Lester bị đột quỵ, ông trở nên tàn phế. Ông không thể tự ăn uống hay mặc quần áo. Gia đình đưa ông về nhà và Betty quyết định nhờ nhóm cầu nguyện của phụ nữ cầu nguyện cho ông. Họ đã dẫn dắt ông đến với Chúa Kitô và bắt đầu cầu nguyện. Ông phải ngồi xe lăn và không thể cử động chân tay. Quyền năng của Chúa đã đến trên ông và ông đã đứng dậy khỏi xe lăn, có thể đi lại và cử động tay. Ông trở về nhà và sống thêm mười lăm năm nữa một mình.

Lester giao du với "đám bạn xấu" và bỏ học năm mười sáu tuổi. Không lâu sau, cậu bắt đầu gặp vấn đề về sức khỏe và nôn ra máu. Cậu được chẩn đoán mắc bệnh lao, một căn bệnh gần như là án tử. Tình trạng của cậu ngày càng xấu đi, sụt cân xuống còn 93 pound (khoảng 42 kg) và phải nằm liệt giường. Một lần nữa, mẹ cậu lại triệu tập những người cùng cầu nguyện với mình để thường xuyên cầu nguyện cho Lester. Vào ngày sinh nhật thứ mười bảy của cậu, bác sĩ tuyên bố cậu sắp chết và thậm chí đã viết giấy chứng tử. Đêm đó, Chúa ban cho Lester một khải tượng. Một bên giường cậu là một chiếc quan tài, bên kia là một cuốn Kinh Thánh. Cậu được đưa ra một sự lựa chọn rõ ràng - hoặc rao giảng phúc âm hoặc chết vì bệnh lao đêm đó! Cậu quyết định rao giảng phúc âm. Cậu được chữa lành và sáng hôm sau cậu đã ăn được thức ăn lần đầu tiên.

Sau một thời gian dài, chỉ trong vòng ba tuần, ông đã thu xếp hành lý để lên đường truyền giáo.
Khởi đầu khá khó khăn. Lester và một người bạn câu cá, người đi cùng với vai trò người dẫn hát, đã đến vùng rừng sâu ở miền Nam nước Mỹ. Họ thô ráp và khá nghiêm khắc

với mọi người khi Lester rao giảng thông điệp của mình. Nhưng chắc chắn điều gì đó đã có hiệu quả vì ở bất cứ nơi nào ông đến, ông đều tập hợp được một nhóm đủ lớn để thành lập một nhà thờ, và ông sẽ gửi thư cho giáo phái của mình để xin một mục sư cho nhóm mới đó. Hàng trăm người đã được cứu rỗi. Thấy được sự thành công của ông, họ đã phong chức cho ông.

Năm 1931, Chúa bắt đầu tác động đến động cơ của Lester. Ông đồng ý rao giảng phúc âm để cứu mạng mình, nhưng ông không thực sự quan tâm đến con người. Chúa cho ông thấy khải tượng về vô số người ở các nước xa lạ đang đi xuống địa ngục. Đêm đó, Chúa làm tan nát trái tim ông vì những người lạc mất. Chúa kêu gọi ông trở thành một nhà truyền giáo quốc tế và rao giảng phúc âm cho toàn thế giới. Cuộc đời ông không bao giờ còn như trước nữa. Mười tám tháng sau, Chúa kết nối Lester với Howard Carter, một giáo viên Kinh Thánh nổi tiếng quốc tế, và họ bắt đầu cùng nhau đi khắp thế giới. Họ đã đến Úc, Singapore, Hồng Kông, Java, Đông Ấn thuộc Hà Lan, Tây Tạng, Mãn Châu, Nhật Bản, Hàn Quốc, Đức, Brazil, Bolivia, Pháp, Tây Ban Nha, Bồ Đào Nha và Anh. Họ đến một khu vực, Howard sẽ đến một nơi để rao giảng và Lester đến một nơi khác. Một số phép chữa lành và giải thoát kỳ diệu bắt đầu xảy ra trong các buổi nhóm của Lester. Hàng ngàn người được chữa lành và cứu rỗi.

Trong thời chiến những năm 1940, Lester đã trở lại Mỹ, Mexico, Trung và Nam Mỹ. Khi ở Argentina, Lester gặp một nhà truyền giáo khác tên là Louise Layman. Họ rất hợp nhau và kết hôn hai năm sau đó. Họ bắt đầu phục vụ Chúa với tư cách là một cặp vợ chồng ở Cuba, Haiti và Puerto Rico. Có lần Louise bị sốt rét nhưng Chúa đã chữa lành cho bà nhờ lời cầu nguyện của Lester. Họ tiếp tục đến Guyana, Surinam, Brazil, Argentina, Peru, Ecuador, Uruguay và Panama. Họ chỉ giảm tốc độ khi Betty mang thai và họ trở về Hoa Kỳ.

Chúa đã kêu gọi cặp đôi này thiết lập một căn cứ ở South Bend, Indiana trong vài năm tiếp theo.

Năm 1950, Chúa kêu gọi gia đình ông đến Manila, Philippines. Công việc ban đầu rất khó khăn cho đến khi một cô gái bị quỷ ám gây xôn xao dư luận cả nước. Chúa yêu cầu Lester cầu nguyện cho cô ấy. Sự giải thoát và chữa lành diễn ra công khai và đầy kịch tính đến nỗi các tờ báo khắp nơi đều đưa tin. Cả nước đã mở lòng đón nhận phúc âm. Ông tổ chức các buổi họp phục hưng trong sáu tuần và ước tính có một đêm có tới sáu mươi nghìn người tham dự. Clifton Erickson từ Hoa Kỳ sang giúp đỡ trong các buổi họp. Một trăm năm mươi nghìn người đã được cứu rỗi trong những tuần đó. Một diễn viên nổi tiếng không thể đi lại đã được chữa lành, điều này càng thu hút thêm sự chú ý của giới truyền thông cho nhóm. Một luật sư đã phải chống nạng suốt mười hai năm đã bước ra ngoài, ôm chặt đôi nạng trong tay và hoàn toàn khỏe mạnh.
Chúa đã gọi gia đình ông trở về Hoa Kỳ vào những năm 1960 để bắt đầu công việc truyền hình tiên phong. Bài giảng của ông bắt đầu được lan truyền khắp Hoa Kỳ và thế giới. Ông cũng bắt đầu một mục vụ giúp đỡ những người đói khổ trên toàn thế giới sau khi Chúa ban cho ông một khải tượng kêu gọi ông chăm sóc những người sắp qua đời. Ông luôn trung thành **với những khải tượng Chúa ban cho và đã về với Chúa vào ngày 28 tháng 4 năm 1996.**

Frank và Ida Mae Hammond

Frank Davis Hammond (12 tháng 10 năm 1921 - 17 tháng 3 năm 2005) là tác giả của nhiều cuốn sách liên quan đến Cơ Đốc giáo, đặc biệt là về mục vụ giải thoát khỏi ma quỷ. Năm 1980, Hammond thành lập Tổ chức Mục vụ Bánh mì cho Trẻ em (The Children's Bread Ministry) cùng với vợ mình (và đôi khi là đồng tác giả) Ida Mae Hammond. Hammond là cựu sinh viên của Đại học Baylor và Chủng viện Thần học Baptist Tây Nam. Những giáo lý mà Hammond giảng dạy là các vấn đề đạo đức như oán giận và nói xấu – cùng với các vấn đề như ăn uống cưỡng chế, hay quên, các vấn đề về tình dục và bệnh tâm thần – đều do ma quỷ gây ra, cần đến mục vụ giải thoát khỏi ma quỷ, và mọi người đều cần sự giải thoát đó. Ông và vợ mình, Ida Mae, được gọi là "có lẽ là những người thực hành mục vụ giải thoát khỏi ma quỷ có ảnh hưởng nhất".

Cuốn sách năm 1973 của họ, "Pigs in the Parlor: A Practical Guide to Deliverance" (Những con lợn trong phòng khách: Hướng dẫn thực hành về giải thoát), là một trong những cuốn sách có ảnh hưởng nhất về chủ đề này và đã bán được hơn một triệu bản. Sách của Hammond đã giúp chuyển tải những ý tưởng về mục vụ giải thoát vào Phong trào Canh tân Đặc sủng Công giáo, đặc biệt là khái niệm về ảnh hưởng của ma quỷ nhưng không đến mức bị ma quỷ ám, điều mà đòi hỏi phải có sự trừ tà của linh mục. Thông tin cá nhân: Sinh ra tại Terrell, TX vào tháng 10 năm 1921, ông kết hôn với Ida Mae Loden (cũng đến từ Terrell) năm 1948. Tác phẩm: Vượt qua sự từ chối (1987), Mối liên kết tâm hồn (1988), Đối mặt với các linh hồn quen thuộc: Giả mạo Thánh Linh (1988), Được Chúa thúc đẩy (1989), Cuộc chiến của chúng ta - Chống lại ma quỷ và linh hồn lãnh thổ (1991), Ma quỷ và sự giải thoát trong chức vụ của Chúa Giê-su (1991), Tha thứ cho người khác: Chìa khóa chữa lành và giải thoát (1995), Cẩm nang giải thoát trẻ em (1996), Giường hôn nhân (1999), Chúa cảnh báo nước Mỹ (2000), Câu chuyện của hai Frank: Những trải nghiệm giải thoát khác thường (2000, cùng với Frank Marzullo), Phước lành của Cha (2001), Hậu quả từ tội lỗi tình dục (2002), Kẻ mạnh của sự vô tín (2002, cùng với Dorman Duggan). Những hiểm họa của sự thụ động (2004) Các thánh trong chiến tranh (2012) Cùng với Ida Mae Hammond Những con lợn trong phòng khách: Hướng dẫn thực hành về sự giải thoát (1973) Cuộc sống Vương quốc dành cho gia đình (1985) Phá vỡ lời nguyền rủa (1993) An ủi cho tâm hồn bị tổn thương (1994) Xem thêm Chiến tranh tâm linh

https://bookpedia.co/writer/frank-hammond

Derek Prince

Peter Derek Vaughan Prince (14 tháng 8 năm 1915 – 24 tháng 9 năm 2003) là một nhà giảng dạy Kinh Thánh, người có chương trình phát thanh hàng ngày, *Derek Prince Legacy Radio* , được phát sóng trên toàn thế giới bằng nhiều ngôn ngữ khác nhau.

Hôn nhân và sự phát triển trong chức vụ mục sư của ông
Derek Prince từng làm việc tại nhà thờ Faith Tabernacle ở Chicago, sau đó chuyển đến nhà thờ Good News ở Ft. Lauderdale, Florida. Vào tháng 5 năm 1971, nhà xuất bản Derek Prince Publications mở văn phòng tại Ft. Lauderdale, Florida. Derek Prince Publications đổi tên thành Derek Prince Ministries vào tháng 12 năm 1990.

Hoàng tử đã đi khắp nơi để truyền giáo cho đến khi vợ ông, bà Ruth, qua đời vào ngày 29 tháng 12 năm 1998. Danh sách các quốc gia sau đây bao gồm những nơi họ đã truyền giáo từ năm 1993 đến năm 1998. Một số quốc gia trong danh sách này đã được họ đến thăm nhiều hơn một lần: Nga, Đức, Kazakhstan, Hungary, Nam Phi, Kenya, Indonesia, Malaysia, Singapore, Thổ Nhĩ Kỳ, Ba Lan, Bahrain, Cuba, Colombia, Thụy Sĩ, Pháp, Bồ Đào Nha, Ấn Độ và Anh.

Ông là tác giả của 51 cuốn sách, 600 bản ghi âm và 100 video, nhiều trong số đó đã được dịch và xuất bản bằng hơn 60 ngôn ngữ. Một số chủ đề được đề cập trong các bài giảng của ông là cầu nguyện và ăn chay, nền tảng của đức tin Cơ đốc giáo,[5] chiến tranh tâm linh,[6] tình yêu của Chúa và hôn nhân và gia đình.[8] Chương trình phát thanh hàng ngày của ông được dịch sang tiếng Ả Rập, tiếng Trung Quốc (Amoy, Quảng Đông, Quan Thoại, Thượng Hải, Swatow), tiếng Croatia, tiếng Đức, tiếng Malagasy, tiếng Mông Cổ, tiếng Nga, tiếng Tamil, tiếng Samoa, tiếng Tây Ban Nha, tiếng Bahasa Indonesia, tiếng Tonga, tiếng Telugu, tiếng Malayalam, tiếng Kannada, tiếng Hindi và nhiều ngôn ngữ khác. Chương trình phát thanh tiếp tục tiếp cận nhiều người trên khắp thế giới.
Trong suốt quãng đời còn lại của mình, Tổ chức Mục vụ Derek Prince tiếp tục truyền bá những lời dạy của ông và đào tạo các nhà truyền giáo, các nhà lãnh đạo nhà thờ và các hội thánh.

Ác quỷ và sự giải thoát
Là một tín đồ Ngũ Tuần, Prince tin vào sự tồn tại của các thế lực tâm linh trong thế giới, và vào quyền năng của ma quỷ gây ra bệnh tật và các vấn đề tâm lý. Khi ở Seattle, ông được yêu cầu thực hiện nghi thức trừ tà cho một người phụ nữ, và ông bắt đầu tin rằng các tín đồ Cơ đốc giáo có thể bị "quỷ ám" (thường được mô tả là "bị ma quỷ chiếm hữu" - Prince tránh dùng thuật ngữ này vì nó ngụ ý "sự sở hữu"). Điều này

trái ngược với quan điểm phổ biến hơn của phái Ngũ Tuần cho rằng ma quỷ có thể "chiếm hữu" những người không tin, nhưng chỉ có thể "áp bức" các tín đồ Cơ đốc giáo. Prince tin rằng chức vụ giải thoát của ông sử dụng quyền năng của Chúa để đánh bại ma quỷ.

Israel

Mộ của Derek Prince tại Nghĩa trang Quốc tế Giáo hội Liên hiệp, Jerusalem.
Derek Prince kịch liệt phản đối thuyết thay thế. Cuốn sách "Số phận của Israel và Giáo hội" của ông lập luận rằng Giáo hội không thay thế Israel và giao ước mà Chúa đã lập với dân tộc Israel vẫn còn hiệu lực đến ngày nay. Prince cũng tin rằng sự thành lập nhà nước Israel là sự ứng nghiệm của lời tiên tri trong Kinh Thánh. Derek viết trong cuốn sách "Vùng đất hứa": "Chủ đề trung tâm của lời tiên tri trong Kinh Thánh, khi nó được hé mở trong thời đại chúng ta, xoay quanh vùng đất và dân tộc Israel. Chúa đang thực hiện kế hoạch đã được định trước của Ngài để tập hợp lại dân tộc Do Thái từ sự phân tán khắp thế giới và đưa họ trở về quê hương cổ xưa của họ."

Phong trào chăn dắt
Prince đã sáng lập Phong trào Chăn chiên cùng với các mục sư đồng nghiệp Don Basham, Bob Mumford, Charles Simpson và Ern Baxter, những người sau này được biết đến với tên gọi "Nhóm Năm người Fort Lauderdale". Họ tìm cách chống lại những gì được coi là thái quá trong Phong trào Ân tứ, bằng cách nhấn mạnh vào việc đào tạo môn đệ và chăm sóc mục vụ. Việc thực hành "phục tùng cá nhân đối với các nhà lãnh đạo tâm linh" được coi là gây tranh cãi. Sự tham gia của Prince vào Phong trào Chăn chiên đã mang lại cho ông sự nổi tiếng quốc tế. Sau khi rời khỏi phong trào, ông tập trung vào mục vụ quốc tế của riêng mình.

Ấn phẩm

Prince đã xuất bản nhiều sách và thu âm hơn 600 bài giảng âm thanh và 100 bài giảng video.
Các cuốn sách của ông bao gồm

- ***Loạt tác phẩm nền tảng* (1966)**
- ***Cầu nguyện cho Chính phủ* (1970)**
- ***Định hình lịch sử thông qua cầu nguyện và ăn chay* (1973)**
- ***Bổ nhiệm tại Jerusalem* (1975)**
- ***Niềm tin để sống theo* (1977)**
- ***Ân điển của sự nhường nhịn* (1977)**
- ***Giao ước hôn nhân* (1978)**
- ***Vùng đất hứa* (1982)**
- ***Lời cuối cùng về Trung Đông* (1982)**
- ***Chúa là người mai mối* (1986)**
- ***Phước lành hay lời nguyền rủa: Bạn có thể lựa chọn* (1990)**
- ***Số phận của Israel và Giáo hội* (1992)**
- ***Lưỡi của bạn có cần được chữa lành không?* (1992)**
- ***Giải pháp của Chúa cho sự từ chối* (1993)**
- ***Bảo vệ khỏi sự lừa dối* (1996)**
- ***Họ Sẽ Trừ Tà Ma Quỷ: Những Điều Bạn Cần Biết Về Ma Quỷ - Kẻ Thù Vô Hình Của Bạn* (1998)**
- ***Đức Thánh Linh là ai?* (1999)**
- ***Những người chồng và những người cha* (2000)**
- ***Đánh giá: Khi nào? Tại sao? Như thế nào?* (2001)**
- ***Khám phá Thánh vịnh cùng Derek Prince* (2002)**
- ***Chiến tranh trên Thiên đường: Trận chiến sử thi của Chúa với Ác quỷ* (2003)**
- ***Được chuộc bằng máu* (2007, trước đó đã được xuất bản năm 2000 với tựa đề *Sự Chuộc Tội, Cuộc Hẹn Của Bạn với Chúa*)**

- ***Bước vào sự hiện diện của Chúa: Vượt lên trên lời ngợi khen và tạ ơn để đến với sự thờ phượng đích thực***
- ***Lucifer bị vạch trần: Kế hoạch hủy hoại cuộc sống của quỷ dữ***
- ***Hướng dẫn tiên tri về thời kỳ cuối cùng* (2008)**
- ***Quy tắc giao chiến: Chuẩn bị cho vai trò của bạn trong cuộc chiến tâm linh* (2006)**
- ***Bí quyết của một chiến binh cầu nguyện* (2009)**
- ***Biến đổi suốt đời: Làm thế nào để hiểu biết Chúa hơn và yêu mến Ngài nhiều hơn* (2002)**

https://en.wikipedia.org/wiki/Derek_Prince

Tiểu thuyết Hayes

Tiến sĩ Norvel Leon Hayes, 91 tuổi, đã qua đời vào thứ Bảy, ngày 6 tháng 10 năm 2018, tại nhà riêng.
Ông sinh ngày 20 tháng 4 năm 1927, là con của ông bà Charles và Arizona Lewis Hayes (đã qua đời).
Ông xuất thân từ một gia đình lao động cần cù và làm nông, và khi lớn lên, Norvel bắt đầu công việc đầu tiên

của mình là làm phục vụ bàn với mức lương 2 đô la một ngày. Ngày ông bắt đầu công việc đó đã thay đổi cuộc đời ông. Qua nhiều năm, ông trở thành một trong những doanh nhân nổi tiếng nhất và thành lập nhiều doanh nghiệp ở Indianapolis, Indiana.

Ông gặp người vợ đầu tiên, Noreen Langdon, và họ có với nhau một cô con gái, Zona Hayes. Zona là niềm tự hào của Norvel. Khi Zona 9 tuổi, ông quyết định chuyển về Cleveland, nơi ông mở một vài nhà hàng và doanh nghiệp. Thực tế, ông là người đầu tiên mang pizza đến Cleveland. Ông cũng sở hữu dịch vụ taxi Yellow Cab ở Cleveland.

Norvel cuối cùng đã hiến dâng cuộc đời mình cho Chúa và trở thành một trong những nhà truyền giáo nổi tiếng nhất thế giới. Ông đi khắp thế giới, truyền bá lời Chúa từ Hồng Kông, đến châu Phi, đến Úc và nhiều quốc gia khác, bao gồm cả Hoa Kỳ. Ông thành lập Trường Cao đẳng Kinh thánh Đời sống Mới vào năm 1977, nơi ông dạy mọi người cách chinh phục linh hồn và sống bằng đức tin. Ông cũng thành lập một bếp ăn cộng đồng vào năm 1988, đặt tại Cleveland, nơi ông cung cấp bữa ăn nóng hổi hàng ngày cho mọi người. Tầm nhìn đó vẫn tiếp tục đến ngày nay, cung cấp thức ăn cho hơn 1.300 người mỗi tháng. Norvel cũng thành lập Trường Kinh thánh Đời sống Mới và nhà trẻ mồ côi ở Ấn Độ, cùng với các Nhà hộ sinh Đời sống Mới và các Tổ chức Thử thách Sinh viên tại một số trường cao đẳng và đại học. Ông cũng là tác giả của hơn 50 cuốn sách và thực hiện nhiều video và đĩa CD.

Ông gặp người vợ thứ hai, Maggie Combs, vào những năm 1980. Họ kết hôn năm 1997 và chung sống với bà cho đến khi bà qua đời năm 2016. Suốt những năm tháng đó, và cho đến khi ông qua đời, Norvel đã sống một cuộc

đời đầy phẩm chất và sự chính trực, không bao giờ thỏa hiệp với những gì ông cảm thấy Chúa muốn ông làm. Công việc truyền giáo mà ông đã gây dựng sẽ tiếp tục được duy trì và lan tỏa đến thế giới một lần nữa thông qua cháu gái của ông, Lee Cornelison.
Bà sẽ tiếp tục công việc mục vụ và tầm nhìn mà Chúa đã ban cho bà Norvel, với sự giúp đỡ từ các nhân viên tại Nhà thờ và Trường Kinh Thánh New Life.

Mục sư Hayes đã thành lập Trường Kinh Thánh New Life, tọa lạc tại Cleveland, Tennessee, vào năm 1977. Nhà thờ New Life phát triển từ các buổi lễ nhà nguyện của trường Kinh Thánh. Trong số nhiều hoạt động truyền giáo khác, nhà thờ phục vụ Lời Chúa và cung cấp các bữa ăn nóng hằng ngày cho người nghèo thông qua Bếp ăn từ thiện New Life.

Mục sư Hayes cũng là người sáng lập và chủ tịch của Nhà hộ sinh New Life, một tổ chức dành riêng cho nhu cầu tâm linh, thể chất và tài chính của các cô gái trẻ trong thời kỳ mang thai; Campus Challenge, một chương trình truyền giáo tại các trường đại học trên khắp nước Mỹ; Street Reach, một tổ chức dành riêng cho thanh thiếu niên bỏ nhà đi tại Daytona Beach, Florida; và Children's Home, một trại trẻ mồ côi và trung tâm giáo dục tại Ấn Độ.

Được biết đến trên toàn thế giới với khả năng diễn giải Lời Chúa đầy sức sống, Mục sư Hayes dành phần lớn thời gian của mình để giảng dạy và phục vụ quyền năng giải cứu và chữa lành của Chúa tại các nhà thờ, lớp học đại học, hội nghị và hội thảo trên khắp thế giới.

Sự nghiệp mục vụ của Tiến sĩ Hayes kéo dài hơn năm mươi năm và đã tác động đến hàng ngàn cuộc đời, và ông đã về với Chúa vào tháng 10 năm 2018.

Joseph Ayo Babalola

Joseph Ayo Babalola (25 tháng 4 năm 1904 – 26 tháng 7 năm 1959) là vị Tổng Truyền giáo đầu tiên của Giáo hội Tông đồ Chúa Kitô, thường được gọi là CAC ở Nigeria. Ông được cho là có khả năng chữa bệnh.

Thời thơ ấu

Babalola sinh ra trong một gia đình người Yoruba ở Odo-Owa, bang Kwara, Nigeria. Ông được nuôi dạy theo đạo Anh giáo. Ông theo học trường tiểu học ở Oto-Awori trên đường Badagry, bang Lagos, năm 1914. Ông học đến lớp bốn, trước khi trở thành người học việc thợ rèn và học nghề này trong hai năm, sau đó trở thành người vận hành máy lu đường dưới sự quản lý của Bộ Công trình Công cộng (PWD), lúc đó thuộc quyền kiểm soát của Anh, và học lái máy lu. Sau 15 ngày học lái máy lu, ông đã có thể lái mà không cần bất kỳ sự trợ giúp nào. Sau chín tháng, ông trở thành người giỏi nhất trong lớp. Ông được giao chiếc máy lu đầu tiên vào ngày 1 tháng 4 năm 1928 để làm việc trên tuyến đường Osogbo – Ilesha. Vào ngày 14 tháng 6 năm 1928, ông được chuyển đến làm việc trên tuyến đường Akure – Ilesha.

Babalola được rửa tội tại đầm phá Lagos vào tháng 12 năm 1929.
Mục vụ và chữa lành

Năm 1931, Faith Tabernacle liên kết với Giáo Hội Tông Đồ (The Apostolic Church) có trụ sở chính tại Vương quốc Anh (chứ không phải Giáo Hội Tông Đồ Anh Quốc, như một số tác giả gọi sai). Sau đó, sau một cuộc ly giáo trong Giáo Hội Tông Đồ khoảng năm 1940, Babalola cùng một nhóm do các mục sư JB Akinyele và DO Odubanjo dẫn đầu đã thành lập một giáo hội độc lập mới, Giáo Hội Tông Đồ Chúa Kitô (Christ Apostolic Church - CAC), nơi ông tiếp tục các hoạt động chữa bệnh và phục hưng cho đến khi qua đời. CAC coi Babalola là một tông đồ, trong khi trên thực tế, theo nghi thức phong chức của giáo hội, ông chưa từng được phong chức vào vị trí đó. Một trung tâm tĩnh tâm của CAC được xây dựng tại Ipo Arakeji, bang Osun, nơi Babalola lần đầu tiên được kêu gọi vào năm 1928. Tuy nhiên, Babalola không phải là người sáng lập duy nhất của CAC như nhiều người tuyên bố ngày nay, mà là một trong ba người cha sáng lập của CAC.

Giáo hội Tông đồ Chúa Kitô không hề biến mất cùng với Tông đồ Joseph Ayo Babalola vào năm 1959. Trên thực tế, giáo hội đã phát triển nhanh chóng qua nhiều năm, với nhiều nhà thờ mang tên Giáo hội Tông đồ Chúa Kitô nhưng mỗi nhà thờ lại có tên chi nhánh riêng. Đại học Joseph Ayo Babalola (JABU), một trường đại học tư thục của Nigeria nằm ở Ipo Arakeji và Ikeji-Arakeji, hai cộng đồng lân cận thuộc bang Osun, được thành lập bởi Giáo hội Tông đồ Chúa Kitô (CAC) toàn cầu, được đặt theo tên ông, tại nơi mà ông nói rằng mình được Chúa kêu gọi vào năm 1928.
https://en.wikipedia.org/wiki/Joseph_Ayo_Babalola

Trong trường hợp của nhà truyền giáo và người khơi dậy đức tin vĩ đại của châu Phi, Tông đồ Joseph Ayodele Babalola, hoạt động kỳ diệu của Chúa đã được thể hiện rõ ràng. Nếu Babalola là một nhà truyền giáo da trắng, người da đen, thậm chí người châu Phi, có lẽ sẽ coi quyền năng của Chúa Thánh Thần là đặc quyền riêng của người da trắng. Vinh quang thay cho Chúa vì đã ban cho một người da đen chân chính quyền năng phi thường của Chúa Thánh Thần, nhờ đó ông có thể phá hủy thành trì của các hoạt động ma quỷ.

SINH RA, HỌC VẤN VÀ SỰ NGHIỆP

Joseph Ayo Babalola sinh ngày 25 tháng 4 năm 1904 tại Odo-Owa (bang Kwara). Cha ông là cố ông David Rotimi, vị Baba Ijo (Chủ tịch giáo dân) đầu tiên của Nhà thờ Anh giáo St. Peter tại Odo-Owa thuộc bang Kwara ngày nay. Mẹ ông là bà Marta Talabi.

Đứa trẻ Ayo là món quà của Chúa dành cho bậc cha mẹ sùng đạo này. Người cha là một tín đồ Cơ đốc giáo mộ đạo, người đã truyền bá đạo Cơ đốc đến Odo-Owa và một số làng lân cận khác. Sự ra đời của Ayo Babalola là một sự kiện đáng chú ý. Theo nguồn tin đáng tin cậy, một điều kỳ lạ đã xảy ra vào đúng ngày người của Chúa ra đời, một âm thanh vang lên từ trên cao như tiếng sấm và làm rung chuyển cả những đám mây.

Ngay từ thuở nhỏ, ông đã thể hiện những dấu hiệu của một người tôi tớ đặc biệt của Chúa. Các cuộc điều tra cho thấy rằng khi còn nhỏ, ông thường nói những điều vượt xa trí tuệ và kiến thức của bạn bè cùng trang lứa. Ông là người hào phóng với bạn bè thời thơ ấu của mình.

Vào ngày 18 tháng 1 năm 1918, Babalola cùng người anh họ, ông MO Rotimi, đến Lagos. Người anh họ này là một giáo lý viên thuộc Hội Truyền giáo Giáo hội (CMS) tại Ifo, gần Lagos. Tại đây, Babalola bắt đầu học tiểu học trước khi được chuyển đến trường Methodist, Ago Ijaye ở Ebute Meta, Lagos. Babalola gặp nhiều khó khăn trong việc đi học và học tập do người hướng dẫn của ông thường xuyên phải chuyển trường. Sau đó, ông tiếp tục học tại trường All Saints Anglican, Oshogbo, nơi ông dừng học ở lớp Nigeria Reader IV (lớp 4).

Công việc ngoài học thuật đầu tiên của Babalola là đào tạo làm dược sĩ tại Bệnh viện Châu Phi Oshogbo. Sau đó, ông học nghề rèn và cơ khí. Tiếp theo, Babalola bắt đầu học lái máy lu đường dưới sự hướng dẫn của Sở Công trình Công cộng (PWD). Ông đã thể hiện xuất sắc trong quá trình đào tạo và sau đó được điều đến Ilesha để bảo trì tuyến đường liên bang Ilesha-Akure. Ông được trả lương bốn bảng Anh, tương đương khoảng tám naira một tháng. Ông có hơn sáu mươi công nhân dưới quyền và toàn bộ dự án được giám sát bởi một người da trắng tên là ông Fergusson.

LỜI KÊU GỌI CỦA BABALOLA GỬI ĐẾN BỘ TRƯỞNG

Khi Babalola đang lái máy kéo từ Igbara-Oke đến Owena, trước khi đến thị trấn Ikeji Arakeji, anh ta đến một địa điểm gọi là Sông Ariran, tại đó máy kéo không chịu hoạt động. Babalola đã cố gắng hết sức để làm cho máy kéo hoạt động trở lại, nhưng đều vô ích. Anh ta đã gọi các chuyên gia khác, bao gồm cả người giám sát của mình, Fergusson, nhưng họ vẫn không thể sửa được. Không có lỗi cơ khí nào có thể nhìn thấy trên máy kéo, điều này khiến Babalola vô cùng bối rối và lo lắng.
Khoảng giữa trưa ngày 9 tháng 10 năm 1928, Babalola nghe thấy một giọng nói gọi lớn: "Joseph! Joseph!! Joseph!!! Nếu ngươi không bỏ việc này đi, ngươi sẽ chết trong năm nay." Babalola không mấy để ý đến giọng nói mà chỉ mình ông nghe thấy. Cùng một thông điệp đó được truyền đạt lại cho ông vào đúng cùng thời điểm ngày hôm sau, nhưng Babalola vẫn không hề để tâm.

Vào ngày thứ ba, 11 tháng 10 năm 1928, giọng nói vang vọng lại một lần nữa rằng máy lu sẽ không bao giờ hoạt động trừ khi Babalola từ chức. Chính điều khoản này đã khiến Babalola trở nên nghiêm túc và tức giận. Ông hỏi: "Các người gọi tôi đến đây và các người muốn tôi làm việc gì?" Câu trả lời ông nhận được là: "Nếu ông từ chức và bỏ việc, tôi sẽ chỉ cho ông phải làm gì."

Babalola hỏi những người đi cùng ông xem họ có nghe thấy giọng nói đang nói chuyện với ông không, họ đều nói không, họ chỉ nghe thấy câu trả lời mà ông nhận được cho giọng nói đó.
Ông rời khỏi hiện trường và trở về nhà ở Ipetu-Ijesa, nơi giọng nói lại hướng dẫn ông bắt đầu nhịn ăn bốn ngày để biết ai đang nói chuyện với mình. Vào ngày thứ tư, khi ông vẫn đang nhịn ăn, giọng nói yêu cầu ông nhịn ăn thêm ba ngày nữa, tổng cộng là bảy ngày. Chính vào ngày thứ bảy, Babalola đã chứng kiến sự hiện diện vĩ đại của Chúa Giê-su Ki-tô.
Trước khi được gọi, Babalola đã trải qua một tuần mất ngủ triền miên, suốt cả ngày lẫn đêm ông không thể ngủ được. Chính trong thời gian này, ông đã có thể đọc thuộc lòng tất cả các sách Thánh vịnh từ 1 đến 150, một kỳ tích mà ông có thể thực hiện mà không cần nhìn cho đến khi được Chúa gọi về.

CUỘC THĂM VIẾNG CỦA CHÚA GIÊ-SU

Vào đêm cuối cùng của kỳ kiêng ăn bảy ngày, Babalola đã nhìn thấy Chúa Giê-su Ki-tô hiện ra rõ ràng. Căn phòng của ông tràn ngập ánh sáng thiên thượng.
Ánh sáng nhân tạo từ chiếc đèn đặt trên bàn đã được tắt. Tất cả những người khác có mặt trong phòng đều đang ngủ trong suốt cuộc gặp gỡ của Babalola với Chúa Giê-su Christ. Khi tỉnh dậy, ông run rẩy trước khải tượng mình nhìn thấy. Chúa Giê-su đến với ông cùng với một thiên thần có đầu chạm tới

trời. Babalola đứng dậy trong tình trạng trần truồng khi được hỏi có muốn ăn không, ông trả lời là có. Thiên thần đi cùng Chúa Giê-su liền đưa cho ông một nửa củ khoai lang đã nấu chín. Ông được cho biết rằng nửa củ khoai lang còn lại đang được dùng để nuôi sống toàn thể nhân loại.

Trong lần viếng thăm trọng đại này, Chúa Giê-su đã ban cho Ba-ba-lô-a một chiếc chuông cầu nguyện cầm tay, giải thích rằng tiếng chuông sẽ luôn xua đuổi tà ma xung quanh. Trước đó, Chúa Giê-su Christ, người mặc áo trắng, đã cho Ba-ba-lô-a xem một bông hoa ba cánh như một dấu hiệu thiêng liêng. Ba-ba-lô-a cũng được ban cho một cây gậy sắt, với ý nghĩa được giải thích trong Thi thiên 2:8-9. Ông cũng được ban cho một bình nước để chữa lành mọi loại bệnh tật. Ông được đảm bảo rằng bất cứ khi nào và ở bất cứ nơi đâu ông cầu nguyện vào nước, sự chữa lành hiệu nghiệm sẽ xảy ra.
Babalola được dặn dò không được thảo luận với bất kỳ ai khác về một số thông điệp và sự mặc khải mà Chúa đã ban cho ông. Ông được cho biết rằng Chúa phản đối việc người Kitô hữu sử dụng thuốc men và rằng họ nên tin tưởng vào Ngài để được chữa lành một cách thần kỳ.
Babalola lo sợ sự hiện diện của các thế lực ma quỷ trong xã hội và vì vậy đã cầu nguyện với Chúa. Nhưng ông nhận được sự đảm bảo thiêng liêng rằng mọi quyền năng đã được ban cho Chúa Giê-su Ki-tô và do đó không một thế lực nào của kẻ thù có thể đánh bại Ngài.

BA CHIẾC LÁ CỌ

Để chứng minh thêm quyền năng của Chúa, Babalola được yêu cầu đến nơi ông đã dựng ba cành cọ khoảng mười hai ngày trước đó. Khi đến nơi, một cành đã khô héo hoàn toàn, cành thứ hai đã úa tàn, trong khi cành thứ ba vẫn tươi như lúc mới cắt. Ý nghĩa thực sự được giải thích cho ông như sau: Những người từ chối chấp nhận phúc âm của Chúa Giê-su Christ được trao cho họ sẽ giống như cành cọ khô héo đầu tiên. Những người chấp nhận phúc âm một cách nửa vời sẽ giống như cành cọ úa tàn, còn những người chấp nhận phúc âm hết lòng sẽ giống như cành cọ tươi.

LẦN ĐẦU TIÊN VÀO ODOOWA SAU CUỘC GỌI

Sau cuộc viếng thăm trọng đại của Chúa Giê-su Ki-tô, Babalola được Chúa chỉ dẫn bắt đầu một kỳ ăn chay mười chín ngày để chuẩn bị cho chuyến đi đến Odo-Owa. Tất cả những gì ông phải làm đã được giải thích đầy đủ. Và thế là Babalola lần đầu tiên đến Odo-Owa, quê hương của ông, trong khi vẫn đang ăn chay vào cuối tháng Mười năm 1928. Vào ngày chợ, theo lời chỉ dẫn của Chúa, ông vào thị trấn hoàn toàn trần truồng, mặc quần áo bằng lá cọ và bôi than lên người. Hầu hết mọi người đều cho rằng ông là người điên.

Ông bắt đầu rao giảng sứ điệp của Chúa cho mọi người, kêu gọi họ ăn năn hối cải về những hành vi xấu xa của mình và quay về với Chúa, nếu không họ sẽ bị thú dữ đánh chết trong vòng ba mươi lăm ngày. Thay vì lắng nghe lời cảnh báo của ông về mối nguy hiểm sắp xảy ra, người dân quê ông lại tìm cách bức hại ông.
Do đó, Babalola bị đưa ra trước mặt Tiểu vương Ilorin, người đã chuyển vụ việc của ông cho Viên chức Quận, người cuối cùng đã ra lệnh tạm giam ông hai tuần trước khi đưa ra phán quyết. Tuy nhiên, Viên chức Quận người nước ngoài đã trả tự do và tuyên bố ông vô tội vì ông không thấy bất kỳ bằng chứng nào để chứng minh cáo buộc gây rối trật tự công cộng chống lại Babalola.

Trong khi đó, người dân Odo-Owa đã được trang bị vũ khí đầy đủ, sẵn sàng tự vệ chống lại con thú dữ mà Babalola đã tiên tri. Nhưng thật bất ngờ, vài ngày sau khi ông xuất viện và đúng vào thời điểm ông đã nói, "con thú dữ" xuất hiện lại là bệnh đậu mùa đáng sợ. Chỉ những người được Babalola cầu nguyện mới sống sót, tất cả những người khác đều chết vì bệnh dịch. Tuy nhiên, hầu hết mọi người không sẵn sàng chấp nhận thông điệp của ông. Họ quyết định giết ông bằng cách thuê một thầy lang quyền năng, người hứa sẽ tiêu diệt ông trong vòng bảy ngày. Trong khoảng thời gian này, Babalola nói rằng ông thường thấy những sinh vật ma quỷ theo dõi mình, nhưng vào một thời điểm, một thiên thần của Chúa đột nhiên xuất hiện và tiêu diệt các thế lực tà ác. Khi hết ngày thứ bảy, Babalola vẫn còn sống, thầy lang lại được triệu đến cung điện để giải thích tại sao ông ta không thể giết ông như đã hứa trước đó. Thầy lang chỉ đơn giản nói với mọi người hãy để Babalola yên và chỉ có Chúa mới có thể giết ông.

Vào thời điểm đó, Babalola thường tổ chức các buổi cầu nguyện tại nhà thờ Anh giáo, nơi cha ông là chủ tịch giáo dân. Nhiều người thường tham dự các buổi họp vì những dấu kỳ phép lạ mà họ thường chứng kiến ở đó. Nhưng rồi, ông lại phải chịu sự bức hại. Những lời thỉnh cầu đã đến tai Giám mục Smith, người phụ trách giáo phận mà Tổng giáo hạt Ilorin trực thuộc, cáo buộc rằng nhà thờ ở Ilofa đang bị những người có khả năng nhìn thấy khải tượng, nói tiếng lạ và cầu nguyện một cách hỗn loạn chiếm đoạt. Sức mạnh của phong trào Ngũ Tuần với những dấu kỳ phép lạ lẽ ra có thể mang lại phước lành về tinh thần và vật chất cho nhà thờ địa phương đã bị ngăn cản hoàn toàn. Babalola và những người theo ông được cho là đã bị Giám mục Smith ra lệnh rời khỏi nhà thờ. Babalola bắt đầu tổ chức các buổi cầu nguyện thường xuyên tại một căn hộ riêng của ông Oluyemi, người đọc kinh của nhà thờ. Từ đây, Chúa thường bày tỏ quyền năng của Ngài thông qua Babalola ở Ilofa và các vùng lân cận.

Người mà Chúa dùng để kết nối Babalola với thế giới bên ngoài là một người gốc Ilofa, Trưởng lão David Ajibola, một thành viên của nhóm Faith Tabernacle và đang sinh sống tại Ibadan lúc bấy giờ. Ông đã mời Babalola đến Ibadan và sau đó liên lạc với Mục sư DO Odubanjo của Trụ sở Truyền giáo của nhóm tại Lagos.

Đến tháng 11 năm 1929, Babalola có cuộc gặp gỡ với các anh em trong Hội thánh tại Lagos. Ông giải thích chi tiết về ơn gọi mục vụ của mình cho ban lãnh đạo Hội thánh Faith Tabernacle và cả hai bên đều nhất trí về những giáo lý đúng đắn của Kinh Thánh. Do đó, Babalola đã được rửa tội tại Lagos bởi Mục sư JB I. Shadare (bí danh Esinsinade). Sau lễ rửa tội bằng nước, ông cùng với Trưởng lão (sau này là Mục sư JA Medaiyese) đến Odo-Owa.

Trở về quê nhà, Mục sư KP Titus, một mục sư thuộc giáo hội SIM (ECWA), đã mời ông tham gia chương trình phục hưng ở khu vực Yagba thuộc bang Kogi ngày nay. Chúa đã sử dụng Babalola một cách mạnh mẽ. Ông không tận dụng những thành công đạt được trong chương trình phục hưng đó để thành lập một nhà thờ mới của riêng mình. Thay vào đó, ông đã nói với các tín đồ của mình về việc ông là thành viên của Hội thánh Faith Tabernacle. Vì vẫn còn là thành viên mới trong hội thánh, ông quyết định đến thăm ban lãnh đạo ở Lagos với mục đích tìm hiểu thêm về giáo lý, tín điều và các thủ tục hành chính của nhà thờ. Ông đã viết một lá thư bày tỏ mong muốn đến thăm Lagos. Đáp lại lá thư, ông được yêu cầu chờ đợi người có thẩm quyền ở Ibadan.

Ban lãnh đạo nhà thờ Faith Tabernacle muốn tận dụng cơ hội của một cuộc họp quan trọng ở Ilesha để giới thiệu Babalola với hội chúng ở Ilesha, và cũng để ông ấy sau đó đến trụ sở chính của nhà thờ tại Ijebu-Ode nhằm tìm hiểu thêm về giáo lý của nhà thờ. Vì vậy, trong thư trả lời yêu cầu của ông, ông được yêu cầu chờ phái đoàn Lagos tại nhà của cố Mục sư IB Akinyele (người sau này trở thành Olubadan của Ibadan và là Chủ tịch đầu tiên của Giáo hội Christ Apostolic).

Cuộc gặp ở Ilesha về cơ bản được dự định là một cuộc gặp hòa giải. Đã có sự hiểu lầm giữa cố Mục sư JA Babatope, người đứng đầu Trụ sở Khu vực Ilesha của Hội thánh Faith Tabernacle, về vấn đề đa thê và một số vấn đề khác. Để nhanh chóng dập tắt tranh chấp, cuộc gặp ở Ilesha đã được sắp xếp. Tuy nhiên, nó đã trở thành sự kiện vĩ đại nhất từng được chứng kiến trong lịch sử Cơ đốc giáo ở Nigeria.

SỰ HỒI SINH MẠNH MẼ NĂM 1930

Cuộc họp hòa bình dự kiến diễn ra vào ngày 9 và 10 tháng 7 năm 1930 với 24 mục trong chương trình nghị sự. Vấn đề quan trọng nhất là chế độ đa thê đối với người Kitô giáo, mục thứ hai liên quan đến việc sử dụng thuốc để chữa bệnh của người Kitô giáo. Các đại biểu đang chuẩn bị thảo luận về mục thứ hai thì Đức Chúa Trời hằng sống quyết định biến ngày hôm đó thành ngày Lễ Ngũ Tuần của Nigeria. Một đứa trẻ đã chết được đưa đến khuôn viên nhà thờ, điều này đã làm phân tán sự chú ý của những người tham gia cuộc họp hòa bình.

Đứa trẻ xấu số tên Obi Ogundipe mới chỉ hơn 10 tuổi.
Mẹ cậu bé đã phải nhờ đến sự giúp đỡ của những người thờ cúng thần tượng với hy vọng hồi sinh con trai mình nhưng đều vô ích. Quyết tâm không để mất đứa con trai duy nhất, và dĩ nhiên, để vinh quang của Chúa được thể hiện trọn vẹn, bà nhất quyết đưa thi thể con trai đến nhà thờ Oke-Oye ít nhất là để xem cái gọi là “tôn giáo của người da trắng” có thể làm được gì. Khi thi thể cuối cùng được đưa đến nhà thờ, mọi nơi đều náo loạn. Babalola, người đang ở trong một phòng riêng, được Thánh Linh thúc giục phải can thiệp. Và với sự hỗ trợ và khích lệ của các mục sư có mặt, ông đã hành động. Tiên tri Babalola ra lệnh đặt thi thể cậu bé dưới bục giảng mà ông sẽ đứng để chủ trì buổi lễ phục hưng ngày hôm đó. Khi buổi lễ kết thúc, Babalola bước xuống khỏi bục giảng và đi thẳng đến chỗ thi thể. Ông gọi tên cậu bé ba lần,

dùng chuông tay đổ nước lên người cậu và đột nhiên, một cách kỳ diệu, cậu bé đã đáp lại tên mình - cậu đã sống lại!

Việc đứa trẻ được hồi sinh một cách kỳ diệu đã khiến người mẹ từ bỏ việc thờ cúng thần tượng, và mang tất cả các thần tượng của mình đi đốt. Nhiều người bắt đầu lan truyền tin tức rằng một vị tiên tri kỳ diệu đã đến Ilesha. Thông tin này khiến nhiều người đổ xô đến hiện trường vụ việc tại đường Oke-Oye ở Ilesha. Những sự kiện tiếp theo đã khiến các đại biểu không thể tiếp tục cuộc thảo luận. Hiện tượng Tin Lành đã đột ngột chấm dứt cuộc họp.

Đám đông ngày càng đông và họ phải được di chuyển đến một khu vực rậm rạp, rộng rãi hơn. Mọi người dùng chân để dọn sạch các bụi rậm xung quanh khu vực phục hưng ngoài trời. Các dấu kỳ và phép lạ trở thành chuyện thường ngày. Những phép chữa lành kỳ diệu đã được ghi nhận thông qua việc sử dụng chuông cầu nguyện và uống dòng suối thánh (Omi Ayo) do Chúa chỉ dẫn cho Babalola.

Quyền năng từ trên cao giáng xuống trên vị Tiên tri. Người mù được sáng mắt, người què được đi lại, người điếc được nghe, người câm được nói. Người điên được giải thoát. Người mắc bệnh phong được chữa lành. Phụ nữ hiếm muộn nhiều năm trở nên có con.

Những trường hợp mang thai quá ngày dự sinh đều được sinh nở bình an. Những người ngoại tình, say rượu, hút thuốc đều đến ăn năn. Rất nhiều kẻ gian ác đến thử thách quyền năng của Chúa ở Babalola đã bị Thánh Linh của Chúa bắt giữ, và họ thú nhận những hành vi đáng xấu hổ của mình, giao nộp bùa chú để đốt trong khu vực phục hưng.

Hầu hết bệnh nhân ở các bệnh viện và nhà chữa bệnh khác nhau đều được đưa đến nơi phục hưng và họ đã được chữa lành. Hàng ngàn người từ những nơi xa xôi đã đi bộ đến nơi phục hưng. Quyền năng của Chúa được thể hiện rõ rệt đến nỗi sương rơi xuống người ta ngay cả khi mặt trời đang chiếu sáng ban ngày.

Chúa đã mặc khải cho Babalola về việc cần phải đốt một cây cổ thụ lớn trước mặt người đứng đầu truyền thống của Ilesha-Owa thuộc vùng Ijeshaland. Cây đó được cho là nơi tụ họp của các phù thủy và pháp sư. Có một số thầy cúng thường dâng lễ vật cho những con quỷ trú ngụ bên trong cây cổ thụ đó. Khi Babalola cho đốt cây, nhiều người nghĩ rằng đó sẽ là dấu chấm hết cho cuộc đời ông. Nhưng không có điều gì tiêu cực xảy ra với vị tiên tri và những người theo ông. Sứ mệnh của ông tiếp tục phát triển mạnh mẽ, làm vinh hiển Chúa. Sự việc đặc biệt đó đã khiến nhà vua, các vị trưởng lão và những nhân vật quan trọng trong thị trấn càng thêm kính trọng tiên tri Babalola.

Các nhà thờ hiện có ở Ilesha và vùng lân cận gần như vắng bóng người khi tín đồ đổ xô đến nơi phục hưng để nhận lời giảng dạy và phước lành tâm linh từ người của Chúa. Hầu hết họ đột nhiên nhận ra tầm quan trọng của Kinh Thánh; những người sở hữu Kinh Thánh bắt đầu tìm kiếm và lau chùi chúng để sử dụng, trong khi những người chưa từng có Kinh Thánh thì sắm cho mình một bản. Tuy nhiên, cuộc phục hưng này đã gây ra sự bất mãn từ các tổ chức tôn giáo như Anh giáo, Giám lý, Công giáo La Mã và Báp-tít. Họ không vui khi mất đi các thành viên của mình do cuộc phục hưng mạnh mẽ này.

Hầu hết các tín đồ rời bỏ các giáo hội chính thống đều bị bức hại trong các lĩnh vực như thuế thu nhập, từ chối đăng ký cho con cái vào trường tiểu học và sa thải nhân viên. Tin vui là những người cải đạo đều nhận được ân huệ của Chúa trong mọi việc họ làm.

SỰ LAN TRUYỀN CỦA PHONG TRÀO PHỤC HƯNG ĐẾN

Rất nhiều người đến tham dự buổi phục hưng đã trở về thị trấn của mình, loan báo tin mừng. Do đó, họ đã chuẩn bị sẵn sàng để đón tiếp nhà tiên tri nếu ngài đến thăm thị trấn của họ. Tuy nhiên, Tiên tri Babalola không tự ý đi đến bất cứ đâu trừ khi được Thánh Linh của Đức Chúa Trời hướng dẫn. Vì vậy, sau chương trình phục hưng Ilesha, ngài được dẫn dắt đến thẳng Odo-Owa, quê hương của mình vào ngày 1 tháng 9 năm 1930. Ngài đã giao lại công việc phục hưng Ilesha cho Tiên tri Daniel Orekoya. Ngay khi mọi người biết ý định đến Odo-Owa của ngài, hầu hết đều đi theo ngài. Thật không may, người dân Odo-Owa lúc bấy giờ vẫn chưa sẵn sàng đón nhận tin mừng. Không lâu sau, Babalola được dẫn đến một nơi hoang vắng cách thị trấn chính khoảng 60 km. Ở đó, ngài không gặp ai, chỉ có mình ngài với Đức Chúa Trời hằng sống và nhận được sự hướng dẫn từ các thiên thần. Sau đó, ngài được hướng dẫn trở lại thị trấn chính vì có nhiều người từ các nơi khác đến để gặp ngài. Sau đó, ông đi lên đỉnh một ngọn đồi hiện được biết đến với tên gọi Núi Cầu Nguyện Tông đồ Ayo Babalola ở Odo-Owa.

Từ Odo-Owa, Babalola được lệnh đến Offa thuộc bang Kwara ngày nay. Người Hồi giáo trong thị trấn đã nhờ đến sự giúp đỡ của viên chức quận để đuổi ông ta ra khỏi thị trấn vì họ lo sợ sự hiện diện của ông ta có thể ảnh hưởng xấu đến tôn giáo của họ.

Từ Offa, Tiên tri Babalola đến Usi thuộc bang Ekiti ngày nay. Ông được đón tiếp nồng nhiệt, đặc biệt là bởi những người trước đó đã chứng kiến sự phục hưng vĩ đại của Ilesha. Khi đến Usi, ông được dẫn đến một bụi cây nơi có một cây đã bị đốn hạ nhưng nay lại mọc thẳng trở lại. Đến nơi, Babalola và những người theo ông đã cầu nguyện tha thiết và sau đó chặt cây xuống để nó không bao giờ mọc lại nữa.

Từ Usi, ông đến Efon-Alaye, cũng thuộc bang Ekiti ngày nay. Vua truyền thống của thị trấn, Alaaye, đã yêu cầu Nhà tiên tri Babalola và những người theo ông không được ở bất kỳ nhà nào khác ngoài cung điện của ông. Trước yêu cầu này, vị thánh nhân đã nhắn tin cho nhà vua rằng đoàn tùy tùng của ông rất đông và nếu được phép vào cung điện, họ có thể làm ô uế nơi đó. Nhưng Alaaye vẫn kiên quyết, ông đáp lại rằng ngay cả khi những người theo ông làm ô uế cung điện, ông cũng sẽ không ngại tự tay dọn dẹp. Điều này khiến Nhà tiên tri phải đến thẳng cung điện và ở trong căn hộ trên lầu đã được dành sẵn cho ông và những người theo ông.

Khi phong trào phục hưng bắt đầu, việc tìm kiếm một khu đất rộng rãi, thoáng đãng để phục hưng trở nên vô cùng cần thiết. Vì vậy, nhà vua đã cho phép nhà tiên tri hoàn toàn tự do lựa chọn bất kỳ địa điểm nào mà ông cho là phù hợp trong toàn thị trấn. Và khi nhà tiên tri chọn một nơi gọi là "Igbo Airo" (khu rừng thiêng), nhà vua và dân làng trở nên sợ hãi. Họ thuyết phục nhà tiên tri không nên chọn địa điểm đó vì tính chất huyền bí của nó. Người ta lo sợ rằng sẽ không ai có thể dọn sạch bụi rậm và sống sót sau quá trình đó. Nhưng tạ ơn Chúa, Babalola và những người theo ông đã dọn sạch bụi rậm và biến nơi đó thành một khu đất mở để cầu nguyện và phục hưng. Không có điều gì tiêu cực xảy ra với bất kỳ ai trong số họ do việc dọn sạch bụi rậm.

Tiên tri Babalola sau đó ra lệnh cho tất cả những ai sở hữu tượng thần và bùa chú phải nộp chúng để đốt. Và sự hưởng ứng rất đáng khích lệ đến nỗi nhà vua sợ hãi, nhưng khi tiên tri bảo ông đừng lo lắng, chính Alaaye đã mang tất cả tượng thần và bùa chú trong cung điện ra để tiêu hủy hoàn toàn.

Các dấu hiệu và phép lạ nhanh chóng xuất hiện sau đó. Nhiều phép màu đã được thực hiện và điều này đã thu hút rất nhiều người đến Efon-Alaaye. Người dân thị trấn đã đón nhận Cơ

Đốc giáo trên quy mô rất lớn. Nhà vua được rửa tội và đổi tên thành Solomon Aladejare Agunsoye - vị vua đã từ bỏ bùa chú bản địa để đón nhận dòng nước ban sự sống. Nhà vua không dừng lại ở đó, ông cũng truyền bá thông điệp cứu rỗi đến người bạn của mình, vua của Aramoko, người cũng được rửa tội và đổi tên thành Hezekiah Adeoye.

Từ Efon-Alaaye, Tiên tri Babalola đã có thể truyền bá phúc âm của Chúa Giê-su Ki-tô đến khắp các vùng Ekiti, Akoko và Owo một cách hiệu quả.

VIỆC BỊ TẦM SỨ ĐỒ BABALOLA

Trong mùa Chay năm 1932, Tiên tri Babalola đang ở quê nhà Odo-Owa để tĩnh tâm cầu nguyện. Chính tại đó, lệnh bắt giữ đã được ban hành đối với ông. Hai người phụ nữ ở Otuo (nay thuộc bang Edo) đã đưa ra lời cáo buộc hoàn toàn sai sự thật rằng Babalola đã ép họ uống một loại thảo dược độc hại địa phương được dùng để phát hiện ma thuật và đã bị chính phủ cấm. Mặc dù thành thật phủ nhận sự liên quan của mình và khẳng định chưa từng gặp bất kỳ người phụ nữ nào, Babalola vẫn bị kết án sáu tháng tù giam tại nhà tù Benin. Điều quan trọng cần nhấn mạnh ở đây là Chúa đã báo trước cho Babalola phải sẵn sàng đến một nơi khó khăn để giải cứu một người xứng đáng. Và khi Babalola đến nhà tù, Chúa đã tiết lộ người đó, một người đàn ông Hy Lạp tên là ông Cyprian E. Ufon. Sức khỏe của ông đã suy yếu nhưng khi Babalola cầu nguyện cho ông, ông đã được chữa lành ngay lập tức.

Sân nhà tù không thể giam cầm các hoạt động truyền giáo của Babalola, nơi giam giữ đã trở thành một trung tâm phục hưng và chữa lành khác. Các cai ngục được hưởng lợi rất nhiều từ sự hiện diện của ông, họ cũng đưa người thân của mình đến để cầu nguyện. Khi Mục sư George Perfect và Idris Vanghan đến Nigeria từ châu Âu để hoạt động truyền giáo, họ được Mục sư JA Babatope dẫn đến gặp Tiên tri Babalola trong sân nhà tù.

Trước đó, Babalola đã đồng ý sẽ theo ông Ufon về quê nhà, Greek ở Calabar sau khi ra tù. Tuy nhiên, khi ra tù, Babalola phải đến Efon-Alaaye. Từ Efon, ông và ông Ufon đã đến Calabar để tham gia chương trình phục hưng. Không nghi ngờ gì nữa, Chúa đã dùng việc ông bị giam cầm để mở rộng hoạt động truyền giáo của ông đến miền đông Nigeria. Điều đáng nói ở đây là Babalola đã được người dân Efon-Alaaye chào đón nồng nhiệt ngay tại nhà tù, và Đức Chúa Trời hằng sống đã mở cửa trời cho mưa, điều mà đã không xảy ra trong một thời gian dài trước đó.

Khi nhà tiên tri Babalola trở về từ chuyến truyền giáo ở Calabar, ông đã ổn định cuộc sống hơn một chút. Đến năm 1935, ông kết hôn với Dorcas và cuộc hôn nhân được ban phước với ba người con gái là Apeke, Wura và Abiye.

Năm 1936, Babalola đến Ghana (trước đây là Bờ Biển Vàng) cùng với nhà truyền giáo Timothy Bababusuyi. Những người đã chứng kiến cuộc phục hưng vĩ đại ở Ilesha đã nhận ra ông và nhanh chóng tham gia vào việc huy động người dân cho một chiến dịch truyền giáo thành công trước khi trở về Nigeria.

NHỮNG ĐẶC ĐIỂM LÃNH ĐẠO

i. Tính khiêm nhường: Sứ đồ Ayo Babalola là một người hầu việc Chúa khiêm nhường. Ông không bao giờ để bản thân bị kiêu ngạo chi phối. Ngay cả trong giai đoạn đầu của sứ mệnh, ông cũng không hề cố gắng thành lập một tổ chức tôn giáo riêng. Ông kính trọng mọi người, đặc biệt là người lớn tuổi. Ông không bao giờ công khai chế giễu bất cứ ai mà ông gặp trên đường đời.

ii. Lòng hiếu khách: Là một nhà lãnh đạo, Tiên tri Babalola đã thực hành và dạy các tín đồ của mình về sự cần thiết phải thể hiện lòng thương xót và lòng tốt đối với mọi người. Bất cứ thứ gì ông có, ông đều chia sẻ với những người tiếp xúc với ông. Ông rất hào phóng với người nghèo, các góa phụ và những người thiếu thốn trong xã hội. Ông đã tài trợ cho các lễ cưới của rất nhiều người đàn ông dưới sự hướng dẫn của mình. Khi nhận được quà từ mọi tầng lớp xã hội, ông cũng chia sẻ một cách hào phóng. Ông không có tiền tiết kiệm riêng, quần áo của ông không có túi. Khi vị thánh nhân vĩ đại này qua đời, số tiền duy nhất được tìm thấy trong túi xách của ông (hai mươi ba bảng Anh (khoảng bốn mươi sáu Naira)) là số tiền duy nhất ông có. Ông không sở hữu bất kỳ bất động sản nào. Tất cả những gì ông có đều được dùng để ban phước lành cho mọi người.

những người xung quanh ông. Ngôi nhà duy nhất ông sở hữu được người dân Efon-Alaaye xây cho ông.

iii. Cầu nguyện: Sứ đồ Babalola đã chứng minh rằng cầu nguyện là chìa khóa vạn năng có khả năng mở ra kho báu của Chúa. Ông cầu nguyện liên tục trong nhiều giờ mà không hề tỏ ra mệt mỏi. Ngay cả trước chuyến đi lịch sử đến Ilesha cho cuộc phục hưng vĩ đại, Mục sư I.

B. Akinyele (Chủ tịch đầu tiên của CAC và cựu Olubadan của Ibadan), người đã tiếp đón Babalola đêm đó, kể lại rằng vị Tông đồ đã cầu nguyện hết sức thành kính, giọng nói của ông vang vọng hơn cả ngàn tiếng sấm. Ông khuyên các tín đồ và cộng sự của mình hãy cầu nguyện không ngừng. Tiên tri Babalola thường lui về những ngọn núi được chọn để cầu nguyện. Nổi tiếng trong số những ngọn đồi cầu nguyện mà ông thường sử dụng có Ido Ajinare, Erio, Efon Alaaye thuộc bang Ekiti ngày nay.

Trong một buổi cầu nguyện của vị Tông đồ tại đồi Ido-Ajinare, Ido-Ile (bang Ekiti), một con trăn lớn đã bò đến gần ông với ý định làm hại người của Chúa, nhưng hơi nóng trong cơ thể vị tiên tri đã trở thành chất độc đối với con rắn nguy hiểm, khiến nó chết và khô héo ngay lập tức.

iv. Ăn chay: Ăn chay là một vũ khí mạnh mẽ trong chức vụ của Sứ đồ Ayo Babalola. Ngay cả khi...

Khi bắt đầu sứ mệnh công khai của mình, ông đã nhịn ăn khi trở về quê nhà Odo-Owa.

Trong nhiều dịp, ông đã thực hiện những kỳ nhịn ăn kéo dài bốn mươi ngày, ngoài kỳ nhịn ăn Mùa Chay 40 ngày mà ông gần như đã thiết lập thành một thể chế. Thứ Tư và Thứ Sáu được chọn là những ngày nhịn ăn để tái tạo sức mạnh bởi nhà truyền giáo vĩ đại này.

v. Nghiên cứu Kinh Thánh: Tài sản quý giá nhất của Ayo Babalola nằm ở Lời Chúa. Ông không bao giờ để lịch trình bận rộn làm xao nhãng sự chú tâm của mình khỏi việc nghiên cứu Kinh Thánh một cách nghiêm túc. Ông có thể thuộc lòng sách Thi Thiên từ chương 1 đến chương 150.

vi. Hợp tác với Đức Thánh Linh: Sứ đồ Ayo Babalola coi Đức Thánh Linh là cộng sự cấp cao của mình. Ông không bao giờ đưa ra bất kỳ quyết định nào trong chức vụ mà không tìm kiếm sự hướng dẫn tâm linh trước.

BẢN DỊCH CỦA ÔNG ĐẾN VỚI THẾ GIỚI VĨ ĐẠI

Sự ra đi của Sứ đồ Babalola đã gây sốc cho nhiều người. Ông không hề bệnh tật, vẫn khỏe mạnh và tích cực phục vụ trong chức vụ công khai của mình. Trước đây, đã có những lần Chúa tỏ ý muốn đưa ông đi vì những hành vi sai trái của một số người xung quanh. Tuy nhiên, sau nhiều lời cầu nguyện xin tha thứ, Chúa lại tha mạng cho ông . Nhưng lần này, không có sự tỏ ý nào được ban cho, và vì vậy, sự việc đến như một cú sốc bất ngờ.

Vào giữa tháng 7 năm 1959, Sứ đồ Babalola rời Odo-Owa đến Sapele và Warri với mục đích giải quyết một số tranh chấp trong giáo hội địa phương và đồng thời tiến hành chiến dịch truyền giáo tại vùng Delta ngày nay. Sau đó, ông tiếp tục đến Ibadan vào ngày 24 tháng 7 năm 1959 để tham dự cuộc họp của Ủy ban Chấp hành Trung ương Giáo hội tại Olugbode, Ibadan.

Sứ đồ Babalola như thường lệ cầu nguyện cho mọi tầng lớp xã hội. Trước khi rời Ibadan đến Ede, em gái ông, bà Orangun quá cố, hỏi ông khi nào ông sẽ đến thăm Ibadan lần nữa, và vị tiên tri đã trả lời bà như thể đang nói đùa rằng ông sẽ không bao giờ đến Ibadan nữa.

Từ Ibadan, Sứ đồ Babalola dừng chân tại Sekona và sau đó tiếp tục đến Ede vào ngày 25 tháng 7 năm 1959. Ông đã nghỉ đêm thứ Bảy tại nhà của cố Tiên tri Akande (Baba Abiye). Vào ngày 26 tháng 7 năm 1959, Tiên tri Babalola đã tham dự buổi lễ Chúa Nhật tại nhà thờ CAC Oke Talafia.

Tại Ede, ông đã đọc lời cầu nguyện đầu tiên cùng với người phụ tá đắc lực của mình, Mục sư Medayese, người đã giảng bài thuyết giáo. Sau buổi lễ Chủ nhật, Tiên tri Babalola đã nói chuyện với các đại biểu từ các khu vực khác nhau của nhà thờ, những người đã tập trung tại Ede để thảo luận về trung tâm chăm sóc bà mẹ của nhà thờ. Sau đó, ông trở về phòng trọ. Chủ nhà, Mục sư Akande, cảm thấy ông bị cảm lạnh, vì vậy đã pha trà cho Tiên tri Babalola và đưa cho ông nhiều khăn đắp. Trong khi đó, Mục sư Babajide, Mục sư Odutola và Mục sư Medayese đã vào phòng để cầu nguyện cho ông. Ngay cả trong lúc cầu nguyện, chính Sứ đồ cũng đã cầu nguyện hết lòng và đọc lời tạ ơn, rồi ba mục sư rời đi và để ông ở lại trong phòng.

Không lâu sau buổi cầu nguyện vào khoảng 5 giờ chiều ngày định mệnh 26 tháng 7 năm 1959, Sứ đồ Babalola đã cất tiếng kêu vang dội: "Nhân danh Chúa Cha, Chúa Con và Chúa Thánh Thần", rồi ông qua đời. Hai môn đệ có mặt cùng ông trong phòng, Michael Osabi và Samuel Oluwatusin, nhớ lại rằng cả căn phòng như rung chuyển tận gốc rễ vào thời điểm ông qua đời. Dựa trên lời chỉ dẫn xuất sắc của mình, Tiên tri Babalola được đưa đến Efon-Alaaye ngay trong ngày hôm đó. Tin tức về cái chết đột ngột của ông lan truyền nhanh chóng đến mọi ngóc ngách của đất nước. Người dân đổ xô đến Efon-Alaaye với số lượng lớn.

Sứ đồ Babalola được chôn cất bên cạnh mộ cha mình tại trường tiểu học St. Stephen, Efon Alaaye vào ngày 27 tháng 7 năm 1959. Dù đã qua đời, những việc làm của ông vẫn tiếp tục vang vọng và cuộc đời ông vẫn là nguồn cảm hứng cho nhiều người tin vào sức mạnh của phong trào Ngũ Tuần từ xưa đến nay.

Ông đã rao giảng một thông điệp đức tin không khoan nhượng, kèm theo nhiều dấu kỳ phép lạ.
Robert W. Schambach là một nhà truyền giáo trên truyền hình, mục sư, người chữa bệnh bằng đức tin và tác giả người Mỹ. Chương trình truyền hình của ông, *Power Today* , có thể được xem trên mạng truyền hình Cơ Đốc DayStar cũng như trên internet thông qua các podcast trực tuyến.

Sinh ra và giai đoạn đầu đời

Robert W. Schambach sinh ngày 3 tháng 4 năm 1926 tại Harrisburg, Pennsylvania, là con của Harry Ellsworth và Ann Moyer Schambach.

Là một thanh niên hướng ngoại, ông đã được tái sinh trên một góc phố khi một nhà truyền giáo (CM Ward) kêu gọi mọi người đến trước bàn thờ sau khi rao giảng phúc âm của Chúa Giê-su Christ cho một đám đông tụ tập. Robert cảm thấy ngay lập tức được Chúa kêu gọi rao giảng, nhưng quyết định theo đuổi những ước mơ khác trước. Cuối cùng, ông gia nhập Hải quân Hoa Kỳ và phục vụ với tư cách là thợ máy nồi hơi trên một tàu khu trục ở Nam Thái Bình Dương và châu Á trong Thế chiến II. Sau khi chứng kiến Chúa gìn giữ mạng sống của mình trong nhiều cuộc chạm trán nguy hiểm và chứng kiến sự hồi hương của các tù binh chiến tranh Mỹ, RW hoàn toàn quy phục Chúa và quyết tâm rao giảng phúc âm ở bất cứ nơi nào Chúa sai ông đến, để thấy những người khác được giải thoát khỏi ngục tù và sự ràng buộc của tội lỗi và tìm thấy niềm vui đích thực của sự tự do qua Chúa Kitô.

Bộ

Sau khi trở về từ chiến tranh, Schambach ghi danh vào trường Kinh Thánh, nơi ông gặp và kết hôn với vợ mình, Winnie. Ông được CM Ward phong chức mục sư và bắt đầu làm mục sư tại một nhà thờ. Ông nhận được sự đào tạo chính quy tại Học viện Kinh Thánh Trung ương ở Springfield, Missouri, vào giữa những năm 1940.

Robert chịu ảnh hưởng từ các chiến dịch truyền giáo lưu động của TL Osborn và sau này là AA Allen. Nhiều phép lạ phi thường đã được thực hiện thông qua chức vụ của những người này và RW biết rằng Chúa đã kêu gọi ông tham gia vào công việc này. Khi một trong những chiến dịch truyền giáo của AA Allen kết thúc, ông đã hỏi
RW đã gia nhập đội ngũ của ông. Điều này dẫn đến nhiều năm ông đi khắp nước Mỹ để giúp đỡ các chiến dịch truyền giáo, thuyết giảng một số buổi lễ và làm công tác chuẩn bị. Cuối cùng, ông cảm thấy Chúa kêu gọi ông bắt đầu chức vụ riêng của mình. Ông đã thành lập 4 "nhà thờ lều" ở các thành phố lớn và bắt đầu chương trình phát thanh nổi tiếng của mình, "Tiếng Nói Quyền Năng". Câu nói đặc trưng của ông, "Bạn không gặp bất kỳ khó khăn nào. Tất cả những gì bạn cần là đức tin nơi Chúa" đã khơi dậy niềm tin trong vô số người.

Sứ mệnh phục vụ những người đau khổ của Mục sư Schambach đã được đón nhận ở nhiều quốc gia trên thế giới: khắp châu Âu, Nga, Ấn Độ, châu Á, Philippines, châu Phi, Tây Ấn, Trung Mỹ và Nam Mỹ. Ông tiếp tục hỗ trợ tài chính cho việc thành lập các nhà thờ và trường Kinh Thánh ở Nga và Trung Quốc; cho một trại trẻ mồ côi ở Indonesia và Haiti; cho một chương trình truyền giáo quy mô lớn ở Thành phố Mexico; và cho các chương trình truyền giáo đô thị ở Thành phố New York.
Ông rao giảng một thông điệp đức tin không khoan nhượng, kèm theo đó là những dấu kỳ phép lạ.

Cuộc sống gia đình và cái chết

Schambach kết hôn với Mary Winifred Donald (sinh ngày 3 tháng 9 năm 1926 tại Philadelphia, Pennsylvania). Ông gặp bà khi bà đang là sinh viên tại Học viện Kinh thánh miền Đông thuộc Hội thánh Assemblies of God ở Valley Forge, Pennsylvania, vào năm sau đó. Ngày 4 tháng 9 năm 1948 (chỉ 1 ngày sau sinh nhật của Mary), hai người kết hôn và có hai con trai và một con gái: Bobby, Bruce và Donna.
Donna Schambach là một mục sư và người chữa bệnh bằng đức tin ở khu vực Tyler.
Ông Schambach có sáu người cháu: Rachel, Bobby III, Mark, Amanda và Christi.
Ông đã kết hôn với người vợ này được 61 năm trước khi bà qua đời vì nguyên nhân tự nhiên tại Tyler, Texas, vào ngày 20 tháng 4 năm 2010, hưởng thọ 83 tuổi.
Hai năm sau (ngày 17 tháng 1 năm 2012), Schambach qua đời vì nhồi máu cơ tim ở tuổi 86.
Ông được chôn cất cạnh vợ mình tại Nghĩa trang Cathedral in the Pines ở Tyler, Texas.
https://believersportal.com/biography-evangelist-rw-schambach/

Charles S. Price

Ông là một trong những nhà truyền giáo chữa bệnh xuất sắc trong nửa đầu thế kỷ XX. Sinh ra ở Sheffield, Anh, ông di cư đến Canada và sau đó đến Spokane, Washington. Được tái sinh tại một trạm truyền giáo của Giáo hội Giám lý ở Spokane, ông bắt đầu phục vụ toàn thời gian trong Giáo hội Giám lý.

Sinh năm: 1887, Anh, Vương quốc Anh
Mất ngày: 8 tháng 3 năm 1947

"Toàn bộ Phúc Âm"

Charles Sydney Price sinh năm 1887 tại Anh, là con của bà Mary Hannah Bee và ông Charles Henry Price. Mẹ ông mất khi ông bốn tuổi và cha ông sau đó tái hôn với một người phụ nữ mà Charles yêu thương và kính trọng. Price theo học trường tiểu học và trung học dành cho học sinh theo đạo Tin Lành tại địa phương từ khoảng năm 1899 đến năm 1904. Mặc dù được biết đến với tên gọi Wesley College, trường chỉ nhận học sinh đến năm 18 tuổi để chuẩn bị cho việc theo học Đại học London. Sau khi rời Wesley, Price băn khoăn không biết nên làm gì, nên ông gia nhập Hải quân Hoàng gia năm 1906 với tư cách là trợ lý quản lý kho, nhưng bị xuất ngũ chỉ sau vài tháng do bị chấn thương đầu gối. Sau này ông nói rằng mình từng theo học Trường Luật Oxford một thời gian, nhưng Oxford không có hồ sơ nào về việc ông theo học ở đó. Năm 1907, Price di cư đến Canada để tìm việc làm và cuối cùng làm việc cho một đội công nhân đường sắt. Sau đó, ông chuyển đến Spokane, Washington với hy vọng tìm được việc làm ở đó. Ông tham dự một buổi lễ nhà thờ tại một Hội Truyền giáo Tin Lành Tự do và đã cải đạo. Ông quyết định ở lại với hội truyền giáo với tư cách là một người làm việc và được phong chức mục sư Tin Lành cùng năm đó. Ông cũng gặp gỡ và kết hôn với Bessie Rae Osborn. Hai người sau đó có 4 người con ruột và một con gái từ Anh.

Price chịu ảnh hưởng của thần học "hiện đại" hay tự do. Những giáo lý này bao gồm việc thiếu niềm tin vào Kinh Thánh là Lời Chúa, và bác bỏ phép lạ. Ông rời khỏi Giáo hội Giám Lý và trở thành mục sư của Giáo hội Tự trị. Sau này, ông mô tả giai đoạn này trong cuộc đời mình là "mù quáng về mặt tâm linh, dẫn dắt giáo dân vào vực sâu". Ông làm mục sư theo cách này trong mười hai năm. Price chuyển đến California, nơi ông làm mục sư của Nhà thờ Tự trị đầu tiên ở Lodi. Năm 1921, có một cuộc phục hưng do Aimee Semple McPherson dẫn dắt ở San Jose, California. Một thành viên trong nhà thờ của ông kể với ông về việc mình đã tham dự cuộc phục hưng và có trải nghiệm được tràn đầy Thánh Linh. Chẳng bao lâu, điều này bắt đầu lan rộng đến các thành viên khác trong nhà thờ của ông. Ông đến các buổi họp để thu thập bằng chứng nhằm chống lại giáo lý này. Thay vào đó, ông nhận ra sự trống rỗng trong chính mình. Vào đêm thứ ba, ông ngồi trên bục giảng cùng với các mục sư khác. Khi lời kêu gọi những người tội lỗi được cứu rỗi vang lên, Price đã công khai đáp lại. Ông tràn đầy niềm vui. Ông tham dự một vài buổi họp "tĩnh tâm" tại một nhà thờ Baptist và nhận được "sự đầy dẫy của Thánh Linh" vài đêm sau đó, và bắt đầu nói "bằng các thứ tiếng khác nhau".

Ông Price lập tức trở về nhà thờ và làm chứng. 1000 thành viên bắt đầu tổ chức các buổi họp tìm kiếm, cầu nguyện tha thiết với Chúa để xin Ngài hiện diện. Một cuộc phục hưng đã bắt đầu. Một trong những kết quả là 1000 thành viên của nhà thờ bắt đầu các hoạt động truyền giáo. Ông Price bắt đầu chứng kiến nhiều người được chữa lành trong các buổi họp của mình. Các lãnh đạo giáo phái chỉ trích những gì đang xảy ra trong nhà thờ của ông. Ông Price rời bỏ Giáo hội Tự trị để thành lập Đền thờ Lodi Bethel. Năm 1922, ông bắt đầu tổ chức các buổi họp truyền giáo lưu động ở Oregon và British Columbia. Đã có một số phép chữa lành kỳ diệu ở Victoria, British Columbia. Năm 1923, ông Price thuyết giảng cho hơn 250.000 người trong vòng ba tuần và nhiều người đã được chữa lành. Năm 1923, ông tổ chức một buổi họp chữa lành, nơi Lorne Fox và toàn bộ gia đình ông được chữa lành. Lorne và em gái của ông bắt đầu chức vụ truyền giáo và chữa lành của riêng họ ngay sau đó.

Price đã tổ chức các buổi họp ở Calgary, Edmonton, Winnipeg, Toronto, Minneapolis, Duluth, St. Louis và Belleville, Illinois. Năm 1926, Price bắt đầu xuất bản tạp chí "Golden Grain", trong đó có nhiều lời chứng về sự chữa lành và phép lạ. Năm 1928, Price gặp khó khăn khi luật sư của ông bỏ trốn cùng toàn bộ tiền bạc. Những người ủng hộ ông đã giúp quyên góp được một phần tiền, nhưng ông quyết định mua một cái lều để tổ chức các buổi họp, để không còn phải trả chi phí thuê hội trường lớn nữa. Ông đặt tên cho nó là Kanvas Katherdral. Có thông tin cho rằng có 1000 người cải đạo mỗi ngày trong 10 ngày cuối cùng của các buổi họp ở Belleville. Ông tiếp tục đi khắp vùng Tây Bắc trong vài năm tiếp theo. Ở bất cứ nơi nào ông đến, ông đều chứng kiến những sự chữa lành kỳ diệu trong các buổi họp của mình và hàng ngàn người đã tin Chúa. Ông đã thống kê được 35.000 người cải đạo chỉ riêng trong năm 1928. Việc đi lại liên tục đã gây căng thẳng cho cuộc hôn nhân của ông. Đến năm 1930, ông và vợ ly thân. Cuối cùng họ ly hôn vào những năm 1930.

Trong khi nhiều tổ chức truyền giáo phải đóng cửa hoặc bị cắt giảm nghiêm trọng trong những năm 1930 do cuộc Đại khủng hoảng, Charles S. Price vẫn tiếp tục thu hút hàng ngàn người đến các buổi họp của mình. Cuối những năm 1930, ông truyền giáo ở Na Uy, Anh, Ai Cập, Palestine, Thổ Nhĩ Kỳ, Syria, Lebanon, Ý, cũng như tiếp tục thuyết giảng khắp Hoa Kỳ. Ông bắt đầu tự gọi mình là Tiến sĩ Price, dường như đây là một danh hiệu mang tính danh dự hơn là học vị. Năm 1939, Price ước tính rằng ông đã đi hơn một triệu dặm trong các chiến dịch truyền giáo kể từ khi bắt đầu vào năm 1922. Lịch trình của ông rất bận rộn. Tại các buổi họp mà ông là diễn giả chính, ông sẽ thuyết giảng hai hoặc ba lần một ngày và thường cầu nguyện cho sự chữa lành đến tận đêm khuya. Trong những năm chiến tranh, việc thu hút đám đông lớn ngày càng khó khăn và Price thường thuyết giảng trong các nhà thờ và các buổi họp trại. Năm 1940, từ giữa tháng 3 đến giữa tháng 8, ông đã thuyết giảng 218 lần, ngoài ra còn tổ chức 35 buổi lễ chữa bệnh, thức khuya cầu nguyện cho người bệnh, có nhiều bài phát biểu trước cộng đồng cho các nhóm như Câu lạc bộ Rotary, tham gia các buổi nói chuyện trên đài phát thanh, tất cả những việc này diễn ra trong khi ông di chuyển 2700 dặm bằng tàu hỏa và 8500 dặm bằng ô tô. Chỉ riêng trong một ngày, ông đã thuyết giảng 5 lần tại Springfield, Missouri.

Price không thuộc về một giáo phái cụ thể nào và các buổi họp của ông thường được nhiều nhà thờ trong khu vực hỗ trợ. Ông có mối quan hệ đặc biệt với ban lãnh đạo giáo phái Hội Thánh Tin Lành (Assembly of God) và thường xuyên thuyết giảng tại các buổi họp trại của họ, đồng thời thường được mời thuyết giảng tại các nhà thờ của họ. Ông là một nhà văn sung mãn. Ông đã viết nhiều cuốn sách, bao gồm: " *And Signs Followed the Life Story of Charles S. Price"*, *"The Potter and the Clay"*, *"Sức khỏe tinh thần và thể chất"*, *"Made Alive"*, *"Two Worlds"*, *"The Real Faith"*, *"You Can Know God Here and Now"*, *"Divine Intervention"* , và *"Miracles"*, bên cạnh việc xuất bản tạp chí Golden Grain từ năm 1926 đến năm 1947. Ông sử dụng radio rộng rãi và thường thuyết giảng từ Los Angeles, California khi không đi công tác. Ông cũng giảng dạy tại Trường Cao đẳng Kinh Thánh Nam California và thường được yêu cầu thay thế các mục sư trong khu vực Los Angeles. Năm 1945, ông cảm thấy Chúa đang kêu gọi ông dành thời gian ở nhà. Hai năm tiếp theo, ông tập trung vào việc viết lách, thuyết giảng tại địa phương, và nghỉ ngơi, cầu nguyện. Ông mất ngày 8 tháng 3 năm 1947.

Stephen Jeffreys

Stephen Jeffreys sinh ngày 2 tháng 9 năm 1876, là con trai thứ ba trong tám người con trai của Thomas và Kezia Jeffreys. Thomas là một thợ mỏ nhưng bị hen suyễn và gặp khó khăn trong việc thở. Để giúp đỡ gia đình, Stephen đã trở thành thợ mỏ khi mới mười hai tuổi. Anh đã dành 24 năm tiếp theo làm việc trong hầm mỏ. Sức khỏe của cha anh không cho phép anh làm việc và ông qua đời khi mới 47 tuổi. Bốn người anh em trai và một người chị gái của Stephen cũng đã qua đời. Anh trai George của anh thì ốm yếu. Cuộc sống của họ rất khó khăn. Khi Stephen 22 tuổi, anh kết hôn với Elizabeth Lewis, con gái của một nông dân địa phương. Cuối cùng họ có bốn người con, ba gái và một trai. Cô con gái út qua đời khi mới sáu tháng tuổi.

Các thành viên trong gia đình đều là những người thường xuyên đi nhà thờ. Họ thuộc về Giáo hội Độc lập xứ Wales. Năm 1904 là một năm trọng đại đối với xứ Wales. Evan Roberts nói: "Tôi có một khải tượng về toàn bộ xứ Wales được nâng lên trời. Chúng ta sẽ chứng kiến cuộc phục hưng mạnh mẽ nhất mà xứ Wales từng biết đến, và Đức Thánh Linh sắp đến, vì vậy chúng ta phải chuẩn bị." Và đó chính xác là những gì đã xảy ra. Stephen và anh trai George của ông đã được cải đạo trong cuộc Phục hưng tại Nhà nguyện Độc lập Shiloh ở Nantyfyllon, xứ Wales vào ngày 20 tháng 11 năm 1904. Mười ba tháng tiếp theo, toàn bộ vùng nông thôn rung chuyển bởi sự hiện diện của Chúa. Stephen không được đào tạo thần học chính quy và không có kế hoạch trở thành mục sư, thế nhưng Chúa đã gọi ông ra khỏi hầm mỏ và bước lên bục giảng.

Stephen bắt đầu rao giảng trên đường phố. Tại thị trấn Maesteg, ông rao giảng lâu đến nỗi trời tối và người ta phải mang đèn đến cho ông tiếp tục. Chúa đã kêu gọi ông trở thành một nhà truyền giáo. Evan Roberts là người lãnh đạo phong trào phục hưng tôn giáo ở xứ Wales. Về sau, khi được hỏi ai là người có vai trò quan trọng trong cuộc phục hưng, ông trả lời: "Trên hết thảy những người tôi biết - đó là Stephen Jeffreys." Jeffreys tiếp tục làm việc trong hầm mỏ nhưng vẫn rao giảng bất cứ khi nào có cơ hội. Các bài giảng của ông rất đơn giản và kêu gọi mọi người đến với Chúa Kitô.

Phong trào phục hưng Tin Lành ở xứ Wales bắt đầu lắng xuống. Một trong những mục sư tham gia vào phong trào này là Alexander A. Boddy. Khao khát sự hiện diện của Chúa nhiều hơn, Boddy nghe nói về sự bùng nổ của phong trào Ngũ Tuần ở Oslo, Na Uy dưới sự dẫn dắt của Thomas Barrat. Ông đến Oslo trước, rồi sau đó mời Barrat đến nhà thờ của mình ở Sunderland, Anh vào năm 1907. Nơi đây trở thành trung tâm của phong trào phục hưng Ngũ Tuần. Vào tháng 12 năm 1907, một mục sư người Wales địa phương tên là Thomas Madog Jeffreys đã được tràn đầy Thánh Linh khi gặp gỡ một mục sư khác cũng đã nhận được phép báp-têm bằng Thánh Linh ở Sunderland. Stephen và anh trai George ban đầu còn do dự về bước đi mới này. Tuy nhiên, con trai của Stephen là Edward đã có một trải nghiệm Ngũ Tuần trong kỳ nghỉ và trở về kể cho gia đình nghe. Năm 1908, các buổi họp được tổ chức ở Maestag và Stephen cùng George đã đến để tự mình tìm hiểu. Họ được báp-têm bằng Thánh Linh và bắt đầu nói tiếng lạ. Stephen nhận thấy hiệu quả công việc truyền giáo của mình tăng lên ngay lập tức.

Anh trai của Stephen, George, cảm thấy được Chúa kêu gọi phục vụ. Ông gia nhập Hội Truyền giáo Ngũ Tuần năm 1912. George đã mời Stephen đến giảng đạo tại một thị trấn nhỏ tên là Cwmtwrch vào tháng 10 năm 1912. Buổi giảng diễn ra rất thành công nên họ đã yêu cầu ông quay lại vào tháng 12 thêm ba ngày nữa. Buổi gặp mặt tháng 12 đã trở thành một cuộc phục hưng nhỏ và Stephen đã ở lại đó bảy tuần. Những phép chữa lành kỳ diệu đã diễn ra trong các buổi gặp mặt. Anh trai George của ông đã đến để cùng ông giúp đỡ trong các buổi gặp mặt. Từ đó, ông đến Pen-Y-Bont, nơi một người phụ nữ sắp phải cắt cụt chân đã được chữa lành ngay lập tức. George trở lại với việc học của mình, nhưng Stephen đến Llanelly, nơi ông giảng đạo và bắt đầu thành lập nhà thờ riêng của mình. Ông ở lại đó bảy năm.

Chính tại Llanelly, một phép lạ đáng chú ý đã xảy ra. Một đêm nọ, khi đang giảng đạo, một khải tượng hiện ra trên tường nhà thờ. Đầu tiên là hình ảnh con chiên, rồi đến dung mạo của Chúa Giê-su trong hình hài người đau khổ, với những giọt nước mắt trên khuôn mặt. Hàng trăm người đã chứng kiến khải tượng này, kéo dài hàng giờ liền khi mọi người ra vào thánh đường. Khi Stê-phan cầu nguyện về khải tượng đó, ông cảm thấy rằng nó xuất hiện như một dấu hiệu của sự đau khổ lớn lao sắp xảy ra. Vài tuần sau, Thế chiến thứ nhất bùng nổ. Stê-phan trở nên nổi tiếng đến nỗi ông được mời đến giảng đạo ở nhiều nhà thờ. Ông giữ chức vụ mục sư cho đến năm 1920, nhưng thường xuyên đi lại trong thời gian này.

Năm 1920, Stephen cùng anh trai George làm việc cho Liên minh Ngũ Tuần Elim của George. Ông tổ chức các buổi họp ở Dowlais, thành lập một nhà thờ và trở thành mục sư của nhà thờ đó. Năm 1924, Stephen và George đến Hoa Kỳ và Canada. Họ đến Los Angeles, nơi họ gặp Aimee Semple McPherson tại đền thờ Angelus. Bà đã tạo ảnh hưởng lớn đến hai anh em. Sau khi trở về, họ đến London và bắt đầu tổ chức các buổi họp. Họ mời Aimee Semple McPherson tham dự, rồi sau đó tự mình tổ chức các buổi họp. Việc này kéo dài khoảng hai năm.

Mâu thuẫn giữa George và Stephen ngày càng gia tăng. Tính cách của họ hoàn toàn khác biệt. Stephen có lẽ là người tài năng hơn, nhưng George lại có năng khiếu quản lý xuất sắc. Stephen thường đồng ý tổ chức các cuộc họp ở nhiều địa điểm khác nhau vào cùng một ngày. Ông ta để các cuộc họp kéo dài mà không thu tiền quyên góp hoặc để người khác làm phần việc của mình. Stephen nói những gì mình nghĩ, bất kể hậu quả ra sao. Ông ta cũng tin rằng George ghen tị với mình. Năm 1926, Stephen rời phong trào Elim và gia nhập Hội thánh của Đức Chúa Trời ở Anh và Ireland. Mối quan hệ giữa hai anh em vẫn căng thẳng trong vài năm tiếp theo.
Bất cứ nơi nào Stephen đặt chân đến, những sự chữa lành kỳ diệu và những phép màu kỳ diệu đều xảy ra.

Ông đã đến Hoa Kỳ, New Zealand, Úc và Nam Phi. Hàng ngàn người đã đến các buổi họp của ông. Năm 1933, ông đến Thụy Điển và Na Uy để thuyết giảng. Ông làm việc ngày đêm không ngừng nghỉ, bất chấp những lời cảnh báo của bác sĩ về sức khỏe của mình. Mọi thứ đã thay đổi đáng kể vào giữa những năm 1930. Các chiến dịch truyền giáo quy mô lớn ngày càng trở nên ít phổ biến và ít thành công hơn trong việc tiếp cận những người chưa tin Chúa. Lịch trình dày đặc đã làm Stephen kiệt sức và sức khỏe của ông bắt đầu suy yếu. Ông bị tàn tật do viêm khớp. Năm 1940, George rời bỏ các nhà thờ Elim mà ông đã thành lập để bắt đầu Hội thánh Bible Pattern Church Fellowship.

Ông đã thuyết phục được Stephen và con trai Edward tham gia phong trào nhà thờ mới của mình. Do vấn đề sức khỏe, Stephen không thể tích cực hỗ trợ công việc. Ông sống tám năm cuối đời trong yên tĩnh bên cạnh con gái May ở Porthcawl, xứ Wales. Ông được các bác sĩ từ Trường Cao đẳng Kinh thánh xứ Wales, do Rees Howells điều hành, giúp đỡ. Ông mất ngày 17 tháng 11 năm 1943.

Những Chiến Công Vĩ Đại - 1 - Lời chứng thực

Qua các vị tôi tớ Chúa khác nhau qua các thời đại, chúng tôi giúp củng cố đức tin của bạn rằng Chúa vẫn đang hành động ngày nay và mãi mãi.

Charles S. Price – Phát minh ra các cơ quan sinh dục nữ mới

Tiến sĩ Charles Sydney Price là một trong những mục sư có ảnh hưởng nhất thế kỷ XX. Ông trở thành mục sư năm 1909 ở tuổi 22 và trải qua 12 năm làm mục sư dưới ảnh hưởng của thần học tự do tiến bộ.

Có một vị mục sư tham dự buổi lễ và ông đã kể cho chúng tôi một câu chuyện đáng kinh ngạc. Ông là một giáo sĩ Anh giáo, trước đây từng công tác gần Saskatoon. Nhiều năm trước, khi chúng tôi, nhờ sự quan phòng của Chúa, có vinh dự được thuyết giảng tại nhà thi đấu ở thị trấn đó, ông đã tham dự các buổi họp. Vợ ông đã trải qua một cuộc phẫu thuật, trong đó các cơ quan nội tạng trong cơ thể bà đã bị cắt bỏ. Bà không bao giờ có thể sinh con. Và họ đã khao khát và mơ ước có một đứa con. Bà được đưa đến để cầu nguyện. Những người chỉ trích nói rằng không có sự chữa lành hữu cơ nào. Tuy nhiên, Chúa đã đáp lời cầu nguyện và một đứa bé đã được sinh ra trong gia đình đó. Phép lạ đã xảy ra. Các cơ quan chắc chắn đã mọc lại. Không thể có lời giải thích nào khác. Đây là lời chứng được kể lại từ chính miệng vị mục sư đó, người giờ đây tin tưởng và thực hành sự chữa lành thiêng liêng bằng cả trái tim mình.

Đôi mắt mới được tạo ra

Một trong số hàng trăm người cải đạo trong chuyến viếng thăm đáng chú ý đó là một chàng trai trẻ tên Tom Wilson. Mẹ anh đã đến dự một trong những buổi họp tối vào đầu chiến dịch và về nhà khá muộn. Tom và cha anh bắt đầu lo lắng, sợ rằng điều gì đó đã xảy ra với mẹ mình, vì vậy khi bà trở về, họ muốn biết bà đã đi đâu. Khi bà giải thích rằng bà đã đến một buổi họp tôn giáo ở Tòa thị chính, chồng bà tỏ ra khá hoài nghi và muốn biết đó là loại họp tôn giáo nào mà kéo dài hàng giờ. Đầy phấn khích, bà bắt đầu kể cho họ nghe: "Các anh biết cô gái mù Celia Brown chứ; cô ấy có thể nhìn thấy."

"Mẹ đừng ngớ ngẩn thế," Tom nói, "điều đó là không thể; chúng ta đều biết Celia thậm chí còn không có mắt, vậy làm sao cô bé nhìn được? Mắt cô bé chỉ là những hốc mắt trống rỗng thôi."

"Tôi nói cho bà biết," mẹ anh đáp, "tối nay khi người đàn ông xứ Wales này, Stephen Jeffreys, cầu nguyện cho con bé, nó đã có được đôi mắt xanh và giờ nó có thể nhìn thấy."

Celia mới mười ba tuổi và đã nổi tiếng trong vùng. Mọi người vẫn không thể tin những gì bà Wilson nói, nhưng chẳng bao lâu sau họ phát hiện ra đó là sự thật. Điều này, cùng với những phép lạ chữa bệnh khác, đã trở thành đề tài bàn tán của cả thị trấn.

Cha xứ Wall, Mục sư JW Adams, trở nên rất thân thiết với Stephen và giúp đỡ trong các chiến dịch tại Walworth, Kensington, Bedford, Southend-on-Sea, Chelmsford, Bishop Auckland, Sunderland, Maidstone, Tunbridge Wells, Wakefield và nhiều nơi khác. Ông không có mặt tại buổi gặp mặt khi Celia được chữa lành nhưng đã đến muộn hơn một chút trong chiến dịch và được nghe lời kể của chính Stephen:

Ngày 11 tháng 3, cô bé đến để cầu nguyện. Lúc đó, ngay cả khi còn trong bụng mẹ, cô bé dường như không có mắt và chưa bao giờ biết đến sự khác biệt giữa ánh sáng và bóng tối, ngày và đêm. Ngay sau khi được đặt tay lên, một thế giới mới bắt đầu mở ra cho cô bé: với đôi mắt mới và rất nhỏ của mình, cô bé đã phân biệt rõ ràng sự khác biệt giữa ánh sáng và bóng tối. Ngày hôm sau, cô bé nhìn rõ hơn, và bắt đầu có khả năng đếm và nhặt những đồng xu từ một chiếc khăn trải bàn màu trắng.

Ông Adams tự mình làm chứng: "Tôi đã gặp và nói chuyện với cô bé nhiều lần kể từ đó và mỗi lần mắt cô bé đều to hơn và nhìn rõ hơn một chút. Cô bé có thể đếm những ngón tay giơ ra trước mặt và ước lượng khoảng cách. Về điểm này, cô bé giống như một đứa trẻ sơ sinh đang học nhìn. Mắt cô bé màu xanh và giống mắt bố cô bé."

Trích đoạn từ cuốn "Bảy vị tiên phong của phong trào Ngũ Tuần" của C. Whittaker. Nhà xuất bản Gospel Publishing House, 1985.

Mục sư Lee Stoneking sống lại từ cõi chết

Mục sư Stoneking bắt đầu lời chứng của mình tại Liên Hợp Quốc với câu nói "các bạn đang chứng kiến một phép lạ". Vào tháng 11 năm 2003, ông đột ngột qua đời vì một cơn đau tim dữ dội tại sân bay Sydney, Úc. Ông đã chết lâm sàng trong 45 phút. Họ đã tiến hành hô hấp nhân tạo và thực hiện 10 lần sốc điện vào tim ông. Thông thường, ở Mỹ và Úc, số lần sốc điện tối đa họ thực hiện chỉ là 3 hoặc 4. Máu dồn lại ở các chi của ông. Hoàn toàn không còn hy vọng gì cho ông. Ông chỉ còn là một xác chết. Họ đưa ông lên xe cứu thương.

Giấy tờ tuyên bố ông đã chết đã được hoàn tất tại bệnh viện. Trong xe cứu thương, Chúa Giê-su đã can thiệp và tim ông bắt đầu đập trở lại, hơi thở cũng trở lại. Người lái xe và nhân viên y tế đã rất kinh ngạc. Sau này họ nói rằng họ chưa từng thấy ai hồi phục sau những gì đã xảy ra với ông. Trong vòng vài tuần, ông trở về nhà ở Mỹ một mình và đã hoàn toàn được chữa lành.

Sau khi trở về Mỹ, ông đến một bệnh viện ở Jackson, Tennessee để kiểm tra sức khỏe tổng quát. Họ làm xét nghiệm máu, bao gồm cả xét nghiệm ADN. Bác sĩ tuyên bố ông là một phép lạ. Ông không chỉ có sức khỏe tuyệt vời mà dấu hiệu di truyền của bệnh tim còn biến mất khỏi mọi tế bào trong cơ thể ông! Bác sĩ nói điều đó là không thể, chỉ có Chúa mới có thể làm được điều đó. Chúa không chỉ cứu sống ông mà còn chữa lành hoàn toàn cho ông. Bác sĩ nói với ông: "Ông đã thách thức mọi định luật của y học." Mục sư Stoneking nói: "Tôi không làm được điều đó, nhưng tôi biết Đấng đã làm được điều đó và tên Ngài là Giê-su."

https://youtu.be/a_-s-KobZ64

Chữa khỏi bệnh bạch cầu trong một buổi gặp mặt của Tommy Hicks

Trong một cuộc họp ở Karlsruhe, Đức, lời khai sau đây đã được gửi đến Tommy Hicks hai năm sau khi ông tổ chức một cuộc họp ở đó.

Tôi bị bệnh bạch cầu và đang trong tình trạng nguy kịch. Những cơn đau thật khủng khiếp. Tôi cận kề cái chết, chỉ còn vài phút nữa thôi. Ngày 28 tháng 12 năm 1955, tôi được khiêng trên cáng đến buổi họp của Tommy Hicks tại Sporthalle ở Beplaz (khu hội chợ). Anh Hicks đã cầu nguyện cho tôi, cùng với toàn thể hội chúng, nhưng tôi vẫn không cảm thấy khá hơn. Ngay lập tức, một ý nghĩ lóe lên trong đầu tôi: Giờ đây, tôi đã được nhà truyền giáo cầu nguyện. Giờ tôi phải giải phóng đức tin của mình và phải hành động theo đức tin đó. Tôi dang rộng hai tay, run rẩy bước xuống bục giảng, tự mình đi mà không có ai giúp đỡ . Chỉ đến lúc này tôi mới nhận ra căn bệnh đã rời khỏi tim và dạ dày tôi như thế nào. Tôi đứng im, sau đó ôm chặt chiếc gối, chạy lên bục giảng và ngợi khen Chúa vì sự cứu rỗi và ân điển tuyệt vời của Ngài. Kể từ ngày đó, tôi tham dự các buổi họp mỗi đêm. Hôm nay tôi hoàn toàn khỏe mạnh (ngày 1 tháng 8 năm 1957). Halleluja!

Bà Erna Schaudt, Karlsruhe, Bachstrasse

Cậu bé khỏi bệnh bại não nhờ Charles và Frances Hunter.

Một cậu bé sinh ra bị bại não và chưa bao giờ đi lại được. Cha mẹ cậu bé đọc cuốn sách "Chữa lành người bệnh" của vợ chồng nhà Hunter và cảm thấy con trai mình cần được cầu nguyện. Họ biết được rằng vợ chồng nhà Hunter sẽ thuyết giảng tại một buổi họp cách đó khoảng 100 dặm. Cậu bé phải đeo nẹp chân để hỗ trợ đứng nhưng chưa bao giờ đi được. Vợ chồng nhà Hunter đã cầu nguyện cho cậu bé và sau đó yêu cầu cha mẹ tháo nẹp để cậu bé có thể thử đi. Cậu bé bước một bước, rồi bước nữa, và cuối cùng chạy đến phía sau nhà thờ nơi ông nội cậu đang ngồi. Sau đó, cậu quay lại và chạy về phía trước. Cậu bé nhỏ bé chưa bao giờ đi được ấy đã nhảy lên ôm chầm lấy Frances Hunter và ôm bà liên tục. 32 năm sau, Frances nhớ lại sự kiện đó và gọi điện cho

người đàn ông đã được chữa lành. Ông ấy vẫn hoàn toàn khỏe mạnh sau ngần ấy năm!
Toàn bộ câu chuyện gốc do Frances Hunter kể lại có thể được tìm thấy tại đây: http://www.sidroth.us/2013/05/30/our-guest-frances-hunter/

Sự hồi phục của Jack Hayford

Khi tôi tròn một tuổi, người ta nói tôi sẽ chết. Khi sinh ra, cổ tôi có vấn đề mà các bác sĩ không thể chữa được, và không thể tránh khỏi việc theo thời gian, tình trạng đó cuối cùng sẽ làm xoắn cổ tôi và tôi sẽ chết. Bác sĩ biết rằng ông ấy không thể làm gì để thay đổi điều đó.

Trong năm tháng, ba lần một tuần, mẹ tôi đưa tôi đi điều trị để giảm đau tạm thời. Nhưng bác sĩ chắc chắn rằng không có cách nào chữa khỏi hoàn toàn, nên ông chỉ tính tiền cho bố mẹ tôi sáu lần điều trị, mặc dù ông đã thực hiện từ 50 đến 60 lần.

Cha mẹ tôi không biết Chúa. Người em họ của mẹ tôi cũng không biết Chúa, nhưng bà ấy đã nghe nói về Hội Thánh Foursquare ở Long Beach, California. Bà ấy nghe nói rằng ở nhà thờ đó, Chúa Giê-su đã chữa lành mọi người, và bà ấy đã viết ra những gì mình mắc phải và mang tờ giấy đó đến nhà thờ. Ở đó, bà ấy tìm thấy một người và hỏi: “Có một em bé đang hấp hối, và tôi mang theo tờ giấy này. Mọi người có thể cầu nguyện cho em bé này không?” Mọi người nói: “Chúng tôi sẽ.” Họ đã mang tờ giấy đó đến buổi cầu nguyện tối thứ Tư của nhà thờ đó.

Ngày hôm sau, bố mẹ tôi bắt đầu nhận thấy mọi thứ đã thay đổi. Người em họ của mẹ tôi đã nói với bà rằng bà ấy đã mang lời cầu nguyện đến nhà thờ. Trong vài ngày tiếp theo, bác sĩ nói: “Đứa bé này khỏe mạnh. Không có vấn đề gì với nó cả." Và không chỉ tuyên bố tôi khỏe mạnh, bác sĩ còn từ chối nhận tiền của bố mẹ tôi cho một vài lần điều trị mà ông ấy định tính phí, bởi vì, ông ấy nói, "Tôi không hề liên quan gì đến việc chữa lành cho đứa bé này. Đây chắc chắn là do Chúa làm."

Câu chuyện này có thể được tìm thấy trên Blog của Jack Hayford tại https://www.jackhayford.org/teaching/articles/my-personal-testimony-of-healing

Khối u biến mất trên cơ thể em bé sau khi cầu nguyện - bởi AA Allen

Lời chứng này đã được đăng trên tạp chí Voice of Healing số tháng 1 năm 1951.
"Tôi đã đưa con gái nhỏ của mình đến Bệnh viện Highland từ ngày 16 tháng 8 năm 1949. Một khối u bắt đầu phát triển trên cổ con bé, và đầu con bé bắt đầu to ra và bị tụt vào trong. Khối u tiếp tục lớn dần. Đầu con bé bị tụt vào trong đến mức chỉ có thể quay đầu về một hướng. Vì tình trạng không khá hơn nên tôi đã ngừng đưa con đến bác sĩ. Tôi xoa bóp cổ con mỗi ngày nhưng tình hình chỉ càng tệ hơn. Y tá đến và cố gắng thuyết phục tôi đưa con quay lại để điều trị thêm, nhưng trong thời gian đó tôi đã nghe Mục sư AA Allen giảng về sự chữa lành và tôi đã quyết định tin tưởng vào Chúa."

Tôi đã đưa con tôi qua dây chuyền chữa bệnh. Anh Allen đặt tay lên con tôi và nguyền rủa khối u nhân danh Chúa Giê-su, ra lệnh cho nó biến mất. Dường như không có gì xảy ra cho đến khi tôi về nhà và đang chuẩn bị cho con đi ngủ. Mẹ tôi ở cùng tôi và cả hai chúng tôi đều quan sát khối u khủng khiếp đó. Khi cả hai chúng tôi cùng nhìn, nó đột nhiên biến mất. Cả mẹ tôi và tôi đều nhìn thấy nó, nhưng tôi cũng cảm nhận được nó biến mất khi đang bế con tôi trên tay. Tôi có

giấy xác nhận của bác sĩ nói rằng con tôi đã hoàn toàn khỏi bệnh.
Thelma Phillips
San Leandro, CA

Người phụ nữ được chữa khỏi bệnh bại não sau khi nhận được khải thị từ Chúa.

Marlene Klepees sinh non, cân nặng chưa đến hai pound khi chào đời. Cô bị bại não và tàn tật. Khi lên hai tuổi, cha mẹ cô qua đời trong một tai nạn xe máy. Cô sống với ông bà cố, các gia đình nuôi dưỡng và ông bà nội. Năm 12 tuổi, một số thiếu niên đưa cô đến một buổi họp thanh niên, nơi cô đã tin nhận Chúa. Cô cho rằng mình bị bại não là do Chúa đã tạo ra cô như vậy.

Marlene gặp nhiều khó khăn khi bước vào tuổi thiếu niên và bắt đầu bị những cơn co giật dữ dội. Chúng nghiêm trọng đến mức những người chăm sóc cô bị gãy xương. Sau một cơn co giật, cô gần như bị liệt hoàn toàn, và ông bà cô thậm chí còn được thông báo rằng cô đã chết não. Thị lực của cô ngày càng kém đi và cô cảm thấy cuộc sống của mình không thể chịu đựng được.

Như một biện pháp cuối cùng, bà được đưa đến Phòng khám Mayo ở Rochester, Minnesota. Họ không thể giúp bà trong suốt ba tháng bà ở đó. Marlene sắp bị đưa đến viện dưỡng lão mà không có hy vọng cải thiện. Bà đã kêu cầu Chúa. Bà cảm thấy một hơi ấm bao trùm lấy mình. Rồi Chúa ban cho bà một khải tượng rằng bà sẽ được chữa lành. Ngài cho bà thấy ai sẽ cầu nguyện cho bà, người đó sẽ mặc gì, bà sẽ mặc gì, bên trong nhà thờ trông như thế nào, và thậm chí còn cho bà biết ngày – ngày 29 tháng 3.

Theo lời Marlene khăng khăng, người y tá đã giúp bà tìm kiếm các nhà thờ trong danh bạ điện thoại và một quảng cáo duy nhất của Nhà thờ Kinh Thánh Mở (Open Bible Church) hiện lên trên trang. Bà biết đây chính là nơi cần tìm. Người y tá không tin và đập mạnh cuốn danh bạ xuống. Sau đó, người y tá sẽ gọi cho mục sư và cho ông ấy số phòng, nhưng không nói tên bệnh viện.
Vị mục sư không chắc chắn lắm, nhưng vẫn tìm gặp Marlene. Khi đến nơi, Marlene nói với ông rằng ông trông giống hệt người đàn ông đã cầu nguyện cho cô trong giấc mơ. Emmerson đồng ý cầu nguyện cho cô và sắp xếp để đưa cô đến nhà thờ của mình. Cô phải được buộc chặt lại vì run rẩy dữ dội.

Mục sư Emmerson chưa từng chứng kiến phép lạ nào xảy ra trong nhà thờ của mình. Chỉ có 7 người tham dự buổi lễ tối Chủ nhật. Mọi người tụ tập xung quanh bà để cầu nguyện. Mục sư Emmerson xức dầu cho bà và cầu xin Chúa chữa lành cho Marlene từ đỉnh đầu đến tận ngón chân. Sau đó, ông hỏi Marlene liệu bà có muốn đứng dậy bằng đức tin hay không. Ngay khi bắt đầu đứng lên, Marlene cảm thấy sức mạnh tràn vào chân. Khi bàn chân chạm sàn, bà cảm nhận được sàn nhà lần đầu tiên trong đời. Đầu gối và các ngón chân của bà hướng vào trong, nhưng với mỗi bước đi, chúng duỗi thẳng ra. Bà càng ngày càng mạnh mẽ hơn sau mỗi bước chân. Bà tự mình bước được vài bước rồi chạy vòng quanh nhà thờ. Chúa bảo bà tháo kính ra và thị lực của bà cũng được chữa lành một cách kỳ diệu.

Cô ấy trở lại Bệnh viện Mayo Clinic và có thể đi lại được, điều mà cô ấy chưa từng làm được kể từ khi nhập viện. Cô ấy được xuất viện vào ngày hôm sau. Khi quay lại tái khám vài tuần sau đó, tình trạng của cô ấy đã cải thiện hơn nữa. Tất cả các dấu hiệu bất thường đều biến mất! Ngay cả chụp não cũng không cho thấy dấu hiệu của chứng liệt trước đây. Cô ấy đi lại bình thường và thị lực tốt hơn 20/20.

Kể từ đó, cuộc sống của Marlene đã trở lại bình thường. Cô thường xuyên chia sẻ câu chuyện của mình và cầu nguyện cho người bệnh. Cô có thể làm mọi việc mà một người khỏe mạnh có thể làm. Cuộc sống của cô đã hoàn toàn được phục hồi.
Lời chứng thực từ chương trình Sid Roth Show:

https://youtu.be/4bsKnpOYMUs

https://youtu.be/z4TN2uxS7DA

Phép màu sau khi động mạch bị vỡ

Chris Robinson là một giáo viên kiêm vận động viên cử tạ. Anh lớn lên trong một gia đình theo đạo Cơ đốc và biết Chúa. Một cuộc hôn nhân khó khăn đã mang đến nhiều sự tức giận trong cuộc đời anh, và anh cho rằng đó là lỗi của Chúa nên đã quay lưng lại với Ngài.
Một ngày nọ, Chris đang tập tạ ở phòng gym với con riêng của vợ. Anh đột nhiên cảm thấy tim mình như muốn nổ tung và không còn cảm giác ở chân phải nữa. Anh cố gắng về nhà và gục xuống giường. Khi vợ anh đưa anh đến phòng cấp cứu, chụp CT cho thấy các động mạch của anh đã bị vỡ và toàn bộ máu từ tim đang dồn xuống bụng. Không có máu nào đến các chi hay não của anh. Bác sĩ phẫu thuật bước vào và nói với anh: "Tôi không hiểu sao anh vẫn còn nói được. Hầu hết những người trong tình trạng của anh đều đã chết rồi."

Họ đưa Chris vào phòng phẫu thuật và tiến hành cấp cứu cho cậu suốt 9 tiếng đồng hồ. Họ không thể khắc phục được tổn thương và bác sĩ quyết định dừng lại vì không còn hy vọng.

Lúc này, bạn bè, gia đình và học sinh đã có mặt tại bệnh viện cầu nguyện, và mọi người trên khắp thế giới cũng đang cầu nguyện cho Chris. Một bác sĩ khác hỏi bác sĩ phẫu thuật xem ông có thể cầu nguyện cùng ông ấy không. Mặc dù bác sĩ phẫu thuật không tin vào lời cầu nguyện, ông ấy vẫn đồng ý. Sau khi cầu nguyện, ông cảm thấy được thôi thúc phải quay lại và thử lại. Ông đang xem xét các động mạch của Chris và đột nhiên một làn sóng quyền năng của Chúa tràn ngập phòng mổ. Khi bác sĩ phẫu thuật đang nhìn vào ngực Chris, tất cả các động mạch đang rò rỉ máu đột nhiên hợp lại với nhau, mà không cần bác sĩ chạm vào, và ngừng chảy máu. Bác sĩ khâu vết mổ cho Chris và đi nói chuyện với gia đình cậu.

Bác sĩ phẫu thuật nói với gia đình Chris rằng anh vẫn còn sống nhưng có lẽ sẽ sống thực vật và mất các chi. Ông chưa từng có bệnh nhân nào sống sót lâu như vậy mà không có máu cung cấp cho các cơ quan quan trọng. Mọi người tiếp tục cầu nguyện. Chris được đưa vào trạng thái hôn mê nhân tạo để giữ cho anh không cử động.

Có lúc Chris tỉnh dậy, nhận ra mình chưa chết và bắt đầu nói chuyện với Chúa. Khi hỏi Chúa tại sao mình vẫn còn sống, anh ấy đã có một giấc mơ. Anh ấy thấy mình đang ở trong phòng phẫu thuật và hai sinh vật bóng tối đang ở đầu bàn mổ. Anh ấy biết chúng ở đó để ngăn cản ca phẫu thuật. Anh ấy thấy mọi người trong phòng mổ và cảm nhận được tình cảnh của họ. Sau đó, anh ấy thấy một thiên thần khổng lồ bước vào phòng. Anh ấy nói rằng anh ấy có thể thấy thiên thần đó cao bằng 3 tầng nhà. Thiên thần nói "Ngài ấy sẽ ở lại." Hai sinh vật bóng tối rời đi.

Khi Chris tỉnh dậy, anh ấy có thể nói chuyện và các chi của anh ấy hoạt động bình thường. Một bác sĩ chuyên khoa thận đến và nói với anh ấy rằng thận của anh ấy đã bị teo và chết. Anh ấy sẽ phải chạy thận nhân tạo. Chris nói với bác sĩ:

"Không, Chúa đã làm phép lạ này và thận của tôi sẽ hoạt động trở lại." Vị bác sĩ nghĩ anh ấy bị điên nhưng nói rằng ông sẽ quay lại vào ngày hôm sau. Ngày hôm sau, thận của anh ấy đã trở lại kích thước bình thường và bắt đầu hoạt động. Bác sĩ quay lại và nói với anh ấy rằng anh ấy sẽ cần đặt ống dẫn lưu vì một quả thận bị tắc nghẽn. Chris lại nói: "Không, Chúa đã làm phép lạ và thận của tôi sẽ được chữa lành hoàn toàn." Ngày hôm sau khi bác sĩ quay lại, thận của anh ấy đã hoạt động hoàn toàn bình thường.
Đây là một phép lạ không thể giải thích được. Tất cả mọi người trong bệnh viện, kể cả bác sĩ, y tá và nhân viên, đều nghe nói về điều đó vì nó quá kỳ diệu. Chúa Kitô tiếp tục làm chứng cho Ngài ở bất cứ nơi nào Ngài có thể.

Bạn có thể xem toàn bộ video lời khai tại đây:
https://youtu.be/VHzZE7a72Xw

Đôi mắt được tạo ra khi Mel Bond cầu nguyện.

Mel Bond có một nhóm và họ đang phục vụ tại Chinandega, Nicaragua vào tháng 1 năm 2000. Họ đang nhóm họp tại một quảng trường thị trấn và có khoảng 3000 đến 3500 người tham dự. Mel đã đưa hai người phụ nữ bị mù lên phía trước và cầu nguyện cho họ. Cả hai người đều được sáng mắt. Có một người mẹ trong đám đông đã chen lên phía trước cùng với con gái mình, khoảng sáu hoặc bảy tuổi. Mắt của con gái bà trắng bệch với một chất béo sần sùi ở vị trí đáng lẽ phải là mắt và cô bé hoàn toàn bị mù. Không có nhãn cầu, thậm chí không có dấu hiệu nào của nhãn cầu. Người mẹ hỏi Mel: "Đức Chúa Trời của ông có thể chữa lành cho con gái tôi không?" Tôi nói với bà ấy: "Tất nhiên, Đức Chúa Trời của tôi có thể." Ông tin chắc rằng với Đức Chúa Trời, mọi điều đều có thể. Mel nhắm mắt lại để tập trung và cầu nguyện như Chúa Giê-su đã dạy ông. Mặc dù mắt Mel nhắm lại, nhưng mục sư phía sau ông, Mục sư Eddie Rogers, đã nhìn thấy những cơn lốc xoáy trắng xuất hiện và dừng lại trên mỗi mắt của cô bé.

Việc đó kéo dài khoảng 60 đến 90 giây. Khi Mel ngừng cầu nguyện, những cơn lốc xoáy đã biến mất và xuất hiện hai đôi mắt nâu tuyệt đẹp. Cô bé trông khác hẳn đến nỗi khi Mel mở mắt ra, anh nghĩ rằng ai đó đã đánh tráo cô bé với một người khác trong lúc anh đang cầu nguyện. Mục sư Rogers có thể làm chứng rằng đó vẫn là cùng một cô bé. Cô bé quay lại và nhìn thấy mẹ mình lần đầu tiên. Mọi người đều khóc. Mục sư Rogers làm chứng rằng đó là phép lạ kỳ diệu nhất mà ông từng chứng kiến.
Bạn có thể tìm thấy toàn bộ câu chuyện trên chương trình Sid Roth:
https://youtu.be/NgNiGyds4EA

Thận chết sống lại

Charles Shamp đang giảng đạo ở Reno, Nevada thì chia sẻ câu chuyện về một người phụ nữ được chữa lành bệnh thận. Kurt, một người đàn ông trong nhà thờ, nghe câu chuyện đó và bắt đầu khóc không ngừng. Thận của anh ấy đã ngừng hoạt động và anh ấy đã phải chạy thận nhân tạo trong 5 tháng. Mọi người trong nhà thờ biết hoàn cảnh của anh ấy và đến cầu nguyện cho anh ấy và đặt tay trên anh ấy. Một người phụ nữ khuyến khích anh ấy đóng góp vào chức vụ. Khi anh ấy bước tới, Chúa Thánh Linh bảo Kurt nói với Charles rằng "Tôi cần thận mới." Charles cầu nguyện cho anh ấy và anh ấy được Thánh Linh của Chúa tác động. Trong khi được cầu nguyện, thận của anh ấy bắt đầu hoạt động trở lại lần đầu tiên sau 5 tháng! Cuối cùng, anh ấy đã đi vệ sinh 3 lần đêm đó, điều không thể xảy ra trong tình trạng của anh ấy. Nhà thờ rất vui mừng cho anh ấy, thậm chí một số người còn đi theo anh ấy vào nhà vệ sinh để xác nhận sự thay đổi!

Đây là video gốc về lời chứng và Charles cũng cầu nguyện cho những người đang xem: https://youtu.be/6tNAsEUd-5A

Phép màu sáng tạo thông qua Charles Shamp

Charles Shamp đã ở Perth, Úc, nơi một người phụ nữ tên Deborah chia sẻ câu chuyện về một phép lạ kỳ diệu. Bà được chẩn đoán mắc ung thư vú di căn và u lympho. Bà phải phẫu thuật cắt bỏ cả hai bên ngực và mặc dù đã đặt túi độn ngực nhưng chúng lại gây ra thêm vấn đề nên cuối cùng bà phải tháo bỏ chúng. Trong buổi gặp mặt, Charles đã chia sẻ một câu chuyện về phép lạ kỳ diệu, trong đó Chúa đã phục hồi lại bầu ngực đã bị cắt bỏ của một người phụ nữ. Deborah nắm lấy lời đó và nhận ra rằng bà đang cảm nhận được điều gì đó đang xảy ra. Cảm giác nóng bắt đầu từ vùng bụng rồi lan lên vùng ngực. Sau đó, bà cảm thấy ngứa ran và nóng rát. Rồi cả túi độn ngực của bà cũng nóng lên. Khi bà nhìn xuống váy, bà nhận ra mình đang có khe ngực. Bà vào nhà vệ sinh kiểm tra và kinh ngạc khi thấy ngực mình đang phát triển. Một người bạn là y tá cũng kiểm tra và đồng ý rằng ngực bà đang phát triển. Câu chuyện của bà cho thấy Chúa có thể làm được mọi điều.

Bạn có thể xem video lời khai gốc tại đây: https://youtu.be/CVnjjH8Jo1I

Herb Mjorud hồi sinh một người phụ nữ từ cõi chết.

Khi Mục sư Mjorud bị triệu tập trước Hội đồng Luther Hoa Kỳ để biện hộ cho những hành động truyền giáo của mình, câu chuyện sau đây là một trong những điều ông phải giải thích. Sự việc xảy ra trong một buổi lễ truyền giáo tại một nhà thờ Luther. Mặc dù hầu hết mọi người sẽ coi đó là một phép lạ kỳ diệu, nhưng họ lại không đồng ý. Ông đã bị sa thải khỏi vị trí nhà truyền giáo của mình trong Giáo hội Luther.

Vào cuối buổi lễ tối, tôi yêu cầu những người tìm kiếm sự cứu rỗi hãy cầu nguyện thầm lặng xin tha thứ. Tôi đề nghị những ai muốn tiếp nhận Chúa Giê-su Christ làm Đấng Cứu Thế hãy giơ tay lên. Nhiều người lập tức giơ tay lên. Sau đó, một người phụ nữ ở phía sau giơ tay lên, rồi buông thõng xuống một cách yếu ớt, như thể bà ấy đã ngất xỉu. Một người phụ nữ khác, mà sau này tôi biết là một y tá, nhanh chóng đến giúp đỡ bà ấy.

Nhưng tôi lại mải mê với lời mời gọi. Nhiều cánh tay cứ giơ lên. Gần bốn mươi lăm người đã giơ tay để đón nhận Chúa Kitô. Tôi đã cầu nguyện, hướng dẫn mọi người, rồi nhường phần kết cho mục sư. Chúng tôi cùng hát bài thánh ca kết thúc, mục sư đọc lời chúc phúc, rồi mời tôi ra phía sau dàn hợp xướng để chào đón mọi người ở cửa khi họ ra về.

Khoảng giữa buổi lễ tiễn biệt, tại cửa ra vào, một người phụ nữ chen qua đám đông đến chỗ tôi. Bà ấy đang khóc. "Ôi mục sư Mjorud," bà ấy van xin, "xin hãy đến giúp chúng tôi. Bà Ford hoặc đang hấp hối hoặc đã mất rồi. Xin hãy đến cầu nguyện cùng chúng tôi."

Tôi rời khỏi buổi bắt tay và đi thẳng đến hàng ghế cuối cùng. Hai y tá đang đứng phía sau bà Ford, người đang gục xuống ghế. Khi tôi ngồi vào hàng ghế trước mặt bà Ford, một y tá lắc đầu (để cảnh báo tôi nhưng không làm ông Ford khó chịu), như thể muốn nói "không có gì cô có thể làm được". Ai đó nói rằng bà Ford hay bị ngất xỉu. "Vâng, tôi biết," y tá nói, "nhưng khi bị ngất xỉu thì vẫn có nhịp tim. Bà Ford thì không có nhịp tim."
Tôi không biết phải làm gì và cầu nguyện xin Chúa giúp đỡ. Thánh Linh của Chúa lại bắt đầu tác động đến tôi. Tôi không

thể diễn tả điều này cho bạn hiểu, đó chỉ là một sự nhận thức thôi. Tôi đặt tay lên mặt bà Ford. Mặt bà lạnh ngắt và nhớp nháp. Tôi đặt mu bàn tay dưới mũi bà để cảm nhận hơi thở. Tôi không cảm nhận được gì cả. Tôi nhấc cánh tay đang buông lỏng của bà lên để tìm mạch. Tôi chờ đợi để cảm nhận nhịp tim, nhưng không có. Cô y tá lắc đầu.

Tôi báo tin cho mọi người ở phía sau nhà thờ rằng bà Ford đã qua đời. Tôi nói: "Thật là một nơi tuyệt vời và một cách ra đi thanh thản, ngay tại nhà thờ này, giữa bạn bè và những người thân yêu." Nhưng đột nhiên, ngay sau những lời đó, Thánh Linh của Chúa phán với tôi: "Phaolo đã làm gì khi Eutychus ngã trong hội đường và được người ta nhặt lên khi đã chết?" Tôi nhớ lại những gì Phaolo đã làm. Ông cầu nguyện cho người đàn ông đó và ông ấy đã sống lại.

Rồi tôi làm một điều mà không suy nghĩ. Tôi đưa tay ra và đặt lên người bà Ford rồi cầu nguyện. "Việc này là để vinh hiển Chúa. Với chúng ta, những người tin vào Chúa Giê-su Christ, không gì là không thể. Lạy Chúa, việc Ngài làm cho người chị yêu dấu của chúng con sống lại là điều rất dễ dàng. Xin Chúa tỏ bày tỏ vinh quang của Ngài và ban sự sống trở lại cho người phụ nữ này." Tôi cảm thấy có điều gì đó đang xảy ra trong cơ thể bà. Tôi đặt tay lên mặt bà. Lần này tôi có thể cảm nhận được một hơi thở rất nhẹ. "Bà Ford đang thở," tôi nói. Cô y tá nhấc cánh tay bà lên và nói "bà ấy không thể thở được vì không có mạch tim." Rồi ngực bà Ford bắt đầu phập phồng và tôi nói "Bà ấy đang thở, hãy nhìn ngực bà ấy kìa." Cô y tá nói "đó chắc hẳn là một phản xạ nào đó vì không có nhịp tim. Chờ một chút. Tim bà ấy đã bắt đầu đập, mạch đang đập."

Sau đó, bà Ford mở mắt và nói: "Tôi phải về nhà." Y tá nói: "Bà chưa thể về nhà được, chúng tôi đã gọi bác sĩ và xe cứu thương rồi." "Ồ, tôi không sao cả," bà Ford nói với y tá. Quay sang tôi, bà ấy bình tĩnh bắt tay tôi và nói, "Cảm ơn

Mục sư Mjorud vì bài giảng tuyệt vời đó." Sau đó, bác sĩ đến, lấy ống nghe ra và nghe tim bà Ford. Ông kiểm tra mạch của bà, lấy đèn pin soi vào mắt bà. Cuối cùng, ông nói: "Bà Ford, không có vấn đề gì cả, bà có thể về nhà." Thế là bà về.

Tôi đã suy nghĩ đi suy nghĩ lại về hoàn cảnh hồi phục của bà Ford. Nếu tôi chỉ đơn giản làm theo ý kiến số đông thì đã tránh được đủ mọi rắc rối. Ai cũng chờ tôi nói rằng "Bà Ford ngất xỉu và bà ấy tỉnh lại sau khi tôi cầu nguyện cho bà ấy." Nhưng tôi đã ở đó! Với lương tâm trong sáng, tôi không thể nói như vậy. Cả hai y tá chăm sóc bà Ford đều tuyên bố bà đã chết. Tất cả chúng tôi lúc đó, cũng như sau này, đều tin rằng bà ấy đã thực sự được sống lại từ cõi chết. Đúng là không có bác sĩ nào ở đó với các dụng cụ y tế để khám cho bà ấy cho đến khi bà ấy tỉnh lại. Nhưng khi tôi khám cho bà ấy một cách sơ sài, tôi tin rằng bà ấy đã chết. Tôi tin rằng Chúa Thánh Thần cũng biết bà ấy đã chết. Chúa Thánh Thần đã hướng dẫn tôi làm điều mà Phao-lô đã làm khi ông làm cho Ê-tít sống lại từ cõi chết. Trong tâm trí tôi, bà ấy đã chết. Lời cầu nguyện của tôi không phải là để bà ấy tỉnh lại sau cơn ngất xỉu, mà là để Chúa làm cho bà ấy sống lại.

Tôi thực sự cảm nhận được sự sống trở lại trong cơ thể bà ấy khi đặt tay lên người bà. Tất cả những người có mặt ở đó, các y tá, chồng bà, người thân, mục sư, và thậm chí cả bà Ford, đều tin rằng bà đã sống lại từ cõi chết.

Trích đoạn từ cuốn sách "Quyền năng chữa lành của bạn" của Herbert Mjorud. Xuất bản bởi Creation House năm 1975.

Mục sư Supressa Sithole cầu nguyện cho người phụ nữ được chữa lành mắt.

Mục sư Supressa (Surprise) Sithole có liên hệ với Iris Ministries và Rolland và Heidi Baker. Ông kể câu chuyện về một người phụ nữ được cầu nguyện tại một hội nghị. Khi sống ở Malawi, bà mắc một căn bệnh tấn công vào mắt. Một khi bệnh bắt đầu, nhãn cầu sẽ dần dần bị phân hủy và biến mất. Đôi mắt của người phụ nữ này đã hoàn toàn biến mất khi bà được cầu nguyện. Nhiều người đã cầu nguyện cho bà, nhưng dường như không có gì thay đổi. Đêm đó, bà đi ngủ và có một giấc mơ tuyệt vời. Bà mơ thấy mình có thể nhìn thấy và bà đi ra vườn rồi bắt đầu hát. Những người phụ nữ đi cùng bà ra hỏi bà làm sao bà lại ra được. Bà nói với họ: "Tôi đang mơ thấy mình có thể nhìn thấy." Họ nói với bà: "Bà không mơ đâu!" Bà đã có đôi mắt hoàn toàn mới.

Câu chuyện này và nhiều câu chuyện khác, bao gồm cả câu chuyện về một cô gái được hồi sinh từ cõi chết, có thể được nghe trong cuộc phỏng vấn của Mục sư Sithole với Sid Roth. https://youtu.be/9d-ncO92hr0

Florence Hedges đã được chữa khỏi bệnh Lupus nhờ cầu nguyện vào năm 1998.

Tám năm trước, tôi đã chăm sóc chồng mình trong sáu tháng cuối đời. Không lâu sau khi ông mất, tôi bị ốm. Tôi bị đau nhức khắp người. Tôi bị đau lưng gần như liên tục. Phần lớn thời gian, cảm giác như bị dao đâm, và nó làm giảm đáng kể khả năng vận động của tôi. Tôi không có năng lượng và chỉ muốn ngủ suốt ngày. Sau nhiều lần đi khám bác sĩ, ông ấy giới thiệu tôi đến bác sĩ chuyên khoa thấp khớp, và ông ấy đã cho tôi làm nhiều xét nghiệm máu. Kết quả bất thường, nhưng họ không thể xác định được nguyên nhân. Cuối cùng, sau mười tám tháng và một xét nghiệm ADN, tôi được chẩn đoán mắc bệnh lupus, một bệnh tự miễn dịch. Tôi tiếp tục làm xét nghiệm máu hàng tháng và được kê đơn thuốc d-penicilimine, giúp giảm bớt các triệu chứng, nhưng không thể chữa khỏi bệnh cho tôi.

Mặc dù đã dùng thuốc, nhưng trong những năm sau đó tôi hầu như luôn bị ốm. Tôi không bao giờ có thể lên kế hoạch đi ra ngoài, vì tôi không biết liệu mình có đủ sức khỏe hay không. Tôi thường xuyên quá mệt mỏi. Bốn lần tôi bị lên cơn nặng phải nhập viện, nơi tôi được thở oxy. Lần lên cơn nặng nhất là vào tháng 5 năm ngoái. Đó là cơn nặng nhất mà tôi từng trải qua. Tôi đã nằm viện năm ngày.

Trong những tháng sau khi xuất viện, tôi liên tục đến gặp bác sĩ. Vào tháng Chín, tôi hỏi họ về triển vọng điều trị, và cả hai đều nói rằng tôi phải sống chung với bệnh tình của mình. Họ có thể giúp tôi bằng thuốc giảm đau, nhưng đó là tất cả những gì họ có thể làm.

Tôi suy sụp đến mức quyết định phải tìm sự giúp đỡ từ nhà thờ. Hôm đó là thứ Tư và tôi định gọi cho Richard, mục sư, vào chiều hôm đó. Nhưng ông ấy lại gọi cho tôi trước. Tôi nói: “Richard, ông sẽ không tin đâu, tôi vừa định gọi cho ông đấy”. Ông ấy nói: “Tôi đang ngồi đây, và cái tên “gọi cho Flo” cứ hiện lên trong đầu tôi, thế là tôi gọi”.

Tôi kể cho ông ấy nghe những gì bác sĩ nói và hỏi liệu nhà thờ có thể cầu nguyện cho tôi vào Chủ nhật không. Khi Chủ nhật đến, tôi khá chắc chắn rằng Chúa sẽ chữa lành cho tôi. Giữa buổi lễ, có một lời mời chung dành cho bất cứ ai mắc bệnh mãn tính muốn được cầu nguyện. Một nhóm người đông đảo vây quanh tôi, đặt tay lên tôi và cầu nguyện. Sau buổi lễ, một trong những người phụ nữ không thể đến gặp tôi trước đó, hỏi liệu bà ấy có thể cầu nguyện cho tôi nữa không. Khi bà ấy cầu nguyện, tôi cảm thấy một cảm giác nóng rát dọc sống lưng.

Sau đó tôi đi ăn trưa với chị gái. Khi bữa ăn kết thúc, chị ấy hỏi tôi có ổn không. Tôi nói "Sao chị lại hỏi vậy?". Chị ấy nói "Vì trông em lạ quá". Tôi liền nói "Ed, cơn đau của em đã hết rồi. Em không thể tin được!"

Từ ngày đó, cơn đau lưng của tôi đã hoàn toàn biến mất. Các triệu chứng khác hầu như cũng không còn nữa. Tôi vẫn tiếp tục dùng thuốc. Kết quả xét nghiệm máu tiếp theo đã cho thấy điều gì đã xảy ra. Kết quả không còn bất thường nữa, mà nằm trong phạm vi bình thường. Bác sĩ chuyên khoa nói với tôi rằng tôi không còn bị Lupus nữa, và nói rằng "Đây chắc chắn là do một đấng tối cao nào đó. Chúng ta không thể làm điều này!" Họ nói với tôi rằng các xét nghiệm máu đều cho kết quả tốt, và tôi chỉ cần tiếp tục xét nghiệm hàng tháng và dùng thuốc. Tất cả các xét nghiệm đều cho kết quả tốt. Tôi biết rằng Chúa đã chữa lành cho tôi và tôi tiếp tục ngợi khen Ngài vì điều đó!
Bạn có thể tìm thấy liên kết gốc tại đây: http://jesusisreal.org/HealedOfLupus.htm

Chữa lành thông qua Gayle Jackson

Đó là một buổi truyền giảng phục hưng vào khoảng năm 1980 ở Salem, Missouri. Người truyền giáo mà tôi biết là mục sư Gayle Jackson. Lúc đó tôi 7 tuổi. Tôi đeo kính vì mắt lác từ khoảng 2 tuổi và thực tế là tôi đã phẫu thuật để chỉnh sửa nhưng không có tác dụng. Tôi ghét cặp kính của mình, tôi bị trêu chọc liên tục. Đêm tôi tham dự buổi truyền giảng phục hưng, tôi phải lấy hết can đảm, vì có rất nhiều người ở đó. Nhưng tôi biết tôi muốn đôi mắt của mình được chữa lành. Tôi tiến đến chỗ Mục sư Jackson và nói với ông ấy điều tôi muốn được chữa lành. Ông ấy đặt tay lên mắt tôi và chúng tôi cầu nguyện. Ông ấy giơ tay lên và tôi sẽ mãi nhớ những lời ông ấy nói: "Thẳng như mũi tên!" Suốt đường về nhà, tôi nhớ mình đã liệt kê tất cả những điều mình sẽ không phải chịu đựng nữa vì tôi không còn phải đeo kính!

Vài ngày sau, chị gái sinh đôi của tôi cũng có kết quả tương tự! Chị ấy cũng được cầu nguyện và chữa lành! Hôm sau tôi đến trường và cô giáo hỏi tôi kính đâu. Cô bé bảy tuổi ấy nhìn thẳng vào mắt cô giáo và nói: "Con không cần đeo kính nữa, Chúa Giê-su đã chữa lành mắt con!" Tối hôm đó, tôi biết được rằng nhà trường đã liên lạc với mẹ tôi và nói rằng chúng tôi phải đeo kính cho đến khi có kết quả khám khác. Mẹ tôi lịch sự nói với họ: "Chúng tôi sẽ đi khám, không phải cho chúng tôi mà là cho các bạn, và các bạn sẽ không phải đeo kính cho đến khi bác sĩ nói là cần thiết."

Tôi và người chị em sinh đôi của mình đều quay lại gặp bác sĩ mà chúng tôi đã khám từ đầu. Tôi nhớ ông ấy nhìn vào mắt tôi qua máy móc, rồi ngồi dựa lưng ra sau, nhìn mẹ tôi với vẻ ngạc nhiên, nhìn lại lần nữa rồi lại ngồi xuống, nhìn mẹ tôi và nói: "Bà đã làm gì vậy!! Họ không cần đeo kính nữa!!" Điều này đã ảnh hưởng sâu sắc đến cuộc sống và niềm tin của tôi. Tôi rất thích kể câu chuyện của mình cho mọi người nghe!
Malinda Hagenhoff (Varner)
Cảm ơn Malinda đã chia sẻ câu chuyện tuyệt vời này!

Sự chữa lành của mẹ Lester Sumrall

Khi Sumrall còn nhỏ, mẹ anh, Betty, bị ung thư vú. Bà có một vết loét hở to bằng đồng xu. Vì đau đớn, nhiều đêm bà khóc đến khi ngủ thiếp đi. Vào thời đó, ngay sau Thế chiến thứ nhất, các bác sĩ phẫu thuật không có kỹ thuật hay thuốc men như các bác sĩ hiện đại. Bác sĩ của bà nói rằng nếu ông cố gắng cắt bỏ khối u ung thư, bà sẽ chết. Ông đã băng bó vết loét và giữ cho nó sạch sẽ.
Một đêm nọ, Betty đi đi lại lại suốt đêm, khóc lóc cầu xin Chúa giúp bà thoát khỏi nỗi đau. Ngay trước khi mặt trời mọc, bà ngã xuống giường và ngủ thiếp đi. Mẹ của Sumrall mơ thấy Chúa Giê-su bước vào phòng ngủ của bà và nhìn bà

với lòng thương xót. Ngài dịu dàng chạm vào ngực bà. Sau khi tỉnh dậy, bà kể lại giấc mơ cho cha của Sumrall, George, nghe. Ông tỏ ra hoài nghi.
Vài ngày sau, George hỏi về cơn đau của cô. Betty nói rằng cô "gần như đã quên mất bệnh ung thư". Cô ấy nói thêm "cơn đau đã biến mất". Sau đó, khi Betty vào phòng ngủ, khối u ung thư đã biến mất khỏi cơ thể cô.
Betty Sumrall sống thêm hơn 40 năm sau lần chữa lành đó. Bà qua đời ở tuổi 87 vì nguyên nhân tự nhiên.
Trích đoạn từ cuốn sách "Tôi tin vào sự chữa lành" của Cecil Murphey.

Không còn tàn tật – Sự chữa lành thông qua John và Olive Kellner

chúng tôi sinh ra với hông phải phát triển lệch ra ngoài. Hậu quả là chân và đầu gối phải của bé bị xoắn vặn nghiêm trọng, và bàn chân hoàn toàn xoay sang bên phải. Bé không thể đứng vững trên hai chân. Chân phải của bé ngắn hơn. Bé không thể bước đi bằng chân đó. Khi ngồi trên ghế ăn dặm, chân bé co lại dưới người. Bé không thể thả lỏng chân ra khỏi ghế khi ngồi.

Chúng tôi đưa con gái đến gặp hai bác sĩ phẫu thuật chỉnh hình. Cả hai đều kê đơn nẹp giày cho đến khi hông của con bé phát triển bình thường, điều này sẽ khiến con gái chúng tôi trở thành người tàn tật một phần. Chúng tôi đã mua nẹp và đang chờ được đeo vào thì một chiến dịch truyền giảng về sự cứu rỗi và chữa lành bắt đầu tại nhà thờ của chúng tôi (tháng 11 năm 1954). John và Olive Kellner là những người truyền giáo. Chúng tôi quyết định sẽ nhờ họ cầu nguyện cho con gái mình trước khi đeo nẹp giày.

Khi Sơ Kellner cầu nguyện, chân của con gái tôi lập tức duỗi thẳng và dài ra. Con bé có thể đứng vững trên hai chân! Giờ đây, con bé có thể đi lại bình thường, đứng bình thường và ngồi bình thường với chân buông thõng xuống ghế. Bây giờ, khi tôi kể cho mọi người về phép lạ này, tôi đỡ con bé đứng dậy và hỏi họ đoán xem Chúa đã duỗi thẳng chân nào. Thường thì họ chọn chân trái, và khi tôi nói với họ đó là chân phải, họ đều đồng ý rằng Chúa đã chữa lành cho con bé rất tốt. Tôi đưa con bé đến gặp bác sĩ và ông ấy hỏi tôi chuyện gì đã xảy ra. Ông ấy nói chân của con bé giờ đã bình thường rồi.

Bà William J. Madden, Đường số 3, Đường Chapin, New Castle, Pennsylvania. (Được mục sư SW Brewer, Nhà thờ Ngũ Tuần đầu tiên, New Castle, Pennsylvania xác nhận)

Bài viết này được in lại từ ấn bản tháng 11 năm 1955 của tạp chí Pentecostal Evangel.

Chữa lành giọng nói của người mục sư – Thi thiên 103

Mục sư Dwayne Miller chia sẻ câu chuyện về sự chữa lành của mình tại một nhà thờ Baptist.
Ngày 17 tháng 1 năm 1993

William Jefferson Clinton đang chuẩn bị cho lễ nhậm chức, đội Cowboys đánh bại đội 49ers, và Chúa đã thể hiện quyền năng và sự hiện diện đương thời của Ngài trong một lớp học Trường Chúa Nhật tại Nhà thờ Baptist đầu tiên ở Houston, Texas.

Bài học sáng hôm đó dựa trên Thi Thiên 103, chủ yếu là các câu 1-5. Đa-vít đang tự nói chuyện với chính mình và tự dặn mình phải "Chúc tụng Chúa", nghĩa là dâng lời ngợi khen hoặc tạ ơn Đức Chúa Trời. Sau đó, ông liệt kê một số lý do để làm như vậy.

Ngài (Đức Chúa Trời) tha thứ mọi tội lỗi của tôi; Ngài chữa lành mọi bệnh tật của tôi; Ngài cứu chuộc mạng sống tôi khỏi mồ mả, vực sâu, sự hủy diệt; Ngài ban cho tôi tình yêu thương và lòng trắc ẩn, sự nhân từ; và Ngài phục hồi tuổi trẻ của tôi như chim đại bàng.

Sáng hôm đó, tôi đứng lên giảng bài cho lớp học hơn 150 học sinh. Chưa bao giờ tôi cảm thấy kiệt sức về mặt cảm xúc như vậy. Chưa bao giờ tôi lại mất niềm tin đến thế. Cái hố mà Đa-vít mô tả đang nuốt chửng tôi. Nhưng Chúa (những lời này thật tuyệt vời trong Kinh Thánh!) đã thay đổi mọi thứ. Hãy để tôi giải thích…

Câu chuyện phía sau

Năm 1990, tôi đang giữ chức Mục sư trưởng tại Nhà thờ First Baptist ở Brenham, Texas và đã đảm nhiệm vị trí này được một thời gian. First Baptist là một nhà thờ tuyệt vời và là một nhà thờ thuộc hệ phái Southern Baptist có lịch sử lâu đời. Vào tháng Giêng, tôi bị nhiễm virus cúm, virus này cuối cùng đã xuyên qua lớp màng myelin của dây thanh quản và làm tổn thương mô thần kinh đến mức không thể phục hồi.

Trong ba năm tiếp theo, tôi đã được hơn 63 chuyên gia và đội ngũ của họ (tổng cộng hơn 200 bác sĩ) thăm khám và điều trị. Giọng nói của tôi nghe như thể bị viêm thanh quản nặng nhất mà bạn từng nghe, và chỉ có thể phát ra âm thanh đó nếu tôi hét lên hết sức . Hai con gái tôi đều là sinh viên tại Đại học Baylor và tôi thậm chí không thể gọi điện đến ký túc xá của chúng vì giọng tôi nghe như một người gọi điện thoại khiếm nhã.

Mặc dù giáo đoàn đã vô cùng kiên nhẫn với khuyết tật của tôi, nhưng tôi đã từ chức vì những lý do hiển nhiên vào năm 1991. Mọi thứ tôi từng làm để kiếm sống đều liên quan đến khả năng nói của mình, và đột nhiên "công cụ" của tôi biến mất.

Chúng tôi đã chuyển về Houston và vợ tôi trở thành trụ cột chính trong gia đình. Một người bạn thân đã cho tôi một công việc điều tra tư nhân, làm việc trong một lĩnh vực mà tiếng nói của tôi không quan trọng, nhưng tôi khao khát được thực hiện sứ mệnh mà mình đã được kêu gọi.

Lớp Hầm mộ

Nhà thờ First Houston có một lớp học Chủ nhật ban đầu được tổ chức ở tầng hầm, vì vậy mới có tên gọi "Hầm mộ". Đó là một nhóm người tuyệt vời mà tôi đã có vinh dự được dạy dỗ trước khi đến Brenham và chúng tôi chưa bao giờ mất liên lạc với họ. Khi họ biết chúng tôi chuyển về Houston, họ đã đến Brenham với đầy người và xe tải để di chuyển chúng tôi… hay như một trong những người phụ trách của chúng tôi nói, "đến đón" chúng tôi.

Chúng tôi đã quay trở lại Nhà thờ First Baptist ở Houston và tham gia lớp học đó với tư cách là thành viên. Sự hỗ trợ và tình bằng hữu của họ quý giá hơn cả lời nói có thể diễn tả. Tháng 4 năm 1992, giáo viên của lớp Catacombs phải nghỉ phép một thời gian vì lý do cá nhân. Ban giám hiệu (một cặp vợ chồng) hỏi tôi có thể thay thế tạm thời trong khi họ tìm người thay thế chính thức hay không. Tôi phản đối rằng tôi quá khó hiểu, nhưng họ đáp lại bằng câu "chúng tôi sẽ lắng nghe THẬT kỹ". Tôi hiểu rằng họ nhờ tôi không phải vì tôi là một giáo viên xuất sắc, mà vì họ yêu quý tôi và biết tôi cần được dạy học đến mức nào.
Một thành viên nữ trong nhóm giám đốc của chúng tôi đã kiên quyết muốn tôi trở thành giáo viên chính thức, ngay cả khi các nhân viên giáo dục của nhà thờ bày tỏ sự e ngại vì giọng nói của tôi. Bà ấy nói với họ rằng bà ấy chắc chắn như

thể Chúa muốn tôi dạy lớp học đó, và cuối cùng họ đã đồng ý.

Cô ấy, họ, hay cả tôi đều không hề biết Chúa đang chuẩn bị điều gì.

Khoảnh khắc

Như tôi đã đề cập trước đó, tôi đã rơi vào một tình trạng tồi tệ khi bước lên bục giảng sáng hôm đó. Hai ngày trước đó, tôi đã ngồi hàng giờ trong phòng khách với khẩu súng săn đặt trong miệng và tôi đã chạm đến giới hạn của bản thân. Việc "tạ ơn Chúa" thật khó khăn đối với tôi. Thực tế, lý do duy nhất tôi có mặt ở đó là vì tôi không tìm được người thay thế và tôi cũng không thể đơn giản là không đến. Vì vậy, bài giảng của tôi sáng hôm đó chỉ là chiếu lệ, không hơn không kém.

Khi bắt đầu dàn ý, tôi đã thảo luận về từ "tất cả". Nó theo nghĩa đen là "mọi người, không một ai ngoại lệ". Sự tha thứ *mọi* tội lỗi của tôi bởi Chúa Kitô chính là điều làm cho Tin Mừng trở nên VĨ ĐẠI. Tôi không gặp vấn đề gì với cuộc thảo luận đó.

Nhưng khi bắt đầu nói về sự chữa lành, lời nói của tôi là: "Tôi vẫn tin Chúa chữa lành", trong khi suy nghĩ của tôi lại là: "Nhưng tại sao không phải là tôi?" Tôi đã cố gắng thành thật nhất có thể trong cuộc thảo luận đó và bắt đầu suy nghĩ thứ ba của mình… "Ngài cứu chuộc cuộc đời tôi khỏi vực sâu."

Tôi bắt đầu bài diễn thuyết của mình, "Tôi đã từng trải qua, và các bạn cũng vậy, những trải nghiệm tồi tệ." Khi nói đến từ "tồi tệ", áp lực đè nặng trong cổ họng tôi suốt ba năm bỗng biến mất như thể ai đó đã rút tay ra khỏi việc bóp nghẹt tôi. Tôi tiếp tục, vẫn còn giật mình, "Tất cả chúng ta đều từng có những lúc cuộc sống dường như rơi xuống vực sâu, như xuống mồ, và chúng ta không tìm ra lời giải cho cái hố mà mình đang mắc kẹt." Trong khi nói, tôi nuốt nước bọt mà không hề bị nghẹn, và tôi sẽ không bao giờ quên suy nghĩ của mình… "Liệu đó có phải là điều mình đang nghĩ?"

Kể từ đó

Các bác sĩ đã xác nhận đó chính là điều tôi nghĩ khi tôi đến khám vài ngày sau đó. Giọng nói của tôi đã hoàn toàn bình phục, và theo lời bác sĩ chính của tôi, "Tôi không tìm thấy bất kỳ bằng chứng nào cho thấy bạn từng có vấn đề về giọng nói."

Sự kiện đó xảy ra vào ngày 17 tháng 1 năm 1993, Chủ nhật thứ ba của tháng… chính là hôm nay. Sự kiện đó đã được ghi lại một cách tình cờ nhất. Sự kiện đó đã thay đổi cuộc đời tôi và ảnh hưởng đến hàng triệu người trên toàn thế giới.

Lớp học Catacombs đã bắt đầu ghi âm các bài giảng từ nhiều thập kỷ trước Chủ nhật hôm đó. Trong một nhóm lớn, việc có 100% người tham dự là điều không thể. Để phục vụ cộng đồng, người ta ghi âm lại bài giảng bất kể ai là người giảng dạy, và sẽ có một hoặc hai bản sao được phát vào Chủ nhật tuần sau. Các băng cassette chỉ đơn giản được đặt trên bàn phía sau và nếu bạn muốn một bản, nó ở đó. Khi tôi nói "không có gì to tát", ý tôi là "hoàn toàn không có gì to tát cả!". Nhưng trong nhà thờ với hơn 20.000 thành viên đó, đó là lớp học duy nhất ghi âm bài giảng của họ. Bất kỳ nơi nào khác sẽ không có được tác động mà Chúa mong muốn.

Tôi không hề yêu cầu được dạy lớp đó, giám đốc của chúng tôi đã đấu tranh để tôi được dạy. Tôi không tự biên soạn tài liệu, tôi sử dụng tài liệu trước đây được gọi là "Bộ sách Kinh Thánh" được sử dụng rộng rãi trong toàn hội nghị. Và, đừng quên, tôi không hề muốn ở đó. Trùng hợp ngẫu nhiên ư? Tôi nghĩ là không.

Từ ngày đó đến nay, tôi vẫn luôn ăn mừng sự phục hồi khả năng ca hát của mình. Tôi đã viết về trải nghiệm đó vào tuần sau và mô tả nó bằng những từ ngữ ví von như Lazarus sống lại từ cõi chết. Lòng biết ơn và cảm xúc của tôi vẫn không hề phai nhạt trong suốt 20 năm qua.

Tôi đã đi khắp đất nước này và thế giới để kể câu chuyện về khoảnh khắc đó. Chúa đã dùng tôi như một bài học về ân điển và quyền năng của Ngài. Tôi đã xuất hiện trên chương trình Oprah và chia sẻ câu chuyện của mình với một cụ bà trong viện dưỡng lão, người không thể nói nhưng đã khóc khi tôi kể lại câu chuyện vượt thời gian về lòng tốt của Ngài. Tôi vẫn tiếp tục đi đến bất cứ nơi nào có cơ hội để chia sẻ câu chuyện này và tôi sẽ làm như vậy cho đến khi sức khỏe của tôi không cho phép.

Nếu bạn muốn tự mình nghe "Khoảnh khắc chữa lành", hãy xem video trên YouTube.
https://www.youtube.com/watch?v=NuBV3uPxaAc .

Bạn có thể tìm thêm thông tin tại trang web của anh ấy.
http://www.nuvoice.org

Khả năng "nhìn thấy" kỳ diệu của Ronald Coyne

Năm 1951, mắt phải của (Roscoe) Ronald Coyne bị tổn thương do một mảnh dây thép mắc kẹt trong đó. Nhiễm trùng xảy ra và mắt phải được phẫu thuật cắt bỏ. Ông được lắp một con mắt giả bằng nhựa để vết thương không quá lộ liễu. Con mắt giả trông không hoàn toàn bình thường vì nó không thể cử động khi mắt kia cử động.

Năm 1952, gia đình Coynes tham dự một buổi truyền giảng "Lều Phép Lạ" do nhà truyền giáo Daisy Gillock, em gái của Tiến sĩ T.L. Osborn, tổ chức. Mẹ của Ronald đã gửi cậu lên hàng cầu nguyện vì cậu bị viêm amidan. Khi Gillock hỏi cậu muốn cầu nguyện vì lý do gì, cậu nói là bị đau họng. Bà cầu nguyện và Coynes bắt đầu rời khỏi bà. Bà giữ cậu lại và hỏi mắt cậu có vấn đề gì vì trông nó không bình thường. Cậu nói rằng cậu bị mù một mắt (không nói rằng mắt đó đã bị cắt bỏ). Bà cầu nguyện cho phép lạ phục hồi thị lực và điều kỳ diệu nhất đã xảy ra. Ronald bắt đầu nhìn thấy bằng mắt đó, mặc dù thực tế không hề có mắt nào để nhìn! Cậu được các bác sĩ kiểm tra và thật khó tin, họ kết luận rằng thị lực của cậu đơn giản là không thể có theo bất kỳ cách bình thường nào. Cho dù mắt giả của cậu còn ở trong hay đã được lấy ra, cậu vẫn có thị lực kỳ diệu.

Suốt quãng đời còn lại, Ronald Coynes đã đi khắp thế giới để chia sẻ lời chứng về những phép lạ mà ông đã chứng kiến. Cuối cùng, ông trở thành một mục sư với một mục vụ lưu động. Ông phải đối mặt với những lời chỉ trích gay gắt và liên tục vì nhiều người không tin rằng Chúa lại làm điều như vậy. Ông đã chia sẻ lời chứng của mình trong các buổi họp Cơ Đốc, trên các chương trình truyền hình, nhà thờ và bất cứ nơi nào Chúa mở cửa cho ông. Yêu cầu duy nhất của ông là phải có cơ hội để rao giảng phúc âm. Trong suốt cuộc đời mình, hàng triệu người đã nghe phúc âm của Chúa Kitô và lời chứng của ông về một Đức Chúa Trời làm phép lạ.

Để xem video lời khai của Coynes, hãy xem video trên YouTube này:
https://youtu.be/FD9ULJyRBg4

Vở kịch "Người phụ nữ điên" được trình diễn trong buổi diễn lại của Charles Finney tại Antwerp.

Tại nơi này đã có hai trường hợp cải đạo rất đáng chú ý; và cũng có hai trường hợp hồi phục tức thì khỏi bệnh tâm thần rất đáng chú ý trong suốt thời kỳ phục hưng này. Khi tôi đến buổi họp vào chiều một ngày Sa-bát, tôi thấy một vài phụ nữ đang ngồi trên ghế dài, cùng với một người phụ nữ mặc đồ đen dường như đang rất đau khổ về tinh thần; họ đang giữ chặt bà ấy và ngăn bà ấy rời đi. Khi tôi bước vào, một trong những người phụ nữ đến gặp tôi và nói rằng bà ấy bị điên. Tôi nói vài lời với bà ấy; nhưng bà ấy phải đi; và rằng bà ấy không thể nghe bất kỳ lời cầu nguyện, bài giảng hay bài hát nào; rằng địa ngục là số phận của bà ấy, và bà ấy không thể chịu đựng bất cứ điều gì khiến bà ấy nghĩ đến thiên đường.

Tôi đã riêng tư nhắc nhở các quý bà giữ bà ấy ngồi yên tại chỗ, nếu có thể, mà không làm gián đoạn buổi họp. Ngay khi tiếng hát bắt đầu, bà ấy đã cố gắng hết sức để rời đi. Nhưng các quý bà đã ngăn cản bà ấy; và một cách tử tế nhưng kiên trì, không cho bà ấy thoát ra. Sau vài phút, bà ấy im lặng, nhưng dường như không muốn nghe hoặc chú ý đến tất cả những gì được hát. Sau đó, tôi cầu nguyện. Chúa ban cho tôi một tinh thần cầu nguyện mạnh mẽ và một câu Kinh Thánh từ sách Hê-bơ-rơ: "Chúng ta hãy mạnh dạn đến gần ngai ân điển, để được thương xót và tìm được ân điển giúp đỡ trong lúc cần thiết."

Mục đích của tôi là khích lệ đức tin, nơi chính chúng ta, và nơi bà ấy; và nơi chính chúng ta vì bà ấy. Khi tôi tiếp tục, bà ấy bắt đầu dần dần ngẩng đầu lên và nhìn tôi từ bên trong chiếc mũ trùm đầu dài màu đen của mình. Khi tôi tiếp tục kêu gọi mọi người trở thành của lễ chuộc tội cho Thượng Tế vĩ đại của chúng ta, đột nhiên bà ấy làm cả hội chúng giật mình bằng một tiếng thét lớn. Sau đó, bà ấy gần như ngã khỏi ghế, cúi đầu rất thấp, và tôi có thể thấy rằng bà ấy "run rẩy vô cùng". Khi tôi tiếp tục, bà ấy bắt đầu ngẩng đầu lên trở lại, và chẳng mấy chốc đã ngồi thẳng dậy, với khuôn mặt thay đổi kỳ diệu, thể hiện niềm vui chiến thắng và sự bình an. Trên khuôn mặt bà ấy rạng rỡ đến mức tôi hiếm khi thấy ở bất kỳ khuôn mặt người nào. Niềm vui của bà ấy lớn đến nỗi bà ấy khó có thể kìm nén được cho đến khi buổi họp kết thúc; và sau đó bà ấy nhanh chóng cho mọi người xung quanh hiểu rằng bà ấy đã được tự do. Bà ấy tôn vinh Chúa và vui mừng với chiến thắng kỳ diệu. Khoảng hai năm sau, tôi gặp lại bà ấy và thấy bà ấy vẫn tràn đầy niềm vui và sự bình an.

Trích từ hồi ký của Charles Finney.

Cô gái có bộ não "biến thành bã" nay đã hồi phục và sắp tốt nghiệp trung học.

Câu chuyện này được kể bởi bà Stacy Henningsen, mẹ của Taylor.

Tháng 9 năm 2011, chỉ hai tuần sau khi bắt đầu năm học đầu tiên, Taylor Hale bị chấn thương sọ não nghiêm trọng khi đang đùa nghịch với bạn bè sau một trận bóng đá ở trường trung học. Cô trượt khỏi nắp ca-pô xe và đập đầu mạnh xuống vỉa hè. Hành trình phi thường của cô - từ chỗ bị gia đình tuyên bố chết não, đến việc chuẩn bị vào đại học - lần đầu tiên được ghi nhận trên tờ Des Moines Register.

Máy móc theo dõi tình trạng sưng phù trong não của Taylor. Rất nhiều người thân và bạn bè đến thăm cô, nhưng các bác sĩ cảnh báo khách đến thăm không được nói chuyện hay gây tiếng ồn lớn vì sẽ kích thích Taylor quá mức. Khoảng một tuần sau, tình trạng của Taylor trở nên nghiêm trọng hơn: Cô bị xuất huyết não. "Não của cô ấy đã tụt xuống cột sống… Não đã bị hoại tử," Henningsen nói. "Họ phải thực hiện hô hấp nhân tạo và trải qua những biện pháp cực kỳ khó khăn để cứu sống cô ấy."

"Ngày hôm sau, [các bác sĩ] nói, 'Chúng tôi rất tiếc - chúng tôi không thể làm gì hơn cho cô ấy nữa. Có lẽ các bạn nên nói lời tạm biệt,'" Henningsen kể lại. "Chúng tôi bắt đầu bàn bạc về việc chuẩn bị tang lễ." Các bác sĩ nói với gia đình

Taylor rằng họ chắc chắn đến 95 đến 99% cô ấy sẽ không bao giờ tỉnh lại nữa, Henningsen cho biết.

Sau khi tuyên bố cô bé chết não, họ ngừng cho cô uống thuốc và thở oxy. Gia đình cầu nguyện. Một bác sĩ chỉnh hình từng điều trị cho bà cô của Taylor cũng cầu nguyện cho cô bé, đến thăm phòng bệnh và đặt tay lên gáy cô. "Vài giờ sau, bác sĩ đến và về cơ bản nói với chúng tôi, 'Chúng tôi không biết giải thích điều này cho các bạn về mặt y khoa như thế nào, nhưng cô bé đang tự thở,'" Henningsen nói.

Taylor mở mắt và cử động tay chân. Nhưng các bác sĩ cảnh báo gia đình rằng khả năng cô bé đi lại được nữa rất mong manh, và nếu có đi lại được, cô bé sẽ phải gắn ống dẫn thức ăn suốt đời. Nhờ nỗ lực và sự kiên trì, Taylor dần dần lấy lại khả năng đi lại, ăn uống và làm gần như mọi việc như trước đây, mẹ cô bé cho biết.

Thứ Hai tới, cô ấy sẽ tốt nghiệp trung học. Cô ấy đã trò chuyện với phóng viên trong lúc nghỉ giữa những tiết học cuối cùng ở trường và chuyến đi đến trung tâm thương mại để mua váy dự tiệc tốt nghiệp — một ngày mà mẹ cô không chắc Taylor có bao giờ được đón nhận sau tai nạn. "Tôi thường xuyên nghĩ về điều đó," bà Hennsingsen nói. "Đó chắc chắn là một phép màu."

Một cư dân của Phoenix đã được chữa khỏi bệnh ung thư nhờ William Branham vào tháng 3 năm 1948.

Tháng 9 năm ngoái, tôi đến gặp bác sĩ Weldon Baker ở đường North Second Street, Phoenix, Arizona. Ông ấy đã chụp hai tấm phim X-quang. Ông ấy phát hiện ra tôi bị viêm đại tràng nặng, tim bị phình to do nhiễm độc, chỉ có một phần năm gan hoạt động, và có một số viên sỏi to bằng móng tay cái ở bên phải gan. Tôi bắt đầu điều trị sáu tuần, nhưng sau đó bị ốm rất nặng. Bác sĩ Anderson đến khám và nói rằng tôi bị ung thư, nhưng đã chờ quá lâu mới đi khám. Tôi trở nên rất yếu và không thể tiếp tục điều trị nữa. Đại tràng của tôi phải được phẫu thuật mở để chất thải có thể đi qua. Tôi đã trải qua một cơn bệnh rất nặng. Bác sĩ Baker đến, và các thánh đang cầu nguyện khi ông ấy đến. Sau đó, ông ấy nói với tôi rằng tôi đã chết được hai phút, nhưng Chúa Giê-su đã nghe thấy tiếng kêu than của các thánh.

Tôi nằm liệt giường chín tuần và sụt 40 pound. Có lúc tôi ốm nặng đến nỗi không nuốt nổi nước trong năm ngày. Rồi có thông báo rằng William Branham sẽ đến Phoenix vào ngày 2 tháng 3 để cầu nguyện cho người bệnh và người đau khổ. Chồng tôi đến nhà thờ sớm vào tối Chủ nhật đầu tiên đó, nhưng Mục sư Branham không thể đến gặp tôi. Ông ấy cũng không thể đến gặp tôi vào đêm hôm sau, mặc dù tôi đã chứng kiến nhiều phép lạ chữa lành cho những người khác. Ngày hôm sau tôi lại được đưa đi, nhưng khi đến nhà thờ thì tôi lại bị ốm nặng. Họ mang đến một chiếc giường cho tôi, nhưng tôi không nhớ mình đã nằm xuống lúc nào.

Điều đầu tiên tôi biết là, Anh Branham đang nói chuyện với tôi, bảo: "Hãy nhìn tôi này em gái." Lúc đầu chỉ là một tiếng thì thầm yếu ớt, nhưng đến lần thứ ba anh ấy lặp lại, tôi cố gắng mở mắt. Sau một lúc, tôi có thể nhìn thấy một chút và anh ấy hỏi tôi có tin những gì anh ấy nói không. Tôi nói, "Có, bởi vì tôi có thể thấy thiên thần đang đứng bên cạnh anh." Anh Branham sau đó nói, "Em gái, đức tin của em đã cứu em. Căn bệnh ung thư đó đã lan khắp dạ dày của em, nhưng Chúa đã chữa lành cho em. Mọi gốc rễ đều bị nguyền rủa và em sẽ khỏe mạnh nếu em tiếp tục tin tưởng, mặc dù sẽ mất một tháng hoặc sáu tuần để nó mục rữa. Trong 72 giờ nữa, em sẽ rất ốm và đau đớn, nhưng hãy cứ tin tưởng vượt qua tất cả." Sau đó, Chúa phán qua Anh Branham, và một dòng dầu ấm bắt đầu lan khắp đầu tôi từ bên ngoài lẫn bên trong và xuống đến chân tôi. Khi nó đi xuống, cơn đau hoàn toàn biến mất và tôi cảm thấy rất mạnh mẽ. Tôi rời khỏi giường bệnh la hét và nhảy múa và có thể tham dự năm buổi lễ khác mà Anh Branham tổ chức ở Phoenix.

Khi 72 giờ trôi qua, tôi bị ốm rất nặng, đau đến nỗi không thể khóc được. Tôi ốm nặng hơn hai tuần, rồi sau đó bắt đầu ăn được tất cả những gì mình muốn, trong khi trước đó tôi chỉ sống nhờ nước ép trái cây và súp. Bảy tuần sau khi được cầu nguyện, tôi được chụp thêm vài tấm X-quang và kết quả cho thấy tôi đã hoàn toàn bình phục. Bác sĩ Baker nói với tôi rằng tôi có thể kể lại tất cả chuyện này, và ông ấy sẵn lòng cho bất cứ ai muốn xem ảnh X-quang hoặc sẽ nói chuyện trực tiếp với họ. Tôi tạ ơn Chúa Giê-su vì điều đó!

Bà Hattie Waldrop, Đường Adams, Phoenix, Arizona

Người phụ nữ hấp hối được chữa khỏi nhờ John Alexander Dowie

Lời chứng này đã được đăng trên bản tin Leaves of Healing ngày 5 tháng 2 năm 1897. (Lưu ý: bệnh lao phổi là tên gọi cũ của bệnh lao.)

GRIFFITH, IND. Ngày 20 tháng 1 năm 1897.

Kính gửi Tiến sĩ và Bà Dowie,

Tôi cảm thấy vui mừng cũng như có bổn phận được thêm lời chứng của mình vào hàng trăm lời chứng khác - về sự chữa lành hoàn hảo của tôi - khỏi nhiều bệnh tật, nhờ Chúa Giê-su Ki-tô.

Vì chưa bao giờ có được sức khỏe tốt và sau một chuyến đi mệt mỏi đến bờ biển Đại Tây Dương vào tháng 10 năm 1894, và ngay khi trở về, tôi đã tiếp tục công việc văn phòng của mình do làm việc quá sức, và bị xuất huyết phổi vào ngày 3 tháng 11.

Ban đầu chúng tôi nhờ bác sĩ Pettibone ở Crown Point, Indiana điều trị. Ông ấy điều trị cho tôi, tôi nghĩ là khoảng hai tháng, nhưng không giúp tôi thuyên giảm chút nào. Tình trạng của tôi thậm chí còn xấu đi. Không chỉ xuất huyết tiếp diễn, mà tôi còn mắc thêm các bệnh khác. Ông ấy đã làm tất cả những gì có thể cho tôi.

Vào ngày 1 tháng 1 năm 1895, chồng tôi đã thuê bác sĩ Vincent, một trong những bác sĩ kỳ cựu và giỏi nhất ở Valparaiso, Indiana. Ông ấy chẩn đoán tình trạng của tôi rất nghiêm trọng. Tuy nhiên, việc thay đổi bác sĩ không mang lại lợi ích gì cho tôi. Tình trạng của tôi vẫn tiếp tục xấu đi.

Lúc đó tôi bị suy nhược thần kinh, xuất huyết phổi, tích nước quanh tim, lao phổi, loét cổ họng ác tính, gan sung huyết và bệnh tiêu chảy ruột. Biểu hiện là ruột bị teo dần. Những cơn suy nhược, ban đầu chỉ kéo dài trong thời gian ngắn, giờ đây kéo dài hàng giờ, và bác sĩ nghĩ rằng tôi không thể sống qua tháng Ba. Tuy nhiên, ông ấy vẫn tiếp tục điều trị cho tôi cho đến khoảng tháng Sáu.

Sau đó, ông ấy nói với chồng tôi rằng ông ấy không nghĩ tôi có cơ hội hồi phục và việc ông ấy tiếp tục đến thăm nữa là vô ích. Ông ấy cũng nói với bạn bè tôi ở Valparaiso rằng tôi chỉ còn sống được một thời gian ngắn nữa thôi. Trong hai tuần tiếp theo, tôi chỉ uống rất ít thuốc, và lạ thay, tôi lại cảm thấy khỏe hơn một chút. Chúng tôi rất phấn khởi và cảm thấy không nên bỏ cuộc mà nên thử tìm một bác sĩ giỏi khác.

Một người bạn của chúng tôi đã giới thiệu bác sĩ Hilldebrand ở Chicago. Sau khi khám kỹ lưỡng, ông ấy chẩn đoán tôi bị bệnh lao phổi, biến chứng với các bệnh khác mà tôi đã đề cập trước đó. Về phần cổ họng của tôi (một số mô mềm đã bị ăn mòn), ông ấy nói rằng những gì đã mất không thể bù đắp được. Các vết loét liên tục chảy dịch, và vòm miệng bị vàng. Sau khi dùng thuốc ông ấy kê đơn cho cổ họng, nhiều vết loét khác lại xuất hiện, và dưới sự điều trị của ông ấy, tình trạng của tôi xấu đi rất nhanh.

Tôi liền quyết định không dùng thuốc nữa, và nhận ra cuộc sống của mình có giá trị hơn khi không dùng thuốc. Một người bạn của chúng tôi, ông Wood, nhân viên giải quyết khiếu nại của C. & GTRR, kể cho tôi nghe về một người đàn ông kỳ diệu ở Chicago có thể chữa khỏi mọi loại bệnh mà không cần dùng thuốc. Tôi khó mà tin được, nhưng ông ấy cứ liên tục thúc giục tôi đến đó, và nói rằng ông ấy nghĩ vẫn còn cơ hội để tôi hồi phục.

Tôi đã đồng ý, với điều kiện là tôi có thể đến đó được. Chúng tôi đã gửi yêu cầu cầu nguyện đến bạn, và tôi đã có thêm chút sức lực để khoảng một tuần sau (mặc dù bạn bè đã bỏ cuộc và bác sĩ tuyên bố vô vọng), vào ngày 18 tháng 8, chồng tôi đã đưa tôi đến Trung tâm Chữa lành Thiêng liêng số 1, số 6020 đường Edgerton.

Tôi bị phù nề nghiêm trọng (do tích nước quanh tim) đến nỗi không thể mặc bất kỳ chiếc váy nào; chúng đều chật gần ba inch. Tôi phải mặc những chiếc áo choàng rộng. Sau khi được đặt tay cầu nguyện vào thứ Hai, ngày hôm sau khi tôi đến, lượng nước quanh tim dường như giảm đi và chứng phù nề cũng biến mất. Tôi đã viết thư cho gia đình (sống cách thành phố không xa) nhờ họ mang váy đến cho tôi. Họ đã làm vậy, và tôi không gặp khó khăn gì khi mặc bất kỳ chiếc váy nào.

Lần thứ hai anh đặt tay và cầu nguyện cùng tôi, tôi đã được chữa lành khỏi chứng suy nhược thần kinh, tràn dịch quanh tim, xuất huyết phổi, bệnh thận, thấp khớp, trĩ, và hệ tiêu hóa hoạt động hoàn toàn bình thường. Nhưng chứng đau họng khủng khiếp vẫn còn. Vào thứ Ba tuần sau, khoảng một tuần sau khi tôi đến đó, tại một trong những buổi nhóm họp tại gia, tôi đã yêu cầu anh đặt ngón tay vào cổ họng tôi. Anh đã làm như vậy, nhân danh Chúa Giê-su, và những căn bệnh khủng khiếp đã gặm nhấm sinh mạng tôi trong nhiều tháng trời đều bị tiêu diệt bởi bàn tay của Thầy thuốc vĩ đại thông qua sự giúp đỡ của anh, người mà Đức Chúa Trời đã ban phước với Ân tứ chữa lành.

Tôi ở Viện dưỡng lão chỉ hai tuần, và vào ngày Sa-bát khi chúng tôi bắt đầu về nhà, chúng tôi không thể bắt kịp tuyến xe điện, và chồng tôi nói rằng tôi đã đi bộ gần hai dặm mà không hề cảm thấy mệt mỏi. Hai tháng sau khi về nhà, tôi đã học được cách làm việc nhà và tự làm việc của mình từ đó đến nay.

Đã một năm bốn tháng kể từ khi tôi được chữa lành. Ngoại trừ hai lần bị cảm lạnh, tôi hoàn toàn khỏe mạnh và không thể nào tạ ơn Chúa đủ vì tất cả những phước lành Ngài đã ban cho tôi. Tất cả các vết loét đã biến mất, và các phần mềm bị ăn mòn và tách rời do bệnh tật đã liền lại và lành lặn. Giọng nói của tôi rất khỏe. Tôi vừa mới sắp xếp để học 'luyện giọng' thì bị cảm lạnh khá nặng. Tôi đã đến Viện dưỡng lão Zion một thời gian ngắn. Các bạn đã cầu nguyện cùng tôi, và tôi đã được chữa lành.

Hiện tại sức khỏe của tôi rất tốt. Tôi rất thích đến thăm Zion Home và lắng nghe những lời hướng dẫn tuyệt vời mà chúng tôi nhận được từ bạn và bà Dowie thân mến về cách chữa lành tuyệt vời của Chúa dành cho “những đứa con bệnh tật” của Ngài, nếu họ chỉ cần đặt trọn niềm tin vào Ngài.

Tôi thực sự hy vọng rằng lời chứng này sẽ đến được với nhiều người đang đau khổ, và họ sẽ được dẫn dắt đến tìm kiếm Đấng Chữa Lành Vĩ Đại để được chữa lành về tinh thần, tâm hồn và thể xác. Tôi nhận thấy rằng càng ở gần chân Chúa Giê-su, tôi càng nhận được nhiều ân huệ của Ngài.

Kính gửi Tiến sĩ và bà Dowie, tôi hằng ngày cầu nguyện cho hai người thành công trong "Phong trào tiến về Siôn" và cầu mong hai người được sống lâu để đón chờ đến khi phúc âm tuyệt vời này được lan truyền khắp thế giới.

Kính gửi quý vị trong Chúa Giê-su,

BÀ LULU DAYTON

Hội chứng rối loạn căng thẳng sau chấn thương (PTSD) và tổn thương thần kinh đã được chữa lành.

Dave trở về từ chiến tranh với các triệu chứng rối loạn căng thẳng sau chấn thương (PTSD) nghiêm trọng và tổn thương thần kinh. Anh phải ngồi xe lăn và luôn cảm thấy như bị dao cạo cứa vào người, da anh như bị đổ axit, và anh cảm thấy xương mình như bị nghiền nát. Anh cực kỳ nhạy cảm với ánh sáng mạnh và tiếng ồn lớn. Anh thậm chí không cảm nhận được một bàn tay của mình. Trạng thái tinh thần của anh là nỗi sợ hãi và sự quan sát thường trực. Anh không thể chịu được đám đông và hầu như không thể dành thời gian cho gia đình. Cuộc sống của anh là một sự tàn phá cả về thể chất lẫn tinh thần. Anh đã đi khám nhiều bác sĩ, nhưng không tìm được cách chữa trị.

Dave đến một buổi gặp mặt của Randy Clark, nơi anh ấy đến gặp Randy để hỏi một câu hỏi. Anh ấy thậm chí không chắc mình đã chen được lên phía trước bằng cách nào vì đám đông quá chen chúc. Randy bỏ micro xuống và lắng nghe câu chuyện của Dave. Randy yêu cầu một thành viên trong nhóm cầu nguyện tên là Mike cầu nguyện cho Dave. Mike nắm lấy tay Dave, điều này khiến anh ấy rất lo lắng. Mike cũng nhìn thẳng vào mắt Dave và không cho anh ấy cúi đầu xuống vì anh ấy đang bị choáng ngợp bởi cảm giác tội lỗi và xấu hổ về những gì đã xảy ra với mình trong chiến tranh. Anh ấy đã bị ám ảnh bởi những hình ảnh đó và nỗi đau tinh thần gắn liền với chúng.

Dave bắt đầu đổ mồ hôi và cảm thấy muốn bỏ chạy. Mike giữ chặt lấy anh và hướng dẫn anh thực hiện các bước chữa lành. Thời gian cầu nguyện không dài, có lẽ khoảng 5 phút. Dave nói rằng cảm giác như Chúa Giê-su đang chạm vào anh. Một sự bình an bao trùm lấy anh, điều mà anh chưa từng cảm nhận được kể từ khi còn nhỏ. Khi về đến nhà, Dave nói rằng anh như đang bay vào nhà mình. Vợ anh nhận thấy sự khác biệt ngay lập tức và hỏi chuyện gì đã xảy ra. Anh chỉ kêu lên "Tôi được tự do rồi." Vợ anh nói với anh "Anh yêu, trông anh như thể đã trút bỏ được 2000 cân nặng khỏi vai và em không nhận ra anh là ai nữa."

Dave đã ra khỏi xe lăn và ngừng dùng thuốc. Anh ấy chơi đùa với các con, ôm chúng và không còn sợ hãi mọi lúc nữa. Anh ấy đã đến dự buổi gặp mặt theo dõi của Randy Clark. Tay trái của anh ấy vẫn còn tê nhưng anh ấy nói với Chúa Giê-su: "Hãy nhìn xem Ngài đã làm gì cho con. Tối nay khi con đến buổi gặp mặt, mọi việc sẽ được hoàn thành. Con không cần ai cầu nguyện cho con, con chỉ muốn tôn vinh những gì Ngài đã làm." Khi đang ngồi trong sảnh chờ cửa mở, anh ấy đột nhiên cảm thấy tay trái của mình. Anh ấy nói: "Tay… ngươi đã trở lại rồi." Không ai cầu nguyện cho anh ấy. Không có nhạc thờ phượng nào được phát. Anh ấy gọi điện cho vợ và nói: "Bây giờ anh không chỉ được tự do mà giờ anh còn có thể chạm vào tay mình, cảm nhận được tay mình, cảm nhận được các ngón tay của mình. Anh có thể nhảy múa mà không đau và ánh đèn cũng không làm anh đau. Anh được tự do và Chúa Giê-su đã làm điều đó!"

Trích từ lời chứng trên ibethel tv có tiêu đề "Chứng rối loạn căng thẳng sau chấn thương đã được chữa lành!" – ngày 05 tháng 3 năm 2013. (ibethel.tv có một số nội dung miễn phí và một số nội dung trả phí nhưng bạn phải đăng ký để sử dụng)

Hành trình chữa lành vết thương lòng của Jo Gummelt thông qua Kathryn Kuhlman

Jo Gummelt là vợ của một mục sư thuộc giáo phái Southern Baptist. Bà bị bệnh rất nặng với một căn bệnh thận hiếm gặp gọi là hoại tử nhú thận. Các bác sĩ ở khu vực Washington, DC chưa từng thấy trường hợp nào như vậy trước đây. Họ cho rằng đó là phản ứng dị ứng với một loại thuốc giảm đau không cần kê đơn. Cả hai quả thận của bà đều bị phá hủy 1/3. Các bác sĩ hy vọng có thể ổn định tình trạng xấu đi của bệnh. Jo đã được làm mọi xét nghiệm có thể. Bà phải nằm nghỉ trên giường 12-14 tiếng mỗi ngày. Tóc bà rụng nhiều. Các bác sĩ cảnh báo bà rằng nhiễm trùng do vi khuẩn có thể khiến thận của bà ngừng hoạt động. Họ mô tả thận của bà như những miếng bọt biển yếu ớt, dễ bị tấn công.

Một người bạn mời cô đến dự buổi cầu nguyện chữa bệnh của một doanh nhân theo giáo phái Phúc Âm Toàn Diện. Cô thực sự không muốn đi. Thậm chí, cô còn đội một chiếc mũ lông kéo thấp xuống che kín mặt vì không muốn ai nhận ra mình. Cô cho rằng một buổi cầu nguyện chữa bệnh không đáng kính trọng. Cô liên tưởng nó với một buổi họp ngoài trời dựng lều ở ngoại ô thị trấn. Rồi khi Kathryn Kuhlman được xướng tên, cô nghĩ "ôi trời, không phải một nữ mục sư". Cô rất yếu và mệt mỏi vì bệnh tình của mình. Buổi cầu nguyện chật kín người và cô cùng bạn mình đến muộn một tiếng rưỡi. Jo không thể đứng dậy nổi vì quá mệt. Cuối cùng, họ ngồi trên bậc thềm của phòng họp.

Chúa đã khiến hai người đứng dậy và nhường chỗ cho hai người phụ nữ vì họ phải về. Chỗ ngồi ở khu thứ hai, gần phía trước. Jo nghĩ rằng cô đã hiểu rõ Chúa. Cô là một tín đồ Báp-tít miền Nam suốt đời. Cô tin rằng mọi lời chứng đều được sắp đặt. Cô không tin bất cứ điều gì mình thấy. Cô là một người hoàn toàn hoài nghi. Tuy nhiên, có điều gì đó đang thôi thúc trong lòng cô.

Cuối buổi lễ, Kathryn Kuhlman yêu cầu mọi người trong buổi họp giơ tay lên và hát bài "Chúa ơi, con đón nhận Ngài". Jo bắt đầu hát vì cô biết bài hát đó, nhưng cô không muốn giơ tay lên. Hành động đức tin đầu tiên của cô là hơi giơ hai tay lên. Sau đó, cô nói rằng Chúa Thánh Thần đã tiếp quản. Trước khi cô kịp nhận ra, hai tay cô đã giơ cao hết cỡ. Cô đang ở trong sự hiện diện của Chúa. Cô cảm thấy như chân mình đang duỗi ra và cô đang nhón gót. Sau đó, hai tay cô hướng lên trên trong tư thế đón nhận.

Vào khoảnh khắc đó, một cảm giác bất xứng, ô uế và nhục nhã ập đến với Jo. Cô chưa bao giờ trải nghiệm điều đó trước đây. Cô gục đầu xuống hết cỡ, không thể ngẩng lên được. Cô cảm thấy mình giống như người thu thuế không thể ngước mắt lên trời vì ý thức về tội lỗi của mình. Jo bắt đầu khóc, rồi một dòng nước sự sống bắt đầu tuôn trào trong lòng cô.

Từ xa, Jo nghe thấy giọng Kathryn nói: "Ôi Chúa ơi, có sự vinh hiển ở đây." Lúc đó, Jo không hiểu ý nghĩa của câu nói đó, nhưng sau này cô nhận ra rằng Chúa đang ở bên cạnh cô. Rồi Jo bắt đầu cảm thấy như có dòng nước ấm đang tràn ngập khắp người. Kathryn đến gần Jo và chạm vào cổ tay cô. Sự hiện diện của Chúa càng mạnh mẽ hơn đến nỗi cô cảm thấy như mình "đã bay lên vũ trụ." Cô có cảm giác như mình đang nhẹ nhàng trôi nổi trong dòng nước ấm và Chúa đang ôm lấy cô.

Mặc dù Jo biết mình đã được chữa lành, nhưng cô ấy không lập tức nhận ra mình đã khỏi bệnh về thể chất. Cô ấy chỉ bắt đầu sống cuộc sống bình thường trở lại. Cô ấy không còn nằm liệt giường nữa. Cô ấy ngừng dùng thuốc. Cô ấy ngừng đến gặp bác sĩ. Cô ấy nắm lấy Lời Chúa theo một cách mới. Sau đó, cô ấy trải nghiệm sự tràn đầy của Đức Thánh Linh. Cuộc sống của cô ấy đã được biến đổi. Đời sống cầu nguyện của cô ấy cũng khởi sắc.

Trong một chuyến đi chơi cùng gia đình một thời gian sau đó, Jo đột nhiên nhận thấy tóc mình mọc lại. Đối với cô, đây là một dấu hiệu cụ thể cho thấy cô đã hồi phục. Chồng cô khăng khăng đòi cô quay lại gặp bác sĩ và làm xét nghiệm lại. Bác sĩ xem phim chụp X-quang và nói: "Tôi sẽ kết thúc vụ việc này vì cô đã hoàn toàn khỏi bệnh. Nếu sau này cô có vấn đề gì về thận thì cũng không liên quan gì đến căn bệnh này nữa."
http://www.youtube.com/watch?v=vZF23Gjq0Q0

Người đàn ông được hồi sinh từ cõi chết nhờ bác sĩ tim mạch.

Bác sĩ Chauncy Crandall là một bác sĩ tim mạch và là một tín đồ Cơ Đốc. Ông được gọi đến khi Jeff Marken nhập viện cấp cứu trong tình trạng bị nhồi máu cơ tim nghiêm trọng. Người đàn ông đã chết được 30 phút và các nhân viên y tế đã cố gắng cấp cứu cho ông trong suốt thời gian đó. Khi bác sĩ Crandall đến, người đàn ông rõ ràng đã chết. Thực tế, bác sĩ Crandall nói rằng "ông ấy là người chết nhất mà tôi từng thấy". Toàn thân ông ấy đen kịt – tay, chân, bàn chân, mặt. Đó gọi là chứng xanh tím.

Bác sĩ Crandall bảo bác sĩ phòng cấp cứu tuyên bố ông Marken đã chết. Nhân viên hoàn tất thủ tục giấy tờ và y tá bắt đầu tháo ống thở và chuẩn bị thi thể để đưa đến nhà xác. Khi bác sĩ Crandall quay người rời khỏi phòng, ông nghe thấy Chúa phán: "Hãy quay lại và cầu nguyện cho người đàn ông đó." Ông tiếp tục bước đi và lần thứ hai Chúa phán: "Hãy quay lại và cầu nguyện cho người đàn ông đó." Bác sĩ Crandall quay lại và đến cầu nguyện cho ông ấy. Ông không chắc phải cầu nguyện điều gì, nhưng khi ông đứng đó, Chúa Thánh Thần đã tiếp quản. Ông cầu nguyện: "Lạy Cha Thiên Chúa, con kêu cầu cho linh hồn người đàn ông này. Nếu người ấy không biết Ngài là Chúa và Đấng Cứu Thế của mình, xin hãy cho người ấy sống lại từ cõi chết ngay bây giờ, nhân danh Chúa Giê-su." Y tá nghĩ ông bị điên. Cánh tay của Jeff Marken đột nhiên giơ lên. Khi bác sĩ phòng cấp cứu quay lại phòng, bác sĩ Crandall nói: "Hãy sốc điện cho người đàn ông này thêm một lần nữa." Bác sĩ phòng cấp cứu không muốn làm vậy, nhưng đã làm để đáp ứng yêu cầu của bác sĩ Crandall. Ông sốc điện cho bệnh nhân thêm một lần nữa và ngay lập tức, nhịp tim hoàn hảo xuất hiện trên màn hình theo dõi. Các bác sĩ và y tá đều sững sờ. Rồi ngực anh bắt đầu cử động, tiếp đến là bụng, tay và chân. Họ vội vàng đưa anh vào phòng chăm sóc đặc biệt. Đó là tối thứ Sáu. Bác sĩ Crandall gọi cho cộng sự và nói với ông ấy rằng Jeff Marken đã được hồi sinh từ cõi chết và anh sẽ sống vì rõ ràng anh đã nhận được lời kêu gọi từ Chúa.

Sáng thứ Hai, khi bác sĩ Crandall đến và thấy Jeff Marken đang ngồi trên giường, bác sĩ Crandall hỏi Jeff những gì anh đã trải qua trong thời gian được điều trị tại bệnh viện. Jeff kể lại việc mình nằm một mình trong quan tài ở một nơi tối tăm, dường như là vô tận. Sau đó, một số người đã quấn anh lại và vứt anh đi như rác rưởi. Jeff vô cùng đau khổ vì những gì mình đã trải qua. Bác sĩ Crandall nói với anh rằng nếu anh chấp nhận Chúa Giê-su, anh sẽ không bao giờ cô đơn và sẽ không bao giờ bị vứt bỏ. Jeff đã chấp nhận Chúa Giê-su ngay lúc đó.

Jeff đã được Chúa Giê-su ban cho cơ hội thứ hai. Anh ấy không gặp biến chứng nào dù đã chết hơn 40 phút. Anh ấy vẫn đi khám sức khỏe định kỳ nhưng không có vấn đề gì về tim mạch. Bác sĩ Crandall nói rằng đó không phải là ngày ông ấy có "đức tin lớn lao", ông ấy chỉ muốn tiếp tục công việc của mình. Tuy nhiên, vì ông ấy đã dừng lại và cầu nguyện với chút đức tin ít ỏi mình có, Chúa đã dùng ông ấy theo cách kỳ diệu này. Bác sĩ Chauncey đã viết một cuốn sách về trải nghiệm của mình có tên là "Hồi sinh người chết". (Chúng tôi có bán cuốn sách này tại hiệu sách của mình.)

Hãy nghe toàn bộ lời khai của Tiến sĩ Crandall trên đài CBN với Pat Robertson.
http://www.youtube.com/watch?v=EL2i64j2FZE

Một câu chuyện kỳ diệu về sự chữa lành thần kỳ vào cuối những năm 1700.

Trích đoạn từ cuốn "Những phương pháp chữa bệnh bằng đức tin khác" do Tiến sĩ Charles Cullis xuất bản năm 1885. Đoạn văn sau đây kể về một trường hợp chữa bệnh vô cùng kỳ lạ, mà tính xác thực của nó đã được chứng thực đến mức không còn nghi ngờ gì nữa, được sao chép từ một tạp chí cũ của Luân Đôn năm 1788. Chúa trong mọi thời đại đều không để mình thiếu bằng chứng về quyền năng vĩnh hằng và thần tính của Ngài, như sẽ được trình bày trong câu chuyện sau đây.

Một hội thánh ở Tiverton, miền Tây, đang nhóm họp và đã có một người được họ chỉ định làm mục sư, nên theo sự đồng ý hoặc lệnh của họ, một bức thư đã được gửi đến một hội thánh ở Colchester để xin miễn nhiệm một thành viên được họ chỉ định làm mục sư; và trong thư cũng có một điều khoản hướng dẫn về việc phong chức, liệu có cần thiết phải đặt tay hay không. Vì mục sư của hội thánh nói trên ở Colchester vắng mặt, tôi được yêu cầu trả lời bức thư nói trên, và khi tôi trả lời điểm về việc phong chức, tôi đã viết như sau: "Việc đặt tay là một điều không quan trọng, chỉ để biểu thị người được phong chức, nó không có quyền năng truyền đạt bất kỳ ân tứ mục vụ nào cho người được phong chức, chúng tôi cho rằng đó là một nghi lễ nguyên thủy, giống như việc xức dầu cho người bệnh và rửa chân, những nghi lễ đã chấm dứt cùng với đời sống của các Tông đồ và với những ân tứ chữa bệnh phi thường."

Bức thư này, được viết như vậy, đã được mang đến nhà thờ để xin phê chuẩn và ký tên; nhưng một số người đã từ chối và trả lời rằng họ tin rằng việc xức dầu và đặt tay là những nghi lễ trong nhà thờ và vẫn cần được rao giảng; điều mà tôi phản đối và trích dẫn các tác giả mà tôi đã đọc để chống lại quan điểm đó; nhưng vô ích, vì họ không chịu ký tên vào bức thư, và một bức thư khác được viết theo ý muốn của họ.

Từ lúc đó, tâm hồn tôi chìm trong bóng tối u ám, đến nỗi tôi thường xuyên nghi ngờ lòng tin của mình vào Chúa Giê-su Christ, và tôi đã nhiều ngày ăn chay và cầu nguyện để xin ánh sáng dung nhan Chúa trở lại; và tôi tiếp tục như vậy trong hai tháng, cho đến cuối tháng 12, khi đang ở St. Edmund's Bury, Suffolk, tôi được yêu cầu cầu nguyện cùng một người đàn ông và một người phụ nữ đã chịu nhiều đau khổ. Trong khi cầu nguyện, tôi vẫn rất mù mịt và nghĩ rằng mình cần cầu nguyện cho bản thân hơn là cho người khác, và tôi đã cầu nguyện bằng những lời này: "Tại sao Chúa lại bỏ rơi con, tại sao Chúa lại giấu mặt khỏi con? Xin Chúa hãy trở lại, xin Chúa hãy trở lại và chiếu rọi ánh sáng dung nhan Ngài trên con." Ngay lập tức, tôi nhận được câu trả lời từ tâm trí mình rằng tôi đã chối bỏ các nghi lễ của Ngài, tức là xức dầu và đặt tay. Tôi lại tự nhủ trong lòng: "Lạy Chúa, nếu con biết đó là những điều răn, con sẽ không tự ý chối bỏ chúng, cũng như bất kỳ điều răn nào khác."

Vậy là tôi tin chắc rằng nghi thức đặt tay và xức dầu vẫn được duy trì trong Giáo hội; và nếu tôi thực hành chúng, Chúa sẽ chấp nhận. Với quyết tâm đó, điều tôi mong muốn đã được ban cho, vì Chúa đã chiếu rọi ánh sáng dung nhan Ngài trên tôi, và lời cầu nguyện của tôi đã biến thành lời ngợi khen; và khi tôi cầu nguyện xong, người phụ nữ kia bị liệt nửa người. Tôi nói với bà ấy: "Thưa bà, tôi tin rằng nếu bà được xức dầu nhân danh Chúa, thì chân tay bà sẽ được phục hồi, vì tôi tin chắc một cách kỳ lạ, điều mà trước đây tôi đã phản đối kịch liệt." Bà ấy nói rằng bà không thể chấp nhận điều đó, cũng không tin. Tôi đã dùng vài lý lẽ để thuyết phục bà ấy, nhưng vô ích.

Vậy là hôm đó tôi trở lại Colchester, và đến gặp bà Mary Munnings, một góa phụ có cửa hàng bán mũ gần chợ, tôi kể cho bà nghe về việc tôi đã tin tưởng vào nghi thức xức dầu và nói thêm rằng, tôi tin chắc rằng Chúa sẽ thừa nhận các nghi thức của Ngài. Bà rất ngạc nhiên, vì biết rằng chỉ một thời gian ngắn trước đó tôi đã kịch liệt phản đối điều đó; và cho rằng đó chỉ là một ý nghĩ viển vông, bà hỏi tôi có tin vào việc áp dụng nghi thức đó cho con gái bà, người bị tàn tật, như câu chuyện này sẽ cho thấy rõ. Tôi nói với bà là có, và hỏi bà có tin đó là một nghi thức không? Bà nói là có.

Rồi tôi nhìn vào phòng nơi cô con gái nói trên đang ngồi và hỏi: "Con gái! Con có tin rằng Chúa có thể chữa lành cho con không?" Cô ấy đáp: "Tay Chúa không ngắn đến nỗi không thể cứu rỗi, tai Ngài cũng không nặng đến nỗi không thể nghe." "Vâng," tôi đáp, "nếu bà tin vào khả năng của Ngài, thì tôi tin vào sự sẵn lòng của Ngài. Sau đó, mẹ cô ấy hỏi tôi liệu tôi có vui lòng làm lễ xức dầu cho con gái bà không? Tôi nói với bà rằng tôi muốn, nhưng vì hôm nay là ngày cuối tuần, tôi không thể làm ngay bây giờ vì phải học.

Vì vậy, tôi rời họ, và vào ngày thứ hai của tuần sau, theo thông lệ, khi tôi đang giảng giải, bà Munnings nói trên có mặt ở đó, bà nghĩ rằng đó là thời điểm thích hợp nhất để làm lễ xức dầu cho con gái bà, trong khi tôi đang được Thánh Linh và ân điển của Chúa soi dẫn. Theo yêu cầu của bà, tôi đi cùng bà đến nhà; và bà sai người hầu gái đi lấy một ít dầu, và nói với tôi rằng bà hy vọng tôi sẽ giữ lời hứa, xức dầu cho con gái bà. Tôi nói với bà rằng lời hứa xấu thà bị phá vỡ còn hơn giữ, nhưng nếu tôi có thể tìm thấy bằng chứng trong Lời Chúa thì tôi sẽ làm. Gọi một cuốn Kinh Thánh, tôi không muốn bị gián đoạn, và tìm kiếm từ đầu đến cuối trong khoảng thời gian ba giờ, từ chín đến mười hai giờ, trong thời gian đó tôi đã thu thập được hầu hết các đoạn Kinh Thánh, cả để ban phép tắc và khích lệ đức tin, như trong Gia-cơ 5:14, Mác 6:13, Mác 11:24, điều cuối cùng tôi gọi là dấu ấn cho sự ủy nhiệm của tôi.

Sau khi làm xong, tôi đóng Kinh Thánh lại và nói với người mẹ và người chị gái khác có mặt ở đó: "Tôi không những tìm thấy một sứ mệnh, mà còn cả một ấn tín nữa." Vì vậy, tôi tiến hành nghi lễ theo cách sau: Trước tiên, tôi cầu nguyện để củng cố đức tin của chúng ta vào nghi lễ, và để chúng ta cũng có thể nắm giữ lời hứa; sau đó, tôi dùng dầu thánh để dành riêng cho mục đích sử dụng thông thường, bằng lời cầu nguyện.

Rồi tôi xức dầu cho bà nhân danh Chúa Giê-su Christ ở Na-xa-rét, tại chỗ bị đau, ba lần, theo số lượng các Ngôi trong Đức Chúa Trời Ba Ngôi; nhưng lưu ý, khi tôi xức dầu vào mắt cá chân của bà, tôi rất kinh ngạc, vì chứng què của bà ngày càng trầm trọng: xương hông của bà nhô lên dưới cánh tay; chân bà bị cong và mắt cá chân bị trật khớp, đến nỗi không còn nhìn thấy gì bên trong, bàn chân trái của bà chỉ còn là một cái mỏm cụt, bên cạnh những tật xấu khác do thiếu chân tay. Mẹ bà nói rằng bà không biết liệu bà sinh ra đã như vậy hay không, vì bà chỉ nhận ra điều đó khi bà đang làm người chỉ huy dàn nhạc, và khi đó bà gần mười sáu tuổi, mẹ bà đã nhờ nhiều người giúp đỡ nhưng vô ích, bà vẫn ngày càng trở nên tồi tệ hơn.

Cuối cùng, bà ấy đã tìm đến một bác sĩ phẫu thuật nổi tiếng, người đã nói với bà rằng ông sẽ không nhận tiền của bà, vì không một người đàn ông nào trên thế giới có thể giúp bà, cũng không thể nắn chỉnh xương về đúng vị trí, vì gân bị co rút và dồn lại dưới bắp chân to bằng bàn tay người, và toàn bộ bên chân yếu đến nỗi bà không thể mang nổi vật nặng bốn pound trên bên đó." Khi tôi nhìn thấy chân bà ấy biến dạng như vậy, vì tôi chưa từng thấy bao giờ, vẻ mặt tôi sa sầm lại, và tôi tự nhủ: "Chắc chắn, tôi còn tệ hơn cả người điên, — xương cong có thể nắn thẳng được không?" và cùng với đó, tôi run rẩy đến nỗi không thể kìm được tay (phải nhờ đến sự giúp đỡ của tay kia) để xức dầu cho bà, và trong lúc tôi đang bối rối, câu Kinh Thánh này chợt hiện lên trong tâm trí tôi: "Dù các ngươi chưa tin, nhưng Ngài vẫn trung tín và không thể chối bỏ chính mình."

Vậy nên, ngay khi tôi xức dầu cho bà ấy, tôi quỳ xuống, như thể trong cơn đau đớn, và nói những lời này: "Lạy Chúa, con đã làm phần việc của mình, con đã vượt quá nhiệm vụ được giao; Lạy Chúa, con phó thác công việc trong tay Ngài để Ngài hoàn thành!" Và trong khi tôi đang nói như vậy, tôi như rơi vào trạng thái xuất thần, và kìa, như thể trời mở ra, và Chúa Kitô ở bên hữu Đức Chúa Cha dâng lời cầu xin. Bấy giờ tôi kêu lên: "Lạy Chúa, đó là lời cầu xin của chúng con, và chúng con chờ đợi câu trả lời."

Người mẹ và người chị gái ngạc nhiên trước vẻ mặt ấy; nhưng ngay khi tôi nói xong, những lời này được đưa đến cho tôi: "Nguyện xin được như đức tin của con." Tôi đáp: "Tôi tin rằng con bé sẽ được chữa lành." Và rồi tôi nhận được câu trả lời này: "Ta sẽ – con bé sẽ được chữa lành." Sau đó, trước khi đứng dậy khỏi đầu gối, tôi tạ ơn Chúa vì đã chữa lành cho con bé; và khi kết thúc, tôi đứng dậy đi vài vòng quanh phòng; rồi ngồi xuống, nhìn chằm chằm vào con bé và nói: "Con gái, Chúa đã chữa lành cho con." Mẹ con bé đáp: "Thưa ông, ý ông là sao, ông định nói như vậy trước khi biết chắc chắn sao?" Tôi đáp: "Sự hoài nghi hãy tránh xa! Con gái, Chúa đã chữa lành cho con."

Mẹ cô ấy trả lời như lần trước; tôi liền đáp lại lần thứ ba, với lòng thành kính hơn trước, "Con ơi, Chúa đã chữa lành cho con." Rồi cô ấy đứng dậy và nói, "Tôi biết phải làm gì để tạ ơn Chúa vì tất cả những ơn lành Ngài đã ban! Vì khi các ông nói tôi lành bệnh lần thứ hai, xương cốt tôi đã gãy mà không hề đau đớn, và đã trở lại vị trí cũ." Chúng tôi kinh ngạc khi thấy cô ấy đứng thẳng và lành lặn, cao hơn trước cả một gang tay. Thế là cô ấy đưa chân ra, cho chúng tôi xem mắt cá chân, và mọi thứ đều ổn; những bệnh tật về thể xác của cô ấy cũng biến mất, và tâm hồn cô ấy, cùng với tâm hồn chúng tôi, tràn đầy lòng nhân từ của Chúa, đến nỗi chúng tôi không biết phải kìm nén cảm xúc như thế nào.

"Nào," tôi nói với mẹ và chị gái cô bé, "chúng ta hãy cùng hát ngợi khen Chúa." "Không," mẹ cô bé đáp, "hàng xóm sẽ nghe thấy mất. Lúc đó mới chỉ ba giờ sáng ngày đầu năm mới vừa rồi." Tôi trả lời, "Nếu chúng ta im lặng, đá ngoài đường cũng sẽ kêu than với chúng ta." Thế là chúng tôi hát ngẫu hứng và kết thúc buổi sáng bằng lời chúc phúc và ngợi khen Chúa. Sáng hôm sau, mẹ cô bé nói, "Đi xem em trai con có khóc không." Bà lên lầu và gọi cậu bé xuống, cậu bé khỏe mạnh khoảng năm tuổi. Vì vậy, ngày hôm sau, khi một số thành viên của hội thánh được triệu tập, chúng tôi đã dành thời gian để ngợi khen Chúa.

Được ký tại buổi họp nhà thờ của chúng tôi; Chúng tôi, những người có tên được ghi sau đây (thành viên của cùng một hội), xin chứng thực sự thật của điều này và không biết bất kỳ phương tiện nào khác đã được sử dụng, ngoài việc

Chúa đã thể hiện quyền năng vĩ đại của Ngài trong việc này — Thomas Power, Nathaniel Hicks, John Blackfill, Thomas Pettly, Daniel Hart, Robert Harris, Benjamin Smith, William Rawlings, John Maxey, Samuel Todd, John Browne, Joseph Ellingsford, Francis Howard, Philip Stowars, Jeremiah Baxter." Bản tường thuật trên được ký và tuyên thệ bởi rất nhiều người khác, trong đó có một bác sĩ phẫu thuật đã khám và điều trị cho cô gái.

Một phụ nữ được chữa khỏi chứng điếc tại một buổi họp của George Jeffries.

Một minh chứng khác về khả năng chữa bệnh là câu chuyện về một cô giáo đáng kính đã được chữa lành một cách kỳ diệu trong khi Hiệu trưởng Jeffreys đang thuyết giảng. Điều này đã xảy ra ở Hull vào năm 1922. Vài năm trước đó, người phụ nữ này đã gặp một tai nạn rất nghiêm trọng, trong đó phần đáy hộp sọ bị vỡ và dẫn đến chấn động não. Một xương nhỏ trong đầu bị gãy, làm thủng màng nhĩ bên tai trái, khiến bà bị điếc hoàn toàn. Một bác sĩ cho rằng chỉ có phép màu mới có thể phục hồi thính giác cho bà.

Hậu quả của tai nạn là người chị này bị đau đầu dữ dội. Chính trong một buổi họp đặc biệt được tổ chức tại Hull năm 1922, Chúa đã thực hiện phép lạ giải cứu này. Không cần ai đặt tay lên người, chị ấy đã được chữa lành ngay lập tức và hoàn toàn. Chị ấy nói thêm: "Chúa đã ban cho tôi một đôi tai mới." Sự sống thiêng liêng đã tràn ngập toàn bộ con người chị ấy với một vinh quang khôn tả.

Trích đoạn từ cuốn sách "Những tia sáng chữa lành" của George Jeffreys.

Người phụ nữ ở Úc đã được chữa khỏi nhiều bệnh tật.

Chào, tôi tên là Lars và tôi muốn kể cho các bạn nghe về cách Chúa đã chữa lành một cách kỳ diệu cho bạn tôi, Rebecca, khỏi rất nhiều bệnh tật, bao gồm điếc, đau cơ xơ hóa, hội chứng mệt mỏi mãn tính, hội chứng ruột kích thích, ù tai và viêm mũi.

Rebecca học cùng trường với Claudia và Billy, những người đã là tín đồ Cơ Đốc giáo lâu năm trong hội thánh của chúng tôi. Không lâu sau khi quen biết họ, bố mẹ Rebecca bảo cô đừng giao du với họ, vì họ nghĩ rằng họ là thành viên của một giáo phái, nhưng điều đó không ngăn cản được Rebecca và một tình bạn tốt đẹp đã phát triển giữa họ. Tuy nhiên, theo thời gian, họ mất liên lạc vì Rebecca đã chuyển đến Dunfermline khi cô 19 tuổi để học tập.

Thời điểm đó, cô bị điếc tai phải: Cô mắc chứng suy giảm thính lực thần kinh cảm giác bẩm sinh. Các bác sĩ phát hiện ra điều này khi cô 4 tuổi, và đến khi bước vào tuổi thiếu niên, cô đã phải bắt đầu đeo máy trợ thính. Cô được chẩn đoán mắc chứng đau xơ cơ khi 14 tuổi, mặc dù trước đó cô đã mắc chứng này cũng như nhiều vấn đề sức khỏe khác. Một số vấn đề đó bao gồm: hội chứng mệt mỏi mãn tính, rối loạn khớp thái dương hàm (đau khớp thái dương hàm), viêm mỏm khuỷu tay (viêm khuỷu tay tennis), hội chứng xương bánh chè đùi (viêm khớp gối người giúp việc), hội chứng ruột kích thích, ù tai và viêm mũi.

Cho đến năm 19 tuổi, Rebecca vẫn cố gắng sống chung với tình trạng sức khỏe của mình. Mọi chuyện luôn là một cuộc đấu tranh, nhưng bằng cách nào đó cô vẫn xoay xở đi học, đi làm và có một cuộc sống xã hội. Nhưng rồi, không lâu sau khi chuyển đến Dunfermline, cô bị ốm nặng. Cơn đau trở nên dữ dội và sự mệt mỏi quá mức khiến cô hầu như không thể ra khỏi giường. Chẳng mấy chốc, cô không thể sống một cuộc sống bình thường nữa. Cơn đau và sự mệt mỏi trở nên nghiêm trọng đến mức ảnh hưởng đến việc học hành và cô phải vật lộn với công việc bán thời gian của mình. Thêm vào đó, cô còn bị chứng đau dây thần kinh lưỡi hầu, tức là khi một động mạch và một dây thần kinh chèn ép nhau ở phía sau não; điều này gây ra những cơn đau dữ dội, như thể bị đâm thẳng từ tai trái vào đầu. Thỉnh thoảng cũng có những ngày cô có thể ra ngoài đi dạo một chút, nhưng hầu hết thời gian cô đều nằm liệt giường.

Nếu bạn từng mắc phải bất kỳ bệnh lý nào trong số này hoặc những bệnh tương tự, bạn sẽ hiểu được nỗi đau đớn và khó chịu tột cùng mà cô ấy phải chịu đựng. Để đối phó với cơn đau, cô ấy đã phải nhập viện để tiêm steroid và cũng dùng nhiều loại thuốc giảm đau và an thần mạnh khác nhau, bao gồm cả tramadol (dựa trên morphine) và diazepam. Thêm vào đó, cô ấy cũng dùng các loại thuốc chống viêm mạnh như arthrotec, gây ra loét dạ dày. Đối với chứng đau dây thần kinh lưỡi họng, các bác sĩ muốn phẫu thuật: mở hộp sọ và đặt một miếng đệm nhỏ giữa động mạch và dây thần kinh trong não. Điều này nhằm mục đích loại bỏ hoàn toàn cơn đau, và có 80% khả năng ca phẫu thuật sẽ thành công.

Đến giai đoạn này, cô đã mất hết hoài bão, cảm thấy bị mắc kẹt và bị cô lập khỏi thế giới: Cô không còn cuộc sống xã hội, phải từ bỏ việc học và cả công việc bán thời gian. Các bác sĩ nói rằng cô sẽ không bao giờ khỏi bệnh và cô đã đến gặp nhà tâm lý học vì chứng trầm cảm và tuyệt vọng. Suy nghĩ hàng ngày của cô chỉ xoay quanh những câu hỏi như: "Sao lại thế này?", "Tôi đã làm gì để phải chịu đựng điều này?" và "Liệu còn ý nghĩa gì nữa không?"

Khi rơi vào hoàn cảnh tồi tệ nhất, cô ấy bị ám ảnh bởi những ý nghĩ tự tử thường trực. Cô ấy phải chuyển về sống với bố mẹ vì không thể sống một mình được nữa. Đó là lúc cô ấy bắt đầu cầu nguyện với Chúa và muốn liên lạc lại với người bạn Claudia. Vài tuần sau khi trở về nhà bố mẹ, cô ấy tình cờ gặp lại Claudia, người sau đó đã mời cô ấy đến tham dự một buổi họp nhà thờ. Đó là nơi tôi gặp Rebecca lần đầu tiên. Rebecca nói với chúng tôi rằng cô ấy cảm thấy như ở nhà khi ở bên chúng tôi và vì bị ốm nên cô ấy phải đợi thêm vài tuần nữa mới có thể đến lại. Trong buổi họp này, chúng tôi đã nói về quyền năng của Chúa và rằng Chúa muốn mọi người được khỏe mạnh và mong muốn những người theo Ngài cầu nguyện cho người bệnh. Chúng tôi đã đọc nhiều đoạn Kinh Thánh như Mác 16:15-20, Ê-sai 53:5, Ma-thi-ơ 4:23 và Hê-bơ-rơ 13:8 và giải thích chúng.

Nhiều người đã được cầu nguyện trong buổi gặp mặt đó và Rebecca đã xin được cầu nguyện cho chứng đau dây thần kinh lưỡi họng mà cô ấy mắc phải. Chúng tôi đặt tay trên cô ấy và cầu nguyện nhân danh Chúa Giê-su (Mác 16:18). Ban đầu cô ấy vẫn còn đau, như thể có ai đó đâm vào tai, nhưng ngay khi cô ấy bước ra ngoài sau buổi gặp mặt, cơn đau hoàn toàn biến mất; lần đầu tiên sau 3,5 năm và cho đến ngày nay cơn đau không bao giờ quay trở lại. Cô ấy nhận ra rằng Đức Chúa Trời là có thật và đã quay lại vào tuần sau, mặc dù cha mẹ cô ấy dọa sẽ đuổi cô ấy ra khỏi nhà nếu cô ấy đến nữa. Chúng tôi tình cờ có một buổi cầu nguyện vào tối thứ Sáu đó và hướng dẫn Rebecca tìm hiểu Kinh Thánh về cách được cứu rỗi. Chúng tôi đã xem xét các đoạn Kinh Thánh liên quan đến phép báp-têm bằng cách dìm mình xuống nước và Rebecca sau đó đã xin được báp-têm, điều mà chúng tôi đã làm ngay lập tức trong bồn tắm ở tầng trên. Sau đó, chúng tôi đã xem xét một số đoạn Kinh Thánh về việc nhận lãnh Đức Thánh Linh (Công vụ 2:4, Lu-ca 11:13), và sau đó chúng tôi đặt tay trên cô ấy và cầu xin Chúa ban cho cô ấy đầy dẫy Đức Thánh Linh. Kết quả là sau đó cô ấy bắt đầu nói tiếng lạ và được tái sinh.

Chúng tôi lại đặt tay lên người bà và cầu xin Chúa chữa lành hoàn toàn cho bà, khỏi tất cả những vấn đề sức khỏe bà mắc phải, bao gồm cả chứng điếc ở tai phải, và Chúa đã chữa lành cho bà ngay lập tức, khỏi mọi thứ! Ngay sau khi tôi nói vào tai phải của bà, bà gần như nhảy dựng lên vì âm thanh quá lớn. Toàn bộ thế giới bên phải của bà bỗng trở nên sống động với âm thanh! Bà không còn bị điếc và đã bỏ được máy trợ thính. Chứng đau cơ xơ hóa cũng biến mất và tất cả những cơn đau mà bà đã chịu đựng trong nhiều năm đều tan biến. Bà nói rằng bà chỉ muốn chạy, vì bà tràn đầy năng lượng. Và điều tuyệt vời hơn cả là đêm đó, lần đầu tiên sau một thời gian dài, bà đã ngủ được.

Lời chứng từ trang web của Christian Assemblies International, một giáo phái Ngũ Tuần ở Úc.

Nhân viên truyền giáo của Iris Ministries được chữa lành nhờ Bill Johnson – Video lời chứng

Melissa McKinney là một nhà truyền giáo của Iris Ministries, người đã bị ốm nặng khi đang ở nước ngoài. Sau khi khám nhiều bác sĩ mà không có kết quả, trong một giấc mơ, Chúa Giê-su đã nói chuyện với cô và bảo cô đến Nhà thờ Bethel ở Redding, California, nơi cô sẽ được chữa lành hoàn toàn. Video này là lời chứng của cô.
Hãy xem video trên YouTube này với lời khai của cô ấy.
http://www.godtube.com/watch/?v=YLLYGNNX

Sự chữa lành kỳ diệu nhờ Charles F. Parham

Hầu hết mọi người liên tưởng Charles Parham với phong trào Ngũ Tuần sơ khai, nhưng ông đã có một sứ mệnh chữa bệnh suốt cả cuộc đời mình. Năm 1905, ông tổ chức các buổi họp chữa bệnh ở Houston, Texas. Một người phụ nữ đến tham dự các buổi họp này sau một tai nạn xe điện năm 1902, bị liệt và phải ngồi xe lăn.

Sau khi cầu nguyện, "Bà ấy đứng dậy khỏi ghế và đi lại khắp hội trường trong trạng thái vui sướng tột độ, la hét, vỗ tay và ca ngợi Chúa vì sự phục hồi. Sự việc này đã gây ra nhiều sự phấn khích. Bà Dulaney đi xuống cầu thang từ hội trường và về nhà. Từ đó, bà ấy tham dự các buổi họp hàng ngày, nhưng không còn ngồi trên ghế nữa."

Trích đoạn từ tờ The Houston Suburbanite.

Phép lạ tại phòng bệnh số 17 – Chúa đã dùng Agnes Sanford

Trong ba trường hợp đó, có trường hợp của Frederick. Ông nằm trong một phòng riêng, theo thông lệ của bệnh viện đó, điều này có nghĩa là cái chết của ông sắp đến. Ông gầy gò và héo hắt đến nỗi trông giống như một con khỉ già gầy guộc. Da ông vàng vọt, xương sườn nhô ra, và da thịt rung rinh giữa chúng khi ông thở. Có ống thở ở cả hai lỗ mũi và gắn vào cả hai cổ tay. Và thường có một bác sĩ hoặc y tá ở bên cạnh ông. Khi đi ngang qua phòng, tôi luôn cầu nguyện nhanh cho ông, nhưng không dám vào trong và đặt tay lên ông. Và một lời cầu nguyện chung chung từ xa là không đủ. Nó đòi hỏi sự hiện diện trực tiếp và lời nói của đức tin, và nếu có thể là đặt tay để tạo ra một kênh thích hợp cho sức mạnh chữa lành của Chúa.

Tuy nhiên, một ngày nọ, ông ấy ở một mình và tỉnh táo. Với lòng can đảm lớn lao, nhưng được thúc đẩy bởi lòng thương xót, tôi đã bước vào. Trong suốt những năm qua, tôi chỉ tìm thấy một động cơ hiệu quả duy nhất cho việc chữa lành: lòng thương xót. Nếu chúng ta mong muốn chữa lành ai đó bằng quyền năng của Chúa Giê-su để tôn vinh Ngài, thì bằng cách nào đó chúng ta thường thất bại trong việc tiếp cận người đó. Tất nhiên, Chúa Giê-su được tôn vinh qua mọi sự chữa lành, nhưng chỉ khi chúng ta, giống như Ngài, "được thúc đẩy bởi lòng thương xót" (Mác 1:41).

"Trông anh có vẻ như đã hết thời rồi," tôi nói. (Tôi nhận thấy rằng những người đàn ông thích cách tiếp cận thẳng thắn, không vòng vo này.) "Ừ," anh ta đáp. "Có chuyện gì vậy?" tôi hỏi; tôi không thấy vết thương nào, cũng không ngửi thấy mùi viêm tủy xương. "Cục máu đông," anh ta trả lời một cách không mấy sáng suốt. Tôi nghĩ, việc này chắc không khó chữa. Vì vậy, tôi nói với anh ta về phương pháp có thể giúp anh ta khỏi bệnh. Anh ta không quan tâm. Thực tế, anh ta nhắm mắt lại, một sự từ chối rõ ràng. Nhưng vì đã nắm được vấn đề này, tôi không dễ dàng bỏ cuộc. "Nghe này," cuối cùng tôi nói, khiến anh ta mở mắt ra vì giọng điệu mạnh mẽ của tôi. "Nếu anh chịu để tôi thử, theo cách tôi đã nói với anh, tôi hứa sẽ không bao giờ nhắc đến chuyện này nữa, dù thắng hay thua. Giờ thì sao?" "Được," anh ta nói một cách mệt mỏi, và rõ ràng là không có chút nhiệt tình nào.

Rồi ông ấy vén tấm vải lên, và tôi kinh hoàng nhận ra bụng ông ấy trông như một vũng máu đen, chỉ được che phủ bởi một lớp màng mỏng. "Nội tạng bị moi ra hết rồi," ông ấy nói, nhận thấy sự kinh hãi của tôi. "Họ không muốn khiêng tôi từ chiến trường về, nhưng tôi bảo họ phải làm vậy." Đây quả là một ý chí sống mãnh liệt! Ông ấy đã được duy trì sự sống trong nhiều tháng nhờ truyền dịch tĩnh mạch, thuốc men và chất kích thích. Nếu lúc đầu tôi nhìn thấy bụng ông ấy, không có dạ dày hay bất kỳ cơ quan tiêu hóa nào khác theo như tôi thấy, tôi đã không nói lời đức tin ấy. Nhưng nó đã ở đó, và tôi không thể rút lại lời nói của mình. Vì vậy, tôi đặt tay lên hai bên vũng máu đỏ tươi đang há hốc mồm ấy và hình dung ra một cái dạ dày cùng tất cả các cơ quan khác hoàn hảo, rồi cầu xin Chúa làm cho điều đó thành hiện thực.

Khi về đến nhà, tôi đã gọi điện cho tất cả các nhóm cầu nguyện có ảnh hưởng mà tôi biết và cầu xin sự giúp đỡ từ "cộng đồng Cơ Đốc giáo ngầm", như một người bạn đã từng gọi trong sự kinh ngạc của mình, vì cô ấy không biết rằng có những người trên khắp đất nước tin rằng Chúa Giê-su vẫn sống và chữa lành ngày nay, và họ sẽ đáp lại lời kêu gọi cầu nguyện. Và chính tôi cũng cầu nguyện cho một phép lạ xảy ra ở Frederick. Điều này đòi hỏi một phép lạ hoàn toàn có thể xảy ra. Đây không phải là việc đẩy nhanh quá trình chữa lành thông thường. Không gì có thể làm được điều này ngoại trừ công việc trực tiếp của Chúa thông qua Chúa Giê-su Ki-tô.

Tuần sau, tôi đi ngang qua phòng ông ấy với nỗi sợ hãi và run rẩy, nhưng ông ấy đang ngủ và tôi không bước vào. Một tuần sau, hai tuần sau buổi cầu nguyện của chúng tôi, tôi lại đi ngang qua phòng ông ấy. Phòng trống không. Ông ấy không có trên giường. Nhưng chiếc giường nhàu nhĩ, đồ đạc của ông ấy vương vãi khắp nơi, và tên ông ấy vẫn còn trên cửa. Tôi đi tiếp đến phòng sinh hoạt chung ở cuối dãy, nơi có những người đàn ông ngồi trên xe lăn, nhưng tôi không thấy ông ấy. Bên kia phòng, mắt tôi dừng lại trên một người đàn ông trẻ tuổi, đẹp trai, mặt hồng hào, không hề giống chút nào với ông già gầy gò mà tôi đã cầu nguyện trong phòng giam. Chàng trai trẻ này nhìn tôi với ánh mắt lấp lánh và nụ cười hiểu biết, và ngay sau đó tôi nhận ra rằng có một chút giống nhau.

"Cậu không thể là Frederick được, phải không?" Tôi hỏi cậu ta. Nụ cười của cậu ta càng rộng hơn. "Vâng thưa bà, tôi là Frederick đây," cậu ta nói. Nhớ lời hứa của mình, tôi không đề cập đến điều này mà chỉ đơn giản nói, "Giờ cậu định làm gì?" "Tôi nghĩ tôi sẽ đến Nam Mỹ tìm việc," cậu ta trả lời. "Nghe có vẻ hay đấy," tôi nói. "Anh trai tôi từng làm việc ở đó trên núi. Anh ấy thích lắm." Và tôi liếc nhìn xe đẩy của mình, “Ăn một quả táo đi.” Cậu ta ăn một quả táo, và tôi quay người rời đi.

Anh ấy nói thêm một lần nữa, và tôi quay lại nhìn. “Nhưng chân tôi vẫn sưng,” anh ấy nói. “Đó chỉ là vì chúng chưa quen với việc đứng lâu thôi,” tôi đáp. “Rồi sẽ ổn thôi.” Và với lời động viên đó, tôi rời đi. Tuần sau anh ấy không còn ở trong phòng giam nữa. Anh ấy được xuất viện và về nhà. Có lần tôi có một cuộc trò chuyện ngắn với một cha xứ. Tôi kể lại câu chuyện về Frederick, vì tôi biết rằng ông ấy đã đến thăm khu 17 và chắc hẳn đã gặp chàng trai trẻ đó.

“Chuyện đó đã xảy ra với cậu ấy sao?” ông ta kêu lên kinh ngạc. Ông ta không nói đến sự hồi phục thể xác của chàng trai trẻ, mà là sự thức tỉnh tâm hồn cậu ấy. “Ngay khi có thể ra khỏi giường, cậu ấy đã đến thăm tôi mỗi ngày,” vị linh mục nói. “Cậu ấy muốn có một cuốn Kinh Thánh. Cậu ấy muốn biết tất cả về Chúa và về Chúa Giê-su Ki-tô.” Ba tháng sau, trước sự ngạc nhiên tột độ của tôi, tôi đi ngang qua phòng giam đó ở Khu 17 và lại nhìn thấy tên Frederick trên cửa. Bên trong phòng giam là một chàng trai trẻ cao lớn, vạm vỡ, đẹp trai, trông giống như một nhân viên cứu hộ ở Atlantic City. “Cậu không thể nào—” Và cậu ấy lại nói, “Vâng thưa bà, tôi đây.” “Cậu đang làm gì ở đây vậy?” “Tôi chỉ quay lại để kiểm tra sức khỏe định kỳ 90 ngày thôi,” cậu ấy trả lời. “Tôi bị vàng da, nhưng giờ thì ổn rồi.”

Tôi không bao giờ gặp lại anh ấy nữa. Nhưng tôi vẫn cầu nguyện Chúa tìm cách dẫn dắt chàng trai trẻ này một cách nhẹ nhàng vào đồng cỏ của Ngài và bảo vệ anh ấy khỏi luồng khí độc hại của một giáo hội không tin. Có lẽ Frederick là một trong những người dám nói lên sự thật, và giúp đánh thức người khổng lồ đang ngủ say của giáo hội bước vào một cuộc sống mới.

Trích đoạn từ cuốn sách "Mệnh lệnh niêm phong: Tự truyện của một nhà thần bí Cơ đốc giáo" của Agnes Sanford. Xuất bản bởi Bridge-Logos Publishers tháng 12 năm 1972.

Chữa lành thông qua James Moore Hickson

(Phong cách tường thuật hơi cường điệu, nhưng sự thật vẫn không thay đổi...)

Báo cáo về quá trình chữa bệnh ở Paris thông qua James Moore Hickson

Một nữ diễn viên nổi tiếng người Paris, bị thương ở ngực bởi người tình tuyệt vọng mà cô đã từ chối kết hôn, đã cầu xin thầy lang khép lại vết thương và xua đi cơn đau nhức âm ỉ không dứt khiến những ngày của cô trở nên khốn khổ và đêm dài như địa ngục.

Cả giáo dân nín thở chờ đợi hành động của thầy lang, người đàn ông mộ đạo luôn cố gắng thực hành theo đúng nghĩa đen các nguyên tắc của Cơ Đốc giáo. Thái độ của ông ta sẽ ra sao đối với người phụ nữ bán vé trên sân khấu, người mà nghề nghiệp là làm hài lòng những người phù phiếm?

"Trong bầu không khí căng thẳng, kìm nén cảm xúc và giữa sự im lặng đến đáng kinh ngạc, ông Hickson đặt tay lên người nữ diễn viên xinh đẹp được yêu thích trên sân khấu, người có khuôn mặt trắng bệch như cánh hoa dành dành, và cầu nguyện! Ông không hỏi han gì, không khuyên nhủ gì cả. Ông chỉ đơn giản chấp nhận lời cầu xin sự giúp đỡ về mặt tinh thần của cô và dùng tất cả sức mạnh mà ông tin mình có để giúp người bệnh lấy lại sức khỏe và thể lực."

Cuối cùng, nghi thức đặt tay chữa bệnh đã kết thúc. Mục sư và nữ diễn viên đối mặt nhau. Bất ngờ, người phụ nữ xé toạc chiếc váy cổ cao che giấu những vết thương gần như đến giữa cổ họng. "Những vết chém tàn nhẫn do con dao của gã đàn ông điên cuồng gây ra vẫn còn hở, nhưng chúng không còn đỏ và trông dữ tợn nữa! Chúng nhạt màu hơn và cho thấy mọi dấu hiệu đang lành lại. Giờ đây người ta nói rằng nữ diễn viên đã hoàn toàn khỏe mạnh, và những vết thương này, vốn đã hở gần mười một tháng, đã lành trong vòng hai tuần nhờ sự điều trị của ông Hickson – không để lại sẹo.

Bài viết được in lại từ báo Advocate, Burnie, Tasmania, ngày 22 tháng 1 năm 1929. Hickson nổi tiếng ở Úc nhờ các chuyến truyền giáo chữa bệnh năm 1923 của ông.

Sống lại từ cõi chết ở Oregon

Câu chuyện được ghi chép đầy đủ về Thomas M. Welch, người đã tử vong sau khi rơi từ độ cao 55 feet (khoảng 16,6 mét). Ông đã ở dưới nước ít nhất ba phần tư giờ trước khi thi thể được tìm thấy. Ông được hồi sinh nhờ lời cầu nguyện đầy đức tin và đã trở lại làm việc ngay trong tuần đó! Đây thực sự là một trong những phép lạ vĩ đại nhất của thế kỷ 20.

Liên kết đến trang web này :
http://www.healingandrevival.com/OregonMiracle.pdf

Được chữa khỏi bệnh viêm khớp nhờ William Branham

JH Gunderson đến từ Portland, Oregon đã gửi lời chứng thực sau đây cho Tạp chí Voice of Healing. Họ đã đăng tải nó vào tháng 5 năm 1948.

Tôi bị viêm khớp và bệnh đã kéo dài vài tháng. Tôi đã được cầu nguyện nhiều lần. Vì vậy, tôi đến gặp bác sĩ và ông ấy nói rằng tôi bị nặng, đặc biệt là ở các khớp. Ông ấy tiêm cho tôi 36 mũi vào cánh tay, nhưng tình trạng không cải thiện nhiều. Tôi bị đau ở cánh tay, bàn chân và mọi khớp. Tình trạng của tôi rất tệ. Tôi không thể giơ tay cao hơn miệng và phải đi lại trên sàn nhà một lúc lâu trước khi có thể mặc quần áo. Sau đó, tôi nói với chồng rằng tôi sẽ ngừng đến gặp bác sĩ và thay vào đó sẽ đến buổi cầu nguyện mỗi sáng. Nhưng tôi vẫn không thấy đỡ hơn.

Tôi đã tìm được địa chỉ của anh Branham, vì vậy tôi đã gửi một chiếc khăn tay để được xức dầu và cầu nguyện. Sáng ngày 29 tháng 12, tôi thức dậy và mọi cơn đau đều biến mất. Tôi mặc quần áo và đi dọn dẹp nhà bếp. Tôi rửa bát đĩa và lau chùi đồ gỗ, cảm thấy rất khỏe.

Ba ngày sau, tôi nhận được chiếc khăn tay đó từ anh Branham, và nhìn vào dấu bưu điện thì phát hiện ra sáng hôm đó anh ấy đã cầu nguyện và tôi đã được chữa lành. Tôi vẫn hoàn toàn khỏe mạnh cho đến nay.

Chữa lành thông qua tấm vải cầu nguyện – Charles & Frances Hunter

Vì chúng ta TIN TƯỞNG vào những mảnh vải nhỏ mà chúng ta đã xức dầu, nên nhiều người đã được chữa lành khi chúng ta sai chúng đi!

Một trong những sự việc thú vị nhất bắt đầu khi chúng tôi nhận được thư từ một bà cụ ở Failsworth, Anh. Bà đã nghe nói về sứ mệnh chữa lành của chúng tôi và viết thư cho chúng tôi. Trong thư, bà kể về đứa cháu của mình bị dị tật bẩm sinh ở hông, cộng thêm chứng não úng thủy (dị tật do tích tụ nước trong não). Trẻ sơ sinh bị não úng thủy hiếm khi sống được lâu vì đó là một dị tật nghiêm trọng của cơ thể, hoàn toàn do ma quỷ gây ra, chứ chắc chắn không phải do Chúa ban cho.

"Nếu anh/chị không thể đến Anh," bà ấy viết, "Liệu anh/chị có thể gửi cho tôi một mảnh vải cầu nguyện nhỏ không?" Nước Anh cách Houston, Texas rất xa, vì vậy chúng tôi và toàn bộ nhân viên văn phòng đã cùng nhau nắm lấy một mảnh vải nhỏ. Chúng tôi cầu xin Chúa ban quyền năng chữa lành của Ngài vào mảnh vải đó, và cùng với nó, để khi đặt lên người em bé, quyền năng phục sinh sẽ truyền từ mảnh vải vào cơ thể em bé, và em bé sẽ được chữa lành hoàn toàn bởi quyền năng của Chúa! Chúng tôi tin tưởng với đức tin siêu nhiên khi cầu nguyện trên mảnh vải nhỏ đó và gửi gắm sứ mệnh thiêng liêng của nó. Em bé đang ngủ khi mảnh vải đến, vì vậy bà ngoại đã lấy mảnh vải nhỏ, cuộn lại và đặt vào tay em bé. Đó là điểm tiếp xúc của bà ấy!

Bà ngoại viết thư kể với chúng tôi rằng ngay khi chiếc mũ vải nhỏ đựng đồ cầu nguyện chạm vào lòng bàn tay của em bé, hộp sọ lập tức trở lại kích thước bình thường. Đứa bé ấy không còn bị chứng não úng thủy nữa. Đứa trẻ đã được chữa lành hoàn toàn và ngay lập tức một cách kỳ diệu nhờ quyền năng của Chúa!

Lá thư của chúng tôi gửi cho người bà người Anh ấy phải vượt qua cả Đại Tây Dương. Mặc dù chỉ là một phong bì giấy, nhưng sự xức dầu của Chúa vẫn còn trên tấm vải cầu nguyện khi nó được vận chuyển từ Houston, có lẽ đến New York, rồi từ New York đến London và sau đó trên một phương tiện vận chuyển khác từ London đến Failsworth, Anh. SỨC MẠNH CỦA CHÚA VẪN CÒN ĐÓ! Có lẽ một tuần hoặc mười ngày đã trôi qua kể từ khi lá thư được cầu nguyện cho đến khi nó được trao đến tay đứa trẻ, nhưng sức mạnh ấy không hề suy giảm! Sức mạnh ấy vẫn mạnh mẽ như khi chúng tôi cầu nguyện, và đức tin đón nhận của người bà cũng vậy!

Hai tuần sau, họ đưa đứa trẻ trở lại phòng khám nơi nó đã được điều trị trước đó, và khi bác sĩ chụp X-quang khớp háng của em bé, ông phát hiện ra hai ổ khớp háng hoàn hảo. Đứa trẻ sinh ra không có bất kỳ ổ khớp háng nào, và giờ thì nó có đến hai ổ! Bà ngoại kể lại rằng bác sĩ ở phòng khám nói: "Đây không phải là đứa bé mà chúng tôi đã điều trị trước đây. Hồ sơ y tế cho thấy đứa trẻ không có ổ khớp háng. Hồ sơ y tế cho thấy đứa trẻ bị não úng thủy. Tại sao các ông bà lại đưa đứa bé này đến? Đứa bé này không bị não úng thủy và lại có đến hai ổ khớp háng." Thật là kỳ diệu!

Trích đoạn từ cuốn sách "Cách Chữa Lành Người Bệnh" của Charles và Frances Hunter. Họ đã về với Chúa, nhưng con gái của họ, Joan Hunter, tiếp tục công việc truyền giáo và bán các tài liệu đào tạo của họ cũng như các tài liệu của riêng mình. Tìm hiểu thêm tại: www.joanhunter.org

Một người đàn ông đến thiên đường sau khi chết nhưng được hồi sinh trở lại.

Jim Anderson đang hấp hối vì một cơn đau tim dữ dội. Những dấu hiệu nguy hiểm duy nhất xuất hiện một năm trước đó, nhưng bác sĩ của ông cho rằng các triệu chứng đó "liên quan đến căng thẳng". Jim làm việc 12 tiếng mỗi ngày với tư cách là giám sát viên tại một nhà máy xử lý nước thải. Nhưng lần này, Jim biết rằng đó không chỉ đơn thuần là căng thẳng. "Tôi đang nghỉ ngơi trong phòng ngủ và đột nhiên, tôi cảm thấy một cơn đau dữ dội ở ngực; và cơn đau lan xuống cánh tay và lên bên cổ," Jim kể lại. "Tôi không thể thở được. Và tôi gọi con gái mình và nói, 'Con phải đưa bố đến bệnh viện. Bố không qua khỏi.'"

Một ống thông bóng được đưa vào động mạch của anh ấy. Tình trạng của anh ấy được ổn định và đưa vào danh sách chờ ghép tim. Nhưng hai ngày sau, tim Jim ngừng đập. Jim nhớ lại: "Tôi có thể thấy mọi người lao vào phòng, nhưng tôi không nghe thấy tiếng chuông báo động. Cảm giác như thể tôi bị chìm xuống nước. Thính giác của tôi hoàn toàn biến mất. Đó là lúc tôi bắt đầu cầu nguyện. Tôi biết mình sắp chết. Đó không phải là lời cầu nguyện sợ hãi. Đó là lời cầu nguyện chân thành."

"Khi tôi cầu nguyện, trời càng lúc càng tối cho đến khi tối hẳn," Jim kể. "Rồi đột nhiên, ở phía xa, tôi thấy một ánh sáng trắng. Nó rất đẹp. Không chói mắt, nhưng tinh khiết và hoàn hảo. Khi tôi bắt đầu tiến về phía ánh sáng, tôi có thể thấy rìa ngoài của nó bắt đầu xoắn ốc. Và tôi không thể hiểu đó là cái gì. Nhưng khi đến gần hơn, tôi nhận ra đó là những lời cầu nguyện đang xoay tròn. Những lời cầu nguyện tách ra, bay vào trong ánh sáng. Và tôi cũng đi theo vào trong ánh sáng."

"Điều tiếp theo tôi cảm nhận được là được ôm ấp… an toàn và được che chở. Cảm giác thật tuyệt vời. Cảm giác như được yêu thương trọn vẹn," Jim nói. "Tiếp theo, tôi thấy mình đang nhìn xuống căn phòng nơi thi thể tôi đang nằm. Tôi có thể thấy mọi người đang cấp cứu cho tôi. Tôi có thể nghe thấy những gì họ đang nói. Có hai y tá đứng bên ngoài phòng nhìn vào. Một người nói với người kia, 'Sao họ lại cố gắng thế? Anh ấy đã mất rồi. Nếu họ có hồi sức cho anh ấy, anh ấy sẽ trở thành người thực vật.' Sau đó tôi kể lại cho cô ấy nghe những gì cô ấy nói. Cô ấy suýt ngất xỉu."

Rồi Jim tự nghĩ, "Debbie đâu rồi?" Ngay lập tức, anh đã ở trong phòng nơi cô ấy đang ở. Vợ của Jim, Debbie, nhớ lại, "Tôi vừa mới cầu nguyện xong. Bạn biết đấy, 'Anh ấy thuộc về Ngài, Chúa ơi,' bởi vì tôi biết đó là cách duy nhất để anh ấy trở lại với chúng tôi… nếu Chúa muốn vậy." Jim nhớ lại, "Khi cô ấy làm vậy, tôi nhìn chăm chú vào khuôn mặt cô ấy. Và khi tôi nhìn thấy khuôn mặt cô ấy, tôi thấy mọi khía cạnh trong cuộc sống của chúng tôi bên nhau; từ ngày đầu tiên chúng tôi gặp nhau, cuộc hôn nhân của chúng tôi, sự ra đời của các con chúng tôi, tất cả những cảm xúc chúng tôi đã chia sẻ… Tôi không thể rời bỏ cô ấy. Tôi không thể nào rời bỏ cô ấy.” “Tôi kêu lên với Chúa và nói, ‘Chúa ơi, con yêu Ngài rất nhiều, nhưng xin hãy cho con trở về.’ Tôi nói, ‘Vợ con cần con, các con con cần con rất nhiều, rất nhiều. Xin hãy cho con trở về.’ ”

Các bác sĩ và y tá không bỏ cuộc. Họ sốc điện cho Jim nhiều lần đến nỗi da thịt trên ngực anh bị bỏng. Rồi các bác sĩ nghe thấy nhịp tim. “Tôi tỉnh lại trong một thế giới đầy đau đớn,” Jim nói. “Họ sốc điện cho tôi nhiều lần quá. Cảm giác như vừa ra khỏi nước vậy. Thính giác của tôi đã trở lại. Tôi có thể nghe thấy họ nói với tôi, 'Tôi không thể tin là anh ấy đã trở lại… anh ấy đã trở lại!' Họ nói, 'Anh có nghe thấy tôi không?' Và tôi đã tự mình hít thở hơi thở đầu tiên. Bạn đã bao giờ nếm thử hoa kim ngân chưa? Hơi thở đầu tiên ấy có vị y hệt như vậy. Nó ngọt ngào, tuyệt vời biết bao. Và tôi chỉ biết tạ ơn Chúa.”

Jim vẫn còn sống… nhưng tim anh ấy vẫn chưa hoạt động bình thường. “Họ đặt anh ấy vào trạng thái hôn mê y tế để cơ thể anh ấy có thời gian hồi phục. Vì vậy, tôi không thể nói chuyện với anh ấy trong nhiều ngày,” Debbie nói. Jim đã trải qua 17 ngày tiếp theo trong phòng chăm sóc đặc biệt. Anh ấy đã ngừng tim thêm vài lần nữa. Và mỗi lần như vậy, Chúa Giê-su đều hỏi anh ấy một câu hỏi… “Những lần sau đó khi tôi ngừng tim và hướng về phía ánh sáng, Ngài đều hỏi, 'Con có chắc đây là điều con muốn không?' Và mỗi lần tôi đều cầu xin được trở lại,” Jim nói. Jim tỉnh dậy sau cơn hôn mê y tế. Chức năng tim của anh ấy đã được cải thiện — từ 5% lên 30%. Anh ấy không còn cần ghép tim nữa. “Đó là một quá trình dài, nhưng về cơ bản, thật tốt khi được nghe lại giọng nói của anh ấy,” Debbie nói.

Bác sĩ đã cấy máy tạo nhịp tim vào ngực ông. Chỉ vài ngày sau, Jim đã có thể về nhà kịp dự lễ tốt nghiệp của con gái. Một bác sĩ từng nói với Jim rằng ông chỉ còn sống được một năm. Chuyện đó đã xảy ra hơn bảy năm trước. “Nó đã giúp chúng tôi gắn bó hơn… gắn bó hơn rất nhiều. Giờ đây chúng tôi nói chuyện với nhau về mọi việc, và bất cứ việc gì cần làm trong ngày, chúng tôi đều làm xong. Bạn biết đấy, chúng tôi không tập trung vào những chuyện nhỏ nhặt nữa," Debbie nói.

Jim biết rằng mỗi ngày anh được ở bên gia đình đều là một phước lành từ Chúa Giê-su Ki-tô. "Tôi cố gắng làm chứng cho ít nhất một người mỗi ngày… để họ biết rằng điều này không phải về tôi… mà là về cuộc sống của họ! Và để họ biết rằng Ngài luôn ở bên cạnh họ và yêu thương họ," Jim nói.

Trích từ bài phát biểu của CBN có tựa đề "Thiên đường có thể chờ đợi".

Chữa lành ung thư tuyến tiền liệt

"Tôi được chẩn đoán mắc ung thư tuyến tiền liệt (giai đoạn cuối) cách đây 1 năm rưỡi. Sau khi trải qua liệu trình điều trị hormone do bác sĩ chỉ định, chỉ số PSA của tôi đã tăng lên 95 sau khi giảm xuống còn 15,7. Mục sư của tôi đã kể cho tôi về Hội thánh Chữa lành Austin. Chúng tôi đã đi một quãng đường dài 90 dặm đến Hội thánh Chữa lành Austin, được cầu nguyện và tôi đã tin nhận quyền năng chữa lành của Chúa. Tôi biết rằng Chúa đã chữa lành bệnh ung thư của tôi đêm đó. Tôi đã quay lại để cầu nguyện thêm vài lần nữa trước cuộc hẹn khám bác sĩ tiếp theo. Lần kiểm tra PSA tiếp theo, chỉ số của tôi đã giảm xuống còn 31,7, và bác sĩ khó tìm thấy tuyến tiền liệt của tôi vì nó đã teo nhỏ quá nhiều. Cảm ơn Hội thánh Chữa lành Austin vì chức vụ phục vụ Chúa và Đấng Cứu Thế của chúng ta."

Đây là lời chứng thực từ Hiệp hội Quốc tế về Phòng Chữa Bệnh (International Association of Healing Rooms - IAHR), do Bruce chia sẻ sau khi được cầu nguyện tại Phòng Chữa

Bệnh Austin. Muốn biết thêm về IAHR? Truy cập www.healingrooms.com

Phép màu sáng tạo – Tim mới hình thành trong cơ thể em bé

Ba năm trước, sau một thai kỳ bình thường, Jamie đã sinh con thứ hai, bé Audrey. Thoạt nhìn, em bé có vẻ hoàn toàn khỏe mạnh, và cô cùng chồng, Tom, rất vui mừng khi có một bé gái. Tuy nhiên, các bác sĩ gặp khó khăn trong việc giữ cho Audrey có làn da hồng hào, vì vậy họ đã đưa bé đến Khoa Chăm sóc Tích cực Sơ sinh (NICU). Tại đó, các bác sĩ xác định rằng một phần tim của em bé bị thiếu và không có động mạch chính nào chảy từ tim đến phổi. Sau đó, em bé được chuyển đến một bệnh viện khác trong thành phố nổi tiếng về chăm sóc tim mạch xuất sắc.

Jamie nhớ lại cảm giác giận dữ dâng lên trong lòng và cô cảm nhận được Chúa Thánh Linh nhắc nhở mình về những điều đã học được từ lời dạy của Andrew. Khi có cơ hội gặp bé Audrey, cô đặt tay lên con và cầu nguyện cho trái tim Audrey được đặt ở đó, rồi đọc câu 1 Phi-e-rơ 2:24 cho con, "...Nhờ những vết thương của Ngài mà anh em được chữa lành." Mặc dù đang nhìn đứa con bé bỏng, xanh xao, toàn thân căng cứng, Jamie vẫn cảm thấy bình an trong lòng khi cầu nguyện. Tối hôm đó, khi trở về phòng bệnh, Jamie nghe thấy Chúa Thánh Linh phán: "Hãy xem Ta làm việc." Jamie biết rằng sự bình an của mình đến từ mối quan hệ với Chúa Cha – từ việc biết Ngài và những lời Ngài phán. "Tôi sẽ không bao giờ biết điều đó nếu cứ tiếp tục đến nhà thờ mà tôi đã tham dự trước khi tìm thấy mục vụ của Andrew, vì họ chưa bao giờ dạy rằng Chúa muốn bạn được khỏe mạnh."

Một lần nữa được Chúa Thánh Thần thúc giục, Jamie gọi đến đường dây trợ giúp của Tổ chức Mục vụ Andrew

Wommack để nhờ một mục sư cầu nguyện cùng cầu nguyện với cô. Đức tin của cô được củng cố khi cô nghe thấy quyền năng mà vị mục sư nói về sự chữa lành và sức khỏe cho Audrey. Cuối ngày hôm đó, khi các chuyên gia báo tin buồn về tuổi thọ ngắn ngủi của con gái mình, Jamie vẫn vững tin vào lẽ thật, biết rằng Chúa không tạo ra những vấn đề này, và Ngài đã chữa lành cho Audrey.

Sáng hôm sau, Jamie gọi điện đến bệnh viện để hỏi thăm con gái và y tá nói với cô rằng tình hình đã thay đổi. Trong đêm, bác sĩ tim mạch đã siêu âm tim cho Audrey lần nữa để chuẩn bị cho ca phẫu thuật sắp tới. Gia đình Scott, bao gồm cả hai anh trai Josh và William, đã rất vui mừng khi thấy tim của Audrey đã hình thành hoàn chỉnh. Jamie cúp điện thoại với nước mắt lăn dài trên má và nói với Tom, "Họ đã nhìn thấy trái tim của con bé rồi." Gia đình Scott vô cùng vui mừng, biết rằng không phải các bác sĩ đã làm được điều gì cho Audrey, mà là Chúa. "Tôi biết Chúa của tôi ở đó và bàn tay Ngài đã can thiệp, và Ngài đã cho họ [các y tá và bác sĩ] thấy rằng có một quyền năng cao hơn."

Khi Jamie và Tom gặp các bác sĩ để thảo luận về kết quả xét nghiệm mới, họ được cho biết rằng vẫn còn một "nếp gấp" trong động mạch chủ của cô ấy, và một cuộc phẫu thuật nhỏ sẽ giải quyết vấn đề. Nhưng một lần nữa, Jamie tin tưởng vào lời Chúa khi cô tự nhủ: "Chúa của tôi sẽ không làm bất cứ điều gì nửa vời, Ngài sẽ hoàn thành toàn bộ, và cô ấy sẽ không cần phẫu thuật." Jamie đã đúng, và chính trong trải nghiệm này, cô nhận ra rằng việc đến gần Chúa hơn, thông qua sự mặc khải mà cô đã nhận được, là vô giá.

Đúng một tuần sau ngày Jamie sinh Audrey, cô bước vào nhà với cô con gái xinh đẹp, khỏe mạnh hoàn hảo trong vòng tay. Câu nói "Tôi được tạo dựng một cách kỳ diệu và tuyệt vời" cứ liên tục hiện lên trong tâm trí Jamie suốt tuần cô ở bệnh viện. "Ngài không làm bất cứ điều gì nửa vời. Ngài là một Đức Chúa Trời nhân từ và một người Cha trung tín," Jamie nói. Hôm nay, Audrey là một bé gái ba tuổi khỏe mạnh và tràn đầy sức sống.

Đây là lời chứng từ Tổ chức Mục vụ của Andrew Wommack. Muốn biết thêm chi tiết? Truy cập www.awmi.net

Phép màu sáng tạo nhờ Matt Sorger

Tôi sẽ không bao giờ quên khoảnh khắc cô bé 12 tuổi bước lên bục giảng trong khi những phép lạ đang diễn ra khắp sân vận động. Chúa đã hướng dẫn tôi cầu nguyện cho những người điếc được mở tai. Khi sự hiện diện và vinh quang của Chúa tràn ngập không gian, những đôi tai không thể nghe bỗng nhiên bắt đầu nghe được. Khi những lời chứng được kể lại, nhóm của tôi đã đưa một cô bé lên bục giảng. Khi họ vuốt mái tóc dài màu nâu của cô bé, tôi đã kinh ngạc trước cảnh tượng đó. Cô bé sinh ra không có tai. Chỉ có những lỗ nhỏ ở hai bên đầu. Khi sự xức dầu của Chúa đến trên cô bé, cô bé có thể nghe thấy tiếng lách tách trong tai. Đột nhiên, khi Chúa thực hiện một phép lạ kỳ diệu, màng nhĩ được hình thành bên trong đầu cô bé và thính giác của cô bé được mở ra lần đầu tiên trong đời. Tôi biết phép lạ đó không liên quan gì đến tôi. Phần việc của tôi chỉ đơn giản là hướng dẫn mọi người thờ phượng cho đến khi vinh quang đến và sau đó để Chúa làm phần còn lại. Đêm đó ở Mexico, chúng tôi đã chứng kiến nhiều người được chữa lành bởi quyền năng của Chúa, thậm chí cả một số người tàn tật.
Muốn biết thêm thông tin về Matt? Truy cập www.mattsoger.com

Đội Randy Clark – Chân dài thêm hai inch

Tối hôm trước tại nhà thờ của mục sư Alda, tôi để ý thấy một người đàn ông đi khập khiễng. Chiếc giày bên phải của ông ấy có đế cao khoảng 7-8 cm, rõ ràng là chân đó ngắn hơn chân trái. Khi giờ sinh hoạt mục vụ bắt đầu, tôi nhờ một người phiên dịch đi tìm ông ấy. Tôi hỏi liệu tôi có thể cầu nguyện cho chân ông ấy dài ra không và ông ấy đồng ý. Chỉ sau năm phút cầu nguyện, vẻ mặt ông ấy lộ rõ sự đau đớn. Tôi hỏi qua người phiên dịch chuyện gì đang xảy ra. Ông ấy nói, "Đau quá!" Tôi hỏi có phải là đau lắm không. Ông ấy nói, "Không, nó đang dài ra!" Trong suốt thời gian sinh hoạt mục vụ, chân ông ấy dài thêm khoảng 2,5 đến 3,8 cm. Tôi cảm thấy nản lòng khi chúng tôi ra về vì vết thương vẫn chưa lành hẳn. Tối hôm sau, thứ Sáu ngày 07/08/2005, ông ấy lại ở đó, vẫn đi khập khiễng với đôi giày đó.

Anh ấy đến tìm tôi để cầu nguyện thêm. Chúng tôi đã tìm ra nguyên nhân gốc rễ của vấn đề. Tôi phát hiện ra rằng khi anh ấy 8 tháng tuổi, một chiếc ghế gỗ đã rơi trúng hông phải và phần trên của chân phải. Sau phẫu thuật, anh ấy bị mất sụn giữa xương đùi và ổ khớp hông. Khi lớn lên, sự mài mòn của xương khiến chân phải ngắn hơn chân kia. Anh ấy nằm trên sàn nhà với hai chân duỗi thẳng. Biết được nguyên nhân gốc rễ của vấn đề, tôi đã ra lệnh cho sụn phát triển. Chân phải của anh ấy đột nhiên gập lại một góc 90 độ.

Anh ấy nói, "Trước đây tôi không thể làm được điều đó!" Mỗi khi ngồi hay đứng, anh ấy đều cảm thấy đau vì xương cọ xát vào nhau và không thể gập chân nhiều. Giờ thì không còn đau nữa và anh ấy hoàn toàn linh hoạt. Sau đó, tôi ra lệnh cho xương đùi của anh ấy phát triển và dài ra. Khuôn mặt anh ấy lộ vẻ đau đớn và anh ấy nói, "Cảm giác như Chúa đang ở trong đó với một chiếc xe kéo đang kéo giãn nó ra vậy." Nó chỉ còn cách vài centimet và anh ấy yêu cầu tôi ngừng cầu nguyện. Anh ấy đứng dậy và đi lại mà không đau và không cần mang giày độn nữa. Tôi vẫn thất vọng vì nó không phát triển cả ở chân trái, nhưng anh ấy nói rằng anh ấy tin nó sẽ tiếp tục phát triển suốt đêm. Cho dù nó có phát triển hay không, Chúa đã ban cho anh ấy sụn mới, loại bỏ cơn đau và làm cho chân anh ấy dài thêm khoảng 2 inch!

Bài viết do Michael Clancey thuộc Nhóm Mục vụ Randy Clark báo cáo vào ngày 8 tháng 7 năm 2005.
Từ chuyến đi "Thức tỉnh Toàn cầu" đến San Paulo, Brazil.
Báo cáo ngày 12 tháng 7.
2005. Được sử dụng với sự cho phép của họ.

AH Dallimore – Sự chữa lành của Margaret MacPherson

Lời chứng sau đây rất thú vị vì nó được viết bởi một người phụ nữ không
tin rằng Chúa có thể chữa lành, và được ghi lại trong một cuốn sách của một tác giả cũng không tin
rằng Chúa có thể chữa lành...

Margaret Macpherson từng bị đau lưng (một chứng bệnh có định nghĩa y học không chính xác) khiến bà phải nằm liệt giường nhiều tuần liền mỗi mùa đông. Trong tình trạng đó vào năm 1931, bà tình cờ đến một buổi họp của Dallimore. Bà rất ấn tượng: Ông ta không phải là người thích phô trương. Ông ta mặc một bộ vest bình thường, không mặc áo choàng. Ánh đèn chiếu thẳng vào ông ta. Không có những âm điệu tôn giáo mờ nhạt, không có hiệu ứng sân khấu. Chỉ có một điều nổi bật và thú vị. Khi buổi lễ diễn ra, hào quang của ông ta càng sáng hơn. Tôi không phải là một trong những người có khả năng ngoại cảm tự nhiên nhìn thấy hào quang. Không, đây là một ánh sáng thực sự, mà tất cả những người trong nhóm tôi đều có thể nhìn thấy rõ ràng. Nó thậm chí còn che khuất cả ánh sáng trắng chói của đèn điện phía trên ông ta', Dallimore nhận ra bà – ông ta đã gặp bà trên đường phố – và gọi bà lên phía trước. 'Trước khi tôi kịp nói "Dao!", ông ta đã làm dấu thánh giá trên trán tôi và tôi ngã ngửa ra cùng với những người khác.' Sau đó, khi đứng dậy và rời khỏi hội trường, một người trong nhóm đã hỏi bà tại sao bà lại ngã. Bà ấy trả lời: "Tôi đến đó chỉ vì tình yêu thương và lòng kính trọng đối với người đàn ông ấy. Tôi không thể làm lung lay niềm tin của họ bằng cách đứng lên: tôi không thể nào." Người hỏi bà ấy sau đó nói rằng bà ấy đã bỏ sót một điều khi kể câu chuyện của mình: "Margaret, bà đã KHỎI BỆNH rồi! Bà đã chạy xuống phố! Cây gậy của bà đâu? Bà để quên nó trong buổi họp!" Điều đó là sự thật. AH Dallimore (hay đúng hơn là sức mạnh mà ông ấy đã có được) đã chữa khỏi chứng đau lưng của tôi, chứng bệnh đã kéo dài hơn hai mươi năm. Trích từ *"Phép lạ, Đấng cứu thế và Truyền thông: Sứ mệnh của AH Dallimore ở Auckland vào những năm 1930"* của Laurie Guy

Maria Woodworth-Etter – Người phụ nữ được chữa khỏi khối u

Tôi tạ ơn Chúa vì đã đưa Sơ Woodworth đến khu vực phía nam thành phố, vì nhờ lời giảng của Sơ mà chồng tôi đã được chữa lành vết thương, và tạ ơn Chúa, tôi cũng được chữa lành cả về thể xác lẫn tâm hồn. Tôi đã lạc lối, nhưng Chúa Giê-su đã tìm thấy tôi. Tôi đã đau ốm, nhưng Chúa Giê-su đã chữa lành tôi. Hãy nhớ rằng Chúa Giê-su làm mọi việc đều tốt lành. "Đức Chúa Giê-su Christ, vẫn y như vậy, hôm qua, hôm nay và mãi mãi." Hê-bơ-rơ 13:8 Khi tôi đến trước bàn thờ, tôi có một khối u ở bên trái. Nó xuất phát từ một cú ngã mà tôi gặp phải chín năm trước. Từ đó trở đi, tôi luôn sống trong đau khổ, thống khổ và đau đớn tột cùng—có lúc còn tệ hơn những lúc khác. Không ai có thể hiểu được nỗi đau khổ của tôi.

Không ai trong gia đình tôi biết tôi thường xuyên nghĩ đến việc tự kết liễu đời mình, nỗi đau khổ của tôi quá lớn. Chỉ có lời cầu nguyện và lòng tốt của chồng tôi mới ngăn tôi làm điều đó. Cùng với khối u, tôi còn mắc một số bệnh khác – xuất huyết nội tạng, trĩ, ho ra máu và thấp khớp. Ba năm trước, tôi bị tàn phế hoàn toàn do viêm khớp dạng thấp ở chân, sau đó lan sang cánh tay và bàn tay trái. Chúng tôi đã tìm đến nhiều thầy thuốc ở thành phố này và những nơi khác, nhưng đều vô ích, chỉ giảm đau được một chút. Các bác sĩ nói rằng ngay cả phẫu thuật cũng không giúp được tôi. Khi đó, chúng tôi biết rằng không còn cách nào cứu chữa tôi trên đời này nữa, chỉ có cái chết từ từ, kéo dài, có thể hàng tháng hoặc hàng năm, nhưng cuối cùng nó sẽ cướp đi sinh mạng tôi. Mặc dù lúc đó tôi vẫn còn đi lại được, tôi có thể che giấu nỗi đau và sự khốn khổ của mình trước mặt mọi người, nhưng đó quả là những đêm dài khốn khổ đối với tôi.

Tôi sẽ không bao giờ quên ngày tôi đến trước bàn thờ vào ngày 10 tháng 8 năm 1893. Tôi là một tội nhân nghèo khổ, đáng thương. Tôi đã khiêm nhường đặt tất cả tội lỗi của mình, và cả thân thể ốm yếu, tàn tật này dưới chân Chúa Giê-su. Chúa Giê-su, trong lòng nhân từ và thương xót của Ngài, đã nhìn xuống một kẻ khốn khổ như tôi, và ngay lập tức tôi được lành mạnh hoàn toàn, cả linh hồn lẫn thể xác. Ai mà không cảm thấy vui mừng và ngợi khen Chúa, khi có được sự bảo đảm phước lành rằng Chúa Giê-su là của tôi, và khi mọi đau đớn biến mất trong chớp mắt? Ôi, tôi tạ ơn Chúa vì lòng thương xót dịu dàng của Ngài dành cho trẻ em. Tôi hy vọng và cầu nguyện rằng lời chứng này sẽ đưa nhiều linh hồn tội lỗi đến dưới chân Chúa Giê-su. Xin Chúa ban phước cho Chị Woodworth và các cộng sự của chị, dù họ ở bất cứ nơi nào. Xin Chúa cũng ban phước cho Anh Spiher. Hãy cầu nguyện cho tôi để tôi giữ vững đức tin.
Kính gửi quý vị trong Chúa Kitô.
BÀ M. FALKENRATH
St. Louis, Missouri

Trích đoạn từ cuốn sách "Chúa Kitô, Thầy thuốc của thế gian" của Anh Cả HH Spiher.
Mục sư HH Spiher là một mục sư thuộc Giáo hội của Đức Chúa Trời (Winebrenner), người đã giúp Maria Woodworth thành lập các nhà thờ từ các buổi truyền giảng phúc âm của bà ít nhất hai lần.

TW Ratana (Người chữa bệnh Maori) – Sự chữa lành của Fannie Lammas

Trong số nhiều trường hợp chữa bệnh được công bố, có hai trường hợp nhận được sự chú ý đáng kể từ một số nhà thờ. Những trường hợp chữa bệnh này đã ảnh hưởng đến một số nhà lãnh đạo và hội thánh, khiến họ suy nghĩ sâu sắc và cầu nguyện về chức vụ chữa bệnh thiêng liêng. Trường hợp đầu tiên là của cô F. Lammas, một thành viên của Giáo hội Baptist ở Nelson.

Cô Lammas đã phải bó bột toàn thân bằng khung thép trong 19 năm và được chăm sóc y tế tốt nhất trong suốt thời gian đó. Năm 1921, cô viết thư cho Ratana và sau khi nhận được thư trả lời, cô đã dành một thời gian dài cầu nguyện. Trong khi cầu nguyện, quyền năng của Chúa đã giúp cô ngồi dậy, đứng lên và sau đó đi lại mà không cần người giúp đỡ. Tất cả những người quen biết cô đều kinh ngạc. Bác sĩ địa phương của cô cũng xác nhận rằng cô đã được chữa lành. Cô Lammas quyết định chia sẻ câu chuyện chữa lành của mình và chỉ sáu tháng sau khi được chữa lành, cô đã dành sáu tháng đi du lịch, thăm nhiều nhà thờ Baptist, bao gồm cả Nhà thờ Tabernacle ở Auckland, nói về quyền năng chữa lành của Chúa và khơi dậy sự quan tâm đến giáo lý về sự chữa lành thiêng liêng.

Câu chuyện về sự hồi phục của bà đã được kể lại đầy đủ cho Mục sư Joseph Kemp, người đã xuất bản lời chứng của bà trong một cuốn sách nhỏ đáng chú ý, trải qua bốn lần tái bản, lần đầu tiên đã bán hết chỉ ba tuần sau khi xuất bản.

Lời kể của bà về các sự kiện dẫn đến việc chữa lành thực sự như sau: "Bác sĩ của tôi nói với tôi kết quả khám bệnh và bảo rằng không thể làm gì được nữa. Tôi gần như mất hết hy vọng. Tôi hỏi ông ấy có nghe nói về Ratana, người đàn ông kỳ diệu đó không. Ông ấy nói "chỉ một chút thôi". Sau đó, tôi kể cho ông ấy nghe về người đàn ông tuyệt vời đó và những phép chữa bệnh kỳ diệu, rồi đưa cho ông ấy những tài liệu để đọc. Ông ấy ngồi cạnh giường tôi và đọc hết. Ông ấy vô cùng ấn tượng đến nỗi cuối cùng đã khuyên tôi nên viết lại."

Ông ấy nói nếu tôi có đủ đức tin để tin tưởng thì ông ấy không thấy lý do gì mà tôi không thể được chữa lành … gần như quá yếu để cầm bút, tôi đã cố gắng viết thư cho Ratana từng chút một, giải thích ngắn gọn về trường hợp của mình… Tôi không làm gì thêm cho đến khi nhận được thư trả lời của Ratana một tuần sau đó. Ông ấy bảo tôi hãy tin vào Chúa Giê-su Ki-tô bằng cả tấm lòng và linh hồn, tin vào quyền năng chữa lành của Ngài, cầu nguyện tha thiết và không mệt mỏi, và lặp đi lặp lại lời cầu nguyện của mình. Ông ấy nói ông ấy cũng sẽ cầu nguyện cho tôi.

Ông ấy trích dẫn một câu Kinh Thánh — "Các ngươi không thể vừa phục vụ Đức Chúa Trời vừa phục vụ tiền bạc." Đó không phải là loại thư tôi mong đợi, nhưng càng đọc, tôi càng thấy nó chứa đựng nhiều ý nghĩa. Tôi quyết tâm làm phần việc của mình, vì vậy đã dành gần như cả ngày để cầu nguyện tha thiết. Tôi cầu nguyện mỗi khi ở một mình, cầu nguyện hết lòng hết dạ cho đến khi tôi quằn quại trong lời cầu nguyện… Đêm đến và tôi cảm thấy tồi tệ hơn bao giờ hết. Tôi kiệt sức vì cầu nguyện tha thiết đến nỗi chỉ biết nói với

Chúa rằng đó là việc của Ngài và tôi hoàn toàn phó thác mọi sự cho Ngài.

Rồi tôi đi ngủ. Mỗi lần tỉnh dậy tôi đều cầu nguyện và sáng sớm hôm sau tôi lại gánh vác trách nhiệm ấy vì tôi quyết tâm làm tròn bổn phận của mình. Thật an ủi khi biết rằng cách xa hàng dặm, Ratana đang cầu nguyện cho tôi. Tôi cầu nguyện tha thiết, van xin Ngài chữa lành cho tôi. Tôi nhớ rõ những lời cuối cùng: "Lạy Chúa, Ngài thật vĩ đại, Đấng Toàn năng; Đấng toàn quyền. Ngài có thể làm được mọi điều. Xin hãy chữa lành cho con ngay bây giờ, nếu đó là ý muốn của Ngài."

Bất ngờ thay, phép lạ vĩ đại đã xảy ra. Sự sống và sức mạnh tràn ngập trong tôi. Từ cảm giác yếu đuối và ốm yếu tột cùng, tôi lập tức trở nên KHỎE MẠNH VÀ KHỎE MẠNH. Sự thay đổi thật phi thường đến nỗi tôi có thể tự mình ngồi dậy trên giường mà không đau đớn và không cần bất kỳ sự hỗ trợ nào! Tôi thò chân ra khỏi giường và cầu nguyện xin sức mạnh, rồi đứng dậy và đi lại một cách dễ dàng và tự do. Tôi thậm chí không hề chóng mặt. Tôi biết ngay lập tức rằng mình thực sự đã được chữa lành; giống như Chúa Giê-su Christ đã chữa lành cho mọi người khi Ngài ở trên trái đất, Ngài cũng đã chữa lành cho tôi. Mặc dù yếu ớt như một đứa trẻ và chỉ còn lại bộ xương, nhưng khi sức mạnh vĩ đại tràn vào tôi, tôi cảm thấy hoàn toàn khỏe mạnh. Tôi nhìn đồng hồ để ghi lại thời gian của điều kỳ diệu đó. Đó chính xác là 5 giờ 30 phút ngày 24 tháng 2 năm 1921. Thật quá tuyệt vời để có thể viết ra, không từ ngữ nào có thể diễn tả hay viết nên được điều kỳ diệu đến thế.

Chuyện xảy ra chính xác mười chín tiếng sau khi tôi nhận được thư của Ratana. Tôi lập tức tạ ơn và ca ngợi Chúa vì lòng tốt kỳ diệu của Ngài dành cho tôi. "Rồi đi ra cửa, tôi gọi bố mẹ và báo rằng tôi đã khỏi bệnh. Họ đứng dậy và vội vã chạy vào, mặt rạng rỡ niềm vui và lòng biết ơn. Tôi sẽ không bao giờ quên khuôn mặt rạng rỡ yêu thương của họ

chừng nào tôi còn sống… Người đàn ông mạnh mẽ nhất trên đời, dù có hoàn toàn khỏe mạnh, nếu nằm bất động gần một năm cũng không thể đứng dậy và đi lại mà không cảm thấy chóng mặt và yếu ớt, vì điều đó trái với quy luật tự nhiên. Thế nhưng, dù tôi đã cận kề cái chết cho đến khoảnh khắc không thể nào quên đó, tôi đã lập tức khỏe mạnh đến mức điều này cho thấy phép lạ lớn lao đến nhường nào."
Trích đoạn từ *"Lịch sử các phong trào đặc sủng ở New Zealand"* của Mục sư
J.E. Worsfold. Bản gốc được xuất bản với tựa đề *"Tôi đã được chữa lành như thế nào, một phép lạ ở New Zealand"* của Mục sư Joseph Kemp, năm 1921.

FF Bosworth – Sáu trẻ em khiếm thính được chữa lành trong một đêm

Sáu bạn trẻ thông minh ở thị trấn nhỏ Rochelle, Illinois sáng nay ngồi trong một lớp học đặc biệt ở tầng hầm của nhà thờ Baptist và lặp đi lặp lại những từ đơn giản nhất mà giáo viên khuyến khích . Cô giáo nói với họ rằng chẳng bao lâu nữa họ sẽ biết toàn bộ bảng chữ cái và sẽ có thể nói chuyện.

Không có vấn đề gì về trí tuệ hay thể chất của hai cô gái và bốn chàng trai trong lớp. Nhưng một tháng trước, họ không thể nói và không thể nghe. Họ bị điếc bẩm sinh, bốn người trong cùng một gia đình.

Tháng trước, một thành viên lâu năm của nhà thờ trong thị trấn đã đến nhà Houston và nói rằng Chúa sẽ chữa lành cho bốn đứa trẻ bị điếc nếu chúng có đức tin. Tại Chicago, Mục sư F.F. Bosworth đang giảng đạo tại Nhà thờ Phúc Âm. Hàng ngàn người bệnh đã được chữa lành sau khi người đàn ông này cầu nguyện cho họ, bà ấy nói thêm. Tại sao không gửi những đứa trẻ đến Chicago?

Bốn đứa trẻ nhà Houston và hai đứa trẻ khác được gửi đến Chicago. Trong buổi lễ tại nhà thờ vào một đêm nọ, khi Mục sư Bosworth hỏi có ai ốm yếu muốn được cầu nguyện không, cả sáu đứa trẻ đều được chữa lành ngay lập tức đêm đó. Ngày hôm sau, lớp học của họ ở tầng hầm nhà thờ tại Rochelle vẫn tiếp tục, nhưng cả giáo viên và học sinh đều phải đối mặt với một cuộc cách mạng giáo dục.
Trích đoạn từ báo Los Angeles Times ngày 6 tháng 5 năm 1928.

Bệnh loạn dưỡng cơ

Tôi được xuất viện từ một bệnh viện ở Youngstown với căn bệnh quái ác, loạn dưỡng cơ. Các bác sĩ cho rằng trường hợp của tôi vô vọng. Một năm sau, tôi hoàn toàn bình thường và khỏe mạnh. Trong khi một năm trước tôi không thể cầm nổi một cốc nước, thì hôm nay tôi đang chăm sóc một ngôi nhà tám phòng, một người chồng và hai đứa con nhỏ. Chỉ có Chúa Giê-su mới có thể mang lại sự thay đổi kỳ diệu này cho tình trạng của tôi.

Vấn đề của tôi bắt đầu vào mùa hè năm 1956 khi tôi thấy mình ngày càng mệt mỏi. Chúng tôi đang chuyển đến nhà mới nên tôi nghĩ có lẽ đó là lý do tại sao tôi luôn cảm thấy kiệt sức. Sau đó, tôi biết mình sắp sinh đứa con thứ hai. Tôi càng ngày càng mệt mỏi hơn. Khoảng tháng thứ ba, tôi bắt đầu mất thăng bằng. Tôi ngã rất dễ dàng và rất thường xuyên. Tôi khá lo lắng cho em bé nhưng Chúa đã ban cho tôi sự an tâm rằng em bé sẽ ổn.

Trong những tháng tiếp theo, tôi ngày càng yếu đi. Tôi không thể gọt khoai tây, nâng một lít sữa, thậm chí không thể tự ăn. Tôi phải đi khập khiễng để khỏi ngã. Bác sĩ rất bối rối về tình trạng của tôi nhưng tôi không thể làm các xét nghiệm cần thiết vì đang mang thai. Nhờ ơn Chúa, tôi đã sinh được một bé gái. Con bé khỏe mạnh. Bé sinh ngày 20 tháng 6 năm 1957, và bác sĩ cho tôi xuất viện với hy vọng tôi sẽ không gặp thêm vấn đề gì nữa. Tuy nhiên, sức khỏe của tôi lại bắt đầu suy yếu. Tình trạng của tôi nhanh chóng trở nên tồi tệ hơn cho đến khi tôi không thể bế hay thay tã cho em bé. Tôi thậm chí không thể mở hay đóng một chiếc kim băng. Mỗi ngày phải có người khác mặc quần áo cho con. Tôi được khuyên nên dùng xe lăn nhưng tôi từ chối, vì đã có người cầu nguyện cho tôi và tôi tin tưởng Chúa sẽ chữa lành cho tôi. Thỉnh thoảng tôi đi được một chút, chỉ vài bước một lần. Nhưng hầu hết thời gian mỗi ngày tôi đều phải ngồi trên xe lăn.

Những ngày đó tôi không thể cầm nổi Kinh Thánh, vì vậy tôi rất vui mừng mỗi khi mục sư của tôi, Anh Roy Armstrong, đến thăm. Ông ấy sẽ đọc Kinh Thánh cho tôi nghe và tôi cầu xin Chúa Thánh Linh giúp tôi nhớ tất cả những gì ông ấy đã đọc. Vào tháng Bảy, sức khỏe của tôi ngày càng suy yếu và tôi biết mình sẽ không sống được lâu nếu Chúa không làm phép lạ. Cơ bắp teo tóp đến nỗi thịt chỉ còn dính vào xương như vải căng trên dây. Tôi không thể tự ăn uống hay tự chăm sóc bản thân. Tôi phải nhập viện và trải qua mười ba ngày làm các xét nghiệm. Trong thời gian nằm viện, tôi vô cùng tuyệt vọng. Tôi nói với Chúa rằng tôi biết không còn hy vọng nào trên đời này để tôi hồi phục. Tôi nói với Ngài rằng tôi tin tưởng Ngài sẽ chữa lành cho tôi, và tôi cầu xin Ngài vui lòng bắt đầu công việc chữa lành ngay lập tức.

Vậy là tôi bắt đầu chứng minh những lời hứa của Chúa. Lúc đầu, tôi thậm chí không thể giơ tay lên cao khỏi mặt khi nằm trong bệnh viện, nhưng mỗi sáng tôi đều cầu nguyện và cố gắng giữ tay ở đó. Trong vòng năm ngày, tôi đã có thể điều khiển được tay mình và chạm vào mặt. Điều này đã khích lệ tôi tin rằng Chúa đang đáp lời cầu nguyện và tôi không còn sợ hãi nữa.

Ngày 10 tháng 8 năm 1957, bác sĩ nói với chồng tôi rằng tôi mắc một loại loạn dưỡng cơ rất nặng và nói rằng nó có thể dẫn đến tử vong. Họ đưa tôi về nhà và chăm sóc tôi chu đáo nhất có thể, nghĩ rằng chỉ cần thời gian là đủ. Nhưng bác sĩ không hề hay biết rằng một sức mạnh chữa lành kỳ diệu đã bắt đầu hoạt động trong tôi. Thời gian trôi qua, tôi tập thể dục hết sức có thể và dần dần sức mạnh của tôi trở lại. Mỗi lần cử động, tôi đều thầm cầu nguyện. Tôi đã bước được vài bước. Tôi bắt đầu mở được cửa tủ bếp. Tôi đã mở được các ngăn kéo và lấy được dao dĩa ra.

Tôi cứ thế tiến lên, trông cậy vào sự giúp đỡ của Chúa; và ôi, tôi đã cảm thấy bình an và vui mừng biết bao khi chứng kiến những gì đang xảy ra. Thay vì cái chết, Chúa đã ban cho tôi sự sống mới, sức mạnh mới, niềm hy vọng mới. Đôi khi tôi cảm thấy nản lòng, vì thật khó để chịu đựng suy nghĩ rằng tôi vẫn không thể chăm sóc con cái mình. Tôi đã dựa vào những lời hứa trong Lời Chúa và chiến đấu chống lại kẻ thù của linh hồn tôi. Tôi cầu xin Chúa cho tôi được chăm sóc các con một lần nữa, mặc dù lúc đó điều đó dường như là không thể. Tôi vẫn không thể cài được một chiếc kim băng. Nhưng tôi vẫn tiếp tục đọc Kinh Thánh và tìm thấy rất nhiều điều khích lệ ở đó.

Tạ ơn Chúa! Chỉ trong vòng năm tuần, tôi đã có thể bế em bé từ giường lên nôi. Tôi có thể tắm cho con, cài khuy áo cho con và tự mặc quần áo. Tôi gần như không thể kìm được niềm vui. Dần dần, tôi bắt đầu giặt giũ, ủi đồ, làm việc nhà và nấu nướng. Dường như càng làm nhiều thì Chúa càng ban cho tôi khả năng làm được nhiều hơn. Đến mùa hè năm 1958, tôi gần như trở lại bình thường. Đó là một cuộc chiến đức tin không ngừng nghỉ, nhưng Chúa đã ban cho tôi chiến thắng. Tôi đã làm chứng tại nhà thờ rằng mình gần như đã hoàn toàn khỏi bệnh, nhưng nói rằng tôi vẫn chưa thể chạy và không thể đi giày cao gót. Tuy nhiên, tôi nói rằng Chúa sẽ tiếp tục giúp đỡ tôi và những cơ bắp đó sẽ phát triển hoàn toàn. Hai tháng sau, tôi đã có thể chạy khá tốt và đi giày cao gót.

Hôm nay, một năm kể từ khi tôi được đưa về nhà để chờ chết, tôi đã khỏe mạnh trở lại và hạnh phúc khi nhận ra rằng Chúa Giê-su không chỉ có thể cứu chúng ta khỏi tội lỗi mà Ngài còn có thể chữa lành thân thể chúng ta, bất kể tình trạng của chúng ta có vẻ khó chữa đến mức nào.

Lời chứng của bà Howard Fowler đăng trên báo "Pentecostal Evangel" ngày 16 tháng 11 năm 1958.

Rolland và Heidi Baker – Bầu trời bao la trên Cabo Delgado

Các lãnh đạo Hồi giáo đang thừa nhận rằng tỉnh cực bắc này trên bờ biển Mozambique, từng được các nhà truyền giáo coi là "không thể tiếp cận", đang dần mất đi đối với người Kitô hữu. Việc xây dựng căn cứ và trường truyền giáo của chúng tôi trên khu đất rộng nhất hiện có ở thành phố cảng Pemba đã gây ra một sự xáo trộn lớn. Phúc Âm đang lan tỏa đến toàn bộ các làng mạc cùng một lúc khi quyền năng của Chúa Thánh Thần được tuôn đổ.

Điều này xảy ra như thế nào? Đây là một ví dụ. Felito Utuie, một nhà truyền giáo 22 tuổi mà chúng tôi đã dìu dắt trong Chúa, đang cố gắng thuyết phục một trưởng làng Hồi giáo cho phép ông đến truyền giáo. Vị trưởng làng liên tục từ chối. Felito nói với ông rằng Chúa Giê-su sẽ chữa lành người bệnh. Cuối cùng, vị trưởng làng hỏi: "Nếu anh đến, tôi có thấy điều đó xảy ra không?" "Có!" Felito trả lời đơn giản. Vì vậy, vị trưởng làng đồng ý gặp mặt tại làng của mình.

Vào đêm diễn ra buổi truyền giảng, buổi gặp gỡ bắt đầu trong bầu không khí rất yên tĩnh và cởi mở, khác hẳn với một số buổi nhóm họp khác mà ban đầu chúng ta phải đối mặt với những tiếng ồn ào, những ảnh hưởng xấu từ ma quỷ. Felito đã rao giảng Phúc Âm thuần khiết, giản dị và hỏi: "Ai nhận ra mình cần một Đấng Cứu Thế?" Những tiếng kêu vang lên trong bóng tối: "Tôi muốn được tha thứ! Tôi muốn được tha thứ!" Một tiếng ồn lớn vang lên khi mọi người cầu xin sự cứu rỗi và tiến lên phía trước để cầu nguyện. Sau đó, Felito thông báo rằng ông và nhóm của mình sẽ cầu nguyện cho người bệnh. Các phép chữa lành xảy ra liên tiếp. Một người mẹ đưa cậu con trai tám tuổi bị điếc đến, và cậu bé đã được chữa lành ngay lập tức.

Felito hỏi vị trưởng làng: "Ông có thấy không?" Ngay lập tức, vị trưởng làng xin micro và nói với dân làng: "Đây là sự thật! Không ai có thể làm được điều này! Chỉ có Chúa mới làm được! Hãy mang thêm người bệnh đến đây! Hãy mang tất cả những người bệnh đến đây!" Một người đàn ông mang theo cô con gái nhỏ 7 tuổi bị mù hoàn toàn. Cô bé được cầu nguyện, và người cha vội vàng hỏi con gái: "Con có thấy không?" Rồi nước mắt bắt đầu chảy dài trên khuôn mặt ông khi con gái nhìn thấy khuôn mặt ông lần đầu tiên trong đời! Và những phép chữa lành tiếp tục diễn ra suốt đêm đó.

Suốt năm vừa qua, các hoạt động truyền giáo của chúng tôi thường xuyên mang lại những kết quả như thế này. Chúng tôi không giảng dài dòng hay phức tạp. Mọi người đáp lại bằng đức tin đơn giản, và ngay khi họ thấy Chúa Giê-su là có thật và sẽ chạm đến họ một cách kỳ diệu, họ muốn Ngài! Họ muốn được cứu rỗi, họ muốn có một nhà thờ, họ muốn có một mục sư, ngay lập tức! Các lãnh đạo của họ van xin chúng tôi, "Đừng bỏ chúng tôi! Các anh không thể bỏ chúng tôi như thế này! Chúng tôi chưa bao giờ thấy phép lạ nào như thế này!"

Chị phải quay lại và dạy chúng tôi!" Heidi đặc biệt nhận được ơn phước đặc biệt dành cho người điếc, mù và què, và chứng kiến họ được chữa lành gần như trong mọi hoạt động thiện nguyện. Có lần, cô ấy cầu nguyện vào đêm khuya cho một người đàn ông tàn tật và mù lòa, nhưng ông ấy không được chữa lành ngay lập tức. Tuy nhiên, cô ấy bảo dân làng cử người chạy đến báo cho cô ấy ngay khi ông ấy được chữa lành. Vì vậy, ngày hôm sau, cô ấy đang ở cùng một người bạn Hồi giáo tốt bụng và là một doanh nhân hàng đầu trong thị trấn thì một người chạy đến thở hổn hển bên cửa sổ xe họ đang ngồi. "Ông ấy đã được chữa lành! Ông ấy có thể đi lại và nhìn thấy!" Người chạy đã chạy suốt bảy tiếng đồng hồ chỉ để báo cho cô ấy… Trong nước mắt và sự kinh ngạc, người bạn Hồi giáo của chúng ta đã khóc và nói, "Hãy cầu nguyện cho tôi! Hãy cầu nguyện cho tôi ngay bây giờ!"

Bản tin của Iris Ministries, một tổ chức mục vụ do Rolland và Heidi thành lập.
Baker, ngày 14 tháng 9 năm 2005. Muốn đọc thêm? Hãy truy cập trang web của họ tại: www.irismin.org

Đội Randy Clark – Cậu bé bị tàn tật từ khi sinh ra đã được chữa lành.

Một người mẹ đưa cậu con trai 5 tuổi đến buổi họp ở Guntur, Ấn Độ. Cậu bé bị tàn tật từ khi sinh ra. Tay và cánh tay của cậu bị liệt. Các ngón tay hoàn toàn cứng đờ và cong ngược ra sau một góc 45 độ. Khi tôi quỳ xuống bên cạnh cậu bé, Chúa Thánh Linh đã ban cho trái tim tôi lòng thương xót vô bờ bến dành cho đứa trẻ này. Cánh tay của cậu hoàn toàn mềm nhũn và bàn tay bị liệt cứng đờ. Sau khi nắm tay cậu và cầu nguyện khoảng 5 phút, ngón tay út của cậu khẽ co giật. Tôi tiếp tục cầu nguyện, dừng lại vài lần để kiểm tra tiến trình hồi phục của cậu. Tôi có một cậu con trai nhỏ trạc tuổi cậu và Chúa cứ bảo tôi hãy cầu nguyện như thể đó là con trai mình. Nhìn vào đôi mắt của đứa trẻ này, nước mắt tôi trào ra.

Chúa đã chữa lành và phục hồi hoàn toàn cánh tay, bàn tay và các ngón tay của ông.
Bài viết do Carey Cramer thuộc Nhóm Mục vụ Randy Clark tường thuật vào ngày 26 tháng 1 năm 2005.
Trích từ Bản tin Thức tỉnh Toàn cầu ngày 31 tháng 1 năm 2006. Được sử dụng với sự cho phép của họ.

Ethel Willitts – Cô gái dị dạng được chữa lành

Gia đình tôi đã tham dự các buổi LỄ CHỮA BỆNH do bà Ethel R. Willitts tổ chức tại Akron, Ohio vào năm 1938. Bà Willitts tổ chức các buổi lễ trong một nhà tạm bằng ván ép rất lớn, có thể di chuyển được. Các buổi họp diễn ra mỗi tối và chiều Chủ nhật. Nhà tạm thường chật kín người. Mỗi buổi họp, hàng chục xe cứu thương sẽ đậu bên cạnh nhà tạm và thả cáng bệnh nhân xuống phía trước nhà thành hai hàng. Sau mỗi buổi lễ, mọi người đều được chữa lành và trở về nhà. Bà Willitts sẽ giảng một bài, hướng dẫn mọi người về việc nhận được sự chữa lành và tiếp nhận Chúa Giê-su Christ vào cuộc sống của họ trước khi buổi lễ chữa bệnh diễn ra. Sau đó, bà sẽ cầu nguyện cho người bệnh trong mỗi buổi họp. Bức tường phía trước của nhà tạm, phía sau người diễn thuyết, được xếp đầy nạng và nẹp chỉnh hình.

Một phép chữa lành kỳ diệu mà chúng tôi đã tận mắt chứng kiến là trường hợp một bé gái bị dị tật. Bé không có cằm, có một cục u ở sau gáy và cả hai tay lẫn hai chân đều bị dị dạng. Bé được đưa lên phía trước để cầu nguyện và lập tức được chữa lành. Vì quá đông người nên chúng tôi không gặp được bé tối hôm đó, nhưng chúng tôi đã ngồi phía sau bé và bố mẹ bé vào đêm hôm sau. Bé gái nhỏ ấy đội một chiếc mũ che phần cằm nhô ra và không còn cục u ở sau gáy nữa. Bé đang chơi đùa với đôi chân bằng đôi tay nhỏ bé của mình. Bé đã được chữa lành hoàn toàn và trở nên trọn vẹn nhờ QUYỀN NĂNG của CHÚA GIÊ-SU KITÔ.

Lời chứng cá nhân của Paul Chidester. Được sử dụng với sự cho phép của ông.

Stephen Jeffreys – Người phụ nữ tàn tật được chữa lành khi nhìn thấy Chúa Giê-su trong một buổi họp

Thật khó để tìm từ ngữ diễn tả hết ý nghĩa của điều này sau một cuộc đời đầy đau khổ. Từ thuở nhỏ, tôi luôn ốm yếu, không bao giờ trải qua một năm trọn vẹn mà không phải nằm liệt giường. Rồi vào năm 1900, vài ngày trước khi kết hôn, tôi giúp nâng một cái máy vắt quần áo và bị thương nội tạng. Chỉ năm tuần sau khi kết hôn, tôi lại phải nằm liệt giường mười tuần, rồi sau đó mới bắt đầu đi lại được, nhưng vẫn đau đớn suốt thời gian đó. Tình trạng này kéo dài nhiều năm, đôi khi có thể đi lại được, nhưng thường xuyên phải nằm trên giường. Vào mùa hè năm 1906, chúng tôi sống ở một nơi gọi là Thorne, gần Doncaster (trước đó chúng tôi đã sống ở Doncaster, nơi tôi được điều trị bởi không dưới sáu bác sĩ, cũng như là bệnh nhân ngoại trú tại bệnh xá, và liên tục được cho biết là không thể làm gì được).

Ở Thorne, tôi bị viêm màng não và nhiều tuần liền nằm thoi thóp. Thậm chí cả ở nhà thờ giáo xứ, người ta cũng cầu nguyện cho tôi mau chóng bình phục. Vì đứa con duy nhất mà Chúa đã ban cho chúng ta, Chúa đã nghe lời cầu nguyện, cứu sống tôi, nhưng tôi buộc phải đeo kính râm; các dây thần kinh ở mắt bị ảnh hưởng nặng đến nỗi ánh sáng gây ra những cơn nôn mửa khủng khiếp – điều mà bác sĩ gọi là bệnh não. Vài tháng sau, khi đến thăm Peterborough, bạn bè tôi khuyên tôi nên tìm lời khuyên từ bác sĩ của họ, cũng như tại Bệnh viện Peterborough, vì cuộc sống của tôi là một chuỗi đau khổ dài. Nếu tôi không biết đến sự an nghỉ và bình an đến từ Chúa Giê-su, tôi đã không thể nào sống và chịu đựng được. Ôi, ngợi khen Người trên đồi Calvary, Chúa Giê-su đầy lòng thương xót, Đấng đã mở mắt tâm linh cho tôi và khiến tôi nhận ra nhu cầu cần một Đấng Cứu Thế; và mặc dù việc chấp nhận Ngài ở tuổi 21 đồng nghĩa với việc tôi bị đuổi khỏi nhà. Halleluja! Ngài làm thỏa mãn hơn cả mong đợi.

Bác sĩ ở Peterborough, sau khi khám kỹ lưỡng, đã xác nhận những gì các bác sĩ trước đó đã nói, không có cách chữa trị; phán quyết là: bệnh tim, bệnh phổi, thực tế, ông ấy nói riêng với bạn tôi rằng tôi đầy bệnh tật, hầu như không còn cơ quan nào khỏe mạnh, ung thư, xoắn nhẹ ruột. Ông ấy kết luận bằng cách nói rằng bên trong tôi giống như một miếng bọt biển mục nát và cuối cùng nếu tôi sống, tôi sẽ bị mù hoàn toàn, nhưng, tạ ơn Chúa Giê-su, bây giờ tôi không cần đeo kính nữa. Tôi hoàn toàn khỏe mạnh. Tôi ca ngợi Danh thánh của Ngài. Ôi Halleluja, vì những gì Chúa đã làm cho tôi. Tôi sẽ không bao giờ ngừng ca ngợi Ngài! Năm 1910, chúng tôi đến Grimsby (chồng tôi làm việc trên đường sắt).

Tôi đến đây vào ngày 26 tháng 12, vẫn có thể sinh hoạt như bình thường, nhưng vô cùng đau đớn, cho đến ngày 5 tháng 4 năm 1911, khi tôi lại phải nằm liệt giường. Khi bác sĩ đến, ông ấy nói rằng nhiều nhất cũng phải hai tuần nữa là tôi mới qua đời. Tình trạng của tôi tồi tệ đến mức ông ấy không nghĩ tôi có thể sống sót nổi hai tuần, thế mà tuần, tháng, thậm chí cả năm vẫn cứ trôi qua, tôi luôn nằm trên giường, và ôi, nỗi đau đớn tột cùng, dù tôi đã được dùng morphin để làm dịu cơn đau, với liều lượng tăng dần đến mức một số người biết liều lượng đó còn ngạc nhiên vì tôi không hề thèm thuốc. Cảm ơn Chúa, Đấng làm nên những điều kỳ diệu! Hết lần này đến lần khác, chồng tôi được gọi đến, dặn phải lập tức bỏ nhiệm vụ nếu muốn nhìn thấy tôi còn sống. Tôi đã cận kề cái chết đến nỗi phụ nữ phải vào nhà để chuẩn bị thi thể tôi chôn cất; hai lần nhà tôi bị cháy và tôi bất lực, suýt chết cháy nếu không có người đến giúp.

Ba năm đầu tiên nằm liệt giường, tôi chưa bao giờ ra khỏi nhà. Đến mùa hè năm thứ tư, khao khát được ra ngoài mãnh liệt đến nỗi chồng tôi phải thuê một chiếc xe đặc biệt (vì tôi phải nằm, nên ghế tắm không dùng được). Mùa hè năm sau, chúng tôi đặt làm một chiếc ở Hull, và thế là tôi được đưa ra ngoài, chỉ cần nhấc từ giường trong bếp lên giường trong chiếc xe chuyên dụng dành cho người bị liệt cột sống. Chiếc xe được đẩy đến sát giường tôi. Thực tế là tôi không bao giờ mặc quần áo, thậm chí tôi còn bỏ hết quần áo và giày dép của mình, nghĩ rằng mình sẽ không bao giờ cần đến chúng nữa. Năm tháng cứ thế trôi qua, và mặc dù tôi biết Chúa Giê-su, tôi vẫn nghĩ rằng đó là ý muốn của Ngài khiến tôi phải chịu đau khổ và chỉ cầu nguyện xin ân điển và sự kiên nhẫn. Ôi, tôi thật mù quáng khi nghĩ rằng đó là ý muốn của Ngài. Làm khổ con cái Ngài.

Tạ ơn Chúa, sự giải cứu đã đến. Chồng tôi đã đọc được một số trường hợp chữa lành ở Luân Đôn.
Thông qua chức vụ của một trong những tôi tớ của Ngài, Mục sư Stephen Jeffreys. Chúng tôi đã cầu nguyện rằng nếu có bất kỳ phước lành nào dành cho tôi, Ngài sẽ mang sứ giả của Ngài đến Grimsby. Ngài đã đến, và sau khi tham dự một buổi lễ và nghe những lời tuyệt vời về Sự Sống trong Chúa Giê-su, tôi đã cầu xin Chúa hướng dẫn tôi. Ngài đã hướng dẫn tôi đến Gia-cơ 5:14,15. Trong buổi lễ tiếp theo, tôi đã có thể được
Hiện tại, tôi đã vâng theo Lời Ngài; được xức dầu trong Danh Chúa. Tôi đã nhận được một sự xức dầu tuyệt vời vào thời điểm đó, nhưng không được chữa lành. Hallelujah, câu trả lời đã đến hai tuần sau đó, vào ngày 5 tháng 3 năm 1922, khoảng 3 giờ 30 chiều. Ngài, Đấng Phục Sinh, đã đến trong quyền năng và nhấc tôi ra khỏi xe ngựa. Vinh quang cho Danh thánh của Ngài! Hai tuần chờ đợi không thể làm lu mờ

đức tin mà Ngài đã ban cho; tôi biết Ngài sẽ không bỏ rơi tôi.

Ngày 28 tháng 2, tôi nhờ chồng mua cho mình một đôi giày, vì tôi tin chắc rằng Chúa luôn thành tín, dù chân tôi đã không chạm đất gần mười một năm nay. Vinh quang thay cho Chúa Giê-su! Ngài đã cho tôi luôn hy vọng. Tối thứ Sáu, ngày 3 tháng 3, cơn đau thật khủng khiếp; dường như ma quỷ biết thời gian của nó trong thân xác phàm trần này là có hạn. Đó là sự giày vò tột cùng, nhưng Chúa đã cho tôi thấy đêm đó rằng thuốc giảm đau morphine phải được loại bỏ. Tôi muốn tôn vinh Chúa Giê-su, vì vậy tôi nói: "Vâng, lạy Chúa, dù có nghĩa là cái chết, con vẫn thuộc về Ngài, xin Ngài hãy làm theo ý muốn của Ngài. Xin ban cho con Thánh Linh của Ngài để con được trung thành với Ngài."

Từ thứ Sáu đến chiều Chủ nhật – những giờ phút thật dài, cuộc chiến với Kẻ Thù, cố gắng tìm chút dễ chịu với thuốc giảm đau morphin, thật cay đắng, nhưng Ngài đã cầu thay cho tôi và ban cho tôi chiến thắng. Khi được đẩy xe lăn đến Bến Cảng Tị Nạn cũ ở phố Freeman, nơi diễn ra buổi họp, tôi vẫn đầy đau khổ và bất lực hơn bao giờ hết, nhưng tạ ơn Chúa, trong buổi họp, một buổi họp làm chứng, tôi đã thấy Chúa Giê-su, Người quý báu trên đồi Calvary.

Ngài đứng đó và nhìn, với ánh mắt đầy yêu thương và thương xót; rồi dường như có những bàn tay mạnh mẽ đặt dưới tôi, và tôi được nâng lên cao dần, cho đến khi tôi nghĩ mình đã lên đến thiên đường, rồi tôi lại được nhẹ nhàng hạ xuống, và tôi nhận ra mình vẫn đang ở trong buổi họp, nhưng lại cảm thấy nhẹ như không khí. Ôi niềm vui sướng, ôi sự hân hoan, khi tôi nhận ra rằng chính Đấng Chữa Lành đã đến và mang đến sự sống mới, một sự sống phục sinh thực sự, nơi trước đó chỉ có sự sống mà như chết. Nhân danh Ngài, tôi đứng dậy khỏi cỗ xe, đi vòng quanh hội trường với đôi mắt đẫm lệ và hai tay giơ cao, khi mọi người hát đi hát lại, "Kính chào quyền năng của Danh Chúa Giê-su!" Halleluja! Halleluja! Không một bàn tay nào của con người chạm vào tôi. Mục sư và các nhân viên đang ở trên bục giảng khi Ngài đến. Chính Chúa Giê-su, Đấng Cứu Thế của tôi, đã làm nên sự thay đổi này trong tôi. Tôi muốn những người khác biết Ngài và có được sự sống của Ngài. Đó không phải là sự chữa lành, đó chính là Đấng Chữa Lành, Đấng mang đến Sự Sống, Sức Khỏe và Năng Lượng.

Hàng trăm người ở Grimsby và những nơi khác đã nhìn thấy tôi nằm bất động trên xe lăn suốt nhiều năm, trông như một xác chết. Giờ đây, họ thấy tôi đi lại trên đường phố, làm việc nhà, thậm chí tự giặt giũ. Tất cả là nhờ Chúa Giê-su. Tôi mang ơn Ngài. Các bác sĩ và y tá, những người làm việc trên đường sắt, cảnh sát và những người khác đều đứng sững sờ khi chứng kiến, dù họ không thể hiểu được, sự thay đổi kỳ diệu đã xảy ra. Trong mười năm mười một tháng, tôi là một sinh linh bất lực nằm liệt giường.

Giờ đây tôi tràn đầy sức sống, có thể đi bộ hàng dặm, sức khỏe tốt hơn bao giờ hết. Tất cả đã được mua chuộc cho tôi tại đồi Calvary, và giờ đây Chúa Giê-su đã ban cho tôi sự trọn vẹn, phép Báp-têm trong Đức Thánh Linh, nói được các thứ tiếng khác nhau, tất cả để tôn vinh Ngài. Ôi, lòng tôi tràn ngập Ngài. Tôi chỉ muốn mình Ngài được tôn vinh. Tôi chỉ là một tội nhân được cứu chuộc bởi ân điển tuyệt vời của Ngài. Vị trí của tôi là dưới chân Ngài, nơi Ngài đã đổ máu. Tôi khao khát những người khác cũng được đến với tất cả những gì Ngài đang mong muốn ban cho. Cuộc sống thật khác biệt. Tôi chỉ đang trông đợi và mong chờ Ngài đến, Chúa Giê-su thánh khiết, dịu dàng và quý giá, Chàng Rể hạnh phúc của lòng tôi. Dù vậy, xin Chúa Giê-su mau đến.

Tôi muốn nói ở đây rằng các bác sĩ nói không còn dấu vết của bệnh tật nào nữa. Ở tuổi 52, tôi vẫn có thể đọc sách và may vá mà không cần đeo kính. Vinh quang cho Chúa Giê-su! Ôi, ngợi khen Ngài! Tôi ngợi khen Ngài! Halleluja! – Bà B. ALTOFT, số 6 đường Stansted, Grimsby

Trích đoạn từ tác phẩm "Stephen Jeffreys" của Agnes Adams

Raymond T. Richey – Chữa lành những tổn thương nghiêm trọng do chiến tranh gây ra

Bị sốt cao hành hạ, LC DeWeese, đến từ Houston, Texas, thuộc Quân đoàn 1, Lực lượng Viễn chinh Hoa Kỳ, đã được đưa ra khỏi Rừng Argonne vào ngày 13 tháng 11, hai ngày sau khi Hiệp định đình chiến được ký kết. Ông được chuyển từ bệnh viện này sang bệnh viện khác, nơi các bác sĩ và phẫu thuật viên giỏi đã nỗ lực điều trị trong nhiều tháng, cuối cùng tuyên bố trường hợp của ông là vô vọng. Họ giao bệnh nhân cho các bác sĩ nội trú trong bệnh viện để chờ chết, giấy chứng tử đã được cấp. Khi được đưa đến bệnh viện đầu tiên, người lính này đã nôn mửa và chịu đau đớn dữ dội. Từ bệnh viện này, ông được chuyển đến Bệnh viện dã chiến số 119 ở Vichy, do chính phủ duy trì tại khu nghỉ mát nổi tiếng này. Ông ở lại đây vài tháng, tình trạng ngày càng xấu đi. Từ đây, ông được gửi đến Bordeaux để rồi được chuyển tiếp đến Hoa Kỳ.

Ông gần như chỉ nằm liệt giường, tình trạng sức khỏe quá tệ để trở lại đơn vị. Cuối cùng ông cập bến New York và được chuyển đến Bệnh viện Dã chiến số 3. Từ đó, ông được chuyển đến bệnh viện dã chiến tại Jefferson Barracks, St. Louis, Missouri. Tại đây, ảnh chụp X-quang cho thấy dạ dày đã bị ăn mòn và trông giống như một miếng bọt biển. Sau đó, một cuộc phẫu thuật được tiến hành vào ngày 8 tháng 5 năm 1919. Trong cuộc phẫu thuật này, ruột thừa, phần lớn ruột non và một phần dạ dày đã bị cắt bỏ. Cuộc phẫu thuật nghiêm trọng đến mức dường như sự sống đã rời khỏi cơ thể và mạch đập yếu đến nỗi các bác sĩ không thể bắt được mạch hoặc nhịp thở, và thận ngừng hoạt động, toàn bộ lượng nước trong cơ thể cạn kiệt và tình trạng hoại tử bắt đầu từ ngực trở xuống. Lúc này, rõ ràng là trường hợp này vô vọng và giấy chứng tử đã được cấp.

Từ trạng thái hôn mê sâu, một tia hy vọng mong manh lóe lên và bệnh nhân bắt đầu tỉnh lại. "Lúc đó," DeWeese nói, "Chúa mà tôi đã chối bỏ, bắt đầu nói chuyện với tôi, trong khi những người ở nhà cầu nguyện cho mạng sống của tôi được kéo dài. Các bác sĩ điều trị thừa nhận họ đã đạt đến giới hạn khả năng của mình. Chỉ có Chúa mới có thể làm phần còn lại. Sau khi sức khỏe hồi phục đủ để xuất viện, tôi theo học nghề tại Cao đẳng Tiểu bang Iowa, Ames, Iowa. Nhưng chỉ ở đó ba tuần, tôi lại phải quay trở lại bệnh viện. Sau đó, tôi đến Des Moines, Iowa. Tại đây, người ta thấy cần thiết phải phẫu thuật cho tôi một lần nữa. Sau khi rạch một đường, các bác sĩ kết luận họ không thể làm gì thêm nữa và khâu vết mổ lại. Tôi được thông báo rằng họ đã làm tất cả những gì có thể và chỉ còn một thời gian ngắn nữa là cái chết sẽ đến với tôi. Tôi rời bệnh viện về nhà, nơi tôi sẽ chết."

"Khi ở Houston, tôi nghe nói về Phong trào Phục hưng Thời xưa và những phép chữa lành kỳ diệu được thực hiện nhờ lời cầu nguyện. Tôi đã tham dự buổi họp và nghe nhà truyền giáo Raymond T. Richey thuyết giảng, và bắt đầu quan tâm đến các buổi họp. Tại đây, tôi đã nhận ra tội lỗi của mình và dâng hiến cuộc đời mình cho Chúa. Vài đêm sau, tôi được cầu nguyện và được chữa lành một cách kỳ diệu. Tôi cao 1m80, và đã từng sụt cân đến mức cân nặng chỉ còn không quá 45 kg. Bây giờ tôi nặng khoảng 90 kg, ăn uống tốt và có sức khỏe hoàn hảo. Trong thời gian bị bệnh, tôi bị cấm đến trường vĩnh viễn vì lý do khuyết tật vĩnh viễn, bác sĩ nói rằng tôi sẽ không bao giờ có thể tiếp tục việc học của mình nữa. Tôi được Hội đồng Đào tạo Nghề thuộc Cục Cựu chiến binh Hoa Kỳ xếp loại "D".

Trích đoạn từ tác phẩm "Những điều Chúa đã làm nên" của Eloise May Richey

Smith Wigglesworth – Nữ y tá được chữa khỏi căn bệnh hiểm nghèo.

Cô H. Todd ở Naremburn, NSW, đã làm chứng: "Trong khi làm việc với tư cách là y tá ở Sydney, tôi đã gặp một tai nạn nghiêm trọng, bị gãy xương bánh chè và trật khớp sụn bên trong, dẫn đến viêm màng hoạt dịch và viêm khớp (mãn tính). Tôi đã được điều trị bởi những bác sĩ giỏi nhất ở cả Sydney và Orange mà vẫn không khỏi hẳn. Tôi chỉ có thể đứng dậy một lúc rồi lại nằm liệt giường, và cứ thế kéo dài mười tám tháng; đó là những tháng ngày dài và mệt mỏi, đặc biệt là khi, sau khoảng mười bốn tháng, tôi không may bị đứt các sợi cơ ở chân còn lại, dẫn đến phải nằm liệt giường sáu tuần. Cơn đau đôi khi rất dữ dội. Tôi thực sự là một người tàn tật không có hy vọng có thể tiếp tục công việc của mình. Vốn dĩ hoàn toàn khỏe mạnh, thật khó để nghĩ đến tương lai khi cả hai chân đều bị tàn tật, phải phụ thuộc vào người khác chăm sóc và nuôi sống mình."

"Tôi đã mù quáng biết bao, vì kể từ khi bị thương và phải đến Orange, tôi đã sống giữa những người tin tưởng và cố gắng thuyết phục tôi lắng nghe lời dạy trong Kinh Thánh về sự chữa lành thần thánh, nhưng tôi lại nghĩ khác. Thật vậy, Kinh Thánh đã kể về những điều kỳ diệu trong những ngày xưa cũ, nhưng đối với tôi, những ngày đó đã qua và mọi thứ giờ đã khác. Có nhiều lời bàn tán về nhà truyền giáo Smith Wigglesworth, nhưng tôi không quan tâm. Sau khi nhà truyền giáo bắt đầu sứ mệnh của mình, chỉ kéo dài năm ngày, anh trai tôi, cùng với những người khác, đã thuyết phục tôi một cách rất mạnh mẽ về tính xác thực của lời dạy trong Kinh Thánh về sự chữa lành thần thánh, và mặc dù cho đến lúc đó tôi vẫn phản đối điều đó, tôi lại tìm đến Kinh Thánh và, giống như người con hoang đàng, khi tuyệt vọng, tôi cũng được thôi thúc để nói: 'Tôi sẽ đứng dậy và trở về với Cha tôi.'" Và, tạ ơn Chúa, Ngài đã dành nhiều phước lành để ban cho tôi. Tôi đã là một Cơ Đốc nhân nhiều năm, nhưng tôi phải được thức tỉnh trước khi có thể nghe thấy tiếng Ngài và để Ngài xức dầu cho đôi mắt tôi. Khi đọc Kinh Thánh, tôi bị thu hút bởi những lời này: "Tôi biết một điều, ấy là trước kia tôi mù lòa, nay tôi thấy được." Giăng 9:25. Câu này cứ vang vọng trong tâm trí tôi suốt cả ngày thứ Sáu và thứ Bảy; cùng với lời của Chúa: "Ta là Đức Chúa Trời, chớ thay đổi." Những câu Kinh Thánh này cứ liên tục hiện lên trong đầu tôi đến nỗi tôi quyết định tối hôm đó sẽ đến nhà thờ để cầu nguyện.

"Một chân tôi phải đeo một dụng cụ bằng thép và da để giữ cho khớp gối không bị kẹt và đau nhức dữ dội, chân kia thì được băng bó chặt. Với sự trợ giúp của một đôi nạng, tôi ra xe để được đưa đến buổi họp, và dù đau đớn vô cùng, tôi tin rằng mình sẽ được chữa lành. Sau bài giảng, tôi đến cùng những người sẽ được phục vụ, và khi người truyền giáo đặt tay lên tôi và cầu nguyện, tôi đã có một trải nghiệm kỳ lạ nhưng tuyệt vời, như thể nước lạnh với lực mạnh đang được phun thành từng tia lên cả hai chi bị thương của tôi. Lực đó dường như mạnh đến nỗi ngay cả tôi cũng cảm thấy đau, và tôi biết đó là Chúa, nhưng khi quay lưng bỏ đi, tôi vẫn không cảm thấy khá hơn chút nào, và bày tỏ sự thất vọng với hai hoặc ba người."

"Suốt đường về nhà, tôi khóc nức nở, trút hết nỗi lòng mình với Chúa và liên tục cầu nguyện: 'Lạy Chúa, con tin, xin Chúa giúp con vượt qua sự thiếu đức tin.' Về đến nhà, tôi được người khác giúp ra khỏi xe, và sau khi đi được vài bước, tôi nói rằng tôi nghĩ mình có thể tự đi được. Ngay khi đến ngưỡng cửa, một bức tường ánh sáng rực rỡ hiện ra trước mắt tôi, sáng đến nỗi suýt làm tôi loạng choạng, và lập tức tôi kêu lên: 'Vinh quang cho Chúa, con đã được chữa lành,' và quả thật là như vậy. Tôi đi khắp nhà ca ngợi Chúa, đi lên đi xuống hiên sau, vừa ca ngợi Chúa vừa đi lại như trước khi gặp tai nạn. Thấy đôi nạng, tôi nói: 'Hãy trả lại chúng cho người bạn tốt bụng đã cho tôi mượn. Tôi không cần chúng nữa.' Thế là đôi nạng được trả lại ngay trước nửa đêm. Halleluja! Sáng hôm sau, tôi bỏ đi phần nẹp thép và da cùng băng bó, và từ đó đến giờ tôi không bao giờ động đến chúng nữa, vì tôi đã được chữa lành hoàn toàn."

"Hai ngày sau, tôi đã được báp-têm bằng Đức Thánh Linh một cách ngọt ngào theo Công vụ 2:4. Kinh Thánh giờ đây có ý nghĩa với tôi hơn bao giờ hết. Tôi giờ đây nhìn nhận Chúa là Đấng Cứu Thế của tôi khỏi tội lỗi, là Thầy thuốc vĩ đại, là Đấng làm báp-têm bằng Đức Thánh Linh, và là Đấng sắp đến đón cô dâu của Ngài."

Trích đoạn từ cuốn sách "Những phép màu ở Úc và New Zealand" của Smith Wigglesworth.

AJ Byers – Người phụ nữ được chữa lành sau 35 năm chịu đựng đau khổ

Tôi sinh ra đã mang trong mình bệnh tật và không ai nghĩ tôi có thể sống sót. Suốt ba mươi lăm năm, tôi không biết cảm giác hít thở một hơi khỏe mạnh, bình thường là như thế nào, và thường xuyên hỏi Chúa tại sao tôi lại phải chịu đựng nhiều đau khổ đến vậy. Ngài đáp: "Để Ta bày tỏ quyền năng của Ta qua con." Tôi nói: "Lạy Chúa, nếu đúng như vậy, con muốn vâng phục ý muốn của Ngài." Trong một năm, tôi phải vào bệnh viện năm lần và mỗi lần đều cận kề cái chết. Tôi bị đau dây thần kinh tim mãn tính, viêm toàn thân mãn tính, bệnh thận và các vấn đề về phụ nữ. Tôi suýt mất thị lực. Mắt tôi yếu suốt cả cuộc đời, đến nỗi phải phẫu thuật khi còn nhỏ và phải đeo kính nhiều năm.

Chúng tôi luôn có những bác sĩ và phẫu thuật viên giỏi nhất, nhưng dường như họ không thể làm gì được cho tôi. Cuối cùng, họ nói với tôi rằng một cuộc phẫu thuật có thể cho tôi cơ hội hồi phục. Lúc đó, tôi không nghĩ mình có thể sống sót sau một cuộc phẫu thuật, nhưng tôi đã nói với Chúa rằng nếu đó là cách Ngài đưa tôi về nhà, tôi sẵn lòng, nhưng nếu Ngài có cách nào khác hoặc kế hoạch tốt hơn cho tôi, hãy cho tôi biết. Tôi nói: "Lạy Chúa, con biết rằng Ngài có thể chữa lành con mà không cần phẫu thuật nếu Ngài muốn, bởi vì Lời Ngài phán rằng: 'Đức Chúa Giê-su Christ, vẫn y như vậy hôm qua, hôm nay và mãi mãi', và những ai tin cậy Ngài sẽ không bị hổ thẹn." Và trong những đau khổ của mình, tôi chỉ nương náu trong Chúa. Tôi chưa bao giờ được nghe lẽ thật được rao giảng trọn vẹn và chưa tìm thấy những thánh đồ chân chính của Chúa; nhưng trong khi những người xung quanh tôi đang chờ đợi tôi chết, Chúa đã sai hai người rao giảng phúc âm chân chính của Ngài đến gặp tôi (Anh Kriebel và Anh Crose). Tôi nói với họ rằng tôi biết Chúa đã sai họ đến. Họ nói rằng họ sẽ cầu nguyện cho tôi.

Vài ngày sau, tôi được đưa ra khỏi bệnh viện và chuyển đến Oakland. Tôi đã cầu xin Chúa hướng dẫn mình, vì vậy tôi chỉ chờ đợi Ngài. Một ngày nọ, khi tôi lại cận kề cái chết, Chúa phán bảo tôi hãy gọi anh Crose đến. Anh ấy đến vào ngày hôm sau. Nhờ lời cầu nguyện được đáp lại, tôi đã có thể ra khỏi giường. Anh C. xức dầu cho tôi nhân danh Chúa Giê-su và cầu nguyện bằng đức tin. Tôi tin chắc rằng lời cầu nguyện đã được lắng nghe. Tôi có thể ra khỏi giường vào một số thời điểm, nhưng những đau khổ của tôi giờ đây dữ dội hơn trước, và tôi cảm thấy Chúa đã hoàn toàn bỏ rơi tôi.

Tôi cảm thấy anh ấy ở đâu đó, nhưng lại quá xa vời. Trong khi đó, thế lực bóng tối đã nắm giữ tôi và dường như đang xé nát tôi ra từng mảnh. Tôi không chỉ đau khổ mà còn quằn quại trong cơn đau đớn khủng khiếp, kéo dài nhiều đêm nhiều ngày. Bạn thấy đấy, tôi cần phải rút ra bài học mà Chúa muốn dành cho tôi từ chuyện này. Bên cạnh đó, tôi đã chạy trốn khỏi Chúa, và tôi cần một sự trừng phạt nghiêm khắc. Chúa đã ở bên cạnh tôi và ban sức mạnh cho tôi, mặc dù lúc đó tôi không biết điều đó.

Một ngày nọ, tôi cảm nhận được rằng Chúa đang nghĩ đến tôi, và tôi kêu lên: "Tôi sẽ không chết, nhưng sẽ sống và tuyên bố những công việc của Chúa." Sau đó, tôi được đưa đến hội thánh Oakland vào tháng Giêng năm 1910, và được anh Byers xức dầu. Anh em Kriebel và Holcomb đặt tay lên tôi và cầu nguyện với Chúa để Ngài chạm vào thân thể tôi. Lúc đó tôi không cảm thấy có gì khác biệt, nhưng lòng tin của tôi đặt nơi Chúa, và tôi sẵn lòng đón nhận sự chữa lành theo cách mà Chúa thấy phù hợp để ban cho tôi. Tôi cảm thấy chắc chắn rằng những lời cầu nguyện của tôi đang ở trước ngai vàng của Chúa. Tối hôm đó, tôi cảm thấy Chúa Giê-su đến bên giường tôi và nhẹ nhàng đặt tay lên đầu tôi, rồi tôi cảm thấy quyền năng của Chúa lan tỏa khắp cơ thể tôi. Tôi kêu lên: "Lạy Chúa Giê-su, con không xứng đáng với tất cả những điều này." Tôi có thể thấy điều gì đó giống như mưa từ trời rơi xuống, tất cả các màu sắc của cầu vồng, nhưng rõ ràng và rực rỡ hơn.

Tôi gần như không tìm được lời nào để diễn tả lòng biết ơn của mình. Dường như tôi vừa sống lại từ cõi chết. Tôi bắt đầu nhìn thấy mọi thứ xung quanh rõ ràng hơn và nhận ra rằng Chúa thực sự đã chữa lành mọi bệnh tật của tôi. Mọi chuyện dường như quá tốt đẹp để có thể là sự thật, nhưng tạ ơn Chúa, đó chính là sự thật. Tôi bắt đầu khỏe hơn, ăn ngon miệng hơn, và dần dần lại có thể đảm đương những công việc thường nhật. – Marie Spaulding

Trích đoạn từ cuốn sách "200 trường hợp chữa bệnh thần kỳ có thật" của tác giả AL Byers

George Jeffreys – Người đàn ông tàn tật được chữa lành tức thì

Ông James Gregson đã được chữa lành một cách kỳ diệu tại Leeds vào tháng 4 năm 1927. Đám đông lớn chứng kiến phép lạ ấy sẽ mãi nhớ ngày ông ấy hồi phục đột ngột. Ông ấy là một người tàn tật hoàn toàn, khả năng di chuyển duy nhất của ông là phải gồng mình lê bước trên mặt đất một cách đau đớn, kéo lê đôi chân què quặt phía sau.

Tôi làm nghề thợ sắt. Ngày 2 tháng 2 năm 1922, tôi gặp một tai nạn nghiêm trọng. Tôi ngã từ trên cao xuống một thùng than, toàn bộ xương khớp bị lệch. Cột sống của tôi cũng bị tổn thương. Tôi được đưa đến bệnh viện, nơi tôi nhận được mọi phương pháp điều trị mà bệnh viện có thể cung cấp, nhưng tôi trở thành một người tàn phế bất lực, vô vọng. Tôi phải bò trên mặt đất; chân tôi bị vặn vẹo và tôi phải kéo lê chúng theo tư thế bắt chéo. Tôi không thể ngồi mà phải nằm. Cuộc sống của tôi thật khốn khổ. Tối thứ Tư, vợ tôi đọc trên báo một bài báo kể về một người phụ nữ mù được sáng mắt trở lại trong các buổi vận động tranh cử của Hiệu trưởng George Jeffreys. Khi đọc, tôi tin chắc rằng mình có thể được chữa lành nếu tôi có thể đến buổi họp. Tôi đã đến đó vào thứ Bảy, chống nạng và kéo lê chân. Đêm đó tôi đã được cứu rỗi: Ngài đã tha thứ mọi tội lỗi của tôi. Sau đó, tôi lại đến đấu trường La Mã vào Chủ nhật. Chỉ có Chúa mới biết tôi đến đó bằng cách nào, và khi đến nơi tôi đã phải vật lộn rất vất vả mới vào được, nhưng một số người đã thương hại tôi và kéo tôi ra phía sau.

Rồi những người phục vụ khiêng tôi vào và đặt tôi nằm trước bục giảng.
Một người trong nhóm truyền giáo đến gần tôi và nói: "Anh ơi, trông anh không thoải mái; tôi có thể giúp anh thoải mái hơn được không? " Tôi trả lời: "Tôi chẳng bao giờ thoải mái cả" vì tôi đau đớn cả ngày lẫn đêm. Hiệu trưởng cầu nguyện

cho tôi, và khi ông đặt tay lên tôi, tôi cảm thấy như có hàng tá bàn tay đặt khắp cơ thể mình và cảm thấy từng xương khớp trở lại đúng vị trí. Tôi lập tức được giải thoát và hoàn toàn được chữa lành. Tôi chỉ còn da bọc xương; mắt tôi trũng sâu. Trong vòng hai tuần, tôi đã tăng 12,7 kg và vẫn tiếp tục tăng cân. Tôi có thể trở lại làm việc khỏe mạnh như trước. Từ đó đến nay, tôi chưa bao giờ nghỉ việc một ngày nào vì bệnh tật. Halleluja! Mọi vinh quang thuộc về Đức Chúa Trời! Ca ngợi Chúa!"

Trích đoạn từ cuốn *sách "Những tia sáng chữa lành"* của George Jeffreys,

Đội của Randy Clark – Hai anh em câm điếc được chữa lành

Hai cậu bé được mẹ đưa đến gặp tôi. Bà nhờ tôi cầu nguyện cho cậu con trai lớn bị điếc và câm. Sau khi cầu nguyện, tôi bảo cậu bé phát ra âm thanh và cậu đã nói được. Tôi phải hỏi người mẹ xem cậu bé có thực sự bị điếc và câm không vì cậu nói rất rõ ràng. Người phiên dịch của tôi nói: "Vâng, đúng vậy." Bà chỉ vào con trai út của người mẹ và nói rằng cậu bé cũng bị điếc và câm. Lúc đầu tôi không tin nhưng bà khẳng định cậu bé thực sự bị điếc và câm giống như anh trai mình. Chúa đã can thiệp và cậu bé đã nghe được và nói được. Tôi nhờ Mục sư James xác nhận lại để chắc chắn cả hai cậu bé đều bị điếc và câm và cả hai đều được chữa lành. Ông ấy đã xác nhận điều đó.

Bài viết do Charles Polston tường thuật. Trích từ Bản báo cáo Thức tỉnh Toàn cầu ngày 3 tháng 2 năm 2005. Được sử dụng với sự cho phép của họ.

Jennie Smith – Đã hồi phục sau nhiều năm chịu đựng đau khổ tột cùng

Chúng tôi xin đưa ra một ví dụ về một phương pháp chữa trị khác, câu chuyện về phương pháp này đã được nhiều người đọc và không ít người nghe trực tiếp từ chính người bệnh đã được chữa khỏi. Câu chuyện kỳ diệu về sự hồi phục của Jennie Smith, đến từ Philadelphia, được kể lại trong cuốn sách nhỏ "Từ Baca đến Beulah". Căn bệnh của bà, bí ẩn, đau đớn và kéo dài đến mức mục sư của bà nhận xét đó là "một câu chuyện về sự đau khổ hiếm khi, nếu không muốn nói là chưa từng có", không thể được mô tả chi tiết ở đây. Chỉ cần biết rằng bà là một người tàn tật bất lực trong khoảng mười sáu năm, phần lớn thời gian phải chịu đựng nỗi đau đớn tột cùng.

Một chi của bà bị co giật dữ dội và không kiểm soát được đến nỗi phải được cố định trong một chiếc hộp chắc chắn, và thường xuyên bị giữ chặt bằng những vật nặng. Trong suốt những đau khổ tột cùng đó, đức tin và sự tận hiến của bà dường như được thể hiện một cách sống động, đến nỗi bà đã biến chiếc giường của mình thành một bục giảng, và được Chúa sử dụng rất nhiều để thúc đẩy đời sống tâm linh của những người đến gần bà. Trong khi đó, bà bắt đầu nắm lấy lời hứa của Chúa về sự chữa lành thể xác, và nhận được những dấu hiệu về quyền năng của Ngài qua một số lần thuyên giảm một phần, bà đã được dẫn dắt để cầu xin và nhận được sự phục hồi hoàn toàn.

Câu chuyện được kể bằng chính lời của bà. Sau một ngày chịu đựng đau đớn bất thường, một vài người bạn Cơ Đốc đã tụ tập bên cạnh bà vào buổi tối khi bà đang nằm trên chiếc ghế kéo dài. Bà nói: "Buổi tối được dành cho cầu nguyện, do mục sư Everett chủ trì. Sau hơn một giờ, một số người buộc phải rời đi. Một người anh em, người mà tôi chưa từng gặp trước đây, khi bắt tay lúc ra về, nói: 'Chị ơi, chị đang đòi hỏi quá nhiều; chị quá lo lắng muốn khỏi bệnh.'

Chúa có thể dùng anh tốt hơn khi anh nằm trên giường hơn là khi anh đứng trên đôi chân của mình.' Tôi biết ơn những lời của người anh em ấy. Sau đó, tôi nhìn sâu vào lòng mình. Chúa nhân từ biết rằng tôi đã thành thật trả lời, 'Không, tôi không mong muốn được khỏe lại. Tôi đã chiến thắng điều đó rồi. Nếu sức nóng của lò lửa tăng lên gấp ngàn lần, tôi vẫn có thể nói, 'Ý Chúa được nên', và cảm nhận nỗi đau sẽ thật ngọt ngào nếu được cho tôi thấy rõ ràng rằng đó là ý muốn của Cha rằng tôi phải chịu đau khổ. Và tôi tin rằng thời điểm để tôi biết ý muốn đó đã đến.' Cho đến thời điểm này của buổi họp, vẫn chưa có sự đồng lòng mà tôi cảm thấy cần phải có. Tôi nói với những người còn lại, 'Nếu cần, các anh có thể ở lại với tôi đến sáng mai được không? Tôi cảm thấy rằng chính bằng cách chờ đợi mà Cha chúng ta sẽ ban phước lành cho chúng ta. Chúng ta có đồng lòng trong vấn đề này không?'

Bác sĩ của tôi, Tiến sĩ Morgan, là người đầu tiên nói, 'Tôi sẽ ở lại, và tôi hoàn toàn đồng ý với anh.' Tất cả mọi người tụ tập quanh ghế của tôi. Nhóm nhỏ đó không bao giờ quên được khoảng thời gian ấy. Lúc đó đã hơn chín giờ. Chúng tôi tiếp tục chờ đợi trước mặt Chúa. Thỉnh thoảng, người này hoặc người kia sẽ trích dẫn, kèm theo lời bình luận, một đoạn Kinh Thánh thích hợp, hoặc cầu nguyện ngắn gọn. Còn tôi, tôi nằm trong sự chờ đợi lặng lẽ, vẫn còn đau đớn, nhưng cảm nhận được sự hiện diện thiêng liêng một cách rõ rệt.

Hầu hết thời gian tôi gần như không để ý đến xung quanh, vì quá đắm chìm trong sự hiệp thông với Cha trên trời. Khoảng 11 giờ, tôi được dẫn dắt để dâng hiến chính mình cho Chúa trong một sự tận hiến mới, rằng: 'Con xin dâng lại thân thể này - đôi mắt này để nhìn, đôi môi này để nói, đôi tai này để nghe, và nếu đó là ý muốn của Cha, đôi chân này để bước đi

- cho Chúa Giê-su. Tất cả những gì thuộc về con - tất cả, tất cả đều thuộc về Cha, Cha yêu dấu. Chỉ xin cho ý muốn quý báu của Cha được thực hiện.' Cho đến lúc này, sự đau khổ vẫn không chấm dứt và sức mạnh cũng không tăng lên, thực tế, tôi còn yếu hơn bình thường. Sau một khoảng lặng ngắn, đột nhiên một hình ảnh sống động về sự chữa lành của cánh tay bị teo hiện lên trong tâm trí tôi. Dường như tôi có thể thấy nó được đẩy ra nguyên vẹn.

Cùng lúc đó, Chúa Thánh Thần ban cho tâm hồn tôi một đức tin để đón nhận một phước lành tương tự. Dường như thiên đường đã mở ra vào khoảnh khắc ấy, và tôi cảm nhận được một phép báp-têm sức mạnh, rõ ràng và chắc chắn như thể một luồng điện đã chạy qua cơ thể tôi. Tôi cảm nhận rõ ràng sức mạnh tràn vào lưng và vào tứ chi yếu ớt của mình. Đặt tay lên tay vịn ghế, tôi ngồi dậy. Hai anh em nhà Garrigues, đang ngồi hai bên ghế, tự nhiên tiến lên và đỡ tôi. Tuy nhiên, điều đó không cần thiết.

Bác sĩ Morgan, người đang ngồi gần đó, bước tới và hạ tấm ván chân xuống, và trong khi tay của những người bạn tôi vẫn còn đặt trên vai tôi, tôi đứng dậy. Chị Fannie không nhớ mình đã từng thấy tôi đứng lên bao giờ. Chị ấy giật mình đến nỗi giơ cả hai tay lên và hét lên, 'Ôi, Jennie, Jennie!' Không từ ngữ nào có thể diễn tả được cảm xúc của tôi. Cả con người tôi vẫn còn rộn ràng lời ngợi khen khi tôi kể về giờ phút ấy. Khi tôi đứng lên, Anh NV. HG đặt tay lên đầu tôi và nói, 'Ngợi khen Chúa, Đấng ban phát mọi phước lành.' Suy nghĩ đầu tiên của tôi là 'Tôi có thể quỳ xuống không?' Tôi xin phép được làm vậy, và quỳ xuống một cách tự nhiên như thể tôi đã quen với việc đó.

Sự hiện diện thiêng liêng bao trùm đến nỗi không một lời nào được thốt ra. Chúng tôi dâng hiến tâm hồn mình trong sự tạ ơn và ngợi khen thầm lặng. Sau đó, tôi đứng dậy và bước qua căn phòng một cách hoàn toàn dễ dàng và tự nhiên;

không có cảm giác châm chích hay khó chịu nào khác. Tôi ngồi xuống chiếc ghế bập bênh trong vài phút. Thật tuyệt vời khi tôi không cần phải học cách đi lại. Tay chân và toàn thân tôi dường như được tái sinh."
Trích đoạn từ cuốn *sách "Sứ mệnh chữa lành"* của AJ Gordon

RA Torrey – Dị tật của một đứa trẻ đã được chữa lành

Ở Dakota có một mục sư thuộc giáo phái Giám Lý có một đứa con bị dị tật bẩm sinh. Đứa trẻ bị khiếm khuyết ở cột sống khiến toàn thân bị cong vẹo, bụng phình to, gây đau đớn liên tục và không thể ngủ được. Cha mẹ đứa trẻ đưa con đến Minneapolis để xem các chuyên gia có thể làm gì, nhưng các chuyên gia nói rằng không còn hy vọng gì cho đứa trẻ, rằng họ có thể bó bột cho bé để bé có thể sống, dù bị dị dạng, không quá hai hoặc ba năm. Mặc dù cha mẹ là tín đồ Giám Lý, nhưng họ rất mong muốn con mình khỏe mạnh nên đã thử "Khoa học Cơ Đốc", nhưng không tìm thấy sự giúp đỡ nào trong hệ thống sai lầm đó. Sau đó, vị mục sư nói với vợ: "Chúng ta hãy đưa con bé đến gặp anh Torrey." Họ đưa đứa trẻ đến nhà tôi, một đứa trẻ khoảng hai tuổi, dị dạng khủng khiếp và rất đau đớn. Tôi ôm đứa trẻ vào lòng và cầu nguyện cho bé. Chúa đã ban cho họ đức tin cần thiết và đứa trẻ đã được chữa lành. Sự nhẹ nhõm đến ngay lập tức. Đêm đó, lần đầu tiên bé ngủ bình thường, ngay cả phần cơ thể bị dị tật cũng được chữa lành.

Khoảng mười tám năm sau, tôi đang tổ chức các buổi họp ở Petoskey, Michigan. Trong một buổi họp chiều, một mục sư thuộc giáo phái Giám Lý từ một thị trấn lân cận đã đến. Ông đứng lên kể câu chuyện này, nói rằng ông là cha của cô con gái đó và rằng cô ấy đã hoàn toàn được chữa lành và là người có khả năng tham gia công tác truyền giáo ở nước ngoài.

Chính cô ấy đã đến vài ngày sau đó, một thiếu nữ xinh đẹp, hoàn hảo. Cô ấy đã có mặt tại Hội trường của chúng tôi ở Los Angeles trong các buổi lễ sáng Chủ nhật vài tuần trước.

Trích đoạn từ cuốn "Sự chữa lành thần thánh" của RA Torrey

AC Valdez Sr. – Tầm nhìn mới được tạo ra

Tôi quen một người đàn ông tên là "Martin Mù". Nơi đáng lẽ ra phải có mắt của ông chỉ toàn là những vùng phẳng lì. Những chuyên gia giỏi nhất nước Mỹ đã khám cho ông tại Đại học Johns Hopkins. Họ nói rằng ông sẽ không bao giờ nhìn thấy được. Martin Mù kết hôn với một người phụ nữ tốt bụng, người đã chăm sóc ông rất chu đáo. Khi ông và vợ tham dự các buổi lễ và nghe về những phép lạ xảy ra xung quanh họ, đức tin của họ càng thêm vững mạnh. Một đêm nọ, trong một buổi lễ, tôi đã chứng kiến một điều khiến tôi xúc động đến tận ngày nay – sự can thiệp không thể hiểu nổi, không thể giải thích được của Chúa. Martin Mù đứng dậy. Ông không biết tại sao. Đầu tiên, một vùng đỏ xuất hiện ở nơi đáng lẽ ra phải có mắt. Những vùng này bắt đầu phồng lên. Rồi một điều kỳ diệu đã xảy ra. Đôi mắt, to bằng mắt gà, bắt đầu hình thành. Dần dần, chúng lớn lên đến kích thước bình thường, "Ôi Chúa ơi, con có thể nhìn thấy rồi!" Martin reo lên. Nước mắt biết ơn bắt đầu tuôn rơi từ đôi mắt mới của Martin. Tôi chỉ biết kinh ngạc trước công việc của Chúa. Không chỉ đôi mắt của Martin mà cả những đôi mắt khác cũng ướt đẫm lệ!
Trích đoạn từ *"Ngọn lửa trên phố Azusa"* của AC Valdez, Sr.

Brian Fenimore – Sự chữa lành bất ngờ của một mục sư Baptist

Tôi đang tham dự một buổi họp ở Wisconsin. Một người đàn ông đã dẫn một người khác đến buổi họp. Người đàn ông được dẫn đến là một mục sư Baptist ở Nam Mỹ và ông ta rất ghét các buổi họp của phong trào Ngũ Tuần. Người dẫn ông ta đến là một người ủng hộ ông ta; trên thực tế, ông ta là một trong những người đóng góp lớn nhất cho ông ta. Người đàn ông nói với mục sư rằng ông ta phải đến buổi họp và mục sư cảm thấy mình không có nhiều lựa chọn. Bây giờ hãy tưởng tượng thái độ của mục sư khi đến buổi họp mà tôi đang tổ chức, nơi tôi đang cầu nguyện cho những người bệnh.

Anh ấy giận tôi. Thực ra, tôi nhận thấy anh ấy giận tôi khoảng giữa buổi họp. Trên mặt anh ấy không có nụ cười, thay vào đó là sự giận dữ tột độ và ánh mắt như muốn nói, "Tao sẽ giết mày." Tôi có thể nhận ra, dù anh ấy là anh em trong Chúa, anh ấy muốn tôi lên thiên đường trước anh ấy. Tôi nhận ra rằng tốt hơn hết là tôi nên ngừng nhìn anh ấy vì anh ấy đang phá hủy đức tin của tôi. Vì vậy, tôi ngừng nhìn về phía bên kia phòng. Tôi liếc nhìn anh ấy một lần và anh ấy có vẻ mặt vô cùng giận dữ. Tôi nghĩ, "Tôi không biết mình sẽ làm gì nhưng tôi sẽ phải ra khỏi phòng này trước khi anh ấy bắt gặp tôi." Cuối buổi họp, chúng tôi bắt đầu cầu nguyện cho mọi người. Có một người phụ nữ bị dị ứng khiến cuộc sống của bà ấy khổ sở và Chúa đã chữa lành cho bà ấy ngay tại đó. Điều đó làm mọi người trong phòng đều kinh ngạc. Mục sư đã thấy điều đó. Vì vậy, tôi đã mời nhóm mục vụ lên cầu nguyện.

Mọi người đang cầu nguyện thì tôi để ý thấy mục sư đứng dậy. Lúc này ông ấy không nhìn về phía cửa, mà nhìn thẳng vào tôi khi đang bước đi. Tôi nghĩ thầm: "Ôi không, lại thế rồi. Ông ta sắp đến đánh mình rồi." Tôi cố gắng đứng ở tư thế "thánh thiện" nhất có thể khi ông ấy tiến đến. Ông ấy đứng trước mặt tôi và nói: "Hãy chữa lành cho tôi." Tôi ngạc nhiên đến nỗi hỏi: "Cái gì?" Ông ấy nói: "Tôi muốn được chữa lành ngay bây giờ." Khi tôi hỏi ông ấy bị làm sao, ông ấy nói: “Tôi bị đau bụng và đầu gối đau kinh khủng, và tôi muốn được chữa lành ngay bây giờ.” Ông ấy thậm chí không hỏi tôi có cầu nguyện cho ông ấy không. Ông ấy chỉ muốn được chữa lành.

Vậy nên tôi đã mời Đức Thánh Linh đến. Tôi nói với anh ấy: “Anh biết là tôi không thể chữa lành cho anh, vậy chúng ta hãy chờ Chúa làm điều đó.” Chúng tôi chỉ ngồi đó và tôi quan sát anh ấy một lúc. Tôi nói với anh ấy: “Tôi sẽ không làm gì trừ khi Chúa hiện diện.” Anh ấy hỏi: “Điều đó có nghĩa là gì?” Tôi chỉ nói: “Anh sẽ hiểu khi chúng ta tiếp tục.” Chúa bắt đầu tác động đến anh ấy. Anh ấy đứng dang rộng hai tay và nhắm mắt lại. Hai tay anh ấy bắt đầu run. Tôi hỏi anh ấy có cảm nhận được điều đó không. Anh ấy nói: “Cảm nhận cái gì?” Tôi bảo anh ấy mở mắt ra và nhìn. Anh ấy mở mắt ra và nhìn vào hai tay mình như thể chúng không phải của anh ấy. Anh ấy hỏi: “Tại sao lại như vậy?” Anh ấy nhìn vào hai tay mình như thể chúng là thứ gì đó không gắn liền với anh ấy. Tôi nói với anh ấy rằng anh ấy đang cảm nhận được Đức Thánh Linh. Tuy nhiên, anh ấy vẫn chưa hiểu rõ, và anh ấy nói: “Nhưng tôi không thể điều khiển được tay mình và tôi không cảm nhận được điều đó.” Tôi trấn an anh ấy rằng không sao cả và bảo anh ấy hãy thư giãn.

Ông ấy cũng đổ mồ hôi rất nhiều. Mồ hôi chảy xuống mặt và đọng lại ở hai bên cằm. Lượng mồ hôi nhiều đến nỗi tạo thành một dòng nước chảy thành vũng trên ngực ông. Tôi hỏi ông ấy có thấy nóng không và ông ấy trả lời “Không”. Ông ấy không thể cảm nhận được cơ thể mình. Điều đáng kinh ngạc là khi tôi hỏi ông ấy có cảm thấy gì không, ông ấy nói, “Tôi không cảm thấy gì cả”. Tôi bắt đầu hỏi Chúa xem Ngài đang làm gì và Chúa nói với tôi “Brian, Ta đang chữa lành cho anh ấy, nhưng anh ấy không nhận thức được điều đó. Anh ấy đang bị tách rời, vì vậy hãy cứ ấn mạnh vào và làm những gì Ta bảo con làm”. Chúa bảo tôi đặt tay gần bụng ông ấy, vì vậy tôi xin phép ông ấy và mục sư đồng ý. Chúa phán “Hãy nói với anh ấy rằng Ta sẽ chữa lành cho anh ấy và sau đó Ta sẽ biến anh ấy thành một nhà truyền giáo chữa lành và sai anh ấy trở về quê hương của mình”. Tôi nghĩ "ôi không, rắc rối quá", nhưng tôi đã làm theo lời Chúa dặn và đặt tay gần bụng anh ấy rồi nói với anh ấy: "Chúa sẽ chữa lành cho anh và Ngài sẽ biến anh thành một nhà truyền giáo chữa lành, rồi Ngài sẽ sai anh trở về quê hương để truyền bá sự phục hưng."

Ông ấy run rẩy cả người và tôi hỏi ông ấy cần được chữa lành điều gì. Ông ấy nói “bụng tôi đau và đầu gối tôi cũng đau.” Chúa bảo tôi cầu nguyện cho đầu gối ông ấy. Vì vậy, tôi đặt tay xuống đầu gối ông ấy và nắm lấy thật nhanh. Chúa bảo tôi nói chuyện với đầu gối và ra lệnh cho cơn đau biến mất. (Thấy chưa, thật dễ dàng khi Chúa chỉ dẫn bạn phải làm gì.) Tôi nói, “Nhân danh Chúa Giê-su, tôi ra lệnh cho cơn đau biến mất.” Người đàn ông cử động chân một lúc rồi nói, “ừm, không còn đau nữa.” Rồi Chúa phán với tôi và bảo tôi, “Ông ấy không nói với con, nhưng hiện tại ông ấy đang gặp nhiều vấn đề về tiêu hóa, hãy bắt đầu cầu nguyện cho những vấn đề đó biến mất.” Khi tôi cầu nguyện, tôi thấy hình ảnh ruột với tất cả những thứ bị viêm nhiễm. Tôi bắt đầu ra lệnh cho chứng viêm biến mất và bụng ông ấy bắt đầu cử động. Chúa đã chữa lành cho ông ấy ngay tại chỗ. Thật là thú vị.

Để biết thêm thông tin, vui lòng truy cập trang web của họ tại: www.plumblinem.com

Rolland và Heidi Baker – Người mù thấy, người điếc nghe, và nhiều người được cứu rỗi

Khi bộ phim kết thúc và Chúa Giê-su bay lên trời, chúng tôi bật lên vài bóng đèn huỳnh quang thô sơ và Heidi nhảy lên chào đón đám đông cùng với người phiên dịch tiếng Makua của mình. Cô bắt đầu bằng vài câu tiếng Makua, điều này khiến mọi người vô cùng thích thú. Hãy tưởng tượng một cô gái Mỹ tóc vàng nói phương ngữ bộ lạc hiếm hoi của họ ở tận ngôi làng xa xôi này! Và rồi "Mẹ Aida" trải lòng mình mô tả về Chúa Giê-su sống động, vĩ đại, là niềm hy vọng cứu rỗi duy nhất của họ, là người duy nhất họ nhất định phải tìm và có được mãi mãi. Ngài là Đức Chúa Trời được bày tỏ. Ai muốn Ngài? Ai muốn sự tha thứ của Ngài, tấm lòng của Ngài, sự sống đời đời của Ngài? Lần này không ai ném đá và cát. Không ai la hét, chế nhạo và làm gián đoạn buổi tụ họp. Mọi người trong đám đông đều nhiệt tình quan tâm đến việc tìm kiếm tin mừng này, sự cứu rỗi được ban cho họ lần đầu tiên.

Nhưng khoan đã. Vẫn còn nữa. Tất cả những ai cần được chữa lành, hãy tiến lên! Đặc biệt là người mù và người điếc! Chúa Giê-su đến đây để chữa lành! Một đám đông nhỏ xô đẩy lên phía trước, không thực sự biết điều gì đang chờ đợi họ. Heidi tìm thấy một người phụ nữ mù và bắt đầu cầu nguyện nhẹ nhàng cho bà. Vài phút trôi qua. Hãy để đức tin và tình yêu thương tuôn chảy. Hãy tranh đấu cho sự chữa lành. Hãy đứng vững. Hãy thư giãn trong quyền năng của Ngài. Chẳng bao lâu sau, người phụ nữ có thể nhìn thấy, nhưng rõ đến mức nào? Hãy tiếp tục cầu nguyện. Giơ chìa khóa, ngón tay, những thứ khác lên. Bà ấy nhận ra tất cả. Bây giờ bà ấy có thể nhìn thấy rõ ràng. Bà ấy thực sự hạnh phúc, và tin tức lan truyền khắp đám đông. Chúng tôi rất phấn khởi. Một người câm điếc xuất hiện. Một lần nữa, Heidi và tất cả chúng tôi lại cầu nguyện. Kiên nhẫn. Đừng dừng lại. Hãy tiếp tục cầu nguyện. Bắt đầu nói chuyện, gợi ý. Anh ấy có nghe được không? Anh ấy có thể lặp lại lời nói không? Chỉ trong vài phút, anh ấy có thể! Và sau đó anh ấy bắt đầu lặp lại toàn bộ câu một cách rõ ràng và dễ dàng. Mọi người biết được và vỡ òa trong niềm vui. Đã nhiều năm rồi không ai nghe thấy anh ấy nói – họ không nhớ nổi là bao lâu. Cả làng đều biết hai người này và những gì Chúa Giê-su vừa làm cho họ. Giờ thì ai muốn theo Chúa Giê-su? Tất cả mọi người!! Ngay bây giờ! Ngôi làng đã bừng tỉnh và sẽ không bao giờ còn như trước nữa…

Chúng tôi cùng nhau cầu nguyện. Chúng tôi cùng nhau ăn mừng. Các nhà truyền giáo đến thăm và các mục sư địa phương thay phiên nhau khích lệ những người mới tin Chúa. Chúng tôi tiếp tục cầu nguyện cho người bệnh. Chúng tôi bắt đầu nghĩ đến việc làm thế nào để mời một mục sư đến làng này và củng cố những gì đã đạt được trong một đêm.

Trích từ bản tin của Iris Ministries ngày 9 tháng 11 năm 2004. Muốn biết thêm thông tin về họ, hãy truy cập trang web: www.irismin.org

Charles Spurgeon – Một kẻ điên được giải thoát

Một người khác, đến từ xứ Wales và đang ở Luân Đôn, bị suy nhược tinh thần nghiêm trọng do một khuyết tật hoặc bệnh tật về thể chất, đã tha thiết cầu xin gia đình mời ông Spurgeon đến cầu nguyện bên giường bệnh của mình. Gia đình ông cho rằng đó chỉ là lời nói mê sảng của một người điên. Nhưng cuối cùng họ cũng đồng ý mời ông Spurgeon đến thăm. Lời cầu nguyện của ông Spurgeon hôm đó đã có tác dụng xoa dịu rất lớn đối với người bệnh tâm thần đáng thương và dường như đã phần nào khôi phục lại sự cân bằng tinh thần của ông. Gia đình vô cùng ngạc nhiên và vui mừng trước hiệu quả của lời cầu nguyện đến nỗi, mặc dù họ cho rằng đó hoàn toàn là do nguyên nhân tự nhiên, họ vẫn tha thiết cầu xin ông Spurgeon quay trở lại.

Ông Spurgeon đến nhà vào cùng đêm đó, sau buổi lễ tối, và ở lại một lúc, cầu nguyện hết lòng cho sự hồi phục của bệnh nhân, người bệnh tội nghiệp cũng đáp lại lời cầu nguyện một cách đáng thương. Chính ông Spurgeon sau đó đã nói rằng, mặc dù ông đã cầu nguyện hết lòng và cố gắng tin rằng bệnh nhân sẽ hồi phục, nhưng ông vẫn không thể tự thuyết phục mình rằng chuyến thăm của ông có ích lợi gì khác ngoài việc xoa dịu cảm xúc của các y tá, những người bị làm phiền bởi tiếng kêu của người đàn ông tội nghiệp. Tuy nhiên, vào đêm sau khi lời cầu nguyện được dâng lên, người bệnh giật mình tỉnh dậy và kêu lên, điều này khiến các y tá sợ hãi. Nhưng người ta thấy ông hoàn toàn tỉnh táo. Ông nói rằng ông đã mơ thấy mình gặp Đấng Cứu Thế, và Đấng Cứu Thế đã đảm bảo với ông rằng ma quỷ đã bị đuổi ra. Vài ngày sau, ông có thể ra khỏi nhà, và ngay sau đó chuyển đến Canada, nơi ông trở thành một doanh nhân thành đạt, và qua đời vào năm 1882.

Trích đoạn từ cuốn "Tiểu sử Charles Haddon Spurgeon" năm 1892 của Russell H. Conwell.

Francis MacNitt – Những người phụ nữ có chân teo được chữa lành

Ví dụ đáng chú ý nhất về sự chữa lành thông qua cầu nguyện sâu sắc mà tôi từng chứng kiến diễn ra sau một khóa tĩnh tâm mà chúng tôi tổ chức tại Giáo phận Sonson, Rionegro, Colombia, Nam Mỹ, vào tháng 2 năm 1975. Giám mục Alphonso Uribe đã mời tôi đến đó để tổ chức một khóa tĩnh tâm cho các linh mục, và nhóm của chúng tôi bao gồm Cha Carlos Aldunate, SJ (đến từ Chile), Sơ Jeanne Hill, OP, bà William Callaghan, và Alberto del Corral làm phiên dịch. Mặc dù khóa tĩnh tâm dành cho các linh mục, nhưng những người khác cũng nghe nói về nó và đến khu vực tĩnh tâm để xin được cầu nguyện.

Vì vậy, tôi không hề ngạc nhiên khi sau buổi hội nghị cuối cùng (khoảng 4 giờ chiều), bà Callaghan, Sơ Jeanne và những người khác đang cầu nguyện cho một phụ nữ trẻ người Colombia; họ gọi tôi lại để cho tôi xem cái chân bị biến dạng của cô ấy và nói rằng đã có điều gì đó xảy ra - cái chân đã dài thêm một inch hoặc hơn. Vì vậy, tôi đã cùng họ cầu nguyện. Khi nói chuyện với người phụ nữ 19 tuổi, Teresa Patino, tôi biết được rằng cô ấy đã giẫm phải một vật sắc nhọn trong đầm lầy khi mới chỉ 5 tuổi. Do thiếu sự chăm sóc y tế đúng cách, cô ấy bị nhiễm trùng và lan đến xương, phát triển thành viêm tủy xương. Kết quả là chân phải của cô ấy bị biến dạng, như thể bị cong vẹo, từ đầu gối trở xuống. Nó ngắn hơn chân kia khoảng 6 inch và cũng bị xoắn. Ngoài ra còn có một vết sẹo sâu nơi ca ghép xương không thành công đã được thực hiện.

Trong hai giờ chúng tôi thành kính cầu nguyện, chân của cô ấy dường như dài ra thêm khoảng 2,5 cm. Khoảng tám người chúng tôi cùng cầu nguyện, thay phiên nhau giữ chân cô ấy (vì quỳ xuống nhiều giờ liền có thể gây đau). Đức giám mục cũng cầu nguyện cùng nhóm. Sau đó, chúng tôi nghỉ ăn tối và quay lại cầu nguyện thêm hai giờ nữa vào tối hôm đó. Lần này, chân cô ấy dường như lại dài thêm khoảng 2,5 cm. Đồng thời, chân bị vẹo cũng dần thẳng ra. Bạn không thể nhìn thấy sự thay đổi diễn ra từ từ, nhưng bằng cách so sánh chiều dài chân cứ sau khoảng 10 phút, chúng tôi có thể thấy sự thay đổi tương đối đang diễn ra.

Ngày hôm sau, chúng tôi tập trung tại nhà của Alberto del Corral ở Medillin—lại cùng với Giám mục Uribe—và cầu nguyện thêm hai tiếng vào buổi sáng và hai tiếng vào buổi chiều, việc cầu nguyện như vậy rất tốn sức. Ngày hôm đó, chân dường như dài thêm một inch nữa (ngày hôm trước nó đã dài thêm khoảng ba inch), đến tối chỉ còn chênh lệch khoảng hai inch giữa hai chân. Điều đáng chú ý nhất là bàn chân phải, vốn phẳng và không có vòm, đã phát triển và thay đổi hình dạng cho đến khi có vòm như bàn chân bình thường. Các ngón chân của bàn chân bị dị dạng, chỉ bằng khoảng một nửa kích thước so với bàn chân kia, cũng phát triển cho đến khi gần bằng kích thước của bàn chân bình thường. Chỉ trong vài giờ, các ngón chân ở bàn chân phải của cô ấy đã gần như tăng gấp đôi kích thước!

Một số diễn biến bất thường khác đã xảy ra, giúp chúng tôi hiểu rõ hơn một số yếu tố mà chúng tôi đã tìm hiểu về quá trình chữa bệnh. Chúng liên quan đến mối quan hệ giữa chữa lành thể xác và chữa lành tinh thần. Hai lần chúng tôi nhận ra cần có sự chữa lành ở cấp độ tinh thần; cả hai lần nhận ra – một lần vào buổi sáng, một lần vào buổi chiều – đều xảy ra vì quá trình chữa lành và phát triển dường như đã dừng lại. Sau lần dừng lại đầu tiên, chúng tôi phát hiện ra rằng Teresa cần tha thứ cho mẹ mình về những gì đã xảy ra sau khi bệnh loãng xương phát triển. Vì gia đình nghèo khó, mẹ của Teresa đã phải gửi Teresa đến sống với những người khác có khả năng chi trả cho việc điều trị y tế thích hợp. Đó là điều duy nhất có thể làm được trong hoàn cảnh đó, nhưng đối với Teresa khi còn nhỏ, điều đó giống như sự từ chối. Sau khi chúng tôi yêu cầu Teresa tha thứ cho mẹ mình và sau khi cầu nguyện cho sự chữa lành bên trong về cảm giác bị từ chối, chân của Teresa lại bắt đầu thẳng ra và phát triển.

Sự việc thứ hai xảy ra vào buổi chiều khi chân của Teresa dường như lại ngừng phát triển (điều này luôn khó xác định, vì chỉ có thể kiểm tra bằng cách đo so sánh trong khoảng nửa giờ). Lần này, chúng tôi phát hiện ra rằng một người anh trai của Teresa đã bị thương nặng trong một vụ tai nạn vài năm trước và bà đã dâng hiến thân xác tàn tật của mình cho Chúa với hy vọng Ngài sẽ tha mạng cho anh trai bà. Vì vậy, bà cảm thấy tội lỗi về việc chân mình được chữa lành, vì dường như đó là sự bội ước với lời hứa mà bà đã từng hứa với Chúa. Lúc này, Giám mục Uribe đã can thiệp để giúp đỡ bằng cách sử dụng quyền năng của mình, với tư cách là đại diện của Chúa, để giải thoát bà khỏi bất kỳ lời thề nào như vậy. Một lần nữa, chân của bà bắt đầu lành lại.

Khi ngày cầu nguyện kết thúc, chúng tôi cũng nhận thấy vết sẹo sâu trên chân cô ấy đã gần nổi lên bề mặt hơn và, ngoại trừ hai chỗ, giờ nó đã chuyển sang màu trắng thay vì màu tím như lúc bắt đầu ngày hôm trước. Vì lúc này chân phải của cô ấy đã đủ dài để chạm đất (nhiều năm trước cô ấy phải dùng nạng vì chân phải quá ngắn không chạm đất), Teresa muốn thử đi bộ lần đầu tiên kể từ khi còn nhỏ, nhưng chúng tôi bảo cô ấy nên đợi đến khi đi khám bác sĩ.

Alberto đề nghị đưa cô đến gặp bác sĩ và thành lập một nhóm để tiếp tục cầu nguyện cùng cô. Giám mục Uribe cũng hứa sẽ đến nhà cô và cầu nguyện cùng cô mỗi tuần một lần. Kể từ đó, chân cô tiếp tục phát triển cho đến khi chỉ còn chênh lệch nửa inch. Trong một lần, bàn chân cô xoay chuyển cho đến khi vết sẹo xoắn ốc dọc theo chân trở thành một đường thẳng từ đầu gối đến bàn chân. Nhóm đã đến gặp bác sĩ, người đã khám cho Teresa và nói rằng xương vẫn bị gãy và yếu, khuyên cô chưa nên đi lại. Alberto mô tả những diễn biến tiếp theo: Ngay sau khi Teresa đến gặp bác sĩ, một nhóm lại tập hợp với Giám mục Uribe để cầu nguyện thêm. Khi chúng tôi đặt tay lên Teresa, chúng tôi nhận thấy rằng chỗ xương bị gãy khá ấm và khối u đã giảm kích thước đáng kể.

Chúng tôi cầu nguyện khoảng hai tiếng đồng hồ và cuối cùng Giám mục Uribe yêu cầu Teresa duỗi thẳng chân và bàn chân, một việc mà trước đây luôn gây ra rất nhiều đau đớn. Teresa do dự duỗi chân ra và khi làm vậy, xương chân của bà giữ nguyên vị trí lần đầu tiên sau nhiều năm. Bà không cảm thấy đau đớn hay khó chịu khi cử động chân.

Chúng tôi đều rất vui mừng và biết ơn, vì dường như xương đã liền lại. Tuy nhiên, chúng tôi khuyên Teresa nên đi khám bác sĩ trước khi sử dụng chân. Vài ngày sau, cô ấy đã gặp không chỉ một mà hai bác sĩ, cả hai đều xác nhận rằng xương của cô ấy đã liền lại."
Giờ đây, lần đầu tiên sau 14 năm, Teresa đã có thể đi lại. Không thể tính toán chính xác bao nhiêu giờ cầu nguyện đã dẫn đến sự chữa lành phi thường này. Cũng không thể tính được có bao nhiêu người đã cầu nguyện. Và vẫn cần thêm nhiều lời cầu nguyện vì chân vẫn cần được chữa lành thêm. Nhưng phần lớn sự chữa lành, đòi hỏi chân và bàn chân của cô ấy phải phát triển, thẳng ra và được hàn gắn – khi các bác sĩ đã mất hy vọng về bất kỳ sự cải thiện nào nữa – giờ đã diễn ra.
Một lần nữa — không thể nói chắc chắn — tôi không nghĩ rằng bất kỳ sự chữa lành nào của Teresa sẽ xảy ra nếu chúng ta không học được điều gì đó về yếu tố thời gian cần thiết trong việc cầu nguyện để được chữa lành, cũng như nếu không có những người bạn sẵn lòng dành hàng giờ quây quần bên Teresa để cầu nguyện.

Chứng kiến những thay đổi diễn ra ở chiếc chân dị dạng như của Teresa thật là điều kỳ diệu; nhìn thấy những giọt nước mắt biết ơn trong mắt cô khi cảm thấy chân mình khỏe hơn chính là phần thưởng lớn nhất mà bất cứ ai cũng cần sau khi dành hàng giờ cầu nguyện cùng cô. Nhưng khi bạn bắt đầu cầu nguyện, bạn không bao giờ biết – trừ khi Chúa tiết lộ – bao nhiêu điều có thể xảy ra, hoặc không xảy ra. Và đó là công việc khó khăn – đôi khi, rất mệt mỏi. Không có gì lạ khi Chúa Giê-su gọi những phép chữa lành của Ngài là "việc làm" – "Những việc Ta làm nhân danh Cha Ta là chứng cớ của Ta" (Ga 10:25), chứ không phải là "phép lạ". Chứng kiến hiệu quả của việc cầu nguyện thành tâm đã cho tôi một cái nhìn hoàn toàn mới về sự chữa lành. Trước đây, khi đi ngang qua một người tàn tật, tôi tự hỏi liệu lời cầu nguyện có thể chữa lành cho người đó không, nhưng đồng thời tôi cũng cảm thấy rằng cơ hội chữa khỏi – mặc dù có thể – là rất mong manh. Giờ đây, khi nhìn thấy một người tàn tật, tôi chỉ tự hỏi liệu người đó có thể được chữa khỏi, hoặc ít nhất là cải thiện đáng kể, nếu chỉ cần có ai đó dành thời gian ngồi bên cạnh và cầu nguyện cho người đó hay không.

Trích đoạn từ cuốn *"Sức mạnh chữa lành"* của Francis MacNutt. Vào thời điểm đó, Francis MacNutt là một linh mục Công giáo và có ảnh hưởng lớn đến Phong trào Canh tân Đặc sủng trong Giáo hội Công giáo. Vào những năm 1970, ông rời bỏ chức linh mục, sau đó kết hôn, gia nhập Giáo phận Episcopal của Florida và thành lập Christian Healing Ministries (Bộ Mục vụ Chữa lành Kitô giáo). Bạn có thể tìm thêm thông tin trên trang web của bộ mục vụ: www.christianhealingmin.org

Heidi Baker và Supresa Sithole – Mục sư được chữa lành khi cận kề cái chết

3 THÁNG TÁM, MAPUTO, MOZAMBIQUE — Surpresa Sithole, giám đốc quốc gia của chúng tôi tại Mozambique, dường như không bao giờ có suy nghĩ tiêu cực. Tràn đầy Thánh Linh, ông luôn nở nụ cười rạng rỡ và dễ dàng bật cười trong mọi hoàn cảnh. Ông là người bạn đồng hành thường xuyên của tôi trong rừng, và chúng tôi cùng nhau đi khắp nơi để rao giảng. Chúa Giê-su đã gọi ông một cách siêu nhiên ra khỏi cha mẹ làm thầy lang ở làng quê và đã biến ông thành một nhà lãnh đạo quyền lực trong các nhà thờ của chúng tôi.

Nhưng hôm nay, trong giây lát, ông ấy nghiêm túc hơn. Ông ấy đang nói chuyện điện thoại từ Nam Phi, và một lần nữa chúng ta lại đối mặt với thử thách đức tin. Simon Ndubani, một trong những mục sư mạnh mẽ nhất của chúng ta và là thành viên của ủy ban lãnh đạo ở Nam Phi, đang bị bệnh.

Thực ra, ông ấy gần như sắp chết. Bắt đầu từ ho và tiêu chảy, sức khỏe của ông ấy đã suy giảm trong một năm qua, nhưng vì không có tiền đi khám bác sĩ nên chưa được chẩn đoán. Mọi người cho rằng ông ấy bị ung thư dạ dày giai đoạn cuối hoặc AIDS - nhưng ông ấy đã được xét nghiệm HIV và âm tính. Vốn là một người đàn ông to lớn, giờ đây ông ấy chỉ còn là cái bóng của chính mình. Trong ba ngày qua, sức khỏe của ông ấy đã suy giảm nhanh chóng. Ông ấy rất đau đớn. Ông ấy không thể ăn. Ông ấy không thể đi lại. Hôm nay ông ấy thậm chí không thể cử động hay trở mình trên giường. Thị lực của ông ấy bị mờ, và trong vài giờ qua đã mất khả năng nói và nghe.

Thật khó hiểu, nhưng Simon là một trong những nhà thuyết giáo tài năng nhất của chúng ta, và đã thể hiện đức tin mạnh mẽ. Chúa Giê-su đã dùng ông để chữa lành người mù và người què ngay lập tức. Nhiều người tuyệt vọng trong hội thánh của ông đã đến cầu nguyện với ông và đã được cứu rỗi. Ông được biết đến như một người của Chúa vĩ đại. Nhưng giờ đây ông đang cận kề cái chết, nghèo khó và bất lực. Ông không có tiền, bảo hiểm hay trợ cấp y tế. Gia đình ông không có phương tiện đi lại. Vợ ông đang khóc nức nở và sắp qua đời.

Đây thực sự là tin tức khủng khiếp. Danh tiếng của Chúa sẽ ra sao? Các nhà thờ của chúng ta sẽ đối phó với sự nản lòng này như thế nào? Chúng ta sẽ nói gì? Surpresa và tôi cầu nguyện qua điện thoại, và chúng tôi tiếp tục cầu nguyện, cùng với nhiều người khác. Surpresa lái xe đưa Simon đến bệnh viện và bế thân hình gầy gò, xương xẩu của anh ấy vào phòng. Simon đang hôn mê, vậy mà Surpresa vẫn phải bế anh ấy đi vệ sinh cứ mười phút một lần. Thật là một cảnh tượng hỗn độn. Bác sĩ dự đoán Simon sẽ chết tối nay. Nếu anh ấy sống được ba ngày, đó sẽ là một phép lạ. Vợ của Simon sợ hãi và đau khổ đến nỗi cô ấy thậm chí không dám đến bệnh viện thăm anh ấy.

Bất ngờ chưa? Heidi và tôi sắp có những cuộc họp hội nghị quan trọng trong vài ngày tới ở Mozambique. Chúng tôi phải rao giảng Tin Mừng cho hàng ngàn người bệnh tật và nghèo khổ, những người không còn hy vọng nào khác ngoài Chúa Giê-su. Chúng tôi không thể bảo vệ danh tiếng của Chúa. Chúng tôi chỉ có thể tiếp tục yêu mến Ngài. Simon thuộc về Ngài, Chúa Giê-su. Xin Ngài hãy là Đức Chúa Trời và là thầy thuốc của anh ấy. Chúng con thuộc về Ngài, và chúng con sẽ tiếp tục sống vì Ngài.

Và cứ thế suốt đêm và cả ngày hôm sau, chúng tôi tiếp tục cầu nguyện cho Simon — và chuẩn bị cho các cuộc họp ở Maputo và phía bắc. Một đêm nữa trôi qua, và Simon vẫn còn thoi thóp. Chúng tôi vẫn tiếp tục. Không có hướng nào khác ngoài hướng lên, vào trong trái tim Ngài. Thứ Bảy đến, và Surpresa dự kiến sẽ khai mạc hội nghị khu vực cho các tỉnh phía nam của chúng tôi tối nay. Nhưng ông ấy vẫn đang ở bệnh viện với Simon. Tôi gọi cho ông ấy một lần nữa, chiến đấu bằng đức tin vững vàng, vì ông ấy cần phải lái xe ngay lập tức đến Mozambique.

Surpresa đáp lại với giọng điệu khiêm nhường đầy vẻ trang trọng. “Chà, có vẻ như một phép màu vĩ đại đã xảy ra. Sáng nay tôi đã ngồi đây với Simon, và chúng tôi đã nói chuyện và cười đùa hàng giờ liền. Thực tế là, Simon không nhớ mình đã đến bệnh viện hay thậm chí tại sao mình lại ở đây! Cậu ấy ổn rồi. Các bác sĩ sẽ truyền thêm máu cho cậu ấy, làm một vài xét nghiệm, rồi cho cậu ấy về nhà…”

Surpresa để lại cho Simon tiền ăn và đi lại, rồi lên đường đến Maputo, nơi chúng tôi có một cuộc gặp gỡ tuyệt vời. Vài ngày sau, chúng tôi nhận được điện thoại báo rằng Simon đã hoàn toàn khỏe mạnh và làm mọi việc như trước đây… Chúa Giê-su đã phán quyết cuối cùng!

Trích từ bản tin ngày 14 tháng 8 năm 2002 của Iris Ministries. Muốn đọc thêm, hãy truy cập: www.irismin.org

James Moore Hickson – Người phụ nữ được chữa khỏi bệnh lupus

Một trong những câu chuyện đẹp nhất về sự chữa lành của Chúa Kitô trong thời đại chúng ta là câu chuyện về một người phụ nữ nghèo mắc bệnh lupus. Bà kiếm sống bằng nghề giặt thuê, nhưng theo thời gian, mọi người bắt đầu sợ thuê bà vì bệnh tật của bà. Rồi bà cảm thấy mình bị xa lánh, và không biết phải sống thế nào. Nỗi đau khổ và tuyệt vọng của bà quá lớn đến nỗi bà đã từng có ý định tự kết liễu đời mình. Bà được đưa đến để cầu nguyện và được đặt tay, và tôi sẽ không bao giờ quên hình ảnh người phụ nữ nhỏ bé đáng thương ấy, trông vô cùng khốn khổ, khuôn mặt đầy bệnh tật. Tôi chỉ có thể nắm lấy tay bà và đặt nó vào Bàn tay của Chúa Kitô. Khi chúng tôi cùng nhau cầu nguyện, tôi cảm nhận sâu sắc lòng thương xót của Ngài đến nỗi không thể kìm được nước mắt. Tôi biết rằng Chúa Giê-su hiện diện cùng chúng tôi, nhưng đôi mắt tâm linh của bà đã được mở ra để nhìn thấy Ngài, và sau đó bà nói với tôi: "Tôi đã thấy Chúa. Ngài đứng trước mặt tôi, và bàn tay Ngài đặt trên tay thầy." Chúa chúng ta đã chữa lành người phụ nữ đó, và hôm nay chúng ta có thể hết lòng mà nói rằng: 'Hỡi linh hồn ta, hãy chúc tụng Chúa, và đừng quên mọi ơn phước của Ngài: Đấng tha thứ mọi tội lỗi ngươi, Đấng chữa lành mọi bệnh tật ngươi; Đấng cứu chuộc mạng sống ngươi khỏi sự hủy diệt; Đấng ban cho ngươi lòng nhân từ và thương xót.'

Trích đoạn từ tác phẩm *"Chú rể đến"* của James Moore Hickson.

Lời nguyền bị phá vỡ và người phụ nữ bước đi.

Trong Châm ngôn 17:19 có chép rằng: "Ai lấy ác trả thiện thì sẽ bị rủa sả". Thực tế là nếu bạn làm điều ác với người làm điều thiện với bạn thì lời rủa sả sẽ giáng xuống. Một ví dụ khác là trong Mác 11:12-14, 21&22. Đó là việc Chúa Giê-su rủa sả cây vả. Trong trường hợp này, Ngài rủa sả cây vả nhưng hậu quả không thấy rõ ngay lập tức trong một ngày. Mọi người nghĩ rằng vì họ rủa sả nhưng vấn đề không thấy rõ ngay nên nó không có tác dụng. Nhưng nó vẫn có tác dụng, dù bạn thấy nó ngay lập tức hay sau mười năm. Tác dụng đó CHẮC CHẮN sẽ xảy ra với mọi người.

Có lần khi tôi ở Mexico, tôi đã cầu nguyện cho một người phụ nữ bị bệnh. Điều Chúa nói với tôi là anh chị em của bà đã nguyền rủa bà từ năm ba tuổi. Bà gần như bị tàn tật hoàn toàn và chúng tôi phải cùng bà vượt qua lời nguyền và giúp bà tha thứ cho anh chị em của mình. Tôi phải phá vỡ quyền năng của lời nguyền trên bà và khi tôi làm được điều đó, Chúa đã chữa lành hoàn toàn cho bà. Bà vứt bỏ khung tập đi của mình và Chúa đã chữa lành cho bà ngay tại chỗ. Tôi thực sự kinh ngạc rằng một phép lạ có thể xảy ra. Bạn biết đấy, bà đã được cầu nguyện bao nhiêu lần trong nhà thờ mà không được chữa lành? Có một nguyên nhân gốc rễ đằng sau điều đó . Khi bạn đang đối phó với mọi người về mặt cảm xúc, tâm linh hoặc thể chất và không có sự đột phá nào thì bạn cần phải bắt đầu đào sâu hơn và xem xét nhiều khía cạnh hơn trong cuộc đời của người đó.

Có lý do tại sao điều đó vẫn còn tồn tại. Bạn có biết tại sao nhà thờ lại bối rối về việc chữa lành đến vậy không? Chúng ta không thể hiểu tại sao Chúa nói Ngài sẽ chữa lành cho mọi người mà rồi họ lại không được chữa lành. Xin hãy hiểu rằng, điều này không xảy ra mà không có nguyên nhân. Không có gì trong vũ trụ này xảy ra mà không có nguyên nhân.

Những Chiến Công Vĩ Đại - 1 - Liên kết Podcast Âm thanh

Chương 1 Giới thiệu -
https://anchor.fm/otakada.org/episodes/Introd–to-Enough-is-Enough-to-Captivity-of-Satan-and-Welcome-to-Freedom-in-Christ—light-baptism-eshkai

Chương 2 Phần 1 -
https://anchor.fm/otakada.org/episodes/Part-1-Enough-is-Enough-to-Captivity-of-Satan-welcome-to-freedom-powered-by-hunger-and-anger-part-1-esfrdk

Chương 3 Phần 2
https://anchor.fm/otakada.org/episodes/Enough-is-Enough-to-Captivity-and-welcome-to-Freedom—How-to-heal-or-be-cured-of-COVID–19–part-2-er35cm

Chương 4 Phần 3 -
https://anchor.fm/otakada.org/episodes/Enough-is-Enough-to-CAPTIVITY-of-the-devil–Welcome-to-FREEDOM-in-Christ-Jesus—Activation-part-3-er5bu4

Chương 5 Phần 4 -
https://anchor.fm/otakada.org/episodes/Enough-to-Captivity-of-Satan–Welcome-to-the-Freedom-in-Christ-can-Christians-be-demonized–Part-4-errv21

Chương 6 và 7 – phần 5 và 6 -
https://anchor.fm/otakada.org/episodes/Seven-7-critical-steps-to-deliverance--How-to-Identify-and-Expel-Demon-Groupings-part-5-6-esap4h

Chương 8 Phần 7 -
https://anchor.fm/otakada.org/episodes/The-Holy-Ghost-POWER-resident-in-YOU-in-words-transferred-through-the-air-into-WATER-and-OIL-part-7-esv324

Chương 9 Phần 8 - Liên kết Podcast:
https://anchor.fm/otakada.org/episodes/Part-8—Enough-is-Enough-to-Captivity-of-Satan-and-Welcome-to-Freedom-in-Christ-Jesus—Where-on-et3d3

Chương 10 Phần 9 -
https://anchor.fm/otakada.org/episodes/Freedom-from-Schizophrenia--QA-and-Practical-guidelines-on-Healing--deliverance-and-restoration-etgret

Những Chiến Công Vĩ Đại - Phần 1 - Liên kết Video Youtube

Giới thiệu Chương 1 - https://youtu.be/B-JVbeIMBDY
Chương 2 Phần 1 - https://youtu.be/MrjLuZC8N1c
Chương 3 Phần 2 - https://youtu.be/ydFE_lD8SqU
Chương 4 Phần 3 - https://youtu.be/4A2heCj3B5I
Chương 5 Phần 4 - https://youtu.be/ILEBjZeQAMs
Chương 6 và 7 – phần 5 và 6 - https://youtu.be/mzXVmNH880Q
Chương 8 Phần 7 - https://youtu.be/gUuO1IuRKnc
Chương 9 Phần 8 - https://youtu.be/9wzp-2vYLDQ
Chương 10 Phần 9 - https://youtu.be/f4NEJFp7A18

Những Chiến Công Vĩ Đại - 1 - Chương 1 - Giới thiệu về sự chấm dứt cảnh tù đày và chào đón sự tự do trong Chúa Kitô

Lan tỏa ánh sáng của Chúa trong thế giới đầy trụy lạc này + Lời cầu nguyện xin được báp-têm trong Chúa Thánh Thần + 2 câu chuyện của Trevor Farrell từ Trevor Place và Robert W. Schambach về một *người đàn ông* được cứu sống khỏi ghế điện - Lời giới thiệu

Tham khảo Kinh Thánh:

Ma-thi-ơ 5:14-16
Bản dịch của Niềm đam mê
14 "Đời sống của các con soi sáng thế giới. Hãy để người khác thấy ánh sáng của các con từ xa, vì làm sao các con có thể giấu được một thành phố ở trên đỉnh đồi? 15 Ai lại thắp đèn rồi giấu nó ở nơi khuất nẻo? Trái lại, người ta đặt nó ở nơi mà mọi người trong nhà đều có thể hưởng lợi từ ánh sáng của nó. 16 Vậy nên, đừng giấu ánh sáng của các con! Hãy để nó chiếu sáng rực rỡ trước mặt người khác, để những việc tốt các con làm sẽ chiếu sáng như ánh sáng trên họ, và rồi họ sẽ ngợi khen Cha các con ở trên trời."

Khi tôi trình bày phần giới thiệu này về cuốn sách "Đủ rồi, chấm dứt sự giam cầm của Sa-tan và chào mừng đến với sự tự do trong Chúa Kitô – Chiếu sáng ánh sáng của Chúa trong thế giới trụy lạc này + Phép báp-têm trong Đức Thánh Linh + 2 Câu chuyện", tôi muốn chúng ta cùng lưu ý, ghi nhớ và vận dụng (khơi dậy) bảy phẩm chất quan trọng *A, B, C, D, E* , F và G trong chính mình để có thể thành công trong việc chiếu sáng ánh sáng của Chúa Kitô đến thế giới đang chịu ảnh hưởng và kiểm soát của kẻ ác. Sự tự do trong Chúa Kitô chỉ có thể được thể hiện qua những hoa trái trong cuộc sống của chúng ta. Bảy phẩm chất này vô cùng quan trọng như những yếu tố giúp chúng ta trở thành tất cả những gì chúng ta cần phải trở thành và làm được. Đó là:

1- A: Tính khả dụng

2- B: Sự táo bạo

3- C: Lòng trắc ẩn

4- D: Xác định

5- E: Tình yêu chân thành

6-F: Cơn thịnh nộ dữ dội

7-G: Nạn đói lớn

Chúng ta cần cầu nguyện xin Chúa Thánh Thần giúp chúng ta khơi dậy những phẩm chất này ở các mức độ khác nhau trong chính mình khi có cơ hội hoặc khi chúng ta tạo ra cơ hội nhờ sự thúc giục của Chúa Thánh Thần.

Sai lầm lớn nhất mà chúng ta có thể mắc phải khi đối mặt với những tình huống và hoàn cảnh khó khăn trong cuộc sống là bắt đầu nghi ngờ những món quà và khả năng mà Chúa đã ban cho mỗi người để chiếu sáng Ngài đến thế giới tăm tối này. Điều chúng ta không nên làm là chôn vùi những món quà đó và không làm gì cả. Chúng ta đều có thể chắc chắn rằng Chúa sẽ đòi hỏi chúng ta phải chịu trách nhiệm về cách chúng ta đã sử dụng kho báu bên trong mình để vinh hiển Ngài.

Khi suy ngẫm đoạn Kinh Thánh trên, những câu hỏi có thể nảy sinh là: Ánh sáng này là gì? Nó được thể hiện như thế nào đối với món quà Chúa ban cho tôi và chính xác thì tôi nên làm gì để cho ánh sáng bên trong tôi được biết đến và thể hiện trong một thế giới tăm tối vì vinh quang của Chúa?

Điểm khởi đầu là hãy nhìn vào Chúa Giê-su, vì chính Chúa Giê-su là ánh sáng của thế gian. Chúng ta phải chiếu rọi Ngài đến những người khác trong thế giới này. Hãy xem Lu-ca 4:18,19 trong tuyên bố về tầm nhìn và sứ mệnh của Chúa Giê-su, bởi vì tuyên bố về sứ mệnh và tầm nhìn của Ngài cũng chính là tuyên bố về sứ mệnh và tầm nhìn của chúng ta:

Lu-ca 4:18-21

Bản dịch của Niềm đam mê

18-19 "Thần của Chúa ngự trên tôi, và Ngài đã xức dầu cho tôi để trở thành niềm hy vọng cho người nghèo, sự giải thoát cho người đau khổ, và đôi mắt mới cho người mù, và để rao giảng cho những người tù rằng: 'Các ngươi đã được tự do!' Tôi đến để chia sẻ sứ điệp của Năm Thánh, vì thời điểm sự chấp nhận lớn lao của Đức Chúa Trời đã bắt đầu."

20 Sau khi đọc xong, Ngài cuộn sách lại, trả lại cho vị cố vấn, rồi ngồi xuống. Mọi người đều nhìn chằm chằm vào

Chúa Giê-su, tự hỏi Ngài sắp nói điều gì. 21 Rồi Ngài nói thêm: "Những lời Kinh Thánh này hôm nay đã được ứng nghiệm trước mặt các ngươi."

Để đảm bảo mọi người không còn nghi ngờ gì về sứ mệnh và tầm nhìn này, Chúa Giê-su đã làm chính xác những gì lời tiên tri nói về Ngài và hoàn thành nó. Bạn có thể đọc câu chuyện đó trong:

Ma-thi-ơ 4:23-25

Bản dịch của Niềm đam mê

Sứ mệnh chữa lành của Chúa Giê-su

23 Chúa Giê-su thi hành chức vụ khắp nơi trong toàn tỉnh Ga-li-lê. Ngài giảng dạy[a] trong các hội đường, rao giảng niềm hy vọng về vương quốc[b] và chữa lành mọi thứ bệnh tật trong dân chúng. 24 Danh tiếng của Ngài lan rộng khắp nơi! Nhiều người đau đớn và khổ sở vì đủ loại bệnh tật đã được đem đến cho Chúa Giê-su để được chữa lành—những người bị động kinh, bại liệt và những người bị quỷ ám đều được giải thoát. Tất cả những ai được đem đến cho Chúa Giê-su đều được chữa lành!

25 Điều này dẫn đến việc rất nhiều người đi theo ông, bao gồm cả người dân từ xứ Ga-li-lê, Giê-ru-sa-lem, xứ Giu-đa, vùng Mười Thành được gọi là Đa-ca-li và các vùng bên kia sông Giô-đan.

Và sau khi huấn luyện các môn đệ trong 3 năm, Ngài đã cho phép họ tự do thực hiện sứ mệnh và tầm nhìn này. Chúng ta có thể thấy một phần nhỏ của điều đó trong

Công vụ 5:12-16

Bản dịch của Niềm đam mê

Các tông đồ thực hiện phép lạ, dấu hiệu và kỳ tích.

***12 Các sứ đồ đã làm nhiều dấu kỳ, phép lạ và điều kỳ diệu
giữa dân chúng. 13 Và các tín hữu rất đoàn kết khi thường
xuyên nhóm họp tại sân đền thờ ở khu vực được gọi là Sân
Sa-lô -môn. Không ai dám làm hại họ, vì mọi người đều
kính trọng họ.***

***14 Càng ngày càng có nhiều người tin Chúa và gia nhập
vào số tín hữu của Ngài—đám đông rất đông, cả nam lẫn
nữ. 15 Thật vậy, khi biết Phi-e-rơ sắp đi ngang qua, người
ta đem những người bệnh ra đường, đặt họ nằm trên
giường và chiếu, vì biết rằng quyền năng phi thường phát
ra từ ông sẽ bao phủ và chữa lành họ. 16 Rất nhiều người
từ các làng lân cận đổ về Giê-ru-sa-lem. Họ mang theo
những người bệnh và những người bị quỷ ám—và tất cả
đều được chữa lành!***

Vậy điều gì đã khiến những người đàn ông bình thường này trở thành những siêu nhân của một Đức Chúa Trời siêu nhiên? Điều gì có thể giúp bạn với các thuộc tính ABCDEFG mà chúng ta đã thảo luận ở trên? Câu trả lời nằm trong lời tuyên bố cuối cùng của Chúa Giê-su:

Công vụ 1:3-8

Bản dịch của Niềm đam mê

***3 Sau khi chịu khổ hình trên thập tự giá, Chúa Giê-su
nhiều lần hiện ra sống động với các sứ đồ ấy trong vòng***

bốn mươi ngày. Chúa Giê-su đã chứng tỏ cho họ bằng nhiều dấu hiệu thuyết phục rằng Ngài đã sống lại.

Trong những cuộc gặp gỡ này, Ngài đã dạy họ những lẽ thật về vương quốc của Đức Chúa Trời và cùng ăn uống với họ. Chúa Giê-su dặn dò họ: "Đừng rời khỏi Giê-ru-sa-lem, nhưng hãy đợi ở đây cho đến khi các ngươi nhận được món quà mà ta đã nói với các ngươi, món quà mà Cha đã hứa. 5 Vì Giăng đã làm phép báp-têm cho các ngươi bằng nước, nhưng chỉ vài ngày nữa thôi, các ngươi sẽ được làm phép báp-têm bằng Đức Thánh Linh!"

6 Mỗi lần nhóm họp lại, họ đều hỏi Chúa Giê-su rằng: "Lạy Chúa, có phải bây giờ là lúc Ngài giải phóng Y-sơ-ra-ên và khôi phục vương quốc của chúng con không?"

7 Ngài đáp: "Chính Đức Chúa Cha là Đấng ấn định các ngày và thời điểm hoàn thành của chúng. Các con không được phép biết thời điểm của mọi điều Ngài đã định sẵn bằng quyền năng của Ngài. 8 Nhưng Ta hứa với các con điều này: Đức Thánh Linh sẽ đến trên các con, và các con sẽ được đầy dẫy quyền năng. Các con sẽ làm sứ giả của Ta đến Giê-ru-sa-lem, khắp Giu-đê, các tỉnh xa xôi, thậm chí đến những nơi tận cùng nhất trên đất!"

Giăng đã nhấn mạnh thực tế rằng ma quỷ đang nắm quyền điều khiển thế giới chúng ta và tái khẳng định nhiệm vụ mà Chúa Giê-su đến thế gian để thực hiện trong 1 Giăng 5:19 và 1 Giăng 3:8, và tôi đọc:

1 Giăng 5:19

Bản dịch của Niềm đam mê

19 Chúng ta biết rằng chúng ta là con cái của Đức Chúa Trời và toàn thế giới đang nằm dưới sự khốn khổ và ảnh hưởng của Ác Quỷ.

Và **1 Giăng 3:8**

Bản dịch của Niềm đam mê

8 Nhưng kẻ nào sống đời sống tội lỗi thì thuộc về ma quỷ, vì ma quỷ đã phạm tội từ ban đầu. Sở dĩ Con Đức Chúa Trời được bày tỏ là để hủy diệt và tiêu diệt những việc làm của ma quỷ.

Chúa Giê-su phán trong Ma-thi-ơ 12:29: "Không ai có thể đột nhập vào nhà người mạnh mẽ mà lấy hết tài sản của người ấy, trừ khi trước hết trói người mạnh mẽ ấy lại; rồi sau đó mới được cướp bóc nhà người ấy."

Chúng ta không thể chiếm được thành phố bằng sức riêng của mình mà phải bằng quyền năng của Đức Thánh Linh:

Hãy nghe lời của Gioan Tẩy giả trong **Lu-ca 3:16**

Bản dịch của Niềm đam mê

16 Nhưng Giăng đã nói rõ với họ rằng: "Có một Đấng đến, quyền năng hơn tôi. Ngài là Đấng tối cao. Thật vậy, tôi không xứng đáng làm tôi tớ của Ngài. Tôi chỉ có thể làm phép báp-têm cho các ngươi trong dòng sông này, nhưng Ngài sẽ làm phép báp-têm cho các ngươi vào trong Thánh Linh và vào trong lửa dữ dội của Ngài.

Đức Thánh Linh là Đấng trợ giúp chúng ta mở rộng vương quốc của Ngài trong thế giới tăm tối bằng cách chiếu rọi ánh sáng của Chúa Kitô sau khi đánh đổ thành trì của kẻ thù, Sa-tan. Chúng ta được trang bị như thế nào là qua phép Báp-têm trong Đức Thánh Linh.

Lễ báp-têm trong Đức Thánh Linh là một trải nghiệm đầy quyền năng, trang bị cho những tín đồ được tràn đầy Thánh Linh để làm chứng và phục vụ, nơi chúng ta có thể dễ dàng thể hiện 7 thuộc tính nêu trên một cách dễ dàng.

Bạn có thể nhận được phép báp-têm của Chúa Thánh Thần bằng cách cầu nguyện lời cầu nguyện này để từ trong lòng bạn tuôn chảy những dòng nước hằng sống làm tươi mới và ban sức mạnh cho bạn để phục vụ, lan tỏa ánh sáng của Ngài đến thế giới bất chấp những sự chống đối mạnh mẽ:

Chúng ta cùng cầu nguyện:

Lạy Chúa, xin biến con thành khí cụ quyền năng của Ngài, nhân danh Chúa Giê-su.
Nguyện xin trời mở ra và vinh quang của Ngài, Đức Chúa Trời, giáng xuống trên con, nhân danh Chúa Giê-su. Lạy Chúa, xin thanh tẩy mắt, tai và miệng con để con có thể tiếp nhận, nghe và nói những điều kỳ diệu. Con nhận lãnh ngọn lửa mới và sự xức dầu mới, nhân danh Chúa Giê-su. Nguyện xin lửa của Đức Chúa Trời thiêu rụi mọi việc làm của bóng tối trong cuộc đời con.

Nguyện xin Thánh Linh của Đức Chúa Trời thanh tẩy trí tuệ, ý chí và cảm xúc của con, nhân danh Chúa Giê-su.

Nguyện xin Thánh Linh của Đức Chúa Trời thanh tẩy tâm hồn, linh hồn và thân thể con, nhân danh Chúa Giê-su.

Xin hãy làm phép báp-têm cho con bằng Đức Thánh Linh và lửa theo lời hứa của Ngài trong Lu-ca 3:16.

Lạy Chúa, xin cho Thánh Linh của Ngài được tuôn đổ dồi dào trên Thân Thể Chúa Kitô trên toàn thế giới. Cha ơi, nhân danh Chúa Giê-su, con muốn nhận lãnh tất cả những gì Ngài dành cho con.

Tôi muốn nhận được sự trọn vẹn của Đức Thánh Linh cùng với tất cả những ân tứ mà Đức Thánh Linh ban cho đời sống tôi. Vì vậy, tôi khiêm nhường trước mặt Ngài và cầu xin Ngài, theo lời Ngài, hãy làm phép báp-têm cho tôi bằng Đức Thánh Linh ngay bây giờ. Tôi dâng mình để được tuôn chảy trong những ân tứ mà Đức Thánh Linh sẽ bày tỏ hoặc tỏa sáng qua tôi.

Nguyện xin sự xức dầu, vinh quang và quyền năng của Chúa đến trên tôi và vào cuộc đời tôi ngay bây giờ.

Nguyện xin cho tôi được ban cho sức mạnh để phục vụ từ ngày hôm nay trở đi với tất cả bảy phẩm chất đã được nêu trên – Sự sẵn sàng, Sự dũng cảm, Lòng trắc ẩn, Sự quyết tâm và Tình yêu chân thành. (Ngọn lửa và khát khao lớn lao)

Con cảm ơn Chúa Giê-su vì đã ban cho con phép báp-têm bằng Thánh Linh của Ngài. Amen.

Tôi dâng hiến lưỡi mình để Đức Thánh Linh ban cho tôi lời nói, hầu cho Ngài có thể phán qua tôi. Tôi nhận lãnh phép báp-têm của Đức Thánh Linh bởi đức tin, phép báp-têm ấy thuộc về tôi và giờ đây tôi đã có được nó.

Giờ thì hãy bắt đầu ngợi khen Chúa và để những lời từ trong lòng bạn tuôn chảy ra khỏi miệng. Bạn phải là người nói, Đức Thánh Linh sẽ ban cho bạn những lời đó.

Bạn có thể làm tất cả những điều này ở nhà, trong xe hơi, văn phòng, bất cứ nơi nào bạn cảm thấy được thôi thúc hoặc được nhắc nhở để cầu nguyện.

Để chứng minh cho lời khuyên của chúng tôi, dưới đây là hai câu chuyện có thật minh họa việc áp dụng 7 phẩm chất mà chúng ta đã học hôm nay.

Tất cả chúng ta đều được kêu gọi rao giảng phúc âm và thể hiện sự hiện diện của Chúa bằng cách chữa lành người bệnh. Tất cả chúng ta đều được trang bị để làm những điều cơ bản, không phải ai cũng có nhiệm vụ chính hoặc chức vụ cụ thể trong lĩnh vực phục vụ chữa lành và giải thoát này.

Nhiệm vụ chính của chúng ta có thể là quản lý, được thúc đẩy mạnh mẽ bởi Đức Thánh Linh. Chúng ta có thể giữ chức vụ thủ tướng trong chính phủ và có thể thay đổi vận mệnh của một quốc gia hướng tới sự công chính bằng cách ban hành luật pháp có lợi cho sự nghiệp của Chúa. Một số người có thể là bác sĩ trong bệnh viện, chữa lành bệnh tật thông qua sự soi dẫn thiêng liêng và y học.

Hôm nay chúng tôi xin giới thiệu hai câu chuyện này và tôi khuyến khích các bạn hãy chú ý đến 7 đặc điểm nêu trên trong các câu chuyện đó:

Câu chuyện thứ nhất đến từ Trevor, một cậu bé mười ba tuổi đã dũng cảm lên tiếng giải quyết những tệ nạn trong xã hội đối với người vô gia cư, và câu chuyện thứ hai kể về cuộc đối đầu giữa một người phụ nữ có con trai sắp bị hành quyết bằng ghế điện, và lời cầu nguyện vào phút cuối của nhà truyền giáo đã ngăn chặn được vụ hành quyết:

Trevor Farrell

Trevor Ferrell (sinh năm 1972) là một công dân Mỹ, người đã thu hút sự chú ý của công chúng khi còn là một thiếu niên nhờ những nỗ lực giúp đỡ người vô gia cư. Anh bắt đầu Chiến dịch Trevor vì Người vô gia cư vào năm 1983, khi mới 11 tuổi. Vào ngày 8 tháng 12 năm 1983, anh xem một chương trình tin tức về những người sống trên đường phố. Điều này đã thôi thúc anh hỏi cha mẹ mình, Frank và Janet Ferrell, rằng anh có thể giúp đỡ bằng cách nào. Tối hôm đó, họ lái xe đưa con trai đến Philadelphia để tặng chăn đệm cho một người đàn ông vô gia cư đang ngủ trên vỉa hè trước Union League ở Center City. Sau đó, anh và cha mẹ đã thành lập một nơi trú ẩn cho người vô gia cư, mang tên Trevor's Place. Cha mẹ anh cũng viết một cuốn sách, cũng có tên là Trevor's Place, để mô tả chi tiết hơn về những hành động đã thực hiện, cùng với lời kêu gọi hành động tiếp theo. Cuốn sách được xuất bản năm 1985.

Công việc của Trevor Farrell đã được Tổng thống Ronald Reagan ghi nhận trong bài phát biểu Thông điệp Liên bang năm 1986. Một bộ phim truyền hình tái hiện các hoạt động của mái ấm, có tựa đề "Christmas on Division Street" (Giáng sinh trên phố Division), được phát sóng năm 1991. Phim có sự tham gia của diễn viên Fred Savage trong vai Trevor. Một tập phim năm 1994 của loạt phim "Lifestories: Families in Crisis" (Những câu chuyện đời thường: Gia đình trong khủng hoảng), có tựa đề "Brotherly Love: The Trevor Ferrell Story" (Tình anh em: Câu chuyện về Trevor Ferrell), cũng mô tả những nỗ lực của ông.
Khi Farrell 18 tuổi, gia đình ông đã ngừng tham gia chiến dịch vận động. Hiện tại, Farrell làm việc cho United Parcel Service và điều hành một cửa hàng bán đồ cũ trên đường

Lancaster ở Philadelphia. Năm 1985, Ferrell nhận được Giải thưởng Samuel S. Beard dành cho Cống hiến xuất sắc nhất cho cộng đồng dưới 35 tuổi, một giải thưởng được trao hàng năm bởi Jefferson Awards.
Toàn bộ câu chuyện:

Câu chuyện 1: Câu chuyện của Trevor về việc lan tỏa tình yêu của Chúa Kitô đến một thế giới thờ ơ và vô cảm.

Đây là một câu chuyện có thật về một cậu bé tên Trevor. Câu chuyện cho thấy những việc nhỏ bé mà trẻ em có thể làm lại tạo nên sự khác biệt lớn. Một đêm nọ, Trevor đang làm điều mà nhiều đứa trẻ 13 tuổi khác cũng làm: xem tivi. Trên bản tin, cậu thấy một câu chuyện về những người vô gia cư ngủ ngoài trời lạnh giá ở khu trung tâm thành phố Philadelphia, nơi cậu sống. Trevor chưa bao giờ thực sự dừng lại để nghĩ về việc mình may mắn như thế nào khi sống ở một vùng ngoại ô khá giả của cùng thành phố. Câu chuyện về những người vô gia cư đã chạm đến trái tim cậu và cậu bắt đầu tự hỏi mình có thể làm gì để giúp đỡ những người này. Có lẽ Trevor đã có thể dễ dàng quên đi chuyện đó. Thỉnh thoảng trên truyền hình lại có rất nhiều câu chuyện buồn. Đây cũng có thể chỉ là một câu chuyện khác mà anh ấy đã bỏ qua. Trevor cũng có thể đã nghĩ, "Mình có thể làm gì được chứ? Mình chỉ là một đứa trẻ", nhưng cậu ấy đã không nghĩ vậy. Thay vào đó, cậu bắt đầu tự hỏi mình có thể giúp đỡ bằng cách nào và điều đó dẫn cậu đến việc nhớ ra rằng có một số chăn dự phòng, không dùng đến trong gara nhà họ. Vì vậy, cậu đến gặp bố và hỏi liệu cậu có thể mang chúng đến cho những người ở trung tâm thành phố không có nhà để ngủ qua đêm hay không.

Bố của Trevor có lẽ sẽ thấy yêu cầu đó hơi kỳ lạ. Chúng ta thường dễ muốn giữ lấy những gì mình đang có, người lớn cũng dễ nghĩ rằng họ đã làm việc chăm chỉ để có được những thứ mình sở hữu, vậy tại sao họ lại phải cho đi? Tôi đoán điều đó cũng giống như một đứa trẻ nghĩ rằng, mình đã mất rất nhiều thời gian để tiết kiệm tiền tiêu vặt để mua chiếc xe đạp mới này, vậy tại sao mình lại phải cho bạn mượn nó trong khi bạn ấy đang cần về nhà gấp?

Bố của Trevor là một người tốt bụng. Ông lái xe đưa Trevor đến trung tâm thành phố để phát những chiếc chăn dư thừa của gia đình cho một số người vô gia cư. Tôi đoán rằng khi đến lúc đi ngủ tối hôm đó, mọi người đều rất vui vì được hưởng sự ấm áp từ những chiếc chăn mới.

Trevor cũng rất vui. Anh cảm thấy hài lòng khi phát những chiếc chăn. Anh cảm thấy ấm áp từ bên trong, gần như thể chính anh cũng được bao bọc trong một chiếc chăn cảm xúc. Nhưng anh nhận ra có một rủi ro—cảm giác dễ chịu đó có thể khiến bạn muốn làm lại lần nữa.

Ngày hôm sau, Trevor đến cửa hàng tạp hóa gần nhà và những nơi công cộng khác trong khu phố có bảng thông báo. Cậu ấy dán những tấm biển kêu gọi mọi người quyên góp chăn mền hoặc thức ăn thừa. Kết quả thật đáng ngạc nhiên. Lòng tốt lan tỏa mạnh mẽ. Trevor nhận thấy rất nhiều người sẵn lòng giúp đỡ đến nỗi chỉ trong vòng một tuần, cậu đã chất đầy gara của bố mình bằng thức ăn và chăn mền. Điều Trevor bắt đầu bằng lòng tốt của mình đã phát triển và lan rộng khắp cộng đồng. Chẳng bao lâu sau, sự hào phóng của mọi người đã tràn ra khỏi gara của bố cậu và Trevor cùng bố phải tìm một tòa nhà lớn hơn để chứa tất cả những món quà được quyên góp. Bạn có tin rằng hiện nay có một số kho đặc biệt trên khắp Philadelphia chuyên chứa thức ăn và chăn mền để nuôi sống và sưởi ấm người vô gia cư không? Tất cả chúng đều được gọi là "Nơi của Trevor".

Áp dụng câu chuyện 1 để xem xét trong yêu cầu của chúng tôi :

"Phải chăng Chúa đang kêu gọi ai đó giải quyết vấn đề Almajari ở Nigeria bằng cách cung cấp chỗ ở, thức ăn và giáo dục theo định hướng Cơ Đốc để nuôi dưỡng một thế hệ công chính trên đất nước chúng ta? Nếu chúng ta không làm vậy, ma quỷ sẽ lợi dụng họ cho mục đích giết hại, cướp bóc và hủy diệt của hắn. Chúng ta có thể nói bao nhiêu tùy thích, nhưng nhiệm vụ của chúng ta là lan tỏa ánh sáng và tình yêu của Chúa Kitô bất chấp mọi khó khăn, và điều đó sẽ khiến họ muốn lắng nghe những gì chúng ta nói về Chúa Giêsu. Hãy đọc Ma-thi-ơ 25:1-46"

Câu chuyện 2: Một người đàn ông được cứu sống khỏi ghế điện – Câu chuyện được kể bởi con gái của mục sư – Sức mạnh của lời cầu nguyện chuyển cầu trong việc lan tỏa ánh sáng của Chúa Kitô đến một thế giới bất công .

Ông đang thuyết giảng ở Newark, New Jersey, vào năm 1960. Lúc đó là 9 giờ 30 tối. Một người phụ nữ đi xuống lối đi giữa nhà thờ, và cha tôi, RW Schambach, biết điều đó có nghĩa là gì. Có nghĩa là ai đó sẽ làm gián đoạn bài giảng của ông. Bà ta đi xuống lối đi giữa và đứng ngay trước mặt vị mục sư tối hôm đó. Ông đang cầm Kinh Thánh trên tay và đang thuyết giảng một bài giảng tuyệt vời! Sao ai dám làm gián đoạn một người của Chúa chứ?

Thực ra, người phụ nữ đáng quý ấy đã ngắt lời ông ấy với một niềm tin mãnh liệt, giống như bốn người đàn ông đã xé toạc mái nhà nơi Chúa Giê-su đang giảng dạy để bạn của họ có thể nhận được phép lạ. Niềm tin của họ đã lay động Chúa, và đó mới là điều mà niềm tin chân chính làm được.

Khi người phụ nữ ở Newark đến gặp cha tôi, bà ấy nói, "Thưa anh Schambach, xin hãy tha thứ cho tôi. Tôi chưa bao giờ ngăn cản một người thuyết giáo nào trong đời mình. Nhưng đây là trường hợp khẩn cấp. Con trai tôi sẽ bị xử tử bằng ghế điện lúc mười giờ."

Theo lời thú nhận của chính mình , Mục sư Schambach đã nghĩ, "Ôi Chúa ơi!" Bà ấy đã khiến ông không thể tiếp tục giảng đạo được nữa. Khi nghe điều đó, ông không thể giảng thêm một lời nào nữa.

Ông đã từng cầu nguyện cho những người sắp chết trong bệnh viện, nhưng chưa bao giờ cầu nguyện cho bất cứ ai sắp chết trên ghế điện. Người đàn ông này đã bị kết tội bởi bồi thẩm đoàn. Ông ta đã bị tuyên bố có tội. Ông ta sẽ phải chết để trả giá cho tội giết người mà họ nói ông ta đã gây ra—và điều đó sẽ xảy ra trong vòng ba mươi phút nữa. Mục sư Schambach không thể giảng đạo! Ông đóng sách lại. Ông thậm chí không thể cầu nguyện! Ông yêu cầu mọi người trong nhà thờ đứng dậy.

Mọi người thường hỏi cha tôi, "Tôi có cần Đức Thánh Linh không?" Khi gặp phải những nhu cầu như người phụ nữ này trình bày, người ta không biết phải cầu nguyện như thế nào. Đó là lý do tại sao tất cả chúng ta đều cần sự đầy dẫy của Đức Thánh Linh!

Đức Thánh Linh bắt đầu cầu nguyện qua cha tôi. Ông nói rằng ông cảm thấy như có ai đó khoác cho ông một chiếc áo choàng—đó là chiếc áo choàng của sự xức dầu để làm phép lạ, và ông có thể cảm nhận được sự xức dầu đó. Một phần ân điển gấp đôi ngự trên ông khi ông cầu nguyện bằng tiếng lạ. Sau đó, như ông nói, ông bắt đầu nghe lén những lời của Đức Thánh Linh bằng cách cầu nguyện bằng tiếng Anh. Khi ông bắt đầu cầu nguyện bằng tiếng Anh, những gì ông nói đã khiến ông kinh ngạc:

"Lạy Chúa, nhân danh Chúa Giê-su, xin Đức Thánh Linh cáo trách kẻ giết người thực sự. Xin khiến hắn thú nhận tội lỗi."

Trong lòng, cha tôi tự trách mình. Ông nghĩ, "Im đi, đồ ngốc. Tên đó đã bị kết tội rồi." Ông cầu xin Chúa giúp tìm ra kẻ giết người thực sự. Ông không biết, nhưng Đức Thánh Linh biết con trai của người phụ nữ này không phải là thủ phạm. Đức Thánh Linh đã cầu nguyện qua cha tôi rằng, "Hãy tìm ra kẻ giết người thực sự và bắt hắn phải thú tội."

Sau khi cầu nguyện xong, bố nhìn người phụ nữ và nói: "Về nhà đi, đi ngủ đi! Con trai bà sẽ không chết trên ghế điện đâu!" Ông lại tự trách mình, nghĩ bụng: Im đi, đồ mục sư ngu ngốc! Nhớ nhé, tối mai mày phải quay lại đây giảng đạo nữa chứ!

Đôi khi Đức Thánh Linh sẽ phán những điều mà bạn khó tin. Đôi khi khi bạn đang giảng đạo, bạn nói những điều khiến chính bạn cũng ngạc nhiên. Nhưng đó không phải là bạn nói, mà là Đức Thánh Linh.

Bạn đã sẵn sàng đón nhận kết cục của câu chuyện này chưa?

Bố trở về khách sạn và đi ngủ. Sáng hôm sau, ông dậy và đi đến quán ăn cách đó một dãy phố. Trên đường vào, ông mua tờ New York Daily News. Tuyệt vời! Bạn đã bao giờ hét lên khi nhìn vào một tờ báo chưa? Vâng, bố tôi đã làm vậy. Bạn biết tiêu đề báo viết gì không? "Một người đàn ông được tha mạng khỏi ghế điện – Bài báo ở trang 3." Ông không ăn sáng. Không hề. Ông ngồi xuống vỉa hè và xé tờ báo ra trang ba. Bố tôi nhớ từng chữ những gì tờ báo viết. Ông có thể cho bạn biết tên của công tố viên quận. Tên ông ta là ông Hogan. Bài báo viết, "Đêm qua lúc 9:40, ông Hogan nhận được một cuộc điện thoại từ một người đàn ông." (Hãy nhớ, lúc 9:30 thì người phụ nữ làm gián đoạn buổi lễ. Lúc 9:40, Chúa đã đáp lời cầu nguyện của người phụ nữ. Ôi, Halleluja!) Người đàn ông ở đầu dây bên kia nói, “Ông đang thiêu nhầm người rồi.”

“Ý ông là sao? Người này là ai?” ông Hogan hỏi.

“Không cần biết đó là ai. Nhưng anh đang có một người đàn ông sắp bị tử hình bằng ghế điện vì tội giết người ở khu Bronx phía bắc. Anh tìm thấy thi thể của ông ta trong một căn hộ tầng hai, úp mặt xuống đất với nhiều vết đâm.”

Ông Hogan hỏi, "Làm sao ông biết điều đó?"

Ông ta nói, "Tôi chính là người đã phạm tội."

“Anh đang ở đâu?” ông Hogan hỏi.

Anh ta trả lời: "Tôi đang ở cách một đồn cảnh sát nào đó hai dãy nhà. Và tôi đang trên đường đến đó để tự thú."

Ông Hogan đã ngăn chặn vụ hành quyết. Ông đến đồn cảnh sát và thẩm vấn nghi phạm mới cho đến ba giờ sáng, lặp đi lặp lại cùng một câu hỏi: “Tại sao anh lại tự thú?”

Câu trả lời lặp đi lặp lại giống nhau: “Thật ra, tôi chưa bao giờ có ý định tự thú. Nhưng khi gọi cho anh tối qua, có điều gì đó đã thôi thúc tôi thú nhận.”

Tôi hy vọng bạn đã tìm ra được 7 thuộc tính trong những câu chuyện trên?

Hãy đi và làm như vậy trong vòng tròn mà Chúa đã kêu gọi bạn vào. Hãy lắng nghe trái tim mình!

Nguyện xin Chúa mở rộng cuộc đời bạn cho đến khi những tài năng của bạn soi sáng thế giới tăm tối, nhân danh Chúa Giê-su, Amen.

Những Chiến Công Vĩ Đại – 1 – Chương 2 – Hai (2) Câu Chuyện – Câu Chuyện thứ nhất: của Norvel Hayes:

Phép lạ kỳ diệu – Phép lạ sáng tạo trên bàn tay con gái ông và những chiến công của Robert Schambach ở Ấn Độ + Kịch bản cầu nguyện tự giải thoát + Lời cầu nguyện thỏa thuận chữa lành, giải thoát và phục hồi Phần 1

Các bạn thân mến,

Chào mừng bạn đến với loạt bài trang bị cho sự CỨU RỖI TOÀN DIỆN – Chữa lành, Giải thoát và Phục hồi – Tâm linh, Linh hồn và Thể xác dành cho bạn, bạn bè của bạn và bất cứ ai đang rất cần sự chạm đến của Chúa.

Hôm nay tôi mang đến cho các bạn hai câu chuyện đầy hứng khởi để củng cố đức tin, giúp các bạn kết nối bằng đức tin để nhận được phép lạ cho chính mình hoặc cho người khác. Cuối thông điệp này, có một lời cầu nguyện và điểm liên hệ để kết nối với quyền năng của Chúa thông qua phương tiện này để được Chữa lành, Giải thoát và Phục hồi – Tâm linh, Linh hồn và Thể xác, trong danh Chúa Giê-su, Amen. Vậy nên, hãy sẵn sàng!

Loạt bài viết mang tên **"Đủ rồi với bệnh tật, nghèo đói và cái chết về mặt tinh thần, và chào mừng bạn đến với loạt bài về Chữa lành, Giải thoát và Phục hồi tinh thần, tâm hồn và thể xác của bạn"** dành cho bạn nếu bạn trả lời có cho bất kỳ câu hỏi nào sau đây:

1) Bạn đã từng đánh mất thứ gì đó hoặc ai đó, hoặc bạn đang mất thứ gì đó hoặc ai đó, hoặc bạn thường xuyên bị dày vò và lo sợ mất thứ gì đó hoặc ai đó?

2) Có ai trong nhóm của bạn đang trải qua mất mát vào lúc này không?

Vậy thì loạt bài giảng trang bị này dành cho bạn, cho con trai và con gái của bạn; cho cha mẹ bạn, cho chú bác, cô dì, cháu trai, cháu gái, bạn bè và kẻ thù của bạn. Nó dành cho bất cứ ai có hơi thở của Đức Chúa Trời hằng sống trong mình.

Nhân đây, tôi muốn bày tỏ lòng biết ơn sâu sắc đến tất cả mọi người vì những lời chúc mừng dành cho trang phục linh mục, phản ánh vị trí sứ giả của tôi trong Chúa Kitô. Chúng ta cần nhận ra rằng mình là những sứ giả và được kêu gọi vào chức vụ linh mục. Chúng ta cần sử dụng hình ảnh và minh họa trực quan để giúp những lời viết kết nối với kinh nghiệm hằng ngày, để chúng ta luôn nhắc nhở bản thân về trách nhiệm to lớn này là phục vụ nhân loại – cả những người đã được cứu chuộc và chưa được cứu chuộc – và phải thực hiện công việc đó – Chúng ta phải sống đúng với lời nói. Chúng ta phải là những người chứng minh điều đó.

Trong thời gian chờ đợi, đó là sự dẫn dắt để tôi phục vụ trong vai trò đó và ăn mặc phù hợp với công việc mà Ngài đã kêu gọi tôi. Tất cả chúng ta đều là chức tư tế hoàng gia – Tất cả chúng ta, tất cả những người tin vào Chúa Kitô đều thuộc tầng lớp hoàng gia. Chúng ta là con trai và con gái của Đấng Tạo Hóa vũ trụ, Chúa Giê-su Kitô là anh em của chúng ta và chúng ta được kêu gọi để phục vụ người khác trong danh Chúa Giê-su, Amen.

Để chứng minh điều trên, hôm nay tôi xin mời các sứ đồ **Phê-rô, Gioan và Phao-lô** ra làm chứng:

1 Phi-e-rơ 2:9

Kinh Thánh Amplified

9 Nhưng anh em là dòng dõi được chọn, là chức tư tế hoàng gia, là dân tộc được thánh hiến, là dân riêng của Đức Chúa Trời , để anh em rao truyền những điều tuyệt vời [những việc làm kỳ diệu, đức hạnh và sự hoàn hảo] của Đấng đã gọi anh em ra khỏi bóng tối vào ánh sáng kỳ diệu của Ngài.

Khải Huyền 1:5-6

Kinh Thánh Amplified

5 và từ Chúa Giê-su Christ, [a] Đấng Chứng Nhân trung tín và đáng tin cậy, [b] Con đầu lòng của những người chết, và là Vua của các vua trên đất. Ngợi khen Đấng luôn yêu thương chúng ta và Đấng đã [một lần đủ cả] [c] giải thoát [hoặc rửa sạch] tội lỗi chúng ta bằng chính huyết của Ngài (sự chết hy sinh của Ngài)— 6 và lập chúng ta thành một vương quốc [làm thần dân của Ngài], [d] các thầy tế lễ cho Đức Chúa Trời và Cha Ngài —Ngợi khen , tôn quyền , uy nghi và cai trị đời đời thuộc về Ngài. Amen.

2 Cô-rinh-tô 5:20

Kinh Thánh Amplified

[20] Vậy chúng tôi là sứ giả của Đấng Christ, như thể Đức Chúa Trời đang kêu gọi qua chúng tôi; chúng tôi [với tư cách là đại diện của Đấng Christ] nài xin anh em nhân danh Đấng Christ hãy hòa giải với Đức Chúa Trời.

Trong nhà Chúa không có nhóm người đặc biệt nào cả, vì tất cả chúng ta đều là anh em. Chúa Giê-su đến để tạo ra sự thay đổi đối với hiện trạng của thời đại Ngài, và với tư cách là sự tiếp nối của Chúa Kitô, chúng ta phải duy trì sự thay đổi đó để công việc của Ngài không bị cản trở bởi truyền thống của con người.

Tôi mời Mác lên bục nhân chứng để làm chứng về những điều Chúa Giê-su đã nói liên quan đến các điều răn của Ngài và truyền thống của loài người:

Mác 7:8

Kinh Thánh Amplified

[8] Các ngươi coi thường và bỏ qua điều răn của Đức Chúa Trời, mà lại trung thành bám lấy truyền thống của loài người."

Vậy nên, nếu mệnh lệnh trong Mác 16:15-18 không được thực hiện trong các hội thánh của chúng ta, điều đó có nghĩa là truyền thống của con người đã thay thế các mệnh lệnh của Chúa là hãy đi ra, làm môn đệ và chứng tỏ quyền năng của Ngài cho những người không tin.

Nếu Chúa đã định sẵn cho chúng ta, vậy thì sự định sẵn của con người là gì? Ngoại trừ việc truyền bá truyền thống của con người. Hãy để Chúa là Chúa và hãy để mọi người, dù nam hay nữ, hay tổ chức nào cũng đều là kẻ nói dối!!!

Vị trí của chúng ta không giống như vị trí trách nhiệm của thế giới. Chúng ta phải là những người lãnh đạo phục vụ trên mọi phương diện. Hãy đọc những lời dạy của Chúa Giê-su trong

Mác 9:35

Kinh Thánh Amplified

35 Ngồi xuống [để giảng dạy], Ngài gọi mười hai môn đồ lại và nói với họ: "Nếu ai muốn làm người đứng đầu, thì phải làm người cuối cùng [về tầm quan trọng] và làm người phục vụ mọi người."

Giờ đây, BÀI GIẢNG: **Đủ rồi đấy, chấm dứt bệnh tật, nghèo đói và cái chết tâm linh, và chào mừng bạn đến với chuỗi bài giảng về chữa lành, giải thoát và phục hồi tâm linh, linh hồn và thể xác.**

Loạt bài hôm nay có tựa đề "Đủ rồi!" - Được thúc đẩy bởi khát khao NHẬN được từ Chúa và sự giận dữ với ma quỷ vì đã CƯỚP đoạt hết gia sản của chúng ta! - Phần 1

Cuối thông điệp này, tôi sẽ mời bạn liên hệ với Chúa Giê-su hằng sống thông qua các phương tiện truyền thông này để được cứu rỗi tâm linh, sau đó được giải thoát để cứu rỗi linh hồn và được chữa lành, phục hồi để cứu rỗi thân thể và mọi thứ bạn đã mất trong danh Chúa Giê-su Christ. Tôi đặt một lời cầu nguyện hiệp nhất ở đó, bạn chỉ cần chạm vào và bạn sẽ được trọn vẹn. Nhưng trước tiên, chúng ta cần nói chuyện để bạn có thể ở trong tâm thế sẵn sàng đón nhận từ Chúa.

Chúa Giê-su đã nói rõ ràng và dứt khoát về sứ mệnh và tầm nhìn của Ngài, đó là, đang và sẽ mãi mãi là mang lại sự cứu rỗi - TỰ DO cho toàn thể nhân loại, bất kể họ da đen, da trắng, da nâu, thấp, cao, v.v., trong Lu-ca 4:17-21.

Lu-ca 4:17-21

Bản dịch của Niềm đam mê

16–17 Khi đến Na-xa-rét, [a] nơi Ngài đã lớn lên, Ngài vào hội đường, như Ngài vẫn thường làm vào ngày Sa-bát. Khi Chúa Giê-su đến trước để đọc Kinh Thánh, [b] họ đưa cho Ngài cuộn sách của tiên tri Ê-sai. Ngài mở cuộn sách ra và đọc đoạn viết rằng: 18–19 "Thần của Chúa ngự trên tôi, và Ngài đã xức dầu cho tôi để làm niềm hy vọng [c] cho người nghèo, sự giải thoát cho người đau lòng, và đôi mắt mới [d] cho người mù, và để rao giảng cho những người tù, [e] rằng : 'Các ngươi đã được tự do!' Tôi đến để chia sẻ sứ điệp về Năm Thánh , [f] vì thời kỳ chấp nhận lớn lao của Đức Chúa Trời [g] đã bắt đầu." [h]

20 Sau khi đọc xong, Ngài cuộn sách lại, trả lại cho vị quan chức , rồi ngồi xuống. Mọi người đều nhìn chằm chằm vào Chúa Giê-su, tự hỏi Ngài sắp nói điều gì. 21 Rồi Ngài nói thêm: "Những lời Kinh Thánh này đã được ứng nghiệm trước mặt các ngươi hôm nay."

Chúa Giê-su đã chứng minh điều đó và để lại cho chúng ta một mệnh lệnh là hãy làm điều tương tự – mang lại tự do cho những người bị giam cầm. Hãy đọc điều này trong **Mác 16:15-19.**

Bản dịch của Niềm đam mê

15 Và Ngài phán với họ: "Khi các con đi khắp thế giới, hãy công khai rao giảng Tin Mừng tuyệt vời cho toàn thể nhân loại! 16 Ai tin Tin Mừng và chịu phép báp-têm sẽ được cứu rỗi, còn ai không tin Tin Mừng sẽ bị kết án. 17 Những người tin sẽ được chứng kiến những dấu phép lạ này: Họ sẽ đuổi quỷ nhờ quyền năng danh Ta. Họ sẽ nói tiếng lạ. 18 Họ sẽ được bảo vệ khỏi rắn cắn và khỏi uống bất cứ thứ gì độc

hại một cách siêu nhiên. [a] ***Họ sẽ đặt tay trên người bệnh và chữa lành cho họ."***

[19] ***Sau khi nói những điều ấy, Chúa Giê-su được cất lên trời và ngồi ở vị trí vinh dự bên hữu Đức Chúa Trời!***

Nếu bạn đọc kỹ đoạn văn trên, ở câu 16, chúng ta thấy sự cứu rỗi cho linh hồn; ở câu 17, chúng ta thấy sự cứu rỗi cho tâm hồn và ở câu 18, chúng ta thấy sự cứu rỗi cho thân thể.

Nhiều người trong chúng ta chỉ hài lòng với câu 16 – sự cứu rỗi linh hồn – mà bỏ qua linh hồn và thân thể mình. Chúng ta đã bỏ qua hai câu cuối, vốn rất quan trọng để chúng ta được hưởng sự tự do trọn vẹn. Điều thú vị là, cả 3 câu đều đòi hỏi chúng ta phải tin bằng đức tin để nhận lãnh. Chúng ta không gặp khó khăn gì khi xưng nhận Chúa Giê-su. Chúng ta lại gặp khó khăn trong việc xưng nhận sự chữa lành và sự giải thoát, cũng như việc khẳng định chiến thắng mà Chúa Giê-su đã giành được cho chúng ta bằng chính huyết của Ngài. Và vì vậy, do sự thiếu hiểu biết, chúng ta phải chịu đau khổ và ngày tháng của chúng ta bị rút ngắn. Chúng ta cũng không thể lan tỏa ánh sáng của Chúa Kitô đến thế giới bằng những bằng chứng thực tế. Chúng ta nói, nói và nói mãi mà không có sự xác thực nào về thông điệp đó.

Chúa Giê-su không bao giờ sai ai đi mà không kèm theo dấu kỳ phép lạ, bởi vì chiều sâu phải gọi chiều sâu. Con người là những sinh linh tâm linh và tâm hồn họ cộng hưởng với những hiện tượng siêu nhiên. Vì phần lớn Giáo hội đã xem nhẹ yếu tố siêu nhiên, nên những lựa chọn thay thế kém hấp dẫn hơn đã len lỏi vào thân thể Chúa Kitô. Điều đó thật đau lòng, thật đáng xấu hổ và đáng để chúng ta phẫn nộ trước những lời dối trá mà chúng ta đã tin tưởng từ kẻ thù của linh hồn mình, và khao khát nhận được tất cả những gì Chúa dành cho chúng ta.

Chúng ta không thể cầu xin sự giúp đỡ từ cõi tâm linh với một tấm lòng thờ ơ, thái độ "tôi ổn" và vẫn mong đợi điều tốt đẹp nhất từ Chúa.

Chúa Giê-su đã nói ở hai đoạn Kinh Thánh quan trọng về sự cần thiết phải khao khát để nhận được trọn vẹn Đức Chúa Trời. Hôm nay tôi xin được chứng kiến **đoạn Ma-thi-ơ 5:3,6 (Bản dịch Passion Translation).**

3 ***"Sự giàu có nào được ban cho bạn* [a] *khi bạn cảm thấy nghèo khó về mặt tâm linh!* [b] *Vì không mất phí để vào cõi nước thiên đàng.***

6 ***"Bạn sẽ được giàu có biết bao khi khao khát sự công chính!* [a] *Vì bạn sẽ được bao quanh bởi sự sinh sôi nảy nở* .**

Nếu bạn xem câu 3, nó nói về sự nghèo khó - Cảm nhận sự nghèo khó, sự cứu rỗi được ban cho bạn. Đừng cố ép buộc người ta dâng đời mình cho Chúa Kitô. Họ phải đạt đến điểm mà họ nhận ra mình nghèo khó như thế nào khi không có Chúa Kitô qua cuộc sống của chúng ta, như những tấm gương cho những người không tin. Thật vậy, chúng ta được dạy rằng sự chữa lành, sự giải thoát và sự phục hồi phải là dấu hiệu cho những người không tin. Bởi vì chúng ta không có dấu hiệu nào, nên mọi người đang lưỡng lự, ngay cả trong nhà thờ - hoàn toàn thờ ơ với những điều thuộc về Chúa. Hãy cho thấy các dấu hiệu và bạn sẽ thấy sự cứu rỗi của Chúa.

Câu thứ hai trong chương 6 dùng từ "khao khát" sự công chính. Một từ khác để chỉ sự công chính là "lòng tốt" hoặc "công lý". Chúa Giê-su muốn nói rằng nếu bạn không khao khát lòng tốt hoặc công lý, thì sự sinh sôi nảy nở sẽ không có trong cuộc sống của bạn và của tôi.

Tôi còn cách nào khác để diễn đạt điều này cho bạn hiểu rằng nếu Đấng Tạo Hóa đã ban cho tôi tất cả những gì tôi cần cho cuộc sống và sự thánh thiện, mà tôi lại không khao khát điều đó, sự tốt lành đó, hay sự công bằng đó, thì đó là một sự bất công và xấu xa lớn hơn trong trải nghiệm hàng ngày của chúng ta.

Chúa Giê-su cũng nói về hậu quả của sự nguội lạnh – Tôi kêu gọi mọi người lên làm chứng:

Khải Huyền 3:16

Kinh Thánh Amplified

16 Vì các ngươi hờ hững (vô dụng về mặt tâm linh), chẳng nóng cũng chẳng lạnh, nên Ta sẽ nôn các ngươi ra khỏi miệng Ta [từ chối các ngươi với sự ghê tởm].

Chúa vô cùng khao khát các linh hồn. Đến nỗi Ngài phải sai Con Ngài xuống chết vì chúng ta để chúng ta có thể giành lại tất cả những gì đã bị đánh cắp. Ngài bảo bạn và tôi hãy chiến đấu đến tận cửa thành của kẻ thù và giành lại các linh hồn. Hãy chứng tỏ rằng bạn đang giành lại chiến lợi phẩm bằng những dấu hiệu để những người đang lưỡng lự cũng bước theo: Hãy đọc thêm một lời chứng khác: **1 Giăng 3:8**

Kinh Thánh Amplified

8 Kẻ nào phạm tội [tách mình khỏi Đức Chúa Trời và xúc phạm Ngài bằng những hành vi bất tuân, thờ ơ hoặc nổi loạn] thì thuộc về ma quỷ [và lấy tính cách bên trong và các giá trị đạo đức từ ma quỷ chứ không phải từ Đức Chúa Trời]; vì ma quỷ đã phạm tội và vi phạm luật pháp của Đức Chúa Trời từ ban đầu. Con Đức Chúa Trời đã hiện ra vì mục đích này, để phá hủy công việc của ma quỷ.

Và Chúa Giê-su kêu gọi bạn cũng làm như vậy và hãy thật lòng. Hãy kiên định và giành lại tất cả, không phải một phần, mà là tất cả những gì kẻ thù đã cướp mất, và hãy khao khát tất cả những gì Ngài dành cho bạn.

Tôi có hai (2) câu chuyện để củng cố thông điệp hôm nay, để xây dựng đức tin của bạn và sau đó chúng ta sẽ cầu nguyện cho sự cứu rỗi về tinh thần, linh hồn và thể xác trong danh của Chúa Giê-su Christ.

Khi đọc những câu chuyện này, hãy tìm **A, B, C, D, E, được thúc đẩy bởi F và G** – Những phẩm chất được đánh giá cao: **A – Sự sẵn sàng** ; B – **Sự dũng cảm** ; C – **Lòng trắc ẩn** ; D – **Sự quyết tâm;** E – **Tình yêu chân thành** ; Được thúc đẩy bởi **F: Cơn giận dữ bùng cháy** và G: **Lòng khát khao lớn lao.**

Câu chuyện thứ nhất: của Norvel Hayes: Phép lạ kỳ diệu – Phép màu kỳ diệu trên bàn tay con gái ông

Tôi đã đến thăm đủ loại nhà thờ trên khắp đất nước và nhìn chung, Giáo hội hiểu biết về ơn ban làm phép lạ ít hơn bất kỳ ơn ban nào khác của Chúa Thánh Thần.

Chúa ban cho Giáo hội một ân tứ gọi là khả năng làm phép lạ.

Phép lạ là gì? Đó là một món quà quyền năng, nơi quyền năng từ Chúa được gửi từ trời xuống đất để thực hiện những điều vượt quá khả năng hiểu biết thông thường của con người. Khi Chúa thực hiện một phép lạ, một phép lạ siêu nhiên, con người khó có thể tin được.

Con gái tôi bắt đầu bị nổi mẩn khắp người, đặc biệt là ở tay.

Các điểm co thắt cơ là gì?

Các điểm co thắt cơ là những vùng cơ cứng, nhạy cảm, bị co cứng và co rút ngay cả khi cơ đang ở trạng thái nghỉ ngơi. Các sợi cơ căng cứng này có thể gây đau ở các bộ phận khác của cơ thể khi chạm vào. Chúng còn được gọi là điểm kích hoạt.

Tôi không thể làm gì được. Tôi cầu nguyện hết lòng. Rồi tôi nhờ bác sĩ phẫu thuật cắt bỏ chúng. Nhưng chúng lại mọc lại và mang theo cả anh em họ hàng của chúng. Tôi cầu nguyện thêm, và chúng lại càng lớn hơn. Tôi cầu nguyện nhiều hơn nữa, và chúng lan rộng ra. Tôi không biết phải làm gì.

Tôi có tin vui cho bạn: Chúa Giê-su biết phải làm gì.

Một đêm nọ, tôi đang đi dạo trong phòng khách, không để ý đến chuyện gì, thì đột nhiên tôi lạc vào một thế giới khác. Tôi không còn ở trong phòng khách nữa. Tôi đang ở trong thế giới của Chúa. Ngài bắt đầu nói chuyện với tôi.

Ông ấy nói, "Cô định chịu đựng những khối u trên cơ thể con gái mình đến bao giờ?"

“Tôi phải chịu đựng họ đến bao giờ nữa? Họ không có trách nhiệm gì với tôi cả, Chúa ơi.”

Ông ấy nói, "Cô là chủ gia đình này."

Một số người đàn ông không nhận ra rằng những gì xảy ra trong nhà họ là lỗi của họ—lỗi của họ và của ma quỷ. Chúa đã nói thẳng với tôi rằng đó là lỗi của tôi vì con gái tôi có 42 cục u trên người.

Sao lại là lỗi của tôi được? Ma quỷ đã gây ra điều đó. Tôi biết, nhưng tôi có quyền, có thẩm quyền, có sức mạnh, và cả danh Chúa Giê-su để phá vỡ quyền lực của hắn và đuổi hắn ra, để cầu xin một phép lạ từ Chúa cho con gái tôi. Điều đáng buồn là, tôi đã không làm được. Vì vậy, khi ngày, tuần và tháng trôi qua, cơ thể nhỏ bé của con bé ngày càng bị bao phủ bởi những nốt sần. Vì sự thiếu hiểu biết của tôi về ơn ban làm phép lạ và sự thất bại của tôi trong việc chế ngự ma quỷ ngay trong nhà mình, con gái tôi có đôi bàn tay xấu xí nhất trường trung học.

Chúa bảo tôi hãy nguyền rủa những điều đó nhân danh Ngài, và chúng sẽ biến mất. Nhưng Ngài cũng bảo tôi phải tin tưởng và không được nghi ngờ.

Ngay khi Ngài nói điều đó, tôi bắt đầu trở lại với cơ thể mình. Đứng đó trong phòng khách, tôi lại trở thành Norvel Hayes. Tôi thấy mình đứng đó khóc và run rẩy.

Tôi tuyệt vọng. Con gái tôi đã van xin tôi giúp đỡ. Đôi tay của nó xấu đến nỗi nó thậm chí còn xấu hổ khi hẹn hò.

Khi tôi trở về sau khi nói chuyện với Chúa, tôi bước vào và nguyền rủa họ nhân danh Chúa Giê-su, bảo họ chết và biến mất. Tôi tuyên bố chiến thắng nhờ quyền năng của Chúa đến và ban cho con gái tôi đôi tay mới, để thực hiện một phép lạ cho con bé.

Bạn phải nói ra những gì mình nghĩ. Chừng nào bạn còn quanh co, lảng tránh trách nhiệm đứng vững trên Lời Chúa, thì tôi có tin xấu cho bạn: bạn sẽ chẳng được gì cả. Tất cả những gì bạn làm chỉ là cầu nguyện mà thôi.

Bạn có thể là một giáo viên Kinh Thánh, một người giảng Kinh Thánh, một nhà truyền giáo, hoặc bất cứ điều gì bạn muốn, nhưng nếu bạn không đứng vững trên Lời Chúa cho chính gia đình mình, ma quỷ sẽ đến và đánh hại gia đình bạn. Bạn phải đuổi ma quỷ ra khỏi nhà.

Bạn phải nổi giận với ma quỷ và tuyên xưng quyền năng của Chúa bằng đức tin.

Một buổi chiều nọ, tôi nghe thấy một tiếng động trong phòng của Zona, giống như tiếng tủ quần áo bị đổ. Con bé chạy xuống hành lang, hai tay che trước mặt, vừa khóc vừa nói: "Bố ơi! Bố ơi! Con sợ quá. Ghê quá. Nhìn tay con này. Con có tay mới! Con có tay mới!"

Tôi nhìn, và cả hai bàn tay của cô ấy đều sáng bóng. Đó là đôi bàn tay đẹp nhất mà tôi từng thấy ở một cô gái 16 tuổi. Tôi cầm lấy đôi bàn tay nhỏ nhắn của cô ấy và giơ lên. Chúng trông như có làn da em bé, hồng hào và tươi tắn, giống như làn da của một em bé sau khi tắm.

Cô bé nói: "Con chỉ đứng đó thôi bố ạ, và con nhìn đi chỗ khác một lát. Khi con quay lại, con đã có đôi tay mới! Con có đôi tay mới! Con hiểu tại sao Chúa Giê-su lại làm điều đó cho bố vì bố làm việc cho Ngài, bố ạ. Ý bố là Chúa Giê-su yêu thương một cô bé 16 tuổi đến mức ban cho con đôi tay mới sao?"

Tôi bước đến chỗ cô ấy và nắm lấy tay cô ấy lần nữa. Tôi nói, "Vâng, em yêu, Chúa Giê-su yêu thương những cô gái 16 tuổi đến nỗi Ngài đã đến nhà họ và ban cho họ một phép lạ hoàn toàn, một đôi tay hoàn toàn mới."

Tôi muốn các bạn biết rằng tôi luôn luôn làm chứng về đôi tay kỳ diệu của con gái tôi. Tôi chia sẻ điều đó bất cứ khi nào có cơ hội. Tôi đã chia sẻ trên truyền hình nhiều lần, và khi tôi chia sẻ trên truyền hình ở Los Angeles, người dẫn chương trình đã khóc nức nở đến nỗi không thể nói nên lời. Bất cứ nơi nào tôi kể câu chuyện này, Thánh Linh của Chúa đều bao phủ và che chở tôi khi tôi kể về phép lạ của Chúa dành cho con gái tôi.

Bạn thấy đấy, Chúa muốn bạn biết và tin rằng Ngài là một vị Chúa toàn năng, có khả năng làm phép lạ.

Tôi muốn các bạn biết rằng các bạn có thể đến được điểm mà các bạn tin vào Kinh Thánh bằng chính sức mình. Các bạn có thể tin vào những phép lạ của riêng mình. Khi mọi việc dường như không thể, hãy hướng về Chúa và tin tưởng Ngài. Chỉ cần đứng đó vì bạn là con cái của Chúa, nói rằng, "Con tin Chúa," và Ngài sẽ giải phóng quyền năng của Ngài cho bạn. Đó là một sự bùng nổ quyền năng đủ lớn để bao phủ những cây cam. Đó là một sự bùng nổ quyền năng có thể làm cho đầu rìu nổi trên mặt nước. Nó đủ sức mạnh để làm cho một con lừa biết nói. Nó đủ sức mạnh để tạo ra những bàn tay hoàn toàn mới. Đó là một sự bùng nổ quyền năng để ban cho bạn bất cứ điều gì bạn muốn, và Chúa làm điều đó thật dễ dàng.

Một quyền năng kỳ diệu đã đến nhà tôi và ban cho con gái tôi đôi tay hoàn toàn mới. Mỗi lần tôi gọi điện cho con và nói, "Con yêu, Đức Thánh Linh bảo bố kể cho họ nghe về phép lạ mà Chúa Giê-su đã làm cho đôi tay con," con bé luôn hỏi, "Bố có kể với họ không, bố ơi, rằng khi Chúa Giê-su ban phép lạ cho con thì những cục u đó không bao giờ trở lại nữa?" Chẳng có gì trở lại cả. Chúa là một Đức Chúa Trời làm nên những phép lạ.

Phép lạ là một món quà. Món quà làm phép lạ dành cho bạn, theo ý muốn của Đức Thánh Linh. Nhưng hãy chú ý. Đức Thánh Linh luôn muốn điều đó cho những người tin vào chương 12 của sách 1 Cô-rinh-tô. Bạn thấy đấy, đó là điều tuyệt vời nhất. Đức Thánh Linh luôn muốn điều đó cho những người tin vào Kinh Thánh! Vinh quang thuộc về Đức Chúa Trời muôn đời.

Lời cầu nguyện cho phép màu

Nếu bạn cần một phép lạ từ Chúa, và bạn muốn một phép lạ từ Chúa, và bạn tin rằng Chúa Giê-su là Đấng làm phép lạ cho bạn, hãy nhận lấy phép lạ đó ngay bây giờ. Không quan trọng đó là phép lạ gì. Chúa Giê-su sẽ ban cho bạn phép lạ bạn cần. Phép lạ đó được ban bởi Thánh Linh của Đức Chúa Trời, theo ý muốn của Thánh Linh.

Hãy nói: "Cảm ơn Chúa Giê-su. Ngài là Đấng làm phép lạ. Lời Chúa là chân lý. Chân lý sẽ mang đến cho con một phép lạ, nếu con tin. Và con tin. Đó là một món quà, miễn phí từ trời, dành cho người tin. Đó là một nguồn sức mạnh bùng nổ, đến và làm nên những điều không thể."

"Con cảm ơn Chúa Giê-su vì chương 12 của thư Cô-rinh-tô thứ nhất. Con đón nhận phép lạ trong danh Chúa Giê-su. Con cảm ơn Chúa Giê-su vì phép lạ của con."

Câu chuyện 2: Ấn Độ của Schambach

Khi tôi còn làm mục sư tại một nhà thờ vào đầu những năm 1950, chúng tôi đã tài trợ cho một nhà truyền giáo ở Ấn Độ bằng cách trả lương cho ông ấy. Ông ấy đã ở đó suốt ba mươi năm—ba mươi năm dài đằng đẵng.

Có lần, ông ấy kể cho tôi nghe một chuyện khiến tôi nản lòng và thậm chí không muốn ủng hộ ông ấy nữa. Ông ấy nói đã sống ở Ấn Độ 30 năm mà chưa từng thấy một người Hồi giáo nào được tái sinh. Tôi nói: "Tôi đang đầu tư vào cái gì vậy? Chúng ta đang đầu tư tiền bạc và giữ người đàn ông đó ở Ấn Độ để rao giảng Phúc Âm mà chẳng có một linh hồn nào được cứu rỗi. Đã đến lúc chúng ta phải xem xét lại các ưu tiên của mình rồi." Thế là tôi đến Ấn Độ để tìm hiểu xem chuyện gì đang xảy ra.

Lần đầu tiên tôi đến thăm vào năm 1956, tôi đã thuyết giảng cho 50.000 người. Tôi đã đến thăm tất cả các khu chợ. Tôi đã thấy những người ăn xin, người mù và những người không thể đi lại. Tôi chưa bao giờ thấy nhiều người bệnh đến vậy. Ấn Độ là một trong những quốc gia nghèo nhất thế giới với rất nhiều người vô gia cư, không một xu dính túi.

Chúng tôi đã đầu tư hàng ngàn đô la để xây dựng một công trình che chắn mọi người khỏi cái nắng gay gắt để họ có thể nghe Tin Mừng. Vào ngày khai trương đó, tôi vô cùng phấn khởi. Tôi giảng trong hai giờ, và người phiên dịch của tôi dịch trong hai giờ nữa — tổng cộng là bốn giờ. Họ muốn tôi tiếp tục. Khi tôi kêu gọi mọi người đến trước mặt Chúa, tôi đã rất thất vọng. Tôi đã giảng cho 50.000 người, mà không một ai đến chấp nhận Chúa Giê-su.

Tôi chợt nhớ đến vị truyền giáo và thốt lên: "Ôi, Chúa ơi." Nhưng tôi biết Chúa kêu gọi chúng ta làm nhiều hơn là chỉ rao giảng Lời Chúa. Ngài kêu gọi chúng ta thể hiện Phúc Âm.

Mặc dù không ai tiến lên để chấp nhận Chúa Kitô, và đám đông rõ ràng đã sẵn sàng cho lời chúc phúc, tôi vẫn nói: "Tôi chưa xong việc đâu. Chúa phán rằng dấu hiệu sẽ đi kèm với Lời Ngài. Tôi đã làm điều Chúa kêu gọi tôi làm; giờ tôi sẽ để Chúa làm những gì Ngài đã hứa." Tôi mời ba người trong đám đông tiến lên – họ là những người ăn xin. Tôi biết họ là ai. Một người mù, một người điếc và câm, và người kia là một phụ nữ tàn tật chưa bao giờ đi đứng thẳng được. Bà đi nằm ngang trên gót chân và gót tay. Bà mắc một căn bệnh khiến bà không thể đứng thẳng.

Trước sự chứng kiến của 50.000 người, tôi đặt tay lên người phụ nữ mù trước tiên. Tôi nói: "Nhân danh Chúa Giê-su, tôi truyền lệnh cho đôi mắt mù này được nhìn thấy." Ngay lập tức, Chúa mở mắt cho bà và bà chạy xuyên qua đám đông, reo lên bằng tiếng mẹ đẻ: "Tôi thấy rồi! Tôi thấy rồi!"

Tiếp theo, tôi đến chỗ người câm điếc và đặt các ngón tay vào tai anh ta, ngón cái đặt lên lưỡi anh ta. Tôi nói: "Nhân danh Chúa Giê-su, tôi ra lệnh cho linh hồn câm điếc này phải ra khỏi!" Ngay lập tức, linh hồn đó đáp lại và người đàn ông bắt đầu nói tiếng Anh chỉ trong vài phút. Anh ta không biết tiếng mẹ đẻ của mình. Anh ta từng bị câm điếc, nhưng Chúa đã mở tai anh ta và giải phóng lưỡi anh ta.

Đến lúc cầu nguyện cho người phụ nữ tàn tật, tôi nói, "Giờ tôi sẽ đặt tay lên người phụ nữ này nhân danh Mohammed. Tôi sẽ dành cho ông ấy thời gian ngang bằng." Người phiên dịch của tôi không muốn dịch câu này. "Xin hãy làm theo những gì tôi yêu cầu, thưa ngài – hãy tin tưởng vào sự dẫn dắt của Thánh Linh." Điều này phù hợp hơn với cách ông ấy kể lại câu chuyện trong những năm sau đó. Ban đầu, câu nói là "Hãy làm theo những gì tôi bảo anh làm. Anh là người phiên dịch của tôi; tôi là người của Chúa."

Không một ai trong khán giả ngờ rằng bà ấy sẽ đứng dậy, bởi vì họ biết Mohammed đã chết. Tôi nói, "Đó chính là sự khác biệt giữa vị thần mà các bạn thờ phụng và Đức Chúa Trời mà tôi thờ phụng. Tôi không đến đây để hạ thấp thần của các bạn; tôi đến để tôn vinh thần của tôi. Các bạn đến thăm đền thờ của các bạn. Tôi đến thăm đền thờ của tôi, nhưng đền thờ của tôi trống rỗng vì Ngài không còn ở đó nữa. Đó là sự khác biệt giữa các ngôi mộ. Tôi đến để cho các bạn biết rằng Chúa Giê-su của tôi không chết—Ngài vẫn sống, và Ngài vẫn như vậy hôm nay cũng như hôm qua."

Tôi đặt tay lên người phụ nữ ấy nhân danh Mohammed và nói: "Hãy đứng dậy và bước đi nhân danh Mohammed." Có người hỏi tôi sẽ làm gì nếu bà ấy đứng dậy. Tôi đoán là tôi sẽ cải đạo. Nhưng bà ấy không đứng dậy.

Vậy nên tôi nói: “Tôi sẽ dùng danh cao cả hơn mọi danh, danh của Chúa Giê-su—Chiên Con đã bị giết vì thế gian. Chúa Giê-su đã chết vì dân Ấn Độ và vì toàn thế giới.” Người phụ nữ ấy đã không bước đi thẳng đứng trong suốt 58 năm. Tôi đặt tay lên bà nhân danh Chúa Giê-su thành Na-xa-rét và nói: “Nhân danh Chúa Giê-su, hãy đứng dậy và đi.” Bà đứng thẳng dậy và bước đi lần đầu tiên trong đời, bởi vì Chúa Giê-su Christ là Đức Chúa Trời!

Bạn có biết chuyện gì đã xảy ra không? Mọi người trong đám đông đó bắt đầu nhảy xuống từ trên cây, và một đám đông hỗn loạn chạy về phía tôi. Tôi nhảy núp sau người phiên dịch của mình. Tôi nghĩ họ sẽ bôi hắc ín và rắc lông chim lên người tôi rồi đuổi tôi ra khỏi đất nước của họ. Tôi chưa bao giờ thấy một cuộc tấn công ồ ạt như vậy. Họ hét lên điều gì đó với giọng rất lớn. Tôi hỏi người phiên dịch của mình, "Họ đang nói gì vậy?"

Ông ấy nói: “Họ đang hò reo: ‘Chúa Giê-su sống lại! Chúa Giê-su là Đấng Christ! Chúa Giê-su là Đức Chúa Trời!’ Họ đang đến để được cứu rỗi.” Thật là một điều kỳ diệu! Không một ai trong số họ đến khi tôi giảng, nhưng khi họ chứng kiến sự thể hiện của Tin Mừng, họ đã đến.

Chúa đã kêu gọi Hội Thánh thể hiện quyền năng của Ngài. Chẳng phải bạn rất vui vì Ngài vẫn sống đến ngày nay sao?

Sau đó, Phi-líp xuống thành Sa-ma-ri và rao giảng về Đấng Christ cho họ. Và đám đông đồng thanh lắng nghe những điều Phi-líp nói, nghe và thấy những phép lạ mà ông làm.

(Công vụ 8:5-6).

Sự cứu rỗi cho tâm hồn bạn:

Lời cầu nguyện cứu rỗi – Hãy đọc và thành tâm cầu nguyện ngay bây giờ!

Bạn có đồng ý với tất cả những gì bạn đã đọc cho đến nay không? Nếu có, đừng chần chừ thêm một giây phút nào nữa để bắt đầu cuộc sống mới của bạn trong Chúa Giê-su Ki-tô. Hãy nhớ rằng, lời cầu nguyện này không phải là một công thức thần kỳ. Bạn chỉ đơn giản là bày tỏ tấm lòng mình với Chúa. Hãy cùng cầu nguyện với chúng tôi:

"Lạy Cha, con biết con đã vi phạm luật lệ của Cha và tội lỗi của con đã ngăn cách con với Cha. Con thật sự hối hận, và giờ đây con muốn từ bỏ cuộc sống tội lỗi trong quá khứ để quay về với Cha. Xin Cha tha thứ cho con và giúp con tránh phạm tội lần nữa. Con tin rằng Con Cha, Chúa Giê-su Christ, đã chết vì tội lỗi của con, đã sống lại từ cõi chết, hiện đang sống và nghe lời cầu nguyện của con. Con mời Chúa Giê-su trở thành Chúa của đời sống con, cai trị và ngự trị trong lòng con từ ngày hôm nay trở đi. Xin Cha sai Thánh Linh của Cha đến giúp con vâng phục Cha và làm theo ý muốn của Cha suốt phần đời còn lại của con. Con cầu nguyện trong danh Chúa Giê-su, Amen."

Bạn có thể bắt đầu hành trình 40 ngày học trực tuyến theo tốc độ của riêng mình qua liên kết này : https://www.otakada.org/get-free-40-days-online-discipleship-course-in-a-journey-with-jesus/

Bạn đang bị bệnh hoặc cần được giải thoát hay phục hồi?

Đối với những ai đang ốm đau hoặc không khỏe mạnh dưới bất kỳ hình thức nào, hoặc cần được giải thoát hay phục hồi, vui lòng chạm vào dấu chấm bên dưới với đức tin ***(Đức tin là nhìn thấy kết quả tích cực chính xác của tình trạng hiện tại của bạn, biết rằng Chúa Giê-su đã làm phần việc của Ngài hơn 2000 năm trước để bảo đảm sự chữa lành và giải thoát, phục hồi cho bạn như một khoản đặt cọc, tin tưởng rằng khoản đặt cọc đó luôn sẵn có để bạn sử dụng, giống như số dư dương trong tài khoản séc của bạn tại ngân hàng, không cần hỏi thêm gì nữa khi chúng tôi đồng ý với bạn và tuyên bố HÃY ĐƯỢC CHỮA LÀNH trong danh của Chúa Giê-su Christ, Amen).***

Nhờ quyền năng mà Ngài đã ban cho con và cho họ, giờ đây con thi hành quyền năng ấy trong đức tin, cùng với sự giận dữ của họ đối với kẻ thù và khát khao đạt được những gì Ngài đã ban cho chúng con cách rộng rãi. Con nguyền rủa mọi bệnh tật, mọi tai ương, dù là ung thư, COVID-19, dù là tà linh gây suy nhược, dù là sự chiếm hữu hay áp bức của ma quỷ, dù là tà linh của sự nghèo khó, những thất bại, sự chậm trễ trong việc hoàn thành những gì Đức Chúa Trời đã định và ban cho.

Chúng ta chống lại sự dị thường, trói buộc chúng, nguyền rủa chúng tận gốc rễ và đuổi chúng ra bằng quyền năng trong danh Chúa Giê-su Christ. Amen. Chúng ta cầu xin sự chữa lành, giải thoát và phục hồi vào đời sống của chúng trong danh quyền năng của Chúa Giê-su Christ. Cảm ơn Chúa vì những lời chứng đang trường tồn để tôn vinh, kính trọng và thờ phượng Ngài. Cảm ơn Ngài vì những linh hồn đang được thêm vào vương quốc của Ngài nhờ thông điệp này, những phép lạ mà chúng ta đang thấy ngay bây giờ và đang được thể hiện để tôn vinh

Ngài trong danh Chúa Giê-su, Amen. Việc đã hoàn thành! Hãy vui mừng!

Hãy chạm vào điểm được đánh dấu này và tuyên xưng bằng miệng rằng: TÔI ĐÃ ĐƯỢC CHỮA LÀNH, TÔI ĐÃ ĐƯỢC GIẢI THOÁT và TÔI ĐÃ ĐƯỢC PHỤC HỒI trong tâm linh, linh hồn, thân thể và mọi thứ xung quanh tôi, nhân danh CHÚA GIÊ-SU KITÔ, Amen!!!

Hãy bắt đầu làm những việc mà trước đây bạn không thể làm và hãy bắt đầu xưng tội cho đến khi sự chữa lành trọn vẹn, sự giải thoát và phục hồi trở thành hoa trái trong cuộc đời bạn, nhân danh Chúa Giê-su, Amen. Hãy luôn khao khát trọn vẹn mọi điều thuộc về Chúa, hãy luôn giận dữ và giành lại tất cả những gì kẻ thù đã giữ lại, nhân danh Chúa Giê-su, Amen.

Lưu ý:
Hãy làm chứng về sự chữa lành để vinh hiển Chúa và làm cho kẻ thù phải xấu hổ! Hãy gửi email hoặc nhắn tin qua WhatsApp cho chúng tôi nếu bạn vẫn cần chúng tôi xác nhận lại vấn đề. Và hãy kết nối trong chuỗi bài giảng trang bị bắt đầu vào thứ Năm tuần sau. Thông tin chi tiết sẽ sớm có trên trang web của chúng tôi!

Những Chiến Công Vĩ Đại - 1 – Chương 3 - Tìm hiểu cách thức từ những bậc thầy trong phần 2

Đủ rồi cái cảnh giam cầm và chào mừng đến với Tự do – Cách chữa khỏi hoặc vượt qua COVID-19, Ung thư và các bệnh khác – Phần 2

Đây là chuỗi bài giảng trang bị kiến thức để chữa lành, giải thoát và phục hồi bản thân và người khác!

Khóa huấn luyện thực hành về chữa lành, giải thoát và phục hồi.

Hãy tìm đường dẫn podcast mô tả chi tiết các buổi chữa lành và giải thoát.

Xem tại đây https://anchor.fm/otakada.org/episodes/Enough-is-Enough-to-Captivity-and-welcome-to-Freedom—How-to-heal-or-be-cured-of-COVID–19–part-2-er35cm
Xem trên Youtube: https://youtu.be/ydFE_lD8SqU Trong video này, bạn sẽ tìm thấy cách chữa khỏi hoặc được chữa khỏi COVID-19, cách chữa khỏi hoặc được chữa khỏi ung thư; cách chữa khỏi hoặc được chữa khỏi huyết áp cao, và nhiều bệnh khác. Một quy trình đơn giản thông qua sự hướng dẫn chữa lành, giải thoát và phục hồi trong tinh thần, tâm

hồn, thể xác và mọi thứ xung quanh bạn. Chúc bạn vui vẻ!

Những Chiến Công Vĩ Đại - 1 – Chương 4 - Học hỏi từ những bậc thầy - phần 3

Đủ rồi! Hãy chấm dứt sự giam cầm của ma quỷ và chào mừng bạn đến với sự TỰ DO trong Chúa Giê-su Christ – Kích hoạt cuộc chiến hằng ngày – Lời cầu nguyện tuyên bố hằng ngày để trang bị thực tiễn tại nơi cầu nguyện – Phần 3 – Kịch bản bởi Cindy Trimm

Các bạn thân mến, việc đưa bản thân hoặc mọi người thoát khỏi sự giam cầm của ma quỷ để đến với cõi tự do là một hành động chiến tranh. Một lời tuyên chiến. Không phải chống lại con người mà là chống lại kẻ thù của linh hồn chúng ta. Phao-lô, khi khuyên răn người Cô-rinh-tô trong **2 Cô-rinh-tô 10:2-6**

Kinh Thánh Amplified

2 Tôi cầu xin rằng khi tôi đến, tôi sẽ không bị thúc đẩy đến sự táo bạo mà tôi định thể hiện đối với một số ít người coi chúng ta như thể chúng ta sống theo xác thịt [như những người không có Thánh Linh]. 3 Vì mặc dù chúng ta sống trong xác thịt [như những người phàm trần], nhưng chúng ta không tiến hành cuộc chiến [thuộc linh] của mình theo xác thịt và dùng vũ khí của con người. 4 Vũ khí chiến đấu của chúng ta không phải là vũ khí vật chất [vũ khí bằng thịt và máu]. Vũ khí của chúng ta là vũ khí có quyền năng thiêng liêng để phá hủy các thành trì. 5 Chúng ta đang phá hủy những lập luận tinh vi và mọi điều kiêu

ngạo, tự tôn chống lại sự hiểu biết [chân thật] về Đức Chúa Trời, và chúng ta đang bắt giữ mọi tư tưởng và mục đích để vâng phục Đấng Christ, [6] sẵn sàng trừng phạt mọi hành vi bất tuân, khi sự vâng phục của anh em [với tư cách là một hội thánh] đã trọn vẹn.

Chúa Giê-su phán rằng Ngài sẽ xây dựng Hội Thánh của Ngài, và cửa địa ngục sẽ không thắng nổi Hội Thánh ấy. Ngài đã ban cho chúng ta chìa khóa trong ân tứ của Đức Thánh Linh, như Phao-lô đã khuyên người Cô-rinh-tô trong 1 Cô-rinh-tô 12. Tất cả những ân tứ này đều dành cho cuộc chiến đức tin. Khi chúng ta không sử dụng ân tứ, chúng ta sẽ phải chịu tổn thất trong cuộc sống với tư cách là những người Cơ Đốc.

Khi chúng ta tham gia vào cuộc chiến với kẻ thù trong năm nay, tuyên bố rằng đã đến lúc chấm dứt sự giam cầm, chúng ta phải sẵn sàng sử dụng tối đa ân tứ của Thánh Linh! Những áo giáp này là áo giáp thuộc linh và có thể được củng cố bằng các phương tiện thuộc linh. Chúng ta không thể chiến đấu với kẻ thù bằng kiến thức lý tính, lý lẽ, tranh luận, đàm phán hay sự dịu dàng. Chúng ta không thể củng cố hay mặc trọn bộ áo giáp bằng những vũ khí thuộc xác thịt, trần tục. Ê-phê-sô 6:11-18 có thể được củng cố bằng cách sử dụng 9 (chín) ân tứ thuộc linh trong 1 Cô-rinh-tô 12. Đó là lý do tại sao chúng ta không thể thiếu hiểu biết về điều này. Nếu chúng ta như vậy, thì không có cách nào trên đời này chúng ta có thể tự mình hoặc cứu người khác ra khỏi sự giam cầm thông qua khía cạnh củng cố mà chúng ta có thể thấy được kết quả vật chất ở đây trên trái đất.

Động lực của "Đủ rồi!" là sự giải thoát khỏi sự giam cầm của ma quỷ và chào đón sự tự do trong Chúa Kitô.

Tôi đã đưa vào podcast này và video trên YouTube 50 phút gồm 100 lời cầu nguyện tuyên bố mỗi ngày, giúp bạn chiến đấu trong trận chiến đức tin tốt lành bằng cách chủ động tấn công, bởi vì đó là lý do Chúa Giê-su đến, để phá hủy công việc của kẻ ác (1 Giăng 3:8). Đó về cơ bản là sứ mệnh của chúng ta. Để tiến hành chiến tranh và đưa mọi người vào vương quốc của Đức Chúa Trời. Đây là động lực hàng ngày, nếu được thực hiện một cách nghiêm túc, sẽ đảm bảo chiến thắng mọi lúc. Cầu nguyện không ngừng là sự canh giữ cho công việc thành công trong vương quốc của Đức Chúa Trời trên trái đất – Chúa Giê-su đã nêu gương bằng cách cầu nguyện không ngừng và chúng ta cũng phải như vậy.

Hãy thưởng thức podcast/video và thêm lời của bạn tùy thích, nhưng hãy biến nó thành việc làm hàng ngày. Tôi cũng cung cấp tùy chọn văn bản/PDF trên trang web của chúng tôi để tải xuống qua liên kết blog. Vui lòng dành ít nhất một giờ để cầu nguyện. Đây chỉ là sự khởi đầu.

PS: Khi chúng ta bị tấn công hoặc người khác bị tấn công, một giờ mà chúng ta không cầu nguyện ở nơi kín đáo sẽ trở thành những giờ đau đớn trong sự giam cầm của Sa-tan. Sa-tan là một kẻ cai quản tàn nhẫn và chúng ta không được phép để lộ sơ hở. Chúng ta phải chủ động tấn công nhân danh Chúa Giê-su Christ, Amen.

Lời cầu nguyện tuyên bố: 50 phút với 100 lời tuyên bố:
Kích hoạt tham chiến – Tuyên bố hàng ngày

Tôi đã biên soạn một danh sách gồm 92 lời răn dạy ở đây và 100 lời răn dạy trong phiên bản âm thanh, sẽ đóng vai trò như một sức mạnh kích hoạt, tuyên bố sự hiện diện và tình trạng làm nhiệm vụ tích cực của bạn trong tâm linh. Những lời tuyên bố được trình bày dưới dạng một lời cầu nguyện, tương tự như lời tuyên thệ nhậm chức của một sĩ quan. Mỗi lời tuyên bố đều dựa trên Kinh Thánh. Tôi đã trích dẫn đoạn Kinh Thánh mà từ đó mỗi phần được xây dựng.

Hãy sử dụng lời cầu nguyện này mỗi ngày, và cầu nguyện từ tận đáy lòng. Hãy học thuộc lòng nó. Sử dụng các đoạn Kinh Thánh được trích dẫn trong giờ tĩnh nguyện hàng ngày của bạn. Hãy nghiên cứu chúng. Chúng sẽ giúp bạn chiến đấu trận chiến đức tin tốt lành. Hãy quan sát sự thay đổi tích cực của hoàn cảnh và tình huống. Hãy nhớ rằng, chỉ khi bạn bị đặt vào giữa một trận chiến hoặc một tình huống tưởng chừng như không thể vượt qua, và khi không có ai hoặc không có gì có thể cứu rỗi hay giải cứu bạn ngoài Chúa, thì một chiến binh thực sự mới được sinh ra. Thay vì bỏ cuộc, đầu hàng, hoặc trở thành nạn nhân của những mưu kế của kẻ thù, hãy coi những lúc khó khăn, thử thách và cám dỗ của bạn như những cơ hội thiêng liêng để được rèn luyện nghệ thuật cầu nguyện chiến lược và chiến tranh thuộc linh. Hãy tin chắc rằng những thời điểm này là những bãi huấn luyện đích thực mà Chúa đã chọn để đưa bạn vào quyền thống trị thực sự. Giống như trường hợp của Đa-vít, chúng có thể chính là những bãi huấn luyện mà Chúa dùng để huấn luyện bạn cho sự kiện tối thượng: **sự tối đa hóa tiềm năng và sự hoàn thành mục đích trong cả năm lĩnh vực.**

Kinh Thánh chép trong Gióp 22:27-28 rằng bạn nên "cầu nguyện cùng Đức Chúa Trời, và Ngài sẽ nghe bạn". Từ "cầu nguyện" *có* nghĩa là "soạn thảo, xây dựng hoặc thiết kế". Mỗi lời tuyên bố sau đây đều được soạn thảo, xây dựng và thiết kế dựa trên Kinh Thánh. Các đoạn Kinh Thánh được ghi chú ở cuối mỗi lời tuyên bố. Khi cầu nguyện, hãy cầu nguyện với sự chắc chắn rằng "các cửa địa ngục sẽ không thắng nổi" (Ma-thi-ơ 16:18). Hãy nhớ rằng, những lời tuyên bố này được đưa ra để chống lại các linh hồn chứ không phải con người. Đừng tỏ ra thương xót; đừng bắt giữ con tin! Hãy nhớ rằng, hãy càng khái quát càng tốt và càng cụ thể càng tốt khi có chi tiết, thay thế "tôi" bằng "bạn", "anh ấy" bằng "cô ấy", "ông ấy" bằng "cô ấy", "chúng ta" bằng "họ", v.v.

Lời cầu nguyện kích hoạt cho cuộc chiến tâm linh

<u>nhà lập pháp và người thực thi pháp luật</u> chính thức của Chúa :

1. **Tôi đến** trong danh của Chúa Giê-su phục sinh, Đấng mà tôi thuộc về và phụng sự, "để khi nhắc đến danh Chúa Giê-su, mọi đầu gối đều phải quỳ xuống, cả những vật ở trên trời, dưới đất và trong lòng đất; và

mọi lưỡi đều phải xưng rằng Chúa Giê-su Christ là Chúa" (Phi-líp 2:10-11; xem thêm Thi thiên 82).

2. **Tôi tác động** và thực thi các kế hoạch và mục đích ban đầu của Đức Chúa Trời, chống lại các kế hoạch và mục đích của Sa-tan (Đa-ni-ên 6).
3. **Tôi tuyên bố** và khẳng định rằng trong trận chiến này, không một vũ khí nội tại (bên trong) hay ngoại tại (bên ngoài), dù là về mặt cảm xúc, tài chính, xã hội, thể chất, tâm lý, giữa các cá nhân, tâm linh hay tổ chức, được tạo ra chống lại tôi sẽ thành công (1 Sa-mu-ên 17:47; Ê-sai 54:17; Giê-rê-mi 51:20; Giăng 14:30; 2 Cô-rinh-tô 7:5; Ê-phê-sô 4:27).
4. **Tôi mặc** lấy áo giáp của ánh sáng và của Chúa (Rô-ma 13:12; Ê-phê-sô 6:13-17):

- **Sự thật để che chở tôi (Thi thiên 51:6)**

- **Áo giáp công chính để che chở tấm lòng và lồng ngực tôi (Thi thiên 5:12; 2 Cô-rinh-tô 6:7)**

- **Tin mừng bình an sẽ che chở bước chân tôi (Ê-sai 52:7)**

- **Tấm khiên đức tin để bảo vệ và tấn công thân thể tôi (Hê-bơ-rơ 10:38; 11:1, 6)**

- **Mũ bảo hiểm cứu rỗi để che đầu tôi (Ê-sai 59:17; 1 Tê-sa-lô-ni-ca 5:8)**

- **Thanh gươm của Thánh Linh, tức là Lời của Đức Chúa Trời (Ê-phê-sô 6:17; Khải Huyền 1:16)**

- **Chúa Giê-su Ki-tô (Rô-ma 13:14)**

    - **Áo choàng của sự công chính (Ê-sai 61:10)**
    - **Vinh quang của Đức Chúa Trời là phần thưởng của tôi (Ê-sai 58:8).**

- **Tôi tuyên bố** và khẳng định rằng vũ khí chiến đấu của tôi không phải là vũ khí xác thịt, nhưng là vũ khí mạnh mẽ nhờ Đức Chúa Trời (1 Sa-mu-ên 17:45; Rô-ma 13:12; 2 Cô-rinh-tô 10:3-6; Ê-phê-sô 6:13-18).
- **Tôi phá đổ** những thành trì vững chắc, đánh đổ những ảo tưởng hão huyền và mọi điều cao ngạo chống lại sự hiểu biết về Chúa Giê-su Christ. Tư tưởng của tôi từ nay đã quy phục quyền cai trị của Đấng Christ (Ê-sai 14:13-14; Ê-xê-chi-ên 28:2; 2 Cô-rinh-tô 10:5).
- **Tôi nói** rằng sự xức dầu của Đức Chúa Trời phá tan mọi ách nô lệ trong đời sống tôi và linh hồn, thần trí và thân thể tôi giờ đây hoạt động theo trật tự phù hợp với các quy luật thiêng liêng (1 Cô-rinh-tô 9:27; 14:40).
- **Tôi tuyên bố** và khẳng định rằng tôi đã được chữa lành và tràn đầy Thánh Linh; bệnh tật không còn ở gần tôi nữa (Ê-sai 53:5).
- **Ta thiết lập** các giới hạn, ranh giới và biên giới thiêng liêng, ban hành và thiết lập các luật lệ của vương quốc thiên đàng để điều chỉnh mọi hoạt động bên trong (1 Sử ký 4:10; Thi thiên 147:14; Ê-sai 60:18).
- **Tôi bác bỏ** (không cho phép và phủ quyết) mọi sự trừng phạt độc ác, hoạt động lật đổ, mệnh lệnh, chỉ thị, yêu cầu hoặc mệnh lệnh nào trái với ý muốn của Chúa về đời sống, chức vụ và gia đình tôi (Ma-thi-ơ 18:18).
- **Tôi hủy bỏ** những quyết định và phán quyết của ma quỷ liên quan đến chức vụ, cuộc sống của tôi và cuộc sống của các thành viên gia đình, bạn bè và cộng sự (Ê-sai 38:1-5; 39:6-8; Ma-thi-ơ 16:19).
- **Ta nắm quyền kiểm** soát các đường không trung, thiên hà, hệ thống, các tầng, tầng bình lưu, bán cầu,

bầu khí quyển, vương quốc, khu vực và lãnh địa (Giê-rê-mi 1:10; Ma-thi-ơ 16:19; 18:18; 1 Cô-rinh-tô 6:2-3; Ê-phê-sô 2:6; Khải Huyền 5:10; 11:12).

- **Tôi đuổi** các thần linh cầm đầu và sai phái Michael, các tổng lãnh thiên thần khác và đoàn thiên thần để xử lý mọi sự tranh chấp, xung đột, đấu tranh và chống đối của Sa-tan liên quan đến điều răn này (2 Các Vua 7:5–7; 2 Sử ký 32:21; Đa-ni-ên 3:24–25; 6:22; 10:13; Thi thiên 91:11; 103:20; Hê-bơ-rơ 1:14).
- **Tôi tuyên bố** sự thành công của những công việc thiêng liêng và do các thiên thần thực hiện, sự nâng đỡ, củng cố và trợ giúp. Theo Lời Chúa trong Thi Thiên 103:20, các thiên thần giờ đây "vượt trội về sức mạnh" để tập hợp và bảo vệ thân thể, tài sản và của cải của tôi (2 Các Vua 6:17; Đa-ni-ên 3:15–30; Công Vụ Các Thánh 12:1–10).
- **Đức Giê-hô-va-Gibbor** , hãy chống lại những kẻ chống lại con; hãy chiến đấu chống lại những kẻ chiến đấu chống lại con. Hãy cầm lấy khiên và giáp, và đứng lên giúp đỡ con! Hãy rút giáo và lao ra, và chặn đường những kẻ truy đuổi và bức hại con. Hãy mặc lấy áo giáp chiến tranh của Ngài. Hãy tập hợp chiến khí của Ngài; hãy thu thập vũ khí và đạn dược từ kho vũ khí thần thánh của Ngài. Hãy làm cho mũi tên của Ngài sáng loáng, hãy tập hợp khiên của Ngài, và hãy để sự báo thù là mục tiêu cuối cùng của Ngài khi Ngài lật đổ xe ngựa, ngựa và kỵ binh. Hãy để sự kinh hoàng gieo rắc vào lòng kẻ thù của con và khiến lòng chúng run sợ.
- **Con tuyên bố** và khẳng định rằng nhờ Ngài, con có thể vượt qua quân địch và nhảy qua tường thành. Ngài là Đức Chúa Trời của con: Đức Chúa Trời ban cho con sức mạnh và làm cho đường lối con được hoàn hảo. Chính Ngài làm cho chân con vững vàng như chân nai, ban cho con sự ổn định để con có thể đứng vững và tiến bước trên những đỉnh cao nguy

hiểm của thử thách và gian truân. Ngài đặt con an toàn trên những nơi cao. Ngài dạy tay con chiến đấu và ngón tay con đánh trận, ban cho con sức mạnh và khả năng siêu nhiên để cánh tay con có thể bẻ gãy cung thép. Ngài là Đá tảng, là Lá chắn và là Tháp vững chắc của con. Ngài đã trang bị cho con chiếc khiên cứu rỗi của Ngài, và bàn tay phải của Ngài thiết lập con như một người chiến thắng trong trận chiến này. Hãy đánh bại kẻ thù. Hãy giao cổ chúng cho con. Hãy khiến con truy đuổi và bắt kịp chúng cho đến khi chúng bị thương và bị tiêu diệt, ngã gục dưới chân con, không bao giờ đứng dậy được nữa. Hãy thiết lập danh con trên trời. Hãy để những ai nghe về con đều quy phục và vâng lời con.

- **Tôi tuyên bố** rằng chính Ngài đã ban phước cho tôi. Chính Ngài đã ban sức mạnh cho tôi. Không phải bởi sức mạnh hay quyền năng của tôi, mà là bởi Thánh Linh của Chúa. Vì khi kẻ thù ập đến như nước lũ, Thánh Linh của Ngài sẽ giương cao ngọn cờ chống lại hắn (Xuất Ê-díp-tô Ký 15:3; Phục Truyền Luật Lệ Ký 32:41–42; Thi Thiên 7:13; 18:29–50; 35:1–8; 144:5–7; Ê-sai 42:13–14; 59:16–19; Ha-ga-chi 2:22).
- **Tôi cấm** và không cho phép bất kỳ hoạt động chống đối nào của những kẻ có thế lực tà ác với những mưu đồ xấu xa liên quan đến đời sống, chức vụ và gia đình tôi, và tôi tuyên chiến với chúng (Neh. 4:14).
- **Tôi phản đối** và cấm mọi sự can thiệp, chống đối hay can thiệp của ma quỷ (Đa-ni-ên 10:1–13).
- **Tôi chống lại** những mưu đồ, ý định, sự khiêu khích và sự thương lượng của Sa-tan liên quan đến cuộc sống và linh hồn tôi, và đặt mục đích tiên tri và vận mệnh thiêng liêng lên trên tất cả các hoạt động và thế lực đối lập trái với ý muốn của Đức Chúa Trời trong Chúa Giê-su Christ về cuộc đời tôi (1 Sa-mu-ên 1:1-

8; 1 Các Vua 22:1-23; 1 Sử ký 21:1-2; Gióp 1:7-12; 3:25; Giu-đa 9).

- **Tôi trói buộc** sự quấy rối của Sa-tan và quở trách những sự tập trung của Sa-tan (2 Sa-mu-ên 11:1-2). Tôi chấm dứt và cấm mọi sự theo dõi của Sa-tan (1 Sa-mu-ên 18; Ma-thi-ơ 26:4; Mác 11:18; Lu-ca 6:11; Công vụ 16:16-19).
- **Tôi cất bỏ** những gánh nặng giả dối và loại bỏ cảm giác nặng nề, áp bức và trầm cảm. Tôi phó thác chúng cho Chúa, Đấng nâng đỡ tôi. Tôi sẽ không bị lay chuyển (Thi thiên 12:5; 54:2; 55:22; Ê-sai 10:27; 61:3; Ma-thi-ơ 11:28–30; Giăng 14:1).
- **Tôi tuyên bố** và khẳng định rằng nhờ sự xức dầu, tất cả các giao ước, hợp đồng, xiềng xích, gông cùm, sự ràng buộc, khuynh hướng và sự giam cầm trái ngược, chống đối hoặc cản trở sự hoàn thành kế hoạch và mục đích ban đầu của Chúa đều bị phá vỡ. Tôi được giải thoát khỏi các liên minh, lòng trung thành, mối ràng buộc tâm linh, linh hồn thừa kế và lời nguyền rủa thuộc về thế hệ/ma quỷ/sata. Tôi cắt đứt chúng bằng thanh gươm của Chúa, bằng huyết và bằng Thánh Linh. Tôi nói với ADN của mình và tuyên bố rằng tôi được tự do khỏi mọi ảnh hưởng truyền từ thế hệ này sang thế hệ khác—về mặt sinh học, xã hội, cảm xúc, sinh lý, tâm lý, tâm linh, hoặc bằng bất kỳ kênh nào khác mà tôi không biết nhưng Chúa biết. Tôi chống lại mọi linh hồn đóng vai trò là người gác cổng hoặc người canh giữ tâm hồn tôi, và tôi từ bỏ mọi liên minh, hiệp hội, lòng trung thành hoặc giao ước nào nữa, dù có ý thức hay vô thức. Tôi mở lòng mình ra để được giải thoát bởi Chúa. Cha ơi, xin hãy thực hiện ý muốn của Ngài ngay bây giờ! Hãy hoàn thành những điều liên quan đến tôi (Phục truyền luật lệ ký 5:9; 7:8-9; Truyền đạo 7:26; Ê-sai 61:1; Công vụ các Tông đồ 8:9-13; Ga-la-ti 5:1; 1 Tê-sa-lô-ni-ca 5:23-24; 2 Ti-mô-thê 2:25).

- **Tôi tuyên bố** và khẳng định rằng lá chắn cầu nguyện, sự xức dầu, bức tường lửa, màn khói và dòng dõi *huyết thống* sẽ tạo thành những hàng rào bảo vệ xung quanh tôi, che chở tôi khỏi sự quấy phá của kẻ thù, các linh hồn quen thuộc và mọi thế lực ma quỷ, khiến chúng khó có thể, nếu không muốn nói là không thể, theo dõi hoặc lần ra dấu vết của tôi trong cõi tâm linh. Sẽ không có bất kỳ lỗ thủng hay sự xâm nhập nào vào những hàng rào bảo vệ này (Xuất Ê-díp-tô Ký 12:13; Gióp 1:7-10; Thi Thiên 91; Xa-cha-ri 2:5).
- **Tôi công bố** danh xưng của mình vào không gian và tuyên bố rằng các chiến binh cầu nguyện, những người cầu thay và những người canh giữ tiên tri đang nâng đỡ tôi trong cõi tâm linh. Tôi nói rằng họ sẽ không ngừng nghỉ hoặc rời khỏi tháp canh của mình cho đến khi nhiệm vụ của họ được hoàn thành. Tôi tuyên bố và khẳng định rằng họ sẽ thực hiện nhiệm vụ cầu thay của mình dưới sự hướng dẫn của Đức Thánh Linh và Chúa Giê-su Christ, Đấng là Đấng cầu thay chính của tôi (Giê-rê-mi 27:18; Ê-xê-chi-ên 3:17; Lu-ca 18:7; Giăng 16:13; Rô-ma 8:26-27, 34; Hê-bơ-rơ 7:25).
- **Tôi tuyên bố** và khẳng định rằng Thần của Chúa đang ở trên tôi—thần của sự khôn ngoan, hiểu biết, sự khuyên bảo thiêng liêng, sức mạnh siêu nhiên, tri thức, và lòng kính sợ Đức Giê-hô-va tột cùng. Khi tôi tiến bộ, tôi được Chúa ban quyền năng và gia tăng kỹ năng cũng như sự hiểu biết (Ê-sai 11:2-3; Ê-phê-sô 1:17-18; Cô-lô-si 1:9-11; 3:10).
- **Tôi xóa bỏ** và tiêu diệt những ấn tượng, ảo tưởng, sự phóng chiếu, nhận thức, gợi ý, nghi ngờ và lừa dối của ma quỷ được dựng lên như một cái bẫy hoặc một cuộc phục kích nhằm vào linh hồn tôi và những người được giao nhiệm vụ cầu nguyện cùng tôi, cho tôi, thay mặt tôi, và những người làm việc với tôi, được giao cho tôi và tương tác với tôi hàng ngày (1

Các Vua 22:5–40; Công Vụ Các Thánh 13:50; 2 Tê-sa-lô-ni-ca 2).

- **Tôi kiên quyết chống lại** những mưu kế của ma quỷ và ngăn cấm việc chiếm đoạt những tư tưởng thiêng liêng, sự soi dẫn, mặc khải, hiểu biết, khôn ngoan, kiến thức và sự thông hiểu phát ra từ ngai vàng của Cha trên trời, đặc biệt là những điều khởi xướng, khích lệ, duy trì và củng cố quyền uy của vương quốc tôi trên đất và trên trời, và những điều tạo điều kiện thuận lợi cho mục đích cứu chuộc của Đức Chúa Trời (Ma-thi-ơ 13:19; Ê-phê-sô 6:11).
- **Tôi đã chấm dứt** mọi biện pháp gây xao nhãng, quấy rối và phá hoại. Vì lý do này mà Con Thiên Chúa đã tỏ mình ra, để Ngài phá hủy công việc của kẻ thù (Giăng 2:15-17; Công vụ 16:16-19; 1 Giăng 3:8).
- **Tôi chiến thắng** mọi sự kìm hãm, cấm đoán và giới hạn của Sa-tan. Tôi tuyên bố và khẳng định rằng mọi bức tường vô hình và bất khả xâm phạm đều bị phá hủy (Giô-suê 6:1; Cô-lô-si 1:16).
- **Tôi thi hành** phán xét thiêng liêng chống lại các hoạt động của Sa-tan/ma quỷ, và tôi chiến đấu trong tinh thần của Ê-li và Giê-hu (1 Các Vua 18; 2 Các Vua 9:1–10:28).
- **Tôi phản đối** , vô hiệu hóa, phá bỏ, hủy bỏ và mạnh mẽ chống lại bất kỳ hoạt động, mưu đồ, thủ đoạn, phá hoại, chiến lược, chiến thuật, âm mưu, kế hoạch và thủ đoạn nào của Sa-tan được thiết kế để cản trở, ngăn chặn, làm thất bại, phủ nhận hoặc trì hoãn sự thể hiện nhanh chóng, kịp thời và đúng thời điểm của chúng (Đa-ni-ên 7:25).
- **Tôi nghiêm cấm** việc thay đổi bất kỳ thời gian hoặc luật lệ nào liên quan đến cuộc sống và chức vụ của tôi hoặc cuộc sống của gia đình tôi. Tôi hành động đồng bộ và nhịp nhàng theo những chuyển động mang tính vũ đạo, giao hưởng và dàn dựng của Đức

Chúa Trời (Sáng thế ký 1:1–5; Đa-ni-ên 6:1–15; 7:15–27).

- **Tôi khẳng định** rằng nếu luật lệ, quy chế, bộ luật, dự luật, hiến chương và hiến pháp được thay đổi, thì chúng được thay đổi theo hướng có lợi cho tôi để tôi được thịnh vượng tại nơi tôi được bổ nhiệm và vùng đất mà tôi cư trú (Đa-ni-ên 6:25–28).
- **Tôi tuyên bố** và khẳng định rằng thời điểm và mùa vụ của tôi nằm trong tay Chúa và sẽ không bị bất cứ ai hay bất cứ điều gì thay đổi hoặc điều chỉnh. Tôi hoạt động dưới sự xức dầu của con cháu Ísa-sa-cha, và Đức Chúa Trời ban cho tôi khả năng thiêng liêng để phân định chính xác thời điểm và mùa vụ của mình (1 Sử ký 12:32; Thi thiên 31:15; Truyền đạo 3:1-8; Đa-ni-ên 2:21-22).
- **Tôi tuyên bố** và khẳng định rằng mắt tâm linh của tôi hoạt động với thị lực 20/20 để hiểu và giải thích chính xác những chuyển động thiêng liêng. Tai tôi hòa hợp với tần số chính xác của Thánh Linh, và tôi có sự truyền đạt rõ ràng (2 Các Vua 6:17; Gióp 42:5; Thi Thiên 119:18; Ê-sai 29:18; Giê-rê-mi 1:11-16; 2 Cô-rinh-tô 4:4; 7:2; Ê-phê-sô 4:18; Khải Huyền 4:1).
- **Tôi tuyên bố** rằng từ ngày hôm nay, tôi hành động theo thời gian biểu/lịch trình thiêng liêng của Chúa. Tôi tuyên bố rằng chương trình của Chúa cũng là chương trình của tôi. Tôi không thuộc về chính mình; tôi đã được chuộc bằng một giá rất cao. Vì vậy, tôi chỉ phục tùng Ngài mà thôi. Tôi tuyên bố rằng, giống như Chúa Giê-su, "Ta đến: trong sách đã chép về Ta" (Thi thiên 40:7; xem thêm Thi thiên 139:16; 1 Cô-rinh-tô 7:23; Gia-cơ 4:7).
- **Lạy Cha, xin hãy lật đổ** kế hoạch của những kẻ gây rối, những kẻ chế nhạo, những kẻ giễu cợt, những kẻ nhạo báng, những kẻ bức hại và những kẻ hủy hoại danh dự. Xin hãy vạch trần những kẻ đại diện cho Sa-tan và ban cho con những chiến lược và chiến

thuật thiêng liêng để nhận diện, chống lại và vượt qua những âm mưu và kế hoạch được lập ra để hãm hại con (Ê-xtê 9:25; Thi Thiên 5:10; 7:14–16; 34:21; 35:1–8; 52:5; 83:13–17; 141:10; Châm Ngôn 26:27; 28:10; Đa-ni-ên 3, 6; Ma-thi-ơ 7:15–23; 2 Cô-rinh-tô 11:14–15):

- **Hãy rút ngọn giáo của ngươi ra và chặn đường chúng.**
- **Hãy để chúng bị bối rối và xấu hổ.**
- **Hãy để họ tự chuốc lấy thất bại.**
- **Hãy để họ bị quay trở lại và rơi vào tình trạng hỗn loạn.**
- **Hãy để chúng như trấu bị gió cuốn đi.**
- **Hãy để thiên sứ của Chúa bắt bớ chúng.**
- **Hãy để con đường của họ đi qua những nơi tối tăm và trơn trượt, với thiên sứ của Chúa đuổi theo và hành hạ họ.**
- **Nguyện cho những kẻ tìm cách đòi hỏi mạng sống của ta phải chịu hổ thẹn và nhục nhã.**
- **Hãy để những kẻ mưu hại ta bị đẩy lùi và bối rối.**
- **Hãy để sự hủy diệt đến với chúng một cách bất ngờ.**
- **Hãy để chúng tự rơi vào vòng xoáy diệt vong.**
- **Hãy để sự hủy diệt ập đến bất ngờ với chúng.**
- **Hãy để chúng vấp ngã và rơi vào chính sự hủy diệt mà chúng đã gây ra cho ta.**
- **Hãy để chúng bị thương và bị tiêu diệt bởi chính những vũ khí mà chúng đã chế tạo ra để chống lại ta.**
- **Hãy để chúng bị mắc vào chính cái lưới mà chúng giăng cho ta.**
- **Hãy để chúng rơi vào chính cái hố mà chúng đã đào cho ta.**

- **Hãy để chúng bị treo cổ bằng chính sợi dây thòng lọng mà chúng đã giăng cho ta.**
- **Hãy để chúng bị thiêu cháy trong chính ngọn lửa mà chúng đã đốt cho ta.**
- **Hãy để chúng bị chính những con thú mà chúng đã chuẩn bị cho ta tiêu diệt.**
- **Hãy tiêu diệt chúng ngay tại thời điểm chúng đang gây ra tội ác.**
- **Hãy trả lại cho chúng gấp đôi sự gian ác của mình.**
- **Hãy nhổ chúng ra khỏi nơi ở của chúng.**
- **Hãy nhổ tận gốc chúng khỏi vùng đất của người sống.**
- **Hãy để cái ác tiêu diệt chúng và sự tàn phá sẽ là số phận của chúng.**
- **Hãy làm cho chúng giống như một bánh xe đang quay trong sự hỗn loạn.**
- **Hãy biến chúng thành những gốc rạ khô héo trước cơn gió.**
- **Hãy làm cho chúng trông giống như gỗ bị cháy rụi.**
- **Hãy dùng cơn bão tố của Ngài để trừng phạt chúng.**
- **Gieo rắc nỗi sợ hãi và kinh hoàng vào lòng họ.**
- **Nguyện cho chúng mãi mãi bị hoang mang và đau khổ.**
- **Ta sai** phái các đạo binh trên trời chiến đấu chống lại các đạo binh bóng tối (1 Sa-mu-ên 17). Hãy nắm quyền kiểm soát, ngăn chặn và đình chỉ mọi hoạt động ma quỷ và các hành động tà ác phát sinh từ:
- **Âm phủ và sáu vùng của nó (Ê-sai 14:9, 15; 38:18; Đa-ni-ên 7:1–28; Khải Huyền 20:13–14)**
- **Cái chết (Gióp 34:22; 1 Cô-rinh-tô 15:55)**
- **Địa ngục/Sheol/Hades (Ê-sai 14:19)**

- **Phần mộ (Ê-sai 38:10; Ê-xê-chiên 31:15)**
- **Hố sâu (Ê-xê-chi-ên 32:23)**
- **Vực sâu, vùng đáy của hố (Ê-sai 38:17; Thi thiên 30:3)**
- **Các vùng biển (Gióp 41:1–31; Ê-xê-chi-ên 26:16)**
- **Các tầng trời (Ê-phê-sô 2:6; 6:12; Khải Huyền 12:7)**
- **Các lĩnh vực trên đất, dưới đất và trên trời (Ê-sai 14:12–14; Giê-rê-mi 1:10; Lu-ca 11:16–26; Rô-ma 8:14–23; Phi-líp 2:10)**
- **Tôi đặt** lời tiên tri lên trên mọi biện pháp, chiến lược và chiến thuật thất bại của kẻ thù (1 Ti-mô-thê 1:18-20).
- Theo Ê-sai 54:17, **ta bác bỏ và lật đổ những lời nói xấu xa, những lời chúc ác, những bùa chú, những thuật bói toán, những phép thuật, những lời nguyền rủa.** những lời cầu nguyện phù thủy, và mọi lời nói vô ích trái ngược với kế hoạch và mục đích ban đầu của Chúa.
- **Tôi đảo ngược** lời nguyền gắn liền với những lời nói này và ra lệnh, tuyên bố rằng chúng sẽ không đứng vững, sẽ không thành hiện thực, sẽ không bén rễ, và những lời lẽ hung hăng của chúng sẽ quay trở lại với chúng gấp đôi.
- **Tôi tuyên bố** rằng mọi lưỡi nói dối đều sai trái và sự thật sẽ thắng thế. Hãy bịt mũi chúng lại, trói môi chúng lại, và giấu tôi khỏi sự trừng phạt của lưỡi chúng (Gióp 5:21; Thi thiên 5:6-10; Ê-sai 37:29).
- **Tôi** chống lại sự dối trá, vu khống, suy đoán, cáo buộc, xuyên tạc và bôi nhọ danh dự. Lạy Cha, xin hãy khiến trời giáng xuống phán xét thiêng liêng; hãy giáng sấm sét để phân tán chúng; hãy bắn những mũi tên của Ngài để tiêu diệt chúng; hãy phái tay Ngài từ trên cao xuống và giải thoát con khỏi chúng. Con sẽ không mất bất cứ vùng đất hay lãnh thổ nào bởi

những nỗ lực hay sáng kiến phá hoại của chúng (1 Các Vua 21:1–16; Thi Thiên 144:5–7).

- **Tôi nghiêm cấm** kẻ tố cáo anh em tác động hoặc ảnh hưởng đến tâm hồn hay trí óc của bất cứ ai tiếp xúc với tôi (Khải Huyền 12:10).
- **Tôi đảo ngược** tác động của mọi định kiến và tuyên bố rằng ân huệ, sự khoan dung, vinh dự và những lời chúc tốt đẹp của Chúa giờ đây thay thế mọi cảm xúc, nhận thức và suy nghĩ tiêu cực về bản thân tôi, gia đình tôi và công việc/sứ mệnh mà tôi được kêu gọi thực hiện.
- **Tôi tuyên bố** và khẳng định rằng sự cao quý và vĩ đại là phần của tôi (Sáng thế ký 12:1-3; Thi thiên 5:12).
- **Lạy Cha** , xin làm cho những dấu hiệu của phù thủy và thầy phù thủy chống lại sự xức dầu trở nên vô hiệu, như Ngài đã làm với Jannes và Jambres trong thời Môi-se. Xin làm cho những điềm báo của những kẻ nói dối, các nhà chiêm tinh, các nhà ngoại cảm, các thầy bói, các pháp sư và những kẻ tương tự trở nên vô nghĩa. Xin làm cho các thầy bói trở nên ngu dại, và làm cho kiến thức đen tối của họ trở nên ngu dốt (Ê-sai 44:25; 2 Ti-mô-thê 3:8).
- **Hãy quở trách** và phá tan các liên minh của Sa-tan, và bắt giữ chúng bằng Thánh Linh. Hãy để mọi nỗ lực và mưu đồ lén lút và/hoặc bí mật đều thất bại (2 Sử ký 20:35; Nê-hê-mi 4:7-8; Ê-xtê 3-9; Gióp 5:12-14; Thi thiên 35:4; 55:9; 70:2; 83:17; 129:5).
- **Hãy làm cho những thiết bị mà họ chế tạo trở nên vô dụng, khiến đôi tay của họ không thể thực hiện được công việc của mình.**
- **Hãy đối phó với chúng bằng những thủ đoạn xảo quyệt và mưu mô của riêng chúng.**
- **Hãy để họ gặp bóng tối giữa ban ngày và mò mẫm giữa trưa như thể đang ở trong đêm.**

- **Giải phóng các loại virus thần thánh để xâm nhập vào cơ sở dữ liệu của ma quỷ, và ra lệnh cho chúng bị tiêu diệt.**
- **Mong rằng mọi nỗ lực liên lạc và kết nối ma quỷ trong tương lai đều thất bại. Mọi cố gắng chỉ dẫn đến sự thiếu mạch lạc và hiểu lầm.**
- **Hãy gieo rắc sự hỗn loạn vào giữa họ.**
- **Hãy chia rẽ ngôn ngữ của họ.**
- **Bác bỏ và lật đổ các hành vi phá hoại, lật đổ và cản trở.**
- **Hãy để mọi nỗ lực trả đũa đều thất bại.**
- **Hãy xác nhận** lời của tôi tớ Ngài giữa họ, và thực hiện lời khuyên của các sứ giả Ngài (Ê-sai 44:26).
- **Hãy phái** những cuộc tấn công và mưu lược mang tính tiên tri của các thiên thần thiêng liêng chống lại trí tuệ ma quỷ (Giô-suê 5:13-14; Thi thiên 103:20-22).
- **Hãy bắt giữ** những kẻ hành động theo tinh thần của Giê-xê-bên hoặc Bê-li-an. Chớ để chúng chống lại sự xức dầu, chiếm đoạt quyền lực, hoặc giành được bất kỳ vị thế nào trong thế giới tự nhiên hay trong thế giới tâm linh (1 Sa-mu-ên 10:27; 1 Các Vua 19:1-5; 21:1-16).
- **Tôi cấm** các biểu hiện của ma quỷ và nói rằng các biện pháp "phá thai" và "sảy thai" của Chúa xảy ra trong tử cung và lồng ấp của ma quỷ (2 Cô-rinh-tô 10:5).
- Lạy Cha, Ngài đã giao cho con một công việc trọng đại. Con cầu xin sự giải phóng về tài chính và mọi nguồn lực thuộc về con. Mọi điều đã được chuẩn bị cho con từ trước khi thế giới được tạo dựng, liên quan đến đời sống (chức vụ, ơn gọi) và sự thánh thiện của con, giờ đây đều đến với con. Con sẽ không bị từ chối. Con sẽ không chấp nhận bất cứ điều gì thay thế. Con cầu xin nguồn lực từ phương bắc, phương nam,

phương đông và phương tây. Con tuyên bố và khẳng định rằng mọi nguồn lực cần thiết để con hoàn thành kế hoạch và mục đích ban đầu của Chúa sẽ đến với con ngay lập tức (2 Phi-e-rơ 1:3).

- **Tôi ra lệnh** và tuyên bố rằng của cải của kẻ ác không còn được tích trữ cho tôi nữa mà nay đã được giải phóng. Những kẻ nào giữ của cải của tôi lâu hơn mức cần thiết sẽ bị đau khổ và hành hạ không ngừng cho đến khi chúng trả lại những gì thuộc về tôi một cách chính đáng. Tôi ra lệnh cho Sa-tan phải "nhổ ra", nhổ ra, buông lỏng, giải phóng và để nó đi (Gióp 20:15-18; Thi thiên 66:12; Truyền đạo 2:26).
- **Đức Giê-hô-va-Gia-rê** , hãy cởi bỏ thắt lưng của các vua! Nhân danh Chúa Giê-su, hãy truyền lệnh mở ra các cửa hai cánh. Hãy đi trước con và làm cho những nơi quanh co trở nên thẳng thắn. Hãy đập tan các cửa bằng đồng, và chặt đứt các thanh sắt. Xin ban cho con, theo sự giàu có vinh hiển của Ngài, lòng thương xót dịu dàng và ân huệ vô biên của Ngài, các kho báu trong bóng tối, và của cải giấu kín ở những nơi bí mật (Ê-sai 45:1-3). Tôi tuyên bố rằng sự xức dầu của Cyrus tuôn chảy không bị cản trở và không bị ô nhiễm trong đời sống tôi (Ê-sai 60:10-17; Phi-líp 4:19).
- **Hỡi** các cổng (người giữ cổng), hãy ngẩng đầu lên, hỡi các cửa (người giữ cửa) trường tồn muôn đời, hãy ngẩng cao lên mãi mãi để Vua vinh hiển, Chúa toàn năng, Chúa các đạo binh, có thể bước vào (Thi thiên 24:7-10). Tôi tuyên bố nhận thức của mình rằng tôi không thể ngăn cản Ngài bước vào. Vì vậy, tôi sẽ không và không thể bị tước đoạt những gì thuộc về tôi một cách chính đáng!
- **Ta ra lệnh** và tuyên bố giải phóng các thế lực của dân ngoại, vàng bạc từ Tarshish tiên tri của ta, và nữ hoàng tiên tri Sheba của ta sẽ đến với đầy đủ mọi của

cải/nguồn lực/ân huệ quý giá xứng đáng với con trai và con gái của Vua trên các vua.

- **Ta tuyên bố** và khẳng định rằng ta sẽ bú sữa của dân ngoại tại vú các vua (Ê-sai 60:16). Ta sẽ được mở rộng khi sự giàu có của biển cả được quy tụ về với ta (Ê-sai 60:5). Con cái của người ngoại quốc sẽ xây dựng thành lũy của ta, và các vua của họ sẽ phục vụ ta (Gióp 27:16-17; Ê-sai 60).
- **Tôi tuyên bố** và khẳng định rằng Đức Chúa Trời đã đưa tôi đến nơi ở giàu có này, và tôi cư ngụ tại Goshen, vùng đất tiên tri của tôi. Tôi gia tăng về của cải và thịnh vượng trên vùng đất mà tôi đang ở và được phái đến làm sứ giả của Đức Chúa Trời. Là đại diện chính thức của Ngài, tôi được hưởng mọi quyền lợi, đặc ân, sự tôn trọng và vinh dự của giới ngoại giao và quý tộc. Ân điển, chân lý, lòng tốt và lòng thương xót là những người bảo vệ tôi.
- **Tôi tuyên bố** và khẳng định rằng sự khôn ngoan là cố vấn của tôi; Đức Thánh Linh là người tham khảo ý kiến của tôi; Chúa Giê-su Christ là người biện hộ cho tôi. Đức Chúa Trời, El Elyon, vị thẩm phán duy nhất của tôi đã phán xét và do đó tôi xác lập rằng các quan chức của tôi là sự bình an, những người thu thuế của tôi là sự công chính, các bức tường của tôi là sự cứu rỗi, và các cổng của tôi là sự ngợi khen (Sáng thế ký 47:27; Ê-sai 60:17-18).
- **Tôi tuyên bố** và khẳng định rằng thời điểm ân điển đã được định sẵn của tôi sẽ không bị thất bại (Thi thiên 102:13).
- **Tôi cầu xin** Chúa ban phước lành về sự giàu có và thịnh vượng cho cuộc đời tôi, chức vụ của tôi, cuộc đời của mỗi thành viên gia đình, cộng sự và bạn bè, để chỉ có danh Chúa được tôn vinh:
- **Lễ xức dầu cho Gia-bê (1 Sử ký 4:10)**
- **Sự xức dầu của Áp-ra-ham (Sáng thế ký 12:1-3)**

- **Sự xức dầu của Melchizedek (Sáng thế ký 14:18; Hê-bơ-rơ 5:6-10)**
- **Giuse xức dầu (Thi thiên 105:21)**
- **Lễ xức dầu của Gia-cốp (Sáng thế ký 28:1; 30:43)**
- **Việc xức dầu cho I-sác (Sáng thế ký 26:1–14)**
- **Sự xức dầu của Đấng Mê-si (Lu-ca 8:1-3)**
- **Lễ xức dầu ở Solomon (1 Sử ký 29; 2 Sử ký 9)**
- **Bảy lần xức dầu tại vườn Ê-đen (Sáng thế ký 1:28, 30; 2:15)**
- **Sự xức dầu của người Ô-xia (2 Sử ký 26:5–15)**
- **Sự xức dầu của Giô-sua (Giô-sua 6:1-3)**
- **tôi đều** nhận được vô vàn phước lành (Thi thiên 68:19).
- **Tôi** chống lại tinh thần thiếu thốn. Chúa ban phước cho công việc tay tôi làm. Nhờ Ngài và qua Ngài mà tôi hoàn thành những việc lớn lao. Tôi nhắc lại, tôi sẽ không bị chối bỏ (Đa-ni-ên 11:32)!
- **Tôi tuyên bố** sự thành công và tiến bộ trong danh Chúa Giê-su (2 Cô-rinh-tô 2:14). **Tôi tuyên bố** và khẳng định rằng vương quốc thiên đàng cai trị và trị vì. (Khải Huyền 11:15).
- **Tôi truyền đạt** những lời này như những cơn gió Euroclydon trong cõi tâm linh để phá hủy và tiêu diệt các trại của kẻ thù. Hãy khiến bốn ngọn gió của Thánh Linh và của trời thổi như những cơn gió hủy diệt và chinh phục (Giê-rê-mi 51:1; Công vụ 27:14).
- **Tôi tuyên bố** và khẳng định rằng lời cầu nguyện này và tất cả những lời cầu nguyện trong tương lai sẽ mang đặc tính của những mũi tên thần thánh trong cõi tâm linh và chúng sẽ trúng đích (Thi thiên 57:4).
- **Tôi tuyên bố** rằng các luật lệ chi phối lời cầu nguyện này và tất cả các chiến lược và chiến thuật chiến đấu

thuộc linh đều ràng buộc bởi Lời, huyết và Thánh Linh (1 Giăng 5:7-8).

- **Tôi tuyên bố** rằng mọi linh hồn được giải thoát khỏi nhiệm vụ ma quỷ của chúng giờ đây trở thành một phần của bệ đỡ chân Chúa Giê-su (Thi thiên 110:1). *Tôi kết thúc lời cầu nguyện này trong danh Chúa Giê-su... Amen!*
- **Lạy Cha, xin bày tỏ trong chúng con sự giàu có vô hạn của vinh quang và ân huệ Ngài cho đến khi sức mạnh siêu nhiên tràn ngập tận đáy lòng chúng con bằng quyền năng thiêng liêng và sức mạnh bùng nổ của Ngài, nhân danh Chúa Giê-su Christ. Amen. Ê-phê-sô 3:16-21**
- **Lạy Chúa Thánh Thần, khi chúng con không ngừng khơi dậy Thánh Linh của Ngài trong lòng và bày tỏ điều đó bằng đức tin nơi đời sống của người khác, xin cho sự sống của Chúa Kitô được lan tỏa sâu sắc trong chúng con, để tình yêu của Chúa Kitô trở thành nguồn mạch và gốc rễ của đời sống chúng con, nhân danh Chúa Giê-su Kitô, A-men. Ê-phê-sô 3:16-21**
- **Chúng ta nhận được sự ban ơn và quyền năng thiêng liêng để trải nghiệm tình yêu thương vô bờ bến của Chúa Kitô trong mọi khía cạnh, nhân danh Chúa Giêsu Kitô. Amen. Ê-phê-sô 3:16-21**
- **Chúng con đón nhận tình yêu thương dạt dào của Ngài vào đời sống chúng con cho đến khi chúng con được tràn đầy sự trọn vẹn của Đức Chúa Trời trong danh Chúa Giê-su Christ, Amen. Ê-phê-sơ 3:16-21**
- **Chúng ta nhận được sự can đảm và trí tuệ sáng suốt để bày tỏ quyền năng vĩ đại của Đức Chúa Trời đang hoạt động trong chúng ta, giúp chúng ta hoàn thành và đạt được nhiều hơn vô hạn so với những gì chúng ta cầu xin, giấc mơ khó tin nhất của chúng ta, và vượt xa cả trí tưởng tượng**

hoang đường nhất của chúng ta, nhân danh Chúa Giê-su Christ. Amen. Ê-phê-sô 3:16-21

- Lạy Cha, chúng con cầu xin quyền năng kỳ diệu của Ngài ở trong chúng con để luôn tiếp thêm sức mạnh cho chúng con trong mọi hoàn cảnh, bất kể thuận lợi hay khó khăn, để thực hiện những việc lớn lao trong danh Chúa Giê-su, Amen. Ê-phê-sô 3:16-21
- Nguyện xin Chúa Trời gia tăng ân huệ và sự khôn ngoan cho loài người, nhân danh Chúa Giê-su Christ. Amen. Ê-phê-sô 3:16-21
- Hãy nhận lấy mọi lời ngợi khen vinh hiển không ngừng dâng lên nhờ những chiến công trong quá khứ, hiện tại và tương lai, nhân danh Chúa Giê-su, Amen. Ê-phê-sơ 3:16-21
- Những lời này đã được phán ra, sẽ không trở về vô ích, nhưng sẽ hoàn thành mục đích mà chúng được phái đi và trở lại với lời chứng về vinh quang của Đức Chúa Trời chúng ta (Ê-sai 55:11).

- Tôi tuyên bố và khẳng định công việc và cuộc sống của mình dựa trên Lời Chúa đã được viết ra, sự soi sáng và hướng dẫn của Đức Thánh Linh mỗi ngày giúp tôi sống phù hợp với Lời Chúa, nhân danh Chúa Giê-su Christ. Amen. Giăng 16:13, 2 Ti-mô-thê 3:15-16

- Tôi tuyên bố và khẳng định rằng từ ngày hôm nay trở đi, khi tôi đặt tay trên người bệnh, họ sẽ được lành bệnh, tôi sẽ nói được các thứ tiếng mới. Tôi sẽ có khả năng giải thích, người bệnh sẽ được lành bệnh ngay lập tức và tôi bảo vệ bản thân, gia đình tôi và mọi người xung quanh tôi bằng huyết quý báu của Chúa Giê-su Christ khỏi các triệu chứng và bệnh tật của những người mà chúng ta cầu nguyện cho, dù là về mặt tâm linh, linh hồn hay thể chất, nhân danh Chúa Giê-su Christ. Mác 16:15-18, Giăng 7:38, Lu-ca 10:19

- Tôi tuyên bố và khẳng định rằng kể từ ngày hôm nay, tôi sẽ dành ít nhất 1 giờ hoặc hơn để nói tiếng lạ nhằm gây dựng đức tin trong Đức Thánh Linh, hầu cho tôi có thể hữu hiệu trong chức vụ mà Đức Chúa Trời đã kêu gọi tôi. Giu-đa 1:20, Mác 16:17, Ê-sai 28:11, 1 Cô-rinh-tô 14:39, 1 Cô-rinh-tô 14:18

- Tôi tuyên bố và khẳng định rằng kể từ ngày hôm nay, tôi sẽ hoạt động trong lĩnh vực siêu nhiên về chữa lành, giải thoát, phép lạ và giàu có để vinh hiển Đức Chúa Trời toàn năng. Mác 16:15-18; Ma-thi-ơ 28:17-20; Khải Huyền 5:12; 1 Ti-mô-thê 5:18; Phi-líp 4:19; Châm Ngôn 8:18; 1 Các Vua 10:23; Sáng Thế Ký 49:25; Phục Truyền Luật Lệ Ký 18:1-14

- Tôi tuyên bố và khẳng định rằng tôi sẽ khơi dậy ân tứ trong Đức Thánh Linh để phát huy ân tứ mà Đức Thánh Linh đã ban cho tôi. Thi thiên 80:2, Thi thiên 35:23, 2 Ti-mô-thê 1:6, 2 Phi-e-rơ 1:13

- Tôi tuyên bố và khẳng định từ ngày hôm nay trở đi, tôi hoạt động trong lĩnh vực ân tứ tiên tri – Lời tri thức, Lời khôn ngoan, giải thích tiếng lạ và các loại tiếng lạ khác nhau để gây dựng, hướng dẫn và bày tỏ Lời Chúa và để chiến đấu trong đức tin (Rô-ma 15:12; Rô-ma 14:19; Ê-phê-sô 4:29, 12, 16; 1 Cô-rinh-tô 14:12, 3, 26; 2 Cô-rinh-tô 12:19; Giu-đa 1:20).

- **Tôi tuyên bố và khẳng định rằng tôi làm việc và sống với ý thức rằng Đức Chúa Cha, Đức Chúa Con và Đức Thánh Linh đang ngự trong tôi và tôi là sứ giả của các Ngài, mang thực tại thiên đàng xuống trần gian xung quanh tôi và cho thế giới biết ý muốn của vương quốc Đức Chúa Trời về mọi vấn đề. Châm ngôn 13:14; Ê-phê-sô 6:20; 2 Cô-rinh-tô 5:20; 2 Cô-rinh-tô 6:1,16 Giăng 17:10,23,26**

- **Tôi tuyên bố và khẳng định rằng kể từ ngày hôm nay, chữa lành, giải thoát, phép lạ, tạo dựng và phân phát của cải sẽ là lối sống trong cuộc đời tôi chứ không phải là một sự kiện nhân danh Chúa Giê-su Christ. Đủ rồi những buổi chữa lành. Ma-thi-ơ 4:23; Ma-thi-ơ 16:10; Ma-thi-ơ 14:21; Lu-ca 6:35; Công vụ 10:38; Ê-phê-sô 6:7; Phi-líp 2:13; Gia-cơ 2:26; Giô-suê 1:8; Gia-cơ 1:27; Gia-cơ 4:17**

- **Tôi tuyên bố và khẳng định rằng từ ngày hôm nay trở đi, tôi sẽ chết đi đời sống ích kỷ mỗi ngày, vác thập giá mình và vâng theo sự thúc giục và dẫn dắt của Đức Thánh Linh trong tôi để quyền năng của Đức Thánh Linh trong tôi được phát huy tối đa trong đời sống tôi. Mác 10:21; Ma-thi-ơ 16:24, Lu-ca 9:23; Mác 8:34; 2 Cô-rinh-tô 4:16; 1 Cô-rinh-tô 15:34**

- **Tôi tuyên bố và khẳng định rằng hoa trái của Thánh Linh – tình yêu thiêng liêng được thể hiện trọn vẹn – Niềm vui tràn đầy; Bình an chế ngự; Kiên nhẫn chịu đựng; Lòng tốt trong hành động; Một đời sống đầy đức hạnh; Đức tin thắng thế; Sự hiền lành trong lòng; Sức mạnh của Thánh Linh**

là vô hạn trong tôi, nhân danh Chúa Giê-su, Amen. (Ma-thi-ơ 7:20-23; Ga-la-ti 5:19-21)

- **Tôi tuyên bố và khẳng định rằng, tôi sẽ dẫn dắt mọi người đến với Chúa Kitô và làm báp-têm cho họ bằng Thánh Linh, với bằng chứng là nói tiếng lạ và trang bị cho họ để vâng phục mọi điều Chúa Giê-su đã dạy tôi trong Lời Ngài. Ma-thi-ơ 28:18-20; Mác 16:15-18**

- **Tôi tuyên bố và khẳng định rằng, tôi sẽ yêu mến Đức Chúa Trời hết lòng, hết linh hồn và hết sức mình, và yêu thương người khác như chính mình, đồng thời đối xử với mọi người xung quanh bằng sự tôn trọng và chính trực. (Ma-thi-ơ 22:37)**

- **Tôi đón nhận tình yêu thương của Chúa, ân điển của Chúa Giê-su Ki-tô và sự hiện diện thường hằng của Đức Thánh Linh để biến tất cả những cam kết này thành những hoa trái bền vững, nhân danh Chúa Giê-su, Amen.**

Những Chiến Công Vĩ Đại - 1 – Chương 5 - Học hỏi từ những bậc thầy - phần 4

Đủ rồi! Không còn bị Sa-tan giam cầm nữa và chào đón sự tự do trong Chúa Kitô – Liệu người Kitô hữu có thể bị quỷ ám? Những lời dối trá mà kẻ giam cầm, Sa-tan, rao bán để giữ nhiều Kitô hữu trong sự giam cầm thông qua sự thiếu hiểu biết. Làm thế nào để nhận ra sự hiện diện của chúng trong cuộc sống của bạn và xua tan chúng + Câu chuyện có thật từ lời chứng của một trợ lý quốc hội hàng đầu về sự tự giải thoát được hướng dẫn như được kể bởi Derek Prince Phần 4 + Kịch bản cầu nguyện tự giải thoát + Lời cầu nguyện thỏa thuận chữa lành, giải thoát và phục hồi

Kính thưa anh chị em, đây là phần 4 của loạt bài "Đủ rồi, chấm dứt sự giam cầm của Sa-tan" và chào mừng đến với sự tự do trong Chúa Giê-su Christ.

Trong loạt bài này, chúng ta đang gây dựng một đội quân chiến binh để đối đầu với kẻ thù trên tiền tuyến và giải thoát những người bị giam cầm vào tự do trong Đấng Christ trên ba cấp độ – Sự cứu rỗi tâm linh, được gọi là tái sinh; Sự cứu rỗi linh hồn, được gọi là sự giải thoát; và sự cứu rỗi thân thể, được gọi là sự chữa lành.

Đây là chiến lược tự lực cánh sinh trong khuôn khổ phân tán và Chúa Giê-su Christ là Tổng Tư lệnh của chúng ta. Nhiệm vụ của chúng tôi là trang bị cho bạn để tham gia. Để giải phóng bản thân, những người thân yêu và những người khác trong vòng tròn của bạn. Mục tiêu của chúng tôi là đánh thức người khổng lồ đang ngủ say trong mỗi tín đồ và giúp bạn học được tư duy của một chiến binh trên chiến trường và tham gia vào chiến dịch thành công mà không chịu thương vong, nhân danh Chúa Giê-su.
Bạn phải hiểu rằng " **Phòng thủ tốt nhất** là tấn công tốt", một câu tục ngữ đã được áp dụng trong nhiều lĩnh vực, bao gồm cả trò chơi và chiến đấu quân sự. Nó cũng được biết đến như nguyên tắc tấn công chiến lược trong chiến tranh.

Nếu bạn xem xét kỹ hơn chương 6 sách Ê-phê-sô, bắt đầu từ câu 12, bạn sẽ nhanh chóng nhận thấy rằng Đức Chúa Trời không trang bị cho bạn bất kỳ áo giáp nào vì Ngài mong muốn chúng ta tham gia chiến đấu chứ không phải rút lui bất cứ lúc nào. Không có chỗ cho những chiến binh bỏ chạy hay quay lại chiến đấu lần nữa vì trận chiến đã được thắng lợi trên trời rồi. Nhiệm vụ của chúng ta là sử dụng quyền năng và sức mạnh được ban cho qua Đức Thánh Linh để củng cố chiến thắng đó, bởi vì kẻ thù sẽ luôn muốn vượt qua giới hạn của nó. Nó thăm dò xem chúng ta có thiếu hiểu biết hay không. Thật không may, rất nhiều người trong chúng ta thiếu hiểu biết về mưu kế của kẻ ác.
Hãy đọc đoạn này:

1 Phi-e-rơ 5:7-9
Kinh Thánh Amplified
7 Hãy phó thác mọi lo lắng của các ngươi [mọi phiền muộn, mọi lo âu và mọi mối bận tâm của các ngươi, một lần và mãi mãi] cho Ngài, vì Ngài quan tâm đến các ngươi [với tình yêu thương sâu sắc nhất và luôn trông nom các ngươi rất cẩn thận]. 8 Hãy tỉnh táo [giữ cân bằng và tự chủ], hãy

cảnh giác và thận trọng mọi lúc. Kẻ thù của các ngươi, ma quỷ, rình rập như sư tử gầm thét [đói khát dữ dội], tìm kiếm người để nuốt chửng. [9] Nhưng hãy chống lại nó, hãy vững vàng trong đức tin [chống lại sự tấn công của nó—vững chắc, kiên định, không lay chuyển], biết rằng anh chị em của các ngươi trên khắp thế giới cũng đang trải qua những kinh nghiệm đau khổ tương tự . [Các ngươi không chịu đau khổ một mình.]

Như bạn có thể thấy trong những câu Kinh Thánh này, Satan vô cùng đói khát muốn nuốt chửng chúng ta, muốn ăn sống chúng ta suốt ngày đêm. Để đối phó với loại kẻ thù này, bạn cần những điều sau đây, như chúng ta đã nêu bật trước đó ở mục **A, B, C, D, E, F và G. Tôi phải nhấn mạnh rằng lời cầu nguyện này không dành cho tất cả mọi người. Chỉ một số ít người được chọn sẽ tự mình đáp ứng đủ điều kiện bằng 7 phẩm chất này.**

Chúng bao gồm :

A. **Sự sẵn có (Tinh thần, tâm hồn và thể xác)**
B. **Sự táo bạo**
C. **Lòng thương người**
D. **Sự quyết tâm**
E. **Tình yêu chân thành**
F. **Cơn giận dữ bùng cháy**
G. **Nạn đói lớn**

Nếu thiếu những phẩm chất này như những nguyên liệu tối thiểu, bạn sẽ không thể tiến hành một chiến dịch thành công vì tất cả các nguyên liệu trên cần được kết hợp với nhau để tạo ra loại đức tin nhỏ bé như hạt cải, có khả năng mang lại sự thay đổi, bởi vì Chúa nuôi dưỡng những người đói khát, chứ không phải những đứa trẻ lạnh lẽo hay thờ ơ, dù là trong việc chữa lành, giải thoát hay phục hồi từ bên trong lẫn bên ngoài.

Thành quả đã sẵn sàng để thu hoạch, nhưng chỉ cần một niềm tin nhỏ bé như hạt cải để biến chúng thành kinh nghiệm sống của chúng ta.

Hôm nay, chúng ta sẽ cùng xem xét **chủ đề "Đủ rồi!" để chấm dứt sự giam cầm của Sa-tan và chào đón sự tự do trong Chúa Kitô - Liệu các tín đồ Cơ đốc có thể bị quỷ ám? Những lời dối trá mà kẻ giam cầm, Sa-tan, rao bán để giữ nhiều tín đồ Cơ đốc trong sự giam cầm thông qua sự thiếu hiểu biết. Làm thế nào để nhận ra sự hiện diện của chúng trong cuộc sống của bạn và xua tan chúng + Câu chuyện có thật từ lời chứng của một trợ lý quốc hội hàng đầu về sự tự giải thoát được hướng dẫn** phần 4. Chúng ta sẽ xem xét những lời dối trá mà Sa-tan rao bán để trói buộc nhiều người bằng cách vạch trần hắn.
Theo tôi hiểu, tà linh hay ma quỷ là tầng lớp thấp hơn trong "các thế lực tà ác" (Ê-phê-sô 6:12) mà Sa-tan phái chống lại nhân loại. Chúng có ba mục đích chính được Sa-tan giao phó:

1. Đầu tiên là để hành hạ và gây đau khổ cho chúng ta;
2. Thứ hai, để ngăn cản chúng ta nhận biết Chúa Kitô là Đấng Cứu Thế;
và nếu không được, thì phương án thứ ba là,
3. để ngăn cản chúng ta phục vụ Chúa Kitô một cách hiệu quả.

Để trả lời câu hỏi liệu người Kitô hữu có thể bị quỷ ám hay không? Câu trả lời là có, người Kitô hữu có thể bị quỷ ám, bắt đầu từ ảnh hưởng bên ngoài lên tâm trí, chiếm hữu một phần (khi quỷ ám kiểm soát một phần tâm trí) và cuối cùng là chiếm hữu hoàn toàn (khi quỷ ám mất đi ý chí tự do). Chúng xâm nhập vào chúng ta khi chúng ta mở cánh cửa của sự cay đắng, không tha thứ, oán hận, kiêu ngạo và nổi loạn, v.v., những điều thường xuyên gây tai họa cho người Cơ

Đốc, tạo cho kẻ thù một chỗ đứng và một nơi trú ngụ trong tâm trí chúng ta.

Đức Thánh Linh sẽ ngự trong một thân xác không hoàn toàn thanh sạch, miễn là Ngài được phép tiếp cận khu vực trung tâm, chi phối của nhân cách con người: trái tim.
Quan niệm cho rằng mọi lĩnh vực trong đời sống của một người phải hoàn toàn trong sạch trước khi Đức Thánh Linh ngự trị có thể dẫn đến hai hậu quả không mong muốn. Thứ nhất, nó có thể khiến một số tín đồ chân thành nản lòng không tìm kiếm sự đầy dẫy của Đức Thánh Linh, vì họ tự nhủ: "Tôi sẽ không bao giờ đạt được tiêu chuẩn đó." Hoặc thứ hai, kiểu giảng dạy này có thể gây áp lực buộc những người đã nhận được phép báp-têm của Đức Thánh Linh phải sống theo kiểu đạo đức giả. Lý lẽ của họ đại khái như sau: "Tôi hẳn đã hoàn hảo mới nhận được Đức Thánh Linh, vậy nên giờ tôi phải tiếp tục hoàn hảo mọi lúc." Kết quả là một lối sống Cơ Đốc giả tạo. Những người như vậy vẫn nổi nóng nhưng giờ họ gọi đó là sự phẫn nộ chính đáng. Họ vẫn chỉ trích mục sư hoặc anh chị em cùng đức tin nhưng họ gọi đó là sự sáng suốt. Họ vẫn nuông chiều dục vọng thể xác nhưng họ biện minh bằng cách nói: "Mọi điều đều được phép."

Đối phó với tội lỗi là một cuộc đấu tranh sinh tử. Không có gì đáng xấu hổ khi thừa nhận rằng tội lỗi vẫn đang tác động đến cuộc sống của chúng ta. Ngược lại, mối nguy hiểm lớn nhất nằm ở việc chúng ta từ chối thừa nhận điều đó, điều này khiến chúng ta không chuẩn bị sẵn sàng để chống lại những cám dỗ khi chúng đến. Nếu Đức Thánh Linh chờ đợi cho đến khi chúng ta hoàn hảo mới ngự trong chúng ta, điều đó giống như một giáo sư nói với sinh viên của mình: “Tôi sẽ bắt đầu dạy các em khi các em đã vượt qua kỳ thi.” Sinh viên sẽ đáp lại: “Nhưng thưa giáo sư, đó không phải là điều chúng tôi cần! Chúng tôi cần thầy bắt đầu dạy chúng tôi ngay bây giờ, để chúng tôi học những gì cần thiết để vượt qua kỳ thi.” Chính lúc này chúng ta cần Đức Thánh Linh, để chúng ta có sự giúp đỡ của Ngài liên tục để vượt qua quyền lực của sự ác và đạt đến tiêu chuẩn thánh khiết của Đức Chúa Trời. Một lĩnh vực xung đột cụ thể mà chúng ta cần sự giúp đỡ của Đức Thánh Linh là trong việc đối phó với ma quỷ.

Đức Thánh Linh không từ chối giúp đỡ nếu Ngài nhận thấy có ma quỷ trong chúng ta. Trái lại, Ngài thấy rõ nhu cầu của chúng ta hơn chính chúng ta, và Ngài ban cho chúng ta sức mạnh để đuổi chúng đi. Bởi vì Ngài thương xót chúng ta, Ngài sẵn lòng ngự trong chúng ta và cùng làm việc với chúng ta để thiết lập chiến thắng của Chúa Kitô trên mọi quyền lực của kẻ thù. Sự tiến bộ của chúng ta phụ thuộc vào mức độ chúng ta hợp tác với Đức Thánh Linh trong chúng ta.

Tôi xin nhấn mạnh lại một lần nữa: Đức Thánh Linh không đến ngự trong chúng ta vì chúng ta đã hoàn hảo. Ngài đến để giúp chúng ta trở nên hoàn hảo. Chắc chắn, Đức Thánh Linh sẽ không giúp chúng ta trong cuộc chiến chống lại ma quỷ nếu chúng ta cứ tiếp tục sống trong tội lỗi. Nhưng nếu chúng ta nhận ra tội lỗi của mình và thành tâm ăn năn, Ngài sẽ chiến đấu cùng chúng ta chống lại những ma quỷ đang nô lệ hóa chúng ta. Với sự giúp đỡ của Ngài, chúng ta sẽ có thể đuổi chúng ra và được giải thoát.

Hãy xem câu chuyện dưới đây để chứng minh rằng những người Cơ Đốc nhân được tái sinh, tràn đầy Thánh Linh vẫn có thể là nơi trú ngụ của ma quỷ khi chúng ta tạo điều kiện cho chúng xâm nhập vào cuộc sống của mình thông qua những kẽ hở mà chúng ta cố ý tạo ra.

Câu chuyện có thật về việc một trợ lý cấp cao của Quốc hội được giải thoát khỏi ma quỷ thông qua quá trình tự giải thoát có hướng dẫn, được kể lại bởi Derek Prince:

Trong lời khai sau đây, một trợ lý quốc hội tại Washington, DC, đã thẳng thắn chia sẻ về những khó khăn cá nhân của mình:

Tôi đã được báp-têm trong Thánh Linh khoảng bảy năm trước. Cuối tháng Sáu năm ngoái, tại một nhà thờ ở Washington, DC, tôi đã được chữa lành ngay lập tức khỏi chứng điếc thần kinh. Sau đó, vào tháng Tám, bác sĩ của tôi xác nhận rằng tôi đã được chữa lành khỏi các u nang và khối u ở ngực. Tôi là một nhân viên cấp cao cho một nghị sĩ và, mặc dù cá nhân ông ấy rất vui mừng với trải nghiệm chữa lành của tôi, nhưng lời chứng của tôi lại không được đón nhận tốt trong giới chính trị mà tôi tham gia. Vào tháng Chín, tôi đã từ chức và dành vài tháng tiếp theo để nghỉ ngơi và dành thời gian cho Chúa.
Rồi đến giữa tháng Mười Hai, tôi trở nên chán nản và tuyệt vọng. Tuần đầu tiên của tháng Giêng thật kinh khủng! Một ngày nọ, tôi mất bình tĩnh. Tôi ở đây một mình, và chuyện đó liên quan đến một vấn đề hết sức nhỏ nhặt. Tôi nhận ra ngay tội lỗi mình đã phạm phải - sự tức giận. Và khi tôi cố gắng cầu nguyện xin tha thứ bằng tiếng Anh, tôi cảm thấy nghẹn ngào… không phải vì cảm xúc, mà là một áp lực rõ rệt lên cổ họng - một lực vật lý rất thật. Một người bạn gợi ý rằng tôi có thể cần được giải thoát. Vì vậy, tôi đã mua những cuốn băng của bạn về giải thoát và ma thuật học.

Tôi luôn né tránh mọi thứ liên quan đến linh hồn, ma quỷ, hồn ma và những thứ tương tự, tin rằng nếu tôi để chúng yên, chúng chắc chắn sẽ để tôi yên. Tôi chỉ đơn giản là không muốn dính dáng gì đến linh hồn và ma quỷ! Tuy nhiên, tôi đã nghe băng ghi âm của ông về sự giải thoát. Tôi để Kinh Thánh trên bàn và theo dõi khi ông giảng giải Kinh Thánh. Đến cuối băng, khi ông hướng dẫn lớp học, tôi quyết định cũng làm theo. Sau đó, ông bắt đầu cầu nguyện xin được giải thoát, nhưng băng kết thúc đột ngột - và gần như điều cuối cùng ông nói trong băng là, "Hãy nhớ rằng, Chúa Giê-su là Đấng Giải Cứu của bạn." Tôi không biết phải mong đợi điều gì hoặc phải làm gì. Vì vậy, lời cầu nguyện của tôi với Chúa là tôi không biết phải làm gì, nhưng vì Ngài là Đấng Giải Cứu của tôi, tôi xin dâng trọn vẹn bản thân mình cho Ngài.

Tôi đã gọi tên những điều không thuộc về Chúa mà tôi cảm thấy là xấu xa và tội lỗi, những điều tôi không muốn là một phần của mình - sự oán giận, sự không tha thứ, sự nghi ngờ, sự lo lắng, nỗi sợ hãi, v.v. Như tôi đã nói, tôi không biết điều gì sẽ xảy ra. Chỉ trong vài phút, không quá hai hoặc ba phút, tôi bắt đầu nôn mửa một cách tuyệt vọng. Sau khoảng mười phút, tôi cảm thấy vùng bụng của mình sẽ không bao giờ trở lại như cũ! Nhưng tôi không cảm thấy hay tin rằng mình đã được giải thoát hoàn toàn.

Sau đó, tôi yêu cầu các ác quỷ hoặc linh hồn tự xưng tên và ra lệnh cho chúng ra khỏi. Điều đó đã không xảy ra. Tại sao, tôi không biết. Rồi tôi cầu xin Chúa cho tôi biết liệu còn có thêm nữa không, và tên của chúng là gì, để tôi có thể cầu xin sự giải thoát khỏi chúng. Linh hồn đầu tiên là linh hồn tự tử, và sức mạnh của nó thật khủng khiếp. Tôi cảm nhận được nó lan đến tận đỉnh đầu. Tôi cảm thấy được giải thoát phần nào, nhưng không hoàn toàn. Tôi cầu xin Chúa cho tôi biết liệu còn có thêm nữa không - và tôi được cho biết đó là linh hồn điếc. Sự giải thoát khỏi linh hồn đó thật tuyệt vời! Nó kéo dài lâu hơn bất cứ điều gì khác, và sức mạnh đó thực sự kéo bụng tôi ra sau, và tôi cảm nhận rõ ràng sự giật mạnh ở dạ dày, và trong đó tôi cũng cảm thấy áp lực trong đầu. Tôi đã hoàn toàn được giải thoát, và kể từ đó tôi luôn cảm nhận được sự bình an tuyệt vời.

Những đặc điểm và hoạt động nào giúp chúng ta nhận diện chúng trong cuộc sống?

Chúng ta đã nói trước đó rằng ma quỷ có ba mục đích chính được Sa-tan giao cho: ***thứ nhất là hành hạ và gây đau khổ cho chúng ta; thứ hai là ngăn cản chúng ta nhận biết Chúa Giê-su là Đấng Cứu Thế; và nếu không thành công, thứ ba là ngăn cản chúng ta phục vụ Chúa Kitô một cách hiệu quả.*** Để thực hiện những mục đích này, ma quỷ thường vô hình. Chúng không thể được nhìn thấy bằng mắt thường. Tuy nhiên, chúng ta có thể nhận ra sự hiện diện và hoạt động của chúng giống như cách chúng ta nhận ra sự hiện diện của gió. Thực ra, đây là một sự so sánh thích hợp bởi vì trong cả tiếng Do Thái và tiếng Hy Lạp, từ dùng để chỉ linh hồn cũng là từ dùng để chỉ gió. Chúng ta không bao giờ thực sự nhìn thấy gió, nhưng chúng ta thấy những tác động mà gió tạo ra: bụi bay trên đường phố, mây trôi trên bầu trời, cây cối oằn mình về một hướng, mưa tạt vào tầm nhìn của chúng ta. Tất cả **những "dấu hiệu" này** cho thấy sự hiện diện và hoạt động của gió. Ma quỷ cũng vậy. Chúng ta thường không nhìn thấy chúng, nhưng chúng ta nhận ra sự hiện diện của chúng bằng một số hành động đặc trưng. Dưới đây là một số hoạt động điển hình nhất của chúng: **1. Ma quỷ dụ dỗ. 2. Ma quỷ quấy rối. 3. Ma quỷ tra tấn. 4. Ma quỷ ép buộc. 5. Ma quỷ nô dịch. 6. Ma quỷ gây nghiện. 7. Ma quỷ làm ô uế. 8. Ma quỷ lừa dối. 9. Ma quỷ tấn công thân thể. Chúng ta sẽ mở rộng những điều này trong phần 5 của loạt bài. Nhưng bây giờ, hãy cùng xem xét các dấu hiệu cảnh báo cho thấy chúng ta cần hành động.**

TÍN HIỆU CẢNH BÁO – CÓ THỂ CẦN ĐƯỢC GIẢI CỨU – NHỮNG ĐIỀU CẦN LƯU Ý NHƯ LÀ TÍN HIỆU CÓ THỂ XẢY RA:

Những đặc điểm sau đây cần được xem xét kỹ hơn khi chúng rõ rệt, dai dẳng hoặc tái diễn trong một khoảng thời gian dài, hoặc có tính chất tiến triển – có xu hướng trở nên cực đoan hơn chứ không phải ít hơn. Hãy tự kiểm tra bản thân xem có phù hợp với những cảnh báo này hay không. Những mô tả ngắn gọn về hành vi sau đây có thể là lời kêu gọi giúp đỡ:

1. **Suy nghĩ rối loạn hoặc lộn xộn: mất liên lạc với thực tại – ảo tưởng (duy trì niềm tin sai lầm bất chấp bằng chứng trái ngược) – ảo giác; lời nói rời rạc.**

2. **Ám ảnh: sự say mê một chủ đề hoặc ý tưởng nào đó đến mức bỏ qua những thứ khác, sự cưỡng chế, những thôi thúc không thể kiểm soát.**
3. **Không có khả năng đối phó: với những vấn đề nhỏ nhặt, với những công việc thường nhật.**
4. **Khó khăn trong việc kết bạn/duy trì tình bạn: kỹ năng xã giao kém, cô lập, xa lánh xã hội, lối sống "Toner".**
5. **Một chuỗi thất bại trên mọi phương diện: ở trường học, nơi làm việc, thể thao, và cả trong các mối quan hệ cá nhân.**
6. **Trầm cảm kéo dài hoặc nghiêm trọng: đe dọa/cố gắng tự tử.**
7. **Sự thiếu trưởng thành: hành vi trẻ con (như tè dầm), quá phụ thuộc vào mẹ (bám víu quá mức khi còn nhỏ, tiếp tục phụ thuộc ở tuổi thiếu niên và tuổi đôi mươi), không theo kịp bạn bè cùng trang lứa.**
8. **Một loạt các bệnh lý về thể chất không diễn tiến theo quy luật thông thường và/hoặc không đáp ứng với điều trị.**
9. **Việc lơ là vệ sinh cá nhân (môi trường bừa bộn và mất vệ sinh) hoặc quá chú trọng đến trật tự và sự sạch sẽ.**
10. **Khó khăn trong việc thích nghi với những người và địa điểm mới.**
11. **Lo lắng và bất an thái quá: chứng sợ hãi, cảm giác bị ngược đãi.**
12. **Ngủ quá nhiều hoặc quá ít.**
13. **Tính ích kỷ thái quá: thờ ơ với cảm xúc, hành động, ý tưởng của người khác, thiếu sự cảm thông với nỗi đau hoặc nhu cầu của người khác.**
14. **Tăng hoặc giảm cân nhanh chóng và đáng kể.**
15. **Cảm xúc nhạt nhòa, "thiếu biểu hiện" (không có phản ứng giận dữ, vui mừng, buồn bã trước các tác nhân kích thích) hoặc cảm xúc không phù hợp**

(thay đổi tâm trạng đột ngột, khó hiểu, hành động ngớ ngẩn trong những thời điểm nghiêm túc, khóc bất chợt).

16. Hình ảnh và quan điểm tiêu cực về bản thân: mặc cảm "thấp kém", cảm giác vô giá trị.
17. Thay đổi kế hoạch ngẫu nhiên thường xuyên: không thể gắn bó với công việc, chương trình học, chỗ ở, không giữ lời hứa, không tuân thủ quyết định.
18. Tính hung hăng cực độ (hiếu chiến, thù địch, bạo lực, giận dữ) hoặc tính nhu nhược thái quá (thiếu tinh thần cạnh tranh và tự khẳng định bản thân bình thường, từ chối đối đầu, tránh tranh cãi).
19. Hành vi mạo hiểm thiếu hợp lý hoặc phi lý.
20. Thiếu sức sống và nhiệt huyết: uể oải, buồn bã, tâm trạng thường xuyên "chán nản", thiếu hoặc không có khiếu hài hước.

SÁU BƯỚC CƠ BẢN ĐỂ ĐƯỢC GIẢI THOÁT LÀ:

1. Hãy xác định vấn đề của bạn.
2. Hãy tha thứ, cầu nguyện và hòa giải với Chúa.
3. Hãy phá bỏ những lời nguyền và sự ràng buộc linh hồn đang trói buộc bạn và con cháu bạn.
4. Hãy xua đuổi ma quỷ của bạn.
5. Hãy cầu nguyện để tâm hồn và thể xác bạn được chữa lành.
6. Hãy rèn luyện tính kỷ luật trong cuộc sống bằng cách thay đổi cách suy nghĩ và hành động của bạn.

Lời cầu nguyện ngắn để tự giải thoát.

"Lạy Chúa Giê-su Christ, con tin rằng Ngài đã chết trên thập tự giá vì tội lỗi con và sống lại từ cõi chết. Ngài đã chuộc con bằng huyết của Ngài và con thuộc về Ngài, và con muốn sống cho Ngài. Con xưng tội tất cả mọi tội lỗi

của con—cả những tội lỗi đã biết và chưa biết—con xin lỗi vì tất cả. Con từ bỏ tất cả. Con tha thứ cho tất cả mọi người như con muốn Ngài tha thứ cho con. Xin tha thứ cho con ngay bây giờ và thanh tẩy con bằng huyết của Ngài. Con cảm tạ Ngài vì huyết của Chúa Giê-su Christ đã thanh tẩy con khỏi mọi tội lỗi. Và con đến với Ngài ngay bây giờ với tư cách là Đấng giải cứu con. Ngài biết những nhu cầu đặc biệt của con—điều trói buộc, hành hạ, làm ô uế; tà linh đó, tà linh đó—con tuyên xưng lời hứa trong Lời Ngài, "Ai kêu cầu danh Chúa sẽ được giải cứu." Con kêu cầu Ngài ngay bây giờ. Nhân danh Chúa Giê-su Christ, xin giải cứu con và trả tự do cho con. Sa-tan, con từ bỏ ngươi và tất cả những việc làm của ngươi. Con tự giải thoát khỏi ngươi, nhân danh Chúa Giê-su, và con truyền lệnh cho ngươi hãy rời khỏi con ngay bây giờ, nhân danh Chúa Giê-su. Amen!"

Hãy để tình yêu xuất phát từ trái tim bạn và bạn sẽ thấy được sự cứu rỗi của Chúa!

Bạn đang bị ốm hay cần phục hồi sức khỏe?

Đối với những ai đang ốm đau hoặc không khỏe mạnh dưới bất kỳ hình thức nào, hoặc cần được giải thoát hay phục hồi, vui lòng chạm vào dấu chấm bên dưới với đức tin (Đức tin là nhìn thấy kết quả tích cực chính xác của tình trạng hiện tại của bạn, biết rằng Chúa Giê-su đã làm phần việc của Ngài hơn 2000 năm trước để bảo đảm sự chữa lành và giải thoát, phục hồi cho bạn như một khoản đặt cọc, tin tưởng rằng khoản đặt cọc đó luôn sẵn có để bạn sử dụng, giống như số dư dương trong tài khoản séc của bạn tại ngân hàng, không cần hỏi thêm gì nữa khi chúng tôi đồng lòng với bạn và tuyên bố HÃY ĐƯỢC CHỮA LÀNH trong danh của Chúa Giê-su Christ, Amen).

Nhờ quyền năng mà Ngài đã ban cho con và cho họ, giờ đây con thi hành quyền năng ấy trong đức tin, với sự giận dữ của họ đối với kẻ thù và khát khao nhận được những gì Ngài đã ban cho họ cách rộng rãi. Con nguyền rủa mọi bệnh tật, mọi tai ương, dù là ung thư, COVID-19, dù là tà linh gây suy yếu, dù là sự chiếm hữu hay áp bức của ma quỷ, dù là tà linh nghèo đói, những thất bại, sự chậm trễ trong việc hoàn thành những gì Chúa đã định và ban cho. Chúng con chống lại sự bất thường, con trói buộc chúng, chúng con nguyền rủa chúng tận gốc rễ và chúng con đuổi chúng ra bằng quyền năng trong danh Chúa Giê-su Christ. Amen. Chúng con cầu xin sự chữa lành, giải thoát và phục hồi vào cuộc sống của họ trong danh quyền năng của Chúa Giê-su Christ. Cảm ơn Chúa vì những lời chứng đang trường tồn để tôn vinh, kính trọng và thờ phượng Ngài. Cảm ơn Ngài vì những linh hồn đang được thêm vào vương quốc của Ngài nhờ thông điệp này, những phép lạ mà chúng con đang thấy ngay bây giờ và đang biểu hiện để tôn vinh Ngài trong danh Chúa Giê-su, Amen. Đã xong! Hãy vui mừng!

Hãy chạm vào điểm được đánh dấu này và xưng nhận bằng miệng – TÔI LÀ
Tôi được chữa lành, được giải thoát và được phục hồi trong tâm linh, linh hồn, thể xác và mọi thứ xung quanh tôi, nhân danh Chúa Giê-su Ki-tô, Amen!!!

Hãy bắt đầu làm những việc mà trước đây bạn không thể làm và hãy bắt đầu xưng tội cho đến khi sự chữa lành trọn vẹn, sự giải thoát và phục hồi trở thành hoa trái trong cuộc đời bạn, nhân danh Chúa Giê-su, Amen. Hãy luôn khao khát trọn vẹn mọi điều thuộc về Chúa, hãy luôn giận dữ và giành lại tất cả những gì kẻ thù đã giữ lại, nhân danh Chúa Giê-su, Amen.
Lưu ý:
Hãy làm chứng về sự chữa lành để vinh hiển Chúa và làm

cho kẻ thù phải xấu hổ! Hãy gửi email hoặc nhắn tin qua WhatsApp cho chúng tôi nếu bạn vẫn cần chúng tôi xác nhận lại vấn đề. Và hãy kết nối trong chuỗi bài giảng trang bị bắt đầu vào thứ Năm tuần sau. Thông tin chi tiết sẽ sớm có trên trang web của chúng tôi!

Những Chiến Công Vĩ Đại - 1 Chương 6 & 7 - Bảy (7) bước quan trọng để được giải thoát

+

Cách nhận diện và trục xuất các nhóm quỷ và tầm nhìn về cuộc xung đột cuối cùng và cách chiến thắng một cách chiến lược trên bốn (4) mặt trận giao tranh như được kể bởi Frank và Ida Mae Hammond – Phần 5 & Phần 6 + Kịch bản cầu nguyện tự giải thoát + Lời cầu nguyện thỏa thuận chữa lành, giải thoát và phục hồi

Kính thưa anh chị em, hôm nay, chúng tôi xin giới thiệu với anh chị em phần 5 và phần 6 trong loạt bài về chủ đề "Đủ rồi, chấm dứt sự giam cầm" và "Chào mừng đến với sự tự do trong Chúa Kitô".

Khi bạn và tôi dành nhiều thời gian cầu nguyện về các vấn đề liên quan đến bản thân, gia đình, nhà thờ, quốc gia của chúng ta và các quốc gia trên thế giới trong suốt 90 ngày như năm ngoái – từ ngày 1 tháng 10 đến ngày 29 tháng 12 năm 2020, cầu xin Chúa ban vương quốc của Ngài và ý muốn của Ngài trên cả năm lĩnh vực này, thì có một cách mà

Chúa gieo vào lòng mỗi người những điều Ngài ưu tiên hàng đầu dành cho mỗi người con trong năm lĩnh vực đó.

Tôi tin tưởng mãnh liệt rằng, lần này, điều quan trọng là được giải thoát khỏi xiềng xích của Sa-tan để bước vào sự tự do mà Ngài đã chết để ban cho chúng ta. Mỗi ngày có rất nhiều người dâng hiến cuộc đời mình cho Chúa Kitô, nhưng nếu bạn và tôi nhìn nhận cuộc sống của mình một cách nghiêm túc dưới con mắt của Đức Thánh Linh – chúng ta sẽ nhận ra rằng có những lĩnh vực trong cuộc sống của chúng ta đang bị Sa-tan trói buộc chặt chẽ đến mức lời cầu nguyện không ngừng nghỉ không thể giải quyết được, trong tâm linh, trong tâm hồn hay trong thân thể và xung quanh chúng ta. Điều đó đòi hỏi phải chiến đấu trực tiếp với kẻ thù của linh hồn chúng ta – thực thi mệnh lệnh của vương quốc mà chúng ta đã cất giữ trong những ngăn tủ bụi bặm của mình. Việc cầu xin Chúa đến chiến đấu trận chiến mà Ngài đã thắng cho chúng ta và trao cho chúng ta chìa khóa để chiến đấu… để tự mình đảm nhiệm cho đến khi Ngài trở lại là một sự đặt sai trách nhiệm và ưu tiên. Một mệnh lệnh sai lầm và bị định hướng sai.

Hành động chiến tranh chính quy này, tôi nghĩ đây là nơi mà người lao động rất ít. Ở tiền tuyến chiến đấu với kẻ thù.

Tôi muốn nói rằng, chúng ta nên giành được nhiều linh hồn và trang bị cho họ để chiến đấu trận chiến đức tin tốt lành, hầu cho họ có thể kinh nghiệm sự tự do mà Chúa Kitô đã chết và sống lại để ban cho tất cả chúng ta. Lãnh thổ cần chiếm giữ là trong tâm trí và thân thể chúng ta, để không cần nói nhiều, những người lạc lối có thể thấy những gì chúng ta đang trải nghiệm hàng ngày – Sự tự do trong Chúa Kitô – Một vòng tròn trọn vẹn. Không chỉ trong tâm linh, mà còn trong tâm hồn và thân thể chúng ta.

Tôi muốn bày tỏ lòng biết ơn đối với **Tiến sĩ John Lake; Derek Prince, Frank Hammon, Ida Mae** và nhiều người khác nữa đã về với Chúa, vì tôi đã được dạy dỗ qua các tác phẩm của họ trong hành trình tìm hiểu về 100 năm thành tựu của các Thánh và lý do tại sao rất nhiều người trong chúng ta, kể cả tôi, những người Cơ Đốc giáo hiện đại lại thiếu quyền năng và thẩm quyền mà Chúa Giê-su Christ đã truyền lại cho chúng ta trong Mác 16:15-19 để đối đầu và tiến hành một chiến dịch tấn công thành công chống lại các thế lực bóng tối. Hãy củng cố những gì Ngài đã giành được trên cõi đất.

Những tài liệu này đã chứng tỏ rất kịp thời và đầy đủ tính hướng dẫn về chủ đề quyền năng và thẩm quyền của người tin Chúa Kitô đối với thế giới gian ác, một điều luôn bị che giấu trong bí mật bởi một số ít người với thành công rất ít vì họ đã không thể sinh sôi nảy nở. Nó đã trở thành một vấn đề giai cấp, một niềm tự hào thuộc về tất cả các tín đồ.

Tôi biết đây là mưu kế của kẻ thù để trói buộc nhiều người bằng sự ngu dốt. Nhân danh Đấng cao cả hơn mọi danh hiệu, danh của Chúa Giê-su Christ, Đấng đáng kính và được chúc phúc của chúng ta, tôi tuyên bố: "Đủ rồi, chấm dứt sự giam cầm của ma quỷ!" Điều này hoàn toàn có thể xảy ra nếu chúng ta sẵn lòng, chúng ta sẽ được hưởng trái của sự cứu rỗi – (lời diễn đạt lại của tôi).
Hãy cùng đọc

Ê-sai 1:19 (NKJV):

Nếu các ngươi sẵn lòng và vâng lời , các ngươi sẽ được hưởng những điều tốt lành của đất nước;

Để được **hưởng** điều tốt lành, **chúng ta phải** sẵn **lòng và vâng phục, thực hiện bằng suy nghĩ, lời nói và hành động tất cả những mệnh lệnh trong Lời Chúa** . Đôi khi Chúa

bảo chúng ta **làm** điều gì đó và **chúng ta vâng lời** Ngài, nhưng **có thể làm** một cách miễn cưỡng hoặc với thái độ thiếu tình yêu thương.
Đó không phải là phần của chúng ta, nhân danh Chúa Giê-su. Chúng ta sẵn lòng và vâng phục mọi điều răn mà Chúa Giê-su đã truyền lại cho chúng ta trong Mác 16:15-19 với tinh thần yêu mến Đức Chúa Trời và yêu thương người khác như chính mình, nhân danh Chúa Giê-su, Amen.

Nếu chúng ta không sẵn lòng và không vâng phục thực hiện những mệnh lệnh đó, sẽ không có khoảng trống nào trong chúng ta và xung quanh chúng ta, kẻ thù sẽ cướp đoạt những điều tốt lành của đất nước – linh hồn của đàn ông và phụ nữ, trẻ em trai và gái, cha mẹ và mọi thứ thuộc về sự sống và sự thánh thiện – đó không phải là phần của chúng ta, nhân danh Chúa Giê-su. Amen
Vậy chúng ta cần có tư duy như thế nào? Hãy đọc và suy ngẫm thật kỹ về điều này:

2 Phi-e-rơ 1:3

Kinh Thánh Amplified
3 Vì quyền năng thiêng liêng của Ngài đã ban cho chúng ta mọi điều cần thiết cho một đời sống tâm linh năng động và sự thánh thiện, thông qua sự hiểu biết** chân thật và cá nhân về Đấng **đã gọi chúng ta bởi vinh quang và sự cao cả của chính Ngài.

Đó phải là tư duy của chúng ta. Chúng ta là những người chiến thắng trong Chúa Kitô – Quá khứ, Hiện tại và Tương lai! Chúng ta luôn luôn chiến thắng. Chúng ta không phải là kẻ thua cuộc trên bất kỳ mặt trận nào. Amen?

Vậy là, trong phần 4, chúng ta đã khám phá chủ đề – Liệu người Kitô hữu có thể bị quỷ ám? Những lời dối trá mà Sa-tan gieo rắc để che giấu sự hoạt động của hắn trong cuộc sống của chúng ta, làm thế nào bạn và tôi biết chúng đang hoạt động trong và xung quanh chúng ta và làm thế nào chúng ta có thể xua đuổi chúng, và chúng ta đã kết thúc phần đó bằng một câu chuyện tự giải thoát của một người phụ nữ từ xa. Bạn có thể tìm thấy câu chuyện đó qua liên kết bên dưới hoặc truy cập trực tiếp vào trang web của chúng tôi tại https://www.otakada.org

Trong phần 5 và phần 6 này, chúng ta sẽ khám phá - **"Bảy (7) bước quan trọng để được giải thoát + Cách xác định và trục xuất các nhóm ma quỷ và Tầm nhìn về Cuộc xung đột cuối cùng và Cách chiến thắng một cách chiến lược trên Bốn (4) mặt trận giao tranh – Phần 5 và Phần 6"**
Tại Nhà thờ Trực tuyến Otakada, chúng tôi đang gieo mầm hơn 2 triệu nội dung đến khắp các quốc gia, và Chúa đang biến đổi cuộc sống thông qua chân lý vĩnh cửu trong Lời Ngài!

Cùng với BẠN, chúng ta đang xây dựng những NGÔI ĐỀN TÂM LINH VĨ ĐẠI
trong TIM mình để Thánh Linh của Đức Chúa Trời ngự trị và hoạt động một cách dễ dàng trong những THỜI ĐIỂM và MÙA này, vì vậy hãy Ở BÊN cùng chúng tôi và cùng XÂY DỰNG với chúng tôi!
Về ngày của Chúa, Phao-lô đã viết thư cho người Tê-sa-lô-ni-ca vào năm...

1 Tê-sa-lô-ni-ca 5:14-23

Kinh Thánh Amplified
14 Chúng tôi tha thiết khuyên anh em, những người tin Chúa, hãy khuyên răn những người lạc lối [những người vô kỷ luật, ngang bướng, vô trật tự], khích lệ những người nhút nhát [những người thiếu can đảm thuộc linh], giúp đỡ những người yếu đuối [về mặt thuộc linh], hãy kiên nhẫn với mọi người [luôn luôn kiềm chế cơn giận của

mình]. [15] Hãy xem chừng đừng ai lấy ác trả ác, nhưng hãy luôn tìm điều thiện cho nhau và cho mọi người. [16] Hãy luôn vui mừng và hân hoan trong đức tin của mình; [17] hãy kiên trì cầu nguyện không ngừng; [18] trong mọi hoàn cảnh [bất kể tình thế nào] hãy tạ ơn và luôn luôn tạ ơn Đức Chúa Trời; vì đó là ý muốn của Đức Chúa Trời dành cho anh em trong Chúa Giê-su Christ. [19] Đừng dập tắt [chế ngự, hoặc không đáp lại sự hoạt động và hướng dẫn của] Đức Thánh Linh. [20] Đừng khinh thường hoặc bác bỏ ơn tiên tri hoặc lời tiên tri [những lời mặc khải—những lời hướng dẫn, khuyên răn hoặc cảnh báo]. [21] Nhưng hãy xét nghiệm [a] mọi điều cẩn thận [để các ngươi có thể nhận biết điều gì là tốt]. Hãy giữ vững điều tốt. [22] Hãy tránh xa mọi hình thức gian ác [rút lui và tránh xa nó].

[23] Nguyện xin Đức Chúa Trời bình an thánh hóa anh em trọn vẹn [nghĩa là tách anh em khỏi những điều ô uế và tục tĩu, làm cho anh em trong sạch, trọn vẹn và không tì vết—được thánh hiến cho Ngài—được biệt riêng cho mục đích của Ngài]; và nguyện xin tâm linh, linh hồn và thân thể anh em được giữ gìn trọn vẹn và không tì vết khi Chúa Giê-su Christ đến.

Trong những bức thư cuối cùng gửi cho các tín hữu, Phê-rô cũng cảnh báo chúng ta đừng thờ ơ trước mưu kế của kẻ thù.

1 Phi-e-rơ 5:7-9
Kinh Thánh Amplified

[7] Hãy phó thác mọi lo lắng của các ngươi [mọi phiền muộn, mọi lo âu và mọi mối bận tâm của các ngươi, một lần và mãi mãi] cho Ngài, vì Ngài quan tâm đến các ngươi [với tình yêu thương sâu sắc nhất và luôn trông nom các ngươi rất cẩn thận]. [8] Hãy tỉnh táo [giữ cân bằng và tự chủ], hãy cảnh giác và thận trọng mọi lúc. Kẻ thù của các ngươi, ma quỷ, rình rập như sư tử gầm thét [đói khát dữ dội], tìm

kiếm người để nuốt chửng. [9] Nhưng hãy chống lại nó, hãy vững vàng trong đức tin [chống lại sự tấn công của nó—vững chắc, kiên định, không lay chuyển], biết rằng anh chị em của các ngươi trên khắp thế giới cũng đang trải qua những kinh nghiệm đau khổ tương tự. [Các ngươi không chịu đau khổ một mình.]

Để trả lời câu hỏi – Ma quỷ có thể nhập vào người Kitô hữu không? Chúng ta sẽ thấy phần cuối của...

1 Tê-sa-lô-ni-ca 23 nói rằng : [23] ***Nguyện xin Đức Chúa Trời bình an thánh hóa anh em trọn vẹn [nghĩa là tách anh em khỏi những điều ô uế và tục tĩu, làm cho anh em được thanh sạch, trọn vẹn và không tì vết—được thánh hiến cho Ngài—được biệt riêng cho mục đích của Ngài]; và nguyện xin tâm linh, linh hồn và thân thể anh em được giữ gìn trọn vẹn và không tì vết khi Chúa Giê-su Christ đến.***

Từ "thánh hóa" trong tiếng Hy Lạp có nghĩa là "giải thoát". Giải thoát khỏi những suy nghĩ sai lệch, dẫn đến những cảm xúc sai trái, từ đó dẫn đến những hành động sai trái. Những điều này thuộc về phạm vi của cảm **xúc** , **trí tuệ** và ý **chí.** Linh hồn được đổi mới hoặc sống lại từ trạng thái chết khi chúng ta nhận được sự cứu rỗi linh hồn bằng đức tin – một hành động của ý chí. Linh hồn và thể xác cần được sửa chữa – điều này cũng đòi hỏi một hành động của ý chí.

Đó là lý do tại sao Phao-lô viết trong Phi-líp 2:12b,13 – Hãy lo liệu sự cứu rỗi của chính mình với lòng kính sợ và run rẩy. Vì chính Đức Chúa Trời là Đấng hành động trong anh em, khiến anh em vừa muốn vừa làm theo ý tốt của Ngài.

Trong loạt bài này, chúng ta đang gây dựng một đội quân chiến binh để đối đầu với kẻ thù trên tiền tuyến và giải thoát những người bị giam cầm vào tự do trong Đấng Christ trên ba cấp độ – Sự cứu rỗi tâm linh, được gọi là tái sinh; Sự cứu rỗi linh hồn, được gọi là sự giải thoát; và sự cứu rỗi thân thể, được gọi là sự chữa lành.

Đây là một chiến lược tự lực cánh sinh trong khuôn khổ phân tán, một hành động của ý chí kỷ luật và Chúa Giê-su Ki-tô là Tổng Tư lệnh của chúng ta. Nhiệm vụ của chúng tôi là trang bị cho bạn để tham gia. Để giải phóng bản thân, những người thân yêu và những người khác trong vòng tròn của bạn. Mục tiêu của chúng tôi là đánh thức người khổng lồ đang ngủ say trong mỗi tín đồ và giúp bạn học được tư duy của một chiến binh trên chiến trường và tham gia vào chiến dịch thành công mà không chịu thương vong, nhân danh Chúa Giê-su.

Bạn phải hiểu rằng " **Phòng thủ tốt nhất** là tấn công tốt nhất", một câu tục ngữ đã được áp dụng trong nhiều lĩnh vực, bao gồm cả trò chơi và chiến đấu quân sự. Nó cũng được biết đến như nguyên tắc tấn công chiến lược trong chiến tranh.

Chúng ta đã đề cập ở phần 4 rằng không còn chỗ cho những chiến binh bỏ chạy hay việc quay lại chiến đấu nữa vì trận chiến đã được thắng lợi trên thiên đường rồi. Nhiệm vụ của chúng ta là sử dụng quyền năng và sức mạnh được ban cho qua Đức Thánh Linh để củng cố chiến thắng đó, bởi vì kẻ thù sẽ luôn muốn vượt qua giới hạn của hắn. Hắn đang thăm dò xem chúng ta có thiếu hiểu biết hay không. Thật không may, rất nhiều người trong chúng ta thiếu hiểu biết về mưu kế của kẻ ác.

Để đối đầu với loại kẻ thù này như một đội quân được huấn luyện bài bản, chúng ta cần những điều sau đây, như đã nêu bật trước đó ở mục **A, B, C, D, E, F và G. Tôi phải nhấn mạnh rằng loạt bài này không dành cho tất cả mọi người. Chỉ một số ít người được chọn sẽ tự chứng minh mình đủ điều kiện tham gia dựa trên 7 phẩm chất này.**

Chúng bao gồm :

A. **Sự sẵn có (Tinh thần, tâm hồn và thể xác)**
B. **Sự táo bạo**
C. **Lòng thương người**
D. **Sự quyết tâm**
E. **Tình yêu chân thành**
F. **Cơn giận dữ bùng cháy**
G. **Nạn đói lớn**

Nếu thiếu những phẩm chất này như những nguyên liệu tối thiểu, bạn sẽ không thể tiến hành một chiến dịch thành công vì tất cả các nguyên liệu trên cần được kết hợp với nhau để tạo ra loại đức tin nhỏ bé như hạt cải, có khả năng mang lại sự thay đổi, bởi vì Chúa nuôi dưỡng những người đói khát, chứ không phải những đứa trẻ lạnh lẽo hay thờ ơ, dù là trong việc chữa lành, giải thoát hay phục hồi từ bên trong lẫn bên ngoài.
Thành quả đã sẵn sàng để thu hoạch, nhưng chỉ cần một niềm tin nhỏ bé như hạt cải để biến chúng thành kinh nghiệm sống của chúng ta.

Hôm nay, trong **Đủ rồi sự giam cầm của Sa-tan và Chào mừng đến với sự tự do trong Chúa Giê-su Christ - Bảy (7) bước quan trọng để được giải thoát + Cách nhận diện và trục xuất các nhóm ma quỷ và Tầm nhìn về Cuộc xung đột cuối cùng và Cách chiến thắng một cách chiến lược trên Bốn (4) mặt trận giao tranh – Phần 5 Phần 6**

Theo tôi hiểu, tà linh hay ma quỷ là tầng lớp thấp hơn trong "các thế lực tà ác" (Ê-phê-sô 6:12) mà Sa-tan phái chống lại nhân loại. Chúng có ba mục đích chính được Sa-tan giao phó:

1. Đầu tiên là để hành hạ và gây đau khổ cho chúng ta;
2. Thứ hai, để ngăn cản chúng ta nhận biết Chúa Kitô là Đấng Cứu Thế;

và nếu không được, thì phương án thứ ba là,
3. để ngăn cản chúng ta phục vụ Chúa Kitô một cách hiệu quả.

Dưới đây là chín (9) thuộc tính của quỷ

1. Ma quỷ dụ dỗ. 2. Ma quỷ quấy rối. 3. Ma quỷ tra tấn. 4. Ma quỷ ép buộc. 5. Ma quỷ nô dịch. 6. Ma quỷ gây nghiện. 7. Ma quỷ làm ô uế. 8. Ma quỷ lừa dối. 9. Ma quỷ tấn công thân thể.

Bây giờ chúng ta xem xét bảy (7) bước để được giải thoát như sau: 1) Trung thực; 2) Khiêm nhường; 3) Ăn năn; 4) Từ bỏ; 5) Tha thứ; 6) Cầu nguyện; 7) Chiến đấu Dưới đây là chi tiết:

Bảy bước để được giải thoát

1. Sự trung thực

Người ta phải thành thật với chính mình và với Chúa nếu muốn nhận được phước lành giải thoát từ Ngài. Thiếu thành thật sẽ giữ cho nhiều khía cạnh trong cuộc sống chìm trong bóng tối. Ma quỷ phát triển mạnh trong bóng tối đó. Sự thành thật giúp đưa chúng ra ánh sáng. Bất kỳ tội lỗi nào không được xưng tội hoặc ăn năn đều cho ma quỷ một "quyền hợp pháp" để ở lại. Hãy cầu xin Chúa giúp bạn nhìn nhận bản thân như Ngài nhìn nhận bạn và đưa ra ánh sáng bất cứ điều gì không thuộc về Ngài.
Con thú nhận tội lỗi của con trước mặt Chúa, và con không giấu giếm sự gian ác của con. Con nói rằng: Con sẽ xưng tội lỗi của con trước mặt Chúa; và Chúa đã tha thứ tội lỗi của con. Thi thiên 32:5
Lạy Đức Chúa Trời, xin dò xét lòng con và biết rõ tư tưởng con; xin xem trong con có đường lối gian ác nào không, và dẫn con đi trong đường lối đời đời. Thi thiên 139:23,24
2. Sự khiêm nhường

Điều này bao gồm việc nhận thức rằng mỗi người phụ thuộc vào Chúa và sự chu cấp của Ngài để được giải cứu.
Đức Chúa Trời chống lại kẻ kiêu ngạo, nhưng ban ân điển cho người khiêm nhường. Vậy, hãy phục tùng Đức Chúa Trời. Hãy chống lại ma quỷ, thì nó sẽ chạy trốn khỏi các ngươi. Gia-cơ 4:7
Điều đó cũng bao gồm sự cởi mở hoàn toàn với các tôi tớ của Chúa đang phục vụ trong công cuộc giải cứu.
Hãy xưng tội với nhau và cầu nguyện cho nhau, để anh em được chữa lành. Gia-cơ 5:16a

3. Sự ăn năn

Ăn năn hối cải là sự kiên quyết từ bỏ tội lỗi và Sa-tan. Người ta phải ghét bỏ mọi điều ác trong cuộc sống và không còn đồng thuận với nó nữa.
"Hai người có thể cùng đi với nhau được không, nếu họ không đồng ý với nhau?" (Amos 3:3) Người ta phải ghê tởm tội lỗi của mình.
Và tại đó, các ngươi sẽ nhớ lại những đường lối và mọi việc làm ô uế của mình; và các ngươi sẽ ghê tởm chính mình vì mọi điều ác mà các ngươi đã phạm. Ê-xê-chi-ên 20:43

Sự giải thoát không chỉ được sử dụng để giải tỏa vấn đề mà còn để trở nên giống Chúa Giê-su hơn thông qua sự vâng phục mọi điều Chúa đòi hỏi. Ăn năn là quay lưng lại với mọi điều cản trở sự phát triển tâm linh, chức vụ và sự thông công. Ăn năn đòi hỏi sự xưng nhận công khai mọi tội lỗi. Nó tước bỏ quyền hợp pháp của các linh hồn ma quỷ.

4. Từ bỏ

Từ bỏ là khước từ điều ác. Từ bỏ là hành động xuất phát từ sự hối cải.

Khi Giăng Báp-tít thấy nhiều người Pha-ri-si và Sa-đúc đến dự phép báp-têm của mình, ông nói với họ: “Hỡi dòng dõi rắn độc, ai đã cảnh báo các ngươi trốn khỏi cơn thịnh nộ sắp đến? Hãy sinh trái xứng đáng với sự ăn năn.” (Ma-thi-ơ 3:7,8)
Việc thể hiện sự ăn năn hối cải không chỉ đơn thuần là lời nói. Đó là sự chứng minh lòng ăn năn... bằng chứng cho thấy người đó thực sự đã từ bỏ tội lỗi của mình. Ví dụ, nếu một người ăn năn về sự dâm dục, anh ta có thể cần phải tiêu hủy một số tài liệu khiêu dâm. Nếu một người ăn năn về sai lầm tôn giáo, anh ta có thể cần phải hoàn toàn từ bỏ nó bằng cách tiêu hủy tất cả tài liệu và vật phẩm liên quan đến sai lầm đó.

Nhiều người tin đã đến, xưng tội và trình bày việc làm của mình.
Nhiều người trong số họ, những người giỏi thuật phù thủy, đã đem sách vở của mình lại và đốt trước mặt mọi người; rồi họ tính giá trị của chúng và thấy tổng cộng là năm mươi ngàn đồng bạc. Công vụ 19:18,19
Từ bỏ có nghĩa là đoạn tuyệt hoàn toàn với Sa-tan và mọi việc làm của hắn.

5. Sự tha thứ

Chúa tha thứ cách rộng rãi cho tất cả những ai xưng tội và cầu xin sự tha thứ qua Con Ngài (Xem I Giăng 1:9). Ngài mong muốn chúng ta tha thứ cho tất cả những người đã từng làm tổn thương chúng ta bằng bất cứ cách nào.
Vì nếu các ngươi tha thứ lỗi lầm cho người ta, thì Cha trên trời cũng sẽ tha thứ cho các ngươi; nhưng nếu các ngươi không tha thứ lỗi lầm cho người ta, thì Cha cũng sẽ không tha thứ lỗi lầm cho các ngươi. (Ma-thi-ơ 6:14,15)
Sự sẵn lòng tha thứ là điều tuyệt đối cần thiết để được giải thoát. (Xem Ma-thi-ơ 18:21-35). Không một người truyền giáo nào có thể thực hiện việc giải thoát trừ khi người được giải thoát đáp ứng các điều kiện của Chúa.

6. Cầu nguyện

Hãy cầu xin Chúa giải cứu và giải phóng bạn trong danh Chúa Giê-su.

Ai kêu cầu danh Chúa sẽ được giải cứu. Joel 2:32

7. Chiến tranh

Cầu nguyện và chiến đấu là hai hoạt động riêng biệt. Cầu nguyện hướng về Đức Chúa Trời, còn chiến đấu là chống lại kẻ thù. Cuộc chiến của chúng ta chống lại các thế lực ma quỷ không phải là chiến đấu bằng xác thịt mà là chiến đấu bằng tâm linh (Xem Ê-phê-sô 6:10-12; II Cô-rinh-tô 10:3-5). Hãy sử dụng vũ khí của sự phục tùng Đức Chúa Trời, là huyết của Ngài.

Chúa Giê-su Christ, Ngôi Lời của Đức Chúa Trời, và lời chứng của bạn với tư cách là một tín đồ. (Xem Gia-cơ 4:7; Khải Huyền 12:1; Ê-phê-sô 6:17). Hãy nhận diện các tà linh, trực tiếp gọi tên chúng bằng giọng nói dứt khoát, và bằng đức tin, hãy ra lệnh cho chúng rời đi nhân danh Chúa Giê-su. Hãy bước vào trận chiến với quyết tâm và niềm tin chắc chắn vào chiến thắng. Chúa Christ không thể thất bại! Ngài là Đấng Cứu Chuộc!

"Những dấu hiệu này sẽ theo những người tin: Nhân danh Ta, họ sẽ đuổi quỷ." Mác 16:17a

"Này, ta ban cho các ngươi quyền giẫm đạp rắn độc và bọ cạp, trên mọi quyền lực của kẻ thù; và chẳng điều gì có thể làm hại các ngươi được." Lu-ca 10:19

"Đức Giê-hô-va là đá tảng, là thành lũy và là Đấng giải cứu tôi." Thi thiên 18:2a

Chúng tôi sẽ mở rộng điều này bằng cách cung cấp cho bạn các nhóm ma quỷ. Một con ma quỷ duy nhất đóng vai trò như một thành trì và những con khác đi cùng con ma quỷ thành trì chính này để gây ra thêm nhiều tai họa

trong đời sống của Đội Quân Chúa Kitô, mà bạn là một phần trong đó. Chúng bám vào dựa trên một số thói quen tiêu cực do ý chí của chúng ta tạo ra và điều đó thu hút chúng như một thỏi nam châm để trú ngụ trong cõi tâm hồn và thể xác của người tin Chúa. Hãy nhớ rằng, bóng tối thu hút bóng tối. Ánh sáng đẩy lùi bóng tối.

Bất cứ điều gì chúng ta làm mà Chúa không đồng ý hoặc không được ghi trong Kinh Thánh đều thuộc về bóng tối. Hãy xem Ga-la-ti 5, nơi Phao-lô đã trình bày cách chúng ta có thể giữ gìn sự tự do mà Chúa Kitô đã ban cho. Bất cứ điều gì nằm ngoài sự tự do đều là sự thu hút đối với thế giới bóng tối. Hãy nhớ rằng, chúng đang điên cuồng tìm kiếm một nơi trú ngụ và thân xác con người là một trong những ưu tiên hàng đầu của chúng.
Hãy đọc đoạn này:

Ga-la-ti 5:13-25
Kinh Thánh Amplified
13 Hỡi anh em, anh em đã được kêu gọi đến sự tự do;
nhưng đừng để sự tự do của anh em trở thành cơ hội cho
bản chất tội lỗi (sự thế tục, tính ích kỷ), nhưng hãy nhờ tình yêu
thương mà phục vụ và tìm kiếm điều tốt nhất cho nhau. 14 Vì
toàn bộ Luật pháp [về các mối quan hệ giữa người với người] được
trọn vẹn trong một điều răn: "Ngươi phải yêu người lân
cận như chính mình [nghĩa là ngươi phải có lòng vị tha
đối với người khác và làm những việc có lợi cho họ]." 15
Nhưng nếu anh em cắn xé và nuốt chửng lẫn nhau [trong
cãi vã và tranh chấp], hãy coi chừng kẻo anh em [cùng với
toàn thể anh em] bị hủy diệt lẫn nhau.

16 Nhưng tôi nói, hãy thường xuyên bước đi trong Đức
Thánh Linh [tìm kiếm Ngài và đáp ứng sự hướng dẫn của
Ngài], thì chắc chắn các bạn sẽ không làm theo dục vọng
của bản chất tội lỗi [vốn hành động bốc đồng mà không màng
đến Đức Chúa Trời và các điều răn của Ngài]. 17 Vì bản

***chất tội lỗi có dục vọng chống lại Đức Thánh Linh, và dục
vọng của Đức Thánh Linh chống lại bản chất tội lỗi ; vì hai điều này
[bản chất tội lỗi và Đức Thánh Linh] luôn đối lập nhau [liên
tục xung đột], nên các bạn [là những người tin] không
phải lúc nào cũng làm được mọi điều [tốt lành] mình muốn
làm. 18 Nhưng nếu các bạn được Đức Thánh Linh hướng
dẫn và dẫn dắt, thì các bạn không phải lệ thuộc vào Luật
pháp. 19 Giờ đây, những việc làm của bản chất tội lỗi [e] đã
rõ ràng: đó là dâm dục, ô uế, trụy lạc (hoàn toàn vô trách
nhiệm, thiếu tự chủ), 20 [f] thờ hình tượng, [g] phù phép,
thù địch, tranh chấp, ghen ghét, giận dữ, cãi vã, bất hòa,
bè phái [truyền bá tà giáo], 21 ganh ghét, say s rượu, hành
vi hỗn loạn, và những điều khác tương tự như vậy. Tôi
cảnh báo trước cho các bạn, cũng như tôi đã cảnh báo
trước đây, rằng những người làm những điều đó sẽ không
được thừa hưởng vương quốc của Đức Chúa Trời. 22
Nhưng bông trái của Thánh Linh [kết quả của sự hiện diện
của Ngài trong chúng ta] là tình yêu thương [quan tâm vị
tha đến người khác], niềm vui, sự bình an [trong lòng], sự
kiên nhẫn [không phải khả năng chờ đợi, mà là cách
chúng ta hành động trong khi chờ đợi], lòng tốt, sự nhân
từ, sự trung tín, 23 sự hiền lành, sự tự chủ. Không có luật
nào chống lại những điều đó. 24 Và những người thuộc về
Chúa Giê-su Christ đã đóng đinh bản chất tội lỗi cùng với
những đam mê và dục vọng của nó.***

***25 Nếu chúng ta [tự nhận] sống theo Đức Thánh Linh, thì
chúng ta cũng phải bước đi theo Đức Thánh Linh [với sự
chính trực cá nhân, phẩm chất thánh thiện và lòng can
đảm về mặt đạo đức - hành vi của chúng ta được Đức
Thánh Linh ban sức mạnh].***

Các nhóm quỷ

Quỷ dữ được nhận dạng theo bản chất của chúng. *Quỷ của sự thù hận* được gọi là "thù hận". Mỗi con quỷ là một chuyên gia. Quỷ thù hận không nuôi dưỡng dục vọng - nó chỉ thúc

đầy sự thù hận. Khi quỷ dữ được lệnh tự đặt tên, chúng thường sẽ tự đặt tên theo bản chất của mình, ví dụ như *nổi loạn* , *nguyền rủa, thờ ơ* , v.v. Thỉnh thoảng, một con quỷ sẽ tự đặt tên riêng như “Jim” hoặc “Shirley”. Đôi khi chúng sẽ dùng tên nước ngoài. Đây là một biện pháp lừa dối để ngăn người làm lễ trừ tà biết được bản chất thật của chúng. Người làm lễ nên ra lệnh cho quỷ dữ tiết lộ bản chất của chúng, bằng cách nói, “Bản chất của ngươi là gì, hỡi quỷ dữ?”
Quỷ trú ngụ trong nhà hiếm khi xuất hiện riêng lẻ; chúng thường sống theo nhóm. Những nhóm này có thể được gọi là thuộc địa, thị tộc hoặc gia tộc. Khi phát hiện hoặc nhận biết được một con quỷ, người ta nên lập tức cảnh giác tìm kiếm đồng bọn của nó. Một nhóm quỷ liên kết với nhau nhằm mục đích kiểm soát một lĩnh vực cụ thể trong cuộc sống của một người. Do đó, có một quy luật rất logic về các linh hồn được tìm thấy trong bất kỳ nhóm nào. Một số loại linh hồn được tìm thấy lặp đi lặp lại trong cùng một sự kết hợp; tuy nhiên, người ta không nên cho rằng sự kết hợp đó sẽ luôn luôn giống nhau.

Khả năng phân nhóm là vô hạn.

Trong mỗi nhóm sẽ có một *“kẻ mạnh”* hay một linh hồn thống trị. Thường trong quá trình phục vụ, một linh hồn thống trị sẽ được xác định cụ thể. Không phải lúc nào cũng cần phải xác định đó là linh hồn thống trị để thực hiện sự giải thoát. Việc xác định như vậy thường được giải thích bằng lý do. Thứ nhất, Đức Thánh Linh có thể đang hướng dẫn một trình tự hành động. Người phục vụ giải thoát cần phải tỉnh táo trước bất kỳ kế hoạch chiến đấu nào mà Chúa có thể đưa ra. Có những trường hợp Chúa sẽ hướng dẫn rằng linh hồn thống trị phải được xử lý trước, rồi đến các đồng bọn của nó. Những lúc khác, sự dẫn dắt của Chúa là đuổi các linh hồn yếu hơn trước và linh hồn thống trị sau cùng. Dường như không có lý do gì để đặt câu hỏi tại sao Chúa dẫn dắt theo cách này rồi lại theo cách khác. Một người lính giỏi được huấn luyện để tuân theo mệnh lệnh mà không đặt câu hỏi với người chỉ huy của mình. Đôi khi anh ta có thể được tự do lựa chọn con đường tấn công của riêng mình, và những lúc khác mệnh lệnh của anh ta khá cụ thể. Điều tương tự cũng đúng trong các trận chiến thuộc linh.

Lý do thứ hai để nhận diện linh hồn thống trị là vì lợi ích của người được giải thoát. Việc biết được linh hồn nào cần đặc biệt cảnh giác trong tương lai có thể rất hữu ích. Một số linh hồn đặc biệt gắn liền với những thói quen cần phải thay đổi và những khía cạnh của con người xác thịt cần phải bị đóng đinh. Sau khi được giải thoát, người đó sẽ phải tự mình chiến đấu một số trận chiến để duy trì sự giải thoát của mình. Việc biết chính xác mình đang chiến đấu với điều gì, điều gì thuộc về xác thịt và điều gì thuộc về linh hồn ma quỷ là rất hữu ích. Từ kinh nghiệm thu được qua hàng trăm buổi giải thoát và trong việc đối phó với các nhóm ma quỷ, tôi tin chắc rằng linh hồn thống trị là linh hồn đầu tiên xâm chiếm một khu vực nhất định. Bởi vì nó là kẻ đầu tiên xâm nhập, nó có thể tự thiết lập mình làm kẻ cai trị. Sau đó, nó trở thành chìa khóa để mở đường cho các linh hồn khác đi vào. Khi ma quỷ bị đuổi ra, không hiếm khi người ta ra lệnh cho linh hồn thống trị, "Hãy ra ngoài và mang theo tất cả đồng bọn của ngươi!" hoặc "Hãy ra ngoài và mang theo tất cả gốc rễ của ngươi!" Nếu bất kỳ thành viên nào của một nhóm không bị trục xuất, thì con đường sẽ được mở ra để nhóm đó được quay trở lại. Vì lý do này, việc giải thoát cần phải được thực hiện càng triệt để càng tốt.

Trong cùng một nhóm có thể có nhiều hơn một linh hồn thuộc cùng một loại. Ví dụ, nhóm linh hồn cay đắng có thể chứa nhiều *ác quỷ oán hận*. Tương tự, một loại ác quỷ nhất định có thể xuất hiện trong nhiều nhóm khác nhau. Ví dụ, một *ác quỷ giận dữ* có thể được tìm thấy trong nhóm linh hồn cay đắng và một ác quỷ giận dữ khác trong nhóm linh hồn hoàn hảo. Trong một lần trừ tà, nhiều nhóm linh hồn đã

bị trục xuất. Trong mỗi nhóm đều có một *linh hồn trầm cảm.* Chỉ bằng cách vận dụng ơn phân biệt siêu nhiên, người ta mới có thể biết rằng tất cả các sự kết hợp linh hồn như vậy đã được xử lý.
Ví dụ: Vị đắng

VỊ ĐẮNG

Trong Hê-bơ-rơ 12:15 có lời cảnh báo: "để cho bất cứ gốc rễ cay đắng nào nảy sinh, đừng gây phiền hà cho anh em, và nhiều người bị ô uế." Gốc rễ cay đắng là nguyên nhân gây ra nhiều "phiền hà". Sự cay đắng tích tụ trong lòng trong một thời gian dài sẽ mở cửa cho ma quỷ xâm nhập. Đây có lẽ là con đường phổ biến nhất cho hoạt động của ma quỷ. Trong đa số trường hợp, sự cay đắng hướng về một người nào đó trong gia đình.

Những linh hồn cay đắng giữ cho những sự việc đau lòng luôn hiện hữu. Những điều xảy ra nhiều năm trước vẫn còn tươi mới và sống động trong ký ức như thể chúng chỉ mới xảy ra ngày hôm nay. Vì vậy, người đó không chỉ đối phó với những vấn đề hiện tại mà còn luôn phải đối mặt với những tổn thương tồn đọng. Linh *hồn không tha thứ* giữ cho mọi chi tiết của nỗi đau luôn hiện hữu; liên tục xem xét lại chúng trong tâm trí người đó. Ngay cả những tổn thương nhỏ nhặt nhất cũng không được tha thứ hay quên đi. Bất cứ khi nào có thái độ cay đắng, người ta có thể thấy những con quỷ của *sự cay đắng, oán hận* và *thù ghét.* Trong một số trường hợp, chuỗi linh hồn này còn lan rộng sang các linh hồn khác hoặc tất cả các linh hồn trong nhóm.
Danh sách các nhóm ma quỷ dưới đây thể hiện những mô hình đã được trải nghiệm trong các buổi trừ tà thực tế.

Những nhóm này chỉ mang tính chất gợi ý về những gì có thể gặp phải. Danh sách này không nhằm mục đích bao quát toàn diện, cũng như các nhóm này không phải là bất biến.

Phần giải thích được đưa ra về một số nhóm được liệt kê. Điều này nhằm cung cấp một số hiểu biết về các vấn đề do các nhóm linh hồn cụ thể gây ra. Hầu hết các nhóm đều khá dễ hiểu.

Chúng tôi tin rằng những thông tin được trình bày dưới đây sẽ có giá trị thực tiễn to lớn đối với những người đang bước vào công tác giải thoát khỏi ma quỷ. Nó sẽ giúp bất cứ ai hiểu rõ hơn cách thức ma quỷ lập nhóm. Nhiều năm nghiên cứu và kinh nghiệm được cô đọng lại trong vài trang giấy.

CÁC NHÓM QUỶ THƯỜNG GẶP

1. VỊ ĐẮNG

Sự oán hận, lòng căm thù, sự không tha thứ, bạo lực, tính khí nóng nảy, giận dữ, trả thù, giết người.

2. NỔI LOẠN

Tính ngang bướng, bướng bỉnh, bất tuân, chống đối sự phục tùng

3. XUNG ĐỘT

Tranh cãi, cãi vã, tranh luận, đánh nhau

4. KIỂM SOÁT

Tính chiếm hữu, sự thống trị, thuật phù thủy

5. TRẢ THÙ

Sự phá hoại, lòng thù hận, sự tàn bạo, sự tổn thương, sự độc ác

6. CÁO BUỘC
Đánh giá, chỉ trích, soi mói

7. TỪ CHỐI
Nỗi sợ bị từ chối, tự chối bỏ bản thân

8. SỰ BẤT AN
Cảm giác tự ti, thương hại bản thân, cô đơn, nhút nhát, rụt rè, thiếu tự tin, vụng về.

9. Ghen tuông
Ghen tị, nghi ngờ, thiếu tin tưởng, ích kỷ

10. RÚT TIỀN
Hờn dỗi Mơ mộng Ảo tưởng Giả tạo Không thực tế

11. THOÁT HIỂM
Sự thờ ơ, chủ nghĩa khắc kỷ, sự thụ động, buồn ngủ, rượu, ma túy

12. THỤ ĐỘNG
Sự thờ ơ uể oải, thiếu sức sống

13. TRẦM CẢM
Tuyệt vọng, chán nản, mất tinh thần, chủ nghĩa bi quan
Chán nản, tuyệt vọng, tự tử, cái chết, mất ngủ, bệnh tật

14. TRỌNG LƯỢNG
U ám, gánh nặng, ghê tởm

15. LO LẮNG
Lo lắng, sợ hãi, kinh hãi, bất an

16. LO LẮNG
Đau đầu do căng thẳng, thói quen lo lắng, bồn chồn, phấn khích, mất ngủ, thích đi lang thang.

17. ĐỘ NHẠY CẢM
Nhận thức về bản thân Nỗi sợ hãi con người Nỗi sợ bị phản đối

18. BÁCH HẠI
Nỗi sợ bất công, nỗi sợ bị phán xét, nỗi sợ bị kết tội, nỗi sợ bị buộc tội.
Sợ bị khiển trách, nhạy cảm

19. BỆNH TÂM THẦN
Điên loạn, Mất trí, Chứng cuồng loạn, Chậm phát triển trí tuệ, Lão hóa, Tâm thần phân liệt

20. TÂM THẦN PHÂN LIỆT

21. CHỨNG HOANG TƯỞNG
Ghen tị, đố kỵ, nghi ngờ, thiếu tin tưởng, bức hại, sợ hãi, đối đầu

22. SỰ NHẦM LẪN
Thất vọng, không mạch lạc, hay quên.

23. NGHI NGỜ
Sự hoài nghi

24. SỰ KHÔNG QUYẾT ĐỊNH
Trì hoãn, Thỏa hiệp, Nhầm lẫn, Quên, Thờ ơ

25. TỰ LỪA DỐI
Tự lừa dối, tự quyến rũ, kiêu ngạo

26. SỰ RÀNG BUỘC TÂM TRÍ
Sự bối rối Nỗi sợ hãi con người Nỗi sợ thất bại Các linh hồn huyền bí Các linh hồn trong thuyết tâm linh

27. SÙNG BÁI TÂM TRÍ
Chủ nghĩa trí thức, sự hợp lý hóa, lòng kiêu hãnh, cái tôi.

28. NỖI SỢ HÃI (Mọi loại)
Chứng sợ hãi (mọi loại) Chứng cuồng loạn

29. NỖI SỢ HÃI QUYỀN LỰC
Sự dối trá

30. NIỀM TỰ HÀO
Tự cao tự đại, kiêu ngạo, tự phụ, ngạo mạn

31. SỰ GIẢ TẠO
Diễn kịch, đóng kịch, tinh vi, giả tạo

32. LÒNG THAM
Ăn cắp, chứng nghiện ăn cắp, dục vọng vật chất, lòng tham, sự bất mãn

33. SỰ HOÀN HẢO
Kiêu hãnh, tự phụ, cái tôi, sự thất vọng, sự chỉ trích, tính cáu kỉnh
Sự không khoan dung, sự giận dữ

34. CUỘC THI
Động lực chính: Lòng kiêu hãnh, Cái tôi

35. TÍNH THIẾU KIÊN NHẪN
Sự kích động, sự thất vọng, sự không khoan dung, sự oán giận, sự chỉ trích

36. GÁNH NẶNG SAI LẦM
Trách nhiệm giả tạo Lòng thương hại giả tạo

37. NỖI ĐAU BUỒN

Nỗi buồn, sự đau lòng, sự tan vỡ, nước mắt, nỗi buồn, sự tàn nhẫn

38. MỆT MỎI
Mệt mỏi, uể oải, lười biếng

39. SỰ YẾU ĐUỐI
(bất kỳ bệnh tật nào)

40. CÁI CHẾT

41. THỪA KẾ
(Thể chất) (Cảm xúc) (Tinh thần) (Lời nguyền rủa)

42. TĂNG ĐỘNG
Cảm giác bồn chồn, áp lực thúc đẩy
43. CHỬI RỦA
Sự báng bổ, trò đùa, buôn chuyện, chỉ trích, nói xấu sau lưng, chế nhạo, hạ thấp, chửi bới.

44. CHẤT GÂY NGHIỆN & CƯỠNG CHẾ Nicotine
Rượu
Thuốc men
Sự tham lam caffeine

45. THAM ĂN
Căng thẳng, ăn uống vô độ, oán giận, thất vọng, lười biếng
Tự thương hại, tự tưởng thưởng.

46. TỰ BUỘC TỘI
Tự ghét bản thân, tự lên án bản thân

47. TỘI LỖI
Sự lên án, sự xấu hổ
Cảm giác không xứng đáng, xấu hổ

48. TỘI LẠC TÌNH DỤC
Ham muốn, ảo tưởng, dâm dục, thủ dâm, đồng tính nam, đồng tính nữ, ngoại tình, tà dâm, loạn luân, gái điếm
Bị cưỡng hiếp, lãnh cảm

49. GIÁO PHÁI
Nhân Chứng Giê-hô-va
Khoa học Cơ đốc
Hội Rosicrucian
Thuyết Thần học
Urantia
Subud
Latihan
Thống nhất
Đạo Mormon
Baha giáo
Chủ nghĩa Nhất nguyên (Các hội quán, hiệp hội và tổ chức xã hội sử dụng Kinh Thánh và Đức Chúa Trời làm nền tảng nhưng bỏ qua sự chuộc tội bằng máu của Chúa Giê-su Ki-tô)

50. HUYỀN BÍ
Xem bói bằng bảng Ouija, phân tích chữ viết tay, viết chữ tự động, khả năng ngoại cảm.
Thôi miên Tử vi Chiêm tinh
Thuật bay lơ lửng, bói toán, thuật điều khiển nước, bài Tarot, con lắc, phù thủy, ma thuật đen, ma thuật trắng, triệu hồi, thần chú, bùa chú, vật thờ cúng, v.v.

51. TÔN GIÁO
Chủ nghĩa nghi lễ, chủ nghĩa hình thức, sự ám ảnh về giáo lý, sự quyến rũ, sai lầm về giáo lý, nỗi sợ hãi Chúa, nỗi sợ hãi địa ngục, nỗi sợ mất ơn cứu rỗi, sự sùng đạo, v.v.

52. TINH THẦN HỌC
Gọi hồn, dẫn đường tâm linh, thuật gọi hồn, v.v.

53. CÁC TÔN GIÁO SAI LẦM

Phật giáo, Đạo giáo, Ấn Độ giáo, Hồi giáo, Thần đạo, Nho giáo

Vân vân.

Cuộc xung đột cuối cùng – Giấc mơ tâm linh

Chúng ta đều biết rằng xuyên suốt lịch sử Kinh Thánh, thỉnh thoảng Đức Chúa Trời đã phán truyền với các tôi tớ Ngài qua những khải tượng và giấc mơ. Vào ngày Lễ Ngũ Tuần, Phi-e-rơ đã trích dẫn lời tiên tri Joel:

Và sẽ xảy ra trong những ngày cuối cùng, Đức Chúa Trời phán, Ta sẽ đổ Thần của Ta trên mọi xác thịt; con trai và con gái các ngươi sẽ nói tiên tri, thanh niên các ngươi sẽ thấy khải tượng, và người già các ngươi sẽ nằm mơ. Công vụ 2:17

Ngày 9 tháng 7 năm 1970, Chúa đã phán với tôi trong một giấc mơ thiêng liêng. Ngài đã cho tôi thấy rõ rằng tôi phải rao giảng lẽ thật được bày tỏ cho tôi qua giấc mơ này. Tôi cầu nguyện rằng điều đó sẽ là một phước lành và nguồn cảm hứng cho bạn, giống như nó đã từng là cho nhiều người khác khi được chia sẻ điều này.

GIẤC MƠ

Khi giấc mơ bắt đầu, tôi thấy mình đang bước vào một sân vận động lớn.

Khán đài chật kín người, và bầu không khí náo nhiệt, háo hức tràn ngập trước những gì sắp diễn ra. Đó là một trận bóng chày, và tôi là một trong những cầu thủ. Tôi đã mặc sẵn đồng phục. Đồng phục của đội tôi màu đỏ và...

Màu trắng. Tôi thấy các thành viên của đội đối thủ và họ mặc đồng phục đen trắng.

Khi tiến vào sân, tôi nhận ra tất cả đồng đội của mình đều đang đứng ngoài đường biên tranh cãi gay gắt với các thành viên của đội đối phương. Tôi không muốn dính líu vào chuyện này và bước vào sân, hy vọng những người khác sẽ sớm đến cùng tôi. Khi tôi tiến vào sân, một thành viên của đội đối phương cũng đi theo tôi. Trong đầu tôi tràn ngập lo lắng muốn nhanh chóng bắt đầu trận đấu. Dựa vào vị trí của mặt trời, tôi biết chỉ còn khoảng hai tiếng nữa là hết giờ. Trận đấu phải bắt đầu sớm thôi.

Cuối cùng, cuộc tranh cãi bên ngoài sân cũng chấm dứt, và các đội bắt đầu vào vị trí. Đội chúng tôi sẽ ở trên sân và đội đối phương sẽ đánh bóng. Tôi bước ra sân trái và nhận ra mình vẫn chưa được phân công vị trí. Tôi tìm huấn luyện viên và thấy ông ấy đang ở giữa sân. Ông ấy ra hiệu cho tôi đến vị trí bảo vệ gôn thứ ba, và tôi lập tức vào vị trí đó.

Cả đội bắt đầu "hào hứng" với nhau. Chúng tôi hò reo cổ vũ nhau và hòa mình vào không khí trận đấu. Tiếp theo, chúng tôi bắt đầu các bài tập khởi động - duỗi tay, gập gối và uốn cong lưng. Đã đến lúc trận đấu bắt đầu.

Người ném bóng ném quả bóng đầu tiên qua vạch đích. Người đánh bóng của đội đối phương vung gậy hết sức mạnh. Anh ta đánh trúng bóng.

Một quả bóng bay rất cao. Tôi nhìn nó bay vút qua đầu mình rồi rơi xuống, ra ngoài sân đấu. Nỗi sợ hãi bao trùm lấy tim tôi. Tôi nghĩ, "Nếu tất cả các cầu thủ của họ đều mạnh như vậy thì chúng ta có cơ hội nào chứ?" Tôi nhận ra mình phải thật tỉnh táo. Tôi chuyển trọng lượng từ chân này sang chân kia. Nếu quả bóng tiếp theo bay về phía tôi, tôi phải nhanh nhẹn như một con mèo, sẵn sàng lao tới bất kỳ hướng nào để bắt bóng và loại bỏ cầu thủ đối phương. Đến đây thì giấc mơ kết thúc. Khi tỉnh dậy và bắt đầu nhớ lại giấc mơ, phản ứng đầu tiên của tôi là thất vọng. Tôi yêu bóng chày và thất vọng vì không được hoàn thành giấc mơ.

SỰ GIẢI THÍCH

Một giấc mơ tâm linh không thể giải mã được – nó phải được giải thích. Khi Đức Thánh Linh nhắc lại giấc mơ cho tôi vào sáng hôm sau, Ngài bắt đầu ban cho tôi sự giải thích. Tôi vội

vàng lấy bút chì và giấy và bắt đầu viết lại lời giải thích nhanh nhất có thể. Toàn bộ sự việc trở nên rõ ràng chỉ trong vài khoảnh khắc. Tôi viết ra không gián đoạn, đúng như những gì Đức Thánh Linh đang truyền đạt cho tôi.
Sân chơi tượng trưng cho toàn thế giới. Khán đài chật kín khán giả là hình ảnh được mô tả trong Hê-bơ-rơ 12:1.

Vì vậy, khi thấy chúng ta cũng được bao quanh bởi một đám đông nhân chứng lớn như vậy...
Chúa đã phán với tôi rằng những người trên khán đài chính là đám mây chứng nhân vĩ đại. Họ là tất cả những người Cơ Đốc đã từng sống trên đời và hiện đang nhìn xuống thế gian từ vị trí trên trời của họ. Tất cả các tộc trưởng và thánh nhân của thời Cựu Ước và Tân Ước đều ở trên khán đài. Có Áp-ra-ham, Gia-cốp, I-sác, Giô-sép, Đa-vít, Đa-ni-ên, Giê-rê-mi, Ê-sai, Phi-e-rơ, Gia-cốp và Giăng và tất cả những người khác. Họ là những người đã từng tham gia "cuộc đua vô địch" trong các thế hệ trước. Nhiều người trong số họ đã làm tốt và được ghi danh trong "đại sảnh danh vọng" như được ghi trong sách Hê-bơ-rơ chương 11. Họ đang dõi theo với sự mong đợi tha thiết để xem những người trong chúng ta ở thế hệ này sẽ làm thế nào.

Rồi Chúa phán với tôi: "Đây là Giải Vô địch Thế giới! Đây là cuộc đối đầu cuối cùng giữa các thế lực tà ác và các thế lực chính nghĩa. Đây là để xác định nhà vô địch thế giới!"

Rồi tôi được giải thích ý nghĩa của bộ đồng phục. Đồng phục của chúng tôi có màu đỏ và trắng. Màu đỏ tượng trưng cho huyết của Chúa Giê-su. Nó đánh dấu chúng tôi là những người thuộc về Chúa. Huyết nói lên quyền năng của chúng ta trong Chúa Giê-su Christ. "Họ đã thắng hắn (Sa-tan) nhờ huyết Chiên Con…" (Khải Huyền 12:11). Màu trắng tượng trưng cho sự tinh khiết. Những người trong đội của Chúa ngày nay phải được đánh dấu bởi sự tinh khiết. Đức Thánh Linh đang nhấn mạnh mạnh mẽ vào sự thánh khiết cá nhân

và sự công chính trong thực tiễn. Đây không phải là lúc để bước một chân ở thế gian và một chân ở Nước Trời!
Đội đối thủ mặc trang phục đen trắng.

Màu đen là biểu tượng của cái ác. Nó đặc trưng cho Sa-tan và những việc làm xấu xa của hắn. Đội đối thủ rõ ràng được xác định là Ma quỷ và binh đoàn quỷ dữ của hắn. Tôi rất bối rối. Đội của ma quỷ cũng có màu trắng trong đồng phục của họ. Điều này có nghĩa là gì? Trong khi câu hỏi đang hình thành trong tâm trí tôi, Thánh Linh đã cho tôi câu trả lời...
Màu đen và trắng tượng trưng cho sự pha trộn giữa cái ác và cái thiện. Sa-tan không bao giờ đến với chúng ta chỉ toàn màu đen và cái ác. Hắn cũng đến với chúng ta bằng màu trắng. Màu đen và trắng tượng trưng cho sự pha trộn giữa *chân lý* và *sai lầm.* Đây là một trong những chiến lược pha trộn vĩ đại nhất của Sa-tan. Ngày nay, hơn bao giờ hết, có sự pha trộn giữa thiện và ác; giữa chân lý và sai lầm.
Đức Thánh Linh phán rõ ràng rằng, trong những ngày cuối cùng, có những người sẽ lìa bỏ đức tin, nghe theo những tà linh và những giáo lý của ma quỷ. I Ti-mô-thê 4:1
Tại sao tôi lại ở trong cuộc xung đột này? Chúa đã cho tôi thấy rằng sự hiện diện của tôi trong cuộc đối đầu này là của một người đại diện. Tôi đại diện cho nhiều Cơ Đốc nhân đang tiến vào chiến trường tâm linh để tấn công chống lại các thế lực của địa ngục.

Tôi hỏi, "Nhưng thưa Chúa, tại sao tất cả các đồng đội của con lại đứng ngoài cuộc tranh cãi với đội đối phương?" Chúa giải thích rằng đây chỉ là một mưu kế khác của kẻ thù. Hắn cố gắng kéo dân Chúa ra ngoài cuộc, ra khỏi cuộc chơi chính và giữ họ bị trói buộc. Ngài cho tôi thấy rằng điều này tượng trưng cho sự chia rẽ trong *Cơ* Đốc giáo các giáo phái. Ma quỷ khiến các tín đồ Cơ Đốc đứng ngoài cuộc để bảo vệ giáo lý và truyền thống của riêng họ, mà không nhận ra rằng họ đã bị ma quỷ lừa dối. Đã đến lúc dân Chúa phải hiệp nhất và tiếp tục công việc trước mắt! Trên thực tế, đây chính là điều đang xảy ra do sự tuôn đổ mạnh mẽ của Đức Thánh Linh trên khắp thế giới ngày nay.

Điều tôi lo lắng là ngày sắp tàn. Chỉ còn vài giờ nữa là hết ánh sáng ban ngày. Thật vậy, màn đêm đang đến, khi không ai có thể làm việc được nữa. Chúng ta đang sống trong những giờ phút cuối cùng của lịch sử nhân loại. Chúng ta phải tận dụng từng phút giây. Chúng ta phải nhận ra rằng, với tư cách là những người Cơ Đốc, chúng ta phải ra trận và đánh bại Sa-tan cùng binh lính của hắn.

Cuối cùng, các đội bắt đầu tiến vào sân. Một người không làm nên một đội! Giai đoạn đời sống Hội Thánh mà chúng ta đang bước vào đòi hỏi tinh thần đồng đội... sự hiệp nhất! Chúa nhắc nhở tôi rằng có *chín* cầu thủ trong một đội bóng chày. Con số chín tượng trưng cho *chín ơn tứ* của Thánh Linh và *chín bông trái* của Thánh Linh. Những người trong đội của Chúa trong cuộc chiến cuối cùng này với các thế lực của Sa-tan sẽ hoạt động dưới sự hướng dẫn của Thánh Linh. Các ơn tứ của Thánh Linh - lời khôn ngoan, lời tri thức, đức tin, ơn chữa bệnh, làm phép lạ, lời tiên tri, phân biệt các thần, các thứ tiếng và giải thích các thứ tiếng (Xem I Cô-rinh-tô 12:8-10) - sẽ hoạt động trong chức vụ của họ. Bông trái của Thánh Linh - tình yêu thương, niềm vui, sự bình an, sự kiên nhẫn, sự hiền lành, lòng tốt, đức tin, sự khiêm nhường, sự tiết độ - sẽ được thể hiện rõ ràng. (Xem Ga-la-ti 5:22,23). Ca ngợi Chúa! Ngài đang đưa đội của Ngài ra sân trong *thời đại chúng ta.* Đó là một đội *đầy dẫy Thánh Linh* . Các ơn tứ của Đức Thánh Linh đang được phục hồi trong Hội Thánh. Những hoa trái đang được thể hiện rõ ràng hơn bao giờ hết giữa dân Chúa. Những rào cản đã chia rẽ và gạt chúng ta ra ngoài lề bấy lâu nay đang được vượt qua. Rào cản giáo phái đang sụp đổ. Những câu hỏi giáo lý gây chia rẽ đang được chôn vùi. Chúa Giê-su là Chúa! Chúng ta đang trải nghiệm dòng chảy của tình yêu thương. Chúng ta đang ở trên cùng một nền tảng. Chúng ta có thể cùng nhau thờ phượng và phục vụ dưới sự hướng dẫn của Đức Thánh Linh.

Khi tôi bước ra sân, một thành viên của đội đối phương cũng bước ra cùng tôi. Trong thực tế, tôi đã bước vào chiến trường khi trải nghiệm được Đức Thánh Linh. Chính lúc đó tôi được ban cho quyền năng và trở thành mối đe dọa đối với ma quỷ. Sau trải nghiệm đó, các ơn tứ của Đức Thánh Linh bắt đầu hoạt động trong chức vụ của tôi, và phần lớn quyền năng đó được hướng vào ma quỷ. Phép báp-têm trong Đức Thánh Linh chắc chắn không chấm dứt những vấn đề của tôi - thực tế, vấn đề của tôi dường như còn lớn hơn bao giờ hết. Chỉ sau một đêm, hầu hết bạn bè tôi trở thành kẻ thù, họ xa lánh tôi và buộc tội tôi kiêu ngạo và lừa dối. Nỗi sợ hãi bao trùm lấy trái tim tôi và tôi tự hỏi điều gì sẽ xảy ra với mình. Quyền lực của ma quỷ đã bước ra sân để chống lại tôi!

Lúc này tôi đang đứng ở "vùng đất bên trái". Bạn có biết "vùng đất bên trái" nghĩa là gì không? Cụm từ này được dùng để miêu tả một người đang bối rối và không biết mình đang ở đâu. Tôi biết mình đang ở trong cuộc xung đột và đang ở trên chiến trường, nhưng không hề biết vai trò của mình là gì. Điều này mô tả một cách đầy đủ và sinh động tình thế khó xử của tôi sau khi được báp-têm trong Đức Thánh Linh. Chẳng phải điều này là đúng sao?
Bạn có thể mô tả nhiều người Kitô hữu như thế nào? Họ đang lạc lối. Họ chưa bao giờ thực sự tìm thấy ý muốn của Chúa cho cuộc đời mình. Họ đang lang thang vô định. Họ không thực sự giúp ích gì cho đội. Vị trí mà họ cần đảm nhiệm vẫn còn trống. Có một khoảng trống trong đội ngũ. Nhưng Huấn luyện viên luôn sẵn sàng chỉ đạo! Huấn luyện viên đó là ai? Đó chính là Đức Thánh Linh. Và Ngài ở đâu? Đây là một đặc điểm kỳ lạ của giấc mơ. Thông thường, huấn luyện viên ở ngoài đường biên hoặc trong khu vực huấn luyện. Nhưng ở đây, huấn luyện viên lại ở ngay giữa sân. Đức Thánh Linh đang ở đâu ngày nay? Ngài ở ngay giữa chúng ta. Ngài ở đó

để hướng dẫn chúng ta khi chúng ta hướng về Ngài. Ngài cho tôi thấy rằng tôi phải ở vị trí thứ ba. Chúng ta sẽ tìm hiểu ý nghĩa của điều này trong chốc lát.
Các thành viên trong đội nhanh chóng tìm được vị trí của mình. Trận đấu sắp bắt đầu. Chúng tôi bắt đầu hô vang những lời động viên lẫn nhau. Ôi, một bức tranh nhà thờ thật đẹp.

Chúng ta hãy quan tâm đến nhau để khích lệ nhau yêu thương và làm việc lành; chớ bỏ bê việc nhóm họp với nhau như một số người vẫn làm; nhưng hãy khuyên bảo lẫn nhau, nhất là khi ngày đó đang đến gần. Hê-bơ-rơ 10:24,25
Rồi chúng tôi bắt đầu các bài tập. Chúa cho tôi thấy rằng các bài tập thể chất của các vận động viên bóng đá tương đồng với các bài tập tâm linh của người Cơ Đốc. Nếu muốn giữ vững phong độ cho cuộc chiến tâm linh, chúng ta phải tuân theo các quy tắc và kỷ luật của việc rèn luyện tâm linh: quỳ gối cầu nguyện, giơ tay ngợi khen, cúi lưng thờ phượng! Halleluja! Những người tham gia một cuộc chiến vô địch thế giới luôn luôn ở trong tình trạng tốt nhất. Đừng để người ta nói về chúng ta rằng...
Con cái thế gian khôn ngoan hơn con cái ánh sáng trong thế hệ của chúng. Lu-ca 16:8b
Nếu những người đàn ông trong lĩnh vực thể thao có thể rèn luyện kỷ luật cuộc sống và giữ gìn thể trạng tốt nhất để đạt được vinh quang trần thế, thì người Kitô hữu càng phải trả giá đắt hơn nữa để chuẩn bị đầy đủ cho cuộc chiến đấu lớn nhất trong đời sống.

Giờ là lúc cuộc chiến bắt đầu. Chúa cho tôi thấy đội của chúng ta đang ở thế phòng thủ. Ngài nói với tôi rằng dân Ngài đã ở trong tình thế này quá lâu rồi. Đã đến lúc phải giành lại ưu thế trước ma quỷ và chuyển sang thế tấn công. Phòng thủ tốt rất quan trọng, nhưng chính đội tấn công mới ghi bàn. Thông qua chiến tranh thuộc linh, hội thánh đang chủ động tấn công ngày hôm nay. Ma quỷ đang bị đuổi ra.

Các thế lực và quyền lực của bóng tối thuộc linh đang bị tấn công và đánh bại. Chúa Giê-su đã từng nói...
Nếu ta dùng ngón tay Đức Chúa Trời đuổi quỷ, thì chắc chắn Nước Thiên Chúa đã đến trên các ngươi rồi. Lu-ca 11:20

Đây là ngày của trận chiến tâm linh và chiến thắng tâm linh. Trước khi Nước Thiên Chúa có thể trở thành hiện thực trong cuộc đời bạn hay tôi, chúng ta phải đối mặt và vượt qua những thế lực địa ngục đang vây hãm mình. Trước khi Hội Thánh có thể hoàn thành điều Chúa đã tiên tri về Hội Thánh chiến thắng của Ngài (Ma-thi-ơ 16:18), Hội Thánh phải trải qua...
Cuộc tấn công chống lại ma quỷ. Thông điệp và thực hành chiến tranh tâm linh đang lan rộng nhanh chóng trong Giáo hội ngày nay. Ma quỷ đang bị chống cự và buộc phải bỏ chạy. Lần đầu tiên chúng ta nhìn thấy mặt sau của ma quỷ. Đó là một cảnh tượng tuyệt vời!

Tôi nhớ đến câu chuyện về những cậu bé đang chơi bóng trên một cánh đồng. Một người đàn ông đi ngang qua. Ông hỏi một trong những cậu bé xem trận đấu diễn ra thế nào. Cậu bé trả lời rằng mọi chuyện đang diễn ra tốt đẹp. Người đàn ông hỏi tỷ số. Cậu bé nói là 35-0. Người đàn ông muốn biết tỷ số nghiêng về đội nào. Cậu bé nói rằng đội kia đang thắng. Sau đó, người đàn ông nhận xét rằng đội của các cậu bé đang bị thua thảm hại. Cậu bé tỏ vẻ khó hiểu và nói: “Ồ, không, thưa ông! Chúng cháu không bị thua.” Lúc này người đàn ông mới thực sự khó hiểu. Ông muốn biết làm thế nào mà cậu bé lại nghĩ rằng họ không bị thua khi tỷ số đang là 35-0.
Nghe vậy, cậu bé giải thích: "Thưa thầy, chúng em chưa vào sân đánh bóng."
Hình ảnh về nhà thờ thật đáng kinh ngạc! Ma quỷ đã liên tục gây khó dễ cho chúng ta. Nhưng giờ là lúc nhà thờ phải phản công và đánh bại ma quỷ. Amen!

Rồi quả bóng đầu tiên được ném. Cầu thủ đối phương đánh bóng rất mạnh. Quả bóng bay rất cao và xa nhưng lại rơi vào phạm luật. Chúa phán: "Ta muốn cho các con thấy việc làm của kẻ thù. Nó giống như quả bóng vừa được đánh vậy. Kẻ thù quả thực có sức mạnh. Và những việc hắn làm thường rất cao và ấn tượng, nhưng cuối cùng lại là phạm luật."

Nỗi sợ hãi xâm chiếm lòng tôi cũng là nỗi sợ chung của nhiều tôi tớ Chúa khi họ chứng kiến tất cả những gì ma quỷ đang làm. Họ tự hỏi liệu có cơ hội chiến thắng nào không. Họ bắt đầu nghĩ đến việc được cất lên trong một sự kiện thần kỳ. Nhưng Chúa không tạo dựng một hội thánh như vậy! Ngài là Chúa của một hội thánh chiến đấu. Ngài đã chờ đợi một thế hệ như chúng ta để ra trận. Dưới sự lãnh đạo của Ngài, điều đó sẽ được thực hiện. Kẻ thù sẽ bị đánh bại. Bạn có thuộc đội đó không? Bạn có đang chủ động tấn công ma quỷ không?

Vào thời điểm này trong giấc mơ, tôi nhận ra mình phải sẵn sàng. Tôi phải thể hiện hết khả năng của mình. Tôi phải có khả năng di chuyển theo bất kỳ hướng nào cần thiết và loại bỏ đối thủ.

Vậy hãy cẩn thận trong cách sống, đừng như kẻ dại dột, nhưng hãy như người khôn ngoan, tận dụng thời gian, vì những ngày này là những ngày gian ác. Ê-phê-sô 5:15,16

Giấc mơ dường như đã kết thúc quá sớm. Tôi hỏi Chúa tại sao tôi không được phép xem đến hết trận đấu. Chúa hỏi lại tôi tại sao tôi muốn xem đến cùng. Tôi giải thích rằng tôi muốn biết kết quả. Chúa liền phán với tôi một điều tuyệt vời: "Con trai à," Ngài nói, "con không cần biết kết quả; con đã biết rồi. Lời Ta đã hứa với con rằng con thuộc đội chiến thắng. Mọi việc sẽ diễn ra đúng như Ta đã phán. Không, con không cần biết kết quả, nhưng con cần biết rằng TRẬN CHUNG KẾT…"

"XUNG ĐỘT ĐÃ BẮT ĐẦU!"

Vâng, hỡi người bạn Cơ Đốc thân mến, chúng ta đang ở thời kỳ cuối cùng. Cuộc xung đột cuối cùng giữa các thế lực của Sa-tan và đạo quân của Đức Chúa Trời ĐÃ bắt đầu. Chúng ta thấy bằng chứng của nó ở khắp mọi nơi. Đó là lời kêu gọi ra trận. Không còn thời gian để trì hoãn nữa. Cuộc chiến đã bắt đầu! Bạn có tham gia không?

PHẦN TIẾP THEO

Việc giải mã giấc mơ vẫn chưa kết thúc. Tôi được cho biết ý nghĩa của các vị trí. Vị trí thứ nhất tượng trưng cho *các mối quan hệ xã hội* , vị trí thứ hai là *các mối quan hệ kinh doanh* , vị trí thứ ba là *các mối quan hệ trong nhà thờ.* Đó là lý do tại sao tôi được giao nhiệm vụ ở vị trí thứ ba. Nhiệm vụ của tôi là đuổi ma quỷ ra khi nó cố gắng xâm nhập vào vị trí thứ ba - trong nhà thờ.

Căn cứ gia đình tượng trưng cho đúng như ý nghĩa của nó - *các mối quan hệ gia đình.* Đức Thánh Linh cho tôi thấy rằng mọi thứ bắt đầu từ căn cứ gia đình và kết thúc cũng ở căn cứ gia đình. Khi các thành viên trong đội của Chúa ra trận, họ phải bắt đầu từ nhà và đạt được thành công ở đó. Cho dù họ có thành công đến đâu trong các mối quan hệ xã hội, kinh doanh hay thậm chí là nhà thờ, nếu họ không bắt đầu đúng đắn từ nhà thì họ chỉ là những kẻ đạo đức giả!

Ngày nay, Chúa đang nhấn mạnh tầm quan trọng của đời sống gia đình đúng đắn. Ngài đang sắp xếp lại trật tự trong gia đình chúng ta. Ngài đang khôi phục lại vị trí uy quyền của người chồng và người cha trong gia đình. Gia đình đang trở thành trung tâm của đời sống tâm linh. Đây là trật tự thiêng liêng của Chúa. Chúng ta không thể có mối quan hệ đúng đắn nào khác trong cuộc sống cho đến khi đời sống của chúng ta đúng đắn.

Gia đình. Đội quân của ma quỷ đang tung ra những cú ném bóng nhanh và hiểm hóc vào chính ngôi nhà của chúng ta. Trước hết, chúng ta phải đánh bại ma quỷ trong cuộc tấn công vào gia đình mình. Mỗi thành viên trong gia đình phải đảm nhận vai trò mà Chúa đã định sẵn:

Hỡi các bà vợ, hãy phục tùng chồng mình như phục tùng Chúa… Hỡi các ông chồng, hãy yêu vợ mình, như Đấng Christ đã yêu Hội Thánh và phó chính mình vì Hội Thánh… Hỡi các con cái, hãy vâng lời cha mẹ trong Chúa; vì điều đó là phải. Ê-phê-sô 5:22, 25, 6:1

Thử thách đầu tiên đối với đời sống Cơ Đốc đến từ chính gia đình. Nếu tình yêu thương, niềm vui và sự bình an của Đức Thánh Linh không phát huy từ cuộc sống của chúng ta trong mối quan hệ với các thành viên trong gia đình, thì Sa-tan đã chiến thắng chúng ta. Khi nhận thấy Sa-tan đã có chỗ đứng trong gia đình và trong chính bản thân mình, đó là lời kêu gọi tiến hành cuộc chiến thuộc linh. Hãy đánh bại ma quỷ trong cuộc sống của chính bạn và trong gia đình bạn, rồi bạn sẽ có thể mang cuộc chiến đó vào các lĩnh vực khác của cuộc sống.

Trong dụ ngôn về cái dằm và cái xà, Chúa Giê-su cho chúng ta thấy rằng chúng ta phải sắp xếp lại cuộc sống của chính mình trước khi có thể phục vụ người khác. Hãy chắc chắn rằng không có *con lợn nào trong phòng khách của chính chúng ta.*

Lời cầu nguyện ngắn để tự giải thoát

"Lạy Chúa Giê-su Christ, con tin rằng Ngài đã chết trên thập tự giá vì tội lỗi con và sống lại từ cõi chết. Ngài đã chuộc con bằng huyết của Ngài và con thuộc về Ngài, và con muốn sống cho Ngài. Con xưng tội tất cả mọi tội lỗi của con - cả những tội lỗi đã biết và chưa biết - con xin lỗi vì tất cả. Con từ bỏ tất cả. Con tha thứ cho tất cả mọi người như con muốn Ngài tha thứ cho con. Xin tha thứ cho con ngay bây giờ và thanh tẩy con bằng huyết của Ngài. Con cảm tạ Ngài vì huyết của Chúa Giê-su Christ đã thanh tẩy con khỏi mọi tội lỗi. Và con đến với Ngài ngay bây giờ với

tư cách là Đấng giải cứu con. Ngài biết những nhu cầu đặc biệt của con - điều trói buộc, hành hạ, làm ô uế; tà linh đó, tà linh đó - con tuyên xưng lời hứa trong Lời Ngài, "Ai kêu cầu danh Chúa sẽ được giải cứu." Con kêu cầu Ngài ngay bây giờ. Nhân danh Chúa Giê-su Christ, xin giải cứu con và trả tự do cho con. Sa-tan, con từ bỏ ngươi và tất cả những việc làm của ngươi. Con tự giải thoát khỏi ngươi, nhân danh Chúa Giê-su, và con truyền lệnh cho ngươi hãy rời khỏi con ngay bây giờ, nhân danh Chúa Giê-su. Amen!"

Hãy để tình yêu xuất phát từ trái tim bạn và bạn sẽ thấy được sự cứu rỗi của Chúa!

Bạn đang bị ốm hay cần phục hồi sức khỏe?

Đối với những ai đang ốm đau hoặc không khỏe mạnh dưới bất kỳ hình thức nào, hoặc cần được giải thoát hay phục hồi, vui lòng chạm vào dấu chấm bên dưới với đức tin ***(Đức tin là nhìn thấy kết quả tích cực chính xác của tình trạng hiện tại của bạn, biết rằng Chúa Giê-su đã làm phần việc của Ngài hơn 2000 năm trước để bảo đảm sự chữa lành và giải thoát, phục hồi cho bạn như một khoản đặt cọc, tin tưởng rằng khoản đặt cọc đó luôn sẵn có để bạn sử dụng, giống như số dư dương trong tài khoản séc của bạn tại ngân hàng, không cần hỏi thêm gì nữa khi chúng tôi đồng lòng với bạn và tuyên bố HÃY ĐƯỢC CHỮA LÀNH trong danh của Chúa Giê-su Christ, Amen).***

Nhờ quyền năng mà Ngài đã ban cho con và cho họ, giờ đây con thi hành quyền năng ấy trong đức tin, với sự giận dữ của họ đối với kẻ thù và khát khao nhận được những gì Ngài đã ban cho họ cách rộng rãi. Con nguyền rủa mọi bệnh tật, mọi tai ương, dù là ung thư, COVID-19, dù là tà linh gây suy yếu, dù là sự chiếm hữu hay áp bức của ma quỷ, dù là tà linh nghèo đói, những thất bại, sự chậm trễ trong việc hoàn thành những gì Chúa đã định và ban cho.

Chúng con chống lại sự bất thường, con trói buộc chúng, chúng con nguyền rủa chúng tận gốc rễ và chúng con đuổi chúng ra bằng quyền năng trong danh Chúa Giê-su Christ. Amen. Chúng con cầu xin sự chữa lành, giải thoát và phục hồi vào cuộc sống của họ trong danh quyền năng của Chúa Giê-su Christ. Cảm ơn Chúa vì những lời chứng đang trường tồn để tôn vinh, kính trọng và thờ phượng Ngài. Cảm ơn Ngài vì những linh hồn đang được thêm vào vương quốc của Ngài nhờ thông điệp này, những phép lạ mà chúng con đang thấy ngay bây giờ và đang biểu hiện để tôn vinh Ngài trong danh Chúa Giê-su, Amen. Đã xong! Hãy vui mừng!

Hãy chạm vào điểm được đánh dấu này và tuyên xưng bằng miệng rằng: TÔI ĐÃ ĐƯỢC CHỮA LÀNH, TÔI ĐÃ ĐƯỢC GIẢI THOÁT và TÔI ĐÃ ĐƯỢC PHỤC HỒI trong tâm linh, linh hồn, thân thể và mọi thứ xung quanh tôi, nhân danh CHÚA GIÊ-SU KITÔ, Amen!!!

Hãy bắt đầu làm những việc mà trước đây bạn không thể làm và hãy bắt đầu xưng tội cho đến khi sự chữa lành trọn vẹn, sự giải thoát và phục hồi trở thành hoa trái trong cuộc đời bạn, nhân danh Chúa Giê-su, Amen. Hãy luôn khao khát trọn vẹn mọi điều thuộc về Chúa, hãy luôn giận dữ và giành lại tất cả những gì kẻ thù đã giữ lại, nhân danh Chúa Giê-su, Amen.
Lưu ý:
Hãy làm chứng về sự chữa lành để vinh hiển Chúa và làm cho kẻ thù phải xấu hổ! Hãy gửi email hoặc nhắn tin qua WhatsApp cho chúng tôi nếu bạn vẫn cần chúng tôi xác nhận lại vấn đề. Và hãy kết nối trong chuỗi bài giảng trang bị bắt đầu vào thứ Năm tuần sau. Thông tin chi tiết sẽ sớm có trên trang web của chúng tôi!

Những Chiến Công Vĩ Đại - 1 – Chương 8 - Tìm hiểu cách thức từ những bậc thầy trong Phần 7

– Quyền năng của Đức Thánh Linh ngự trong bạn được truyền qua lời nói vào NƯỚC và DẦU như một tác nhân CHỮA LÀNH, GIẢI THOÁT VÀ PHỤC HỒI trong cuộc sống của bạn và những người khác – Kèm theo mẫu kịch bản cầu nguyện trên nước và dầu + 2 câu chuyện về sự GIẢI THOÁT của một Mục sư và một người khác Câu chuyện về một bé gái 6 tuổi mắc chứng tâm thần phân liệt và bị nhiều thế lực tà ác khác ám ảnh như một bài học dành cho BẠN – do Frank và Ida Mae kể lại – Phần 7 + Lời cầu nguyện hiệp nhất để chữa lành, giải thoát và phục hồi

Các bạn thân mến, hôm nay, chúng tôi mang đến cho các bạn phần 7 trong loạt bài về chủ đề "Đã đến lúc chấm dứt sự giam cầm và chào đón sự tự do trong Chúa Kitô".

Chúng tôi đã nói rằng, thông qua những thói quen tiêu cực hoặc lối sống không phù hợp với Kinh Thánh, chúng ta tự biến mình thành những người Cơ Đốc dễ trở thành nơi trú ngụ hấp dẫn cho các thế lực bóng tối bằng sự lựa chọn cố ý bất tuân theo khuôn mẫu sống của Chúa. Chúng ta trở thành nô lệ mà chúng ta phục tùng ý chí của mình để vâng lời. Để củng cố luận điểm đó, ở đây Phao-lô...

Rô-ma 6:16, Bản dịch Amplified Bible, Classic Edition
16 Anh em há chẳng biết rằng nếu cứ mãi phục tùng ai để làm theo ý muốn của người ấy, thì anh em là nô lệ của kẻ mà anh em vâng lời, hoặc là nô lệ cho tội lỗi, là điều dẫn đến sự chết, hoặc là nô lệ cho sự vâng phục, là điều dẫn đến sự công chính (làm điều đúng và đứng vững trước mặt Đức Chúa Trời)?

Và Chúa Giê-su đã ám chỉ điều này, rằng người chủ này – Sa-tan – là một kẻ cai quản hà khắc và tàn phá. Hãy đọc điều này.

Giăng 10:10
Kinh Thánh Amplified, Phiên bản Cổ điển
10 Kẻ trộm chỉ đến để ăn cắp, giết hại và phá hoại. Ta đến để họ có được sự sống và hưởng thụ sự sống dồi dào (đến mức tràn đầy ***)*****.**
Chúa đã ban cho chúng ta món quà là ý chí tự do để lựa chọn, nhưng Ngài không ban cho chúng ta ý chí tự do để lựa chọn kết quả của những lựa chọn đó. Ở đây, Môi-se đang khuyên răn con cái Y-sơ-ra-ên, và rộng hơn là chúng ta, những người Cơ đốc giáo ngày nay, trong đoạn:

Phục truyền luật lệ ký 30:16-20
Kinh Thánh Amplified, Phiên bản Cổ điển
16 [Nếu các ngươi vâng giữ các điều răn của Chúa, Đức Chúa Trời các ngươi, mà] ta truyền cho các ngươi hôm nay, yêu mến Chúa, Đức Chúa Trời các ngươi, bước đi trong đường lối của Ngài, và giữ các điều răn, luật lệ và quy định của Ngài, thì các ngươi sẽ sống và sinh sôi nảy nở, và Chúa, Đức Chúa Trời các ngươi, sẽ ban phước cho các ngươi trong vùng đất mà các ngươi sẽ đến chiếm hữu.

[17] Nhưng nếu [tâm trí và] lòng các ngươi lìa bỏ và không chịu nghe, mà bị lôi kéo đi thờ phượng các thần khác và phục vụ chúng,
[18] Hôm nay ta tuyên bố với các ngươi rằng chắc chắn các ngươi sẽ bị diệt vong, và các ngươi sẽ không sống lâu trên đất mà các ngươi vượt qua sông Giordan để vào chiếm hữu.
[19] Ta kêu gọi trời và đất làm chứng ngày hôm nay chống lại các ngươi rằng ta đã đặt trước mặt các ngươi sự sống và sự chết, phước lành và rủa sả; vậy hãy chọn sự sống, để các ngươi và con cháu các ngươi được sống.
[20] Hãy yêu mến Chúa, Đức Chúa Trời của ngươi, vâng phục tiếng Ngài và gắn bó với Ngài. Vì Ngài là sự sống và tuổi thọ của ngươi , để ngươi được ở trong đất mà Chúa đã thề hứa ban cho tổ phụ ngươi, cho Áp-ra-ham, I-sác và Gia-cốp.

Do lựa chọn cố ý, nhiều người trong chúng ta là Cơ Đốc nhân đã tự biến mình thành mảnh đất màu mỡ và bệ phóng cho ma quỷ. Sự thật là rất nhiều người trong chúng ta không nhận thức được điều này, và đó là do các thế lực tà ác sắp đặt, cho đến khi chúng ta cho phép Đức Thánh Linh soi rọi vào chúng ta để giải thoát. Chúng ta biết rằng có rất nhiều lĩnh vực trong cuộc sống mà chúng ta hoàn toàn mất kiểm soát hoặc bị giam cầm, và việc cầu nguyện không ngừng nghỉ trong nhiều năm qua cũng không giúp ích được gì, bởi vì nguyên nhân gốc rễ gây cản trở sự chữa lành, giải thoát và phục hồi hoàn toàn trong tâm linh, linh hồn và thể xác của chúng ta vẫn chưa được giải quyết.

Hôm nay, trong phần 7 của loạt bài "Đủ rồi, đừng để bị Satan giam cầm nữa và chào đón sự TỰ DO trong Đấng Christ", chúng tôi sẽ mang đến cho bạn những hiểu biết về cách khơi dậy **QUYỀN NĂNG của Đức Thánh Linh ngự trong BẠN và TÔI thông qua lời nói được truyền tải qua không khí vào NƯỚC và dầu như một tác nhân CHỮA**

LÀNH, GIẢI THOÁT và PHỤC HỒI trong cuộc sống của bạn và những người khác, cùng với 2 câu chuyện về sự GIẢI THOÁT của một Mục sư và một bé gái 6 tuổi như một bài học kinh nghiệm dành cho BẠN – Phần 7

Hãy nhớ rằng, chúng ta đang được trang bị để thực hiện thành công mệnh lệnh trong Mác 16:15.

Mác 16:16-20

Kinh Thánh Amplified, Phiên bản Cổ điển

16 Ai tin [ai tuân giữ, tin cậy và trông cậy vào Phúc Âm và Đấng được rao giảng trong đó] và chịu phép báp-têm sẽ được cứu [[a] khỏi hình phạt tử hình đời đời]; nhưng ai không tin [ai không tuân giữ, tin cậy và trông cậy vào Phúc Âm và Đấng được rao giảng trong đó] sẽ bị kết án.
17 Những dấu hiệu chứng thực này sẽ đi kèm với những người tin : nhân danh Ta, họ sẽ đuổi quỷ; họ sẽ nói những thứ tiếng mới;
18 Họ sẽ cầm rắn; và nếu họ uống bất cứ thứ gì độc hại, nó cũng sẽ không làm hại họ; họ sẽ đặt tay trên người bệnh, và người bệnh sẽ được lành bệnh.
19 Vậy, sau khi nói chuyện với họ xong, Chúa Giê-su được cất lên trời và ngồi bên hữu Đức Chúa Trời.
20 Họ đi rao giảng khắp nơi, trong khi Đức Chúa Trời tiếp tục làm việc cùng họ và xác nhận lời rao giảng bằng những dấu lạ và phép lạ đi kèm. Amen (nguyện cho điều đó thành sự thật).

Chúng ta đã đề cập trong các loạt bài trước rằng để thực hiện thành công mệnh lệnh này của Chúa Giê-su dành cho TẤT CẢ NHỮNG NGƯỜI TIN VÀO CHÚA KITÔ, không có chỗ cho những người lính bỏ chạy hay quay lại chiến đấu vì trận chiến đã được thắng lợi trên trời rồi. Nhiệm vụ của chúng ta là sử dụng quyền năng và thẩm quyền được ban cho chúng ta qua Đức Thánh Linh để củng cố chiến thắng đó, bởi vì kẻ thù sẽ luôn muốn vượt qua giới hạn của hắn, thăm dò xem chúng ta có thiếu hiểu biết hay không. Thật không may, rất nhiều người trong chúng ta thiếu hiểu biết về mưu kế của kẻ ác.

Chúng tôi đã nói rằng để đối đầu với loại kẻ thù này như một đội quân kỷ luật, chúng ta cần những điều sau đây như trong **A, B, C, D, E, F và G. Tôi phải nhấn mạnh rằng loạt bài này không dành cho tất cả mọi người. Chỉ một số ít người được chọn sẽ tự mình vượt qua vòng sơ tuyển bằng 7 phẩm chất này. Chúng như sau** :

A. **Sự sẵn có (Tinh thần, tâm hồn và thể xác)**
B. **Sự táo bạo**
C. **Lòng thương người**
D. **Sự quyết tâm**
E. **Tình yêu chân thành**
F. **Cơn giận dữ bùng cháy**
G. **Nạn đói lớn**

Nếu thiếu những phẩm chất này như những nguyên liệu tối thiểu, bạn sẽ không thể tiến hành một chiến dịch thành công vì tất cả các nguyên liệu trên cần được kết hợp với nhau để tạo ra loại đức tin nhỏ bé như hạt cải, có khả năng mang lại sự thay đổi, bởi vì Chúa nuôi dưỡng những người đói khát, chứ không phải những đứa trẻ lạnh lẽo hay thờ ơ, dù là trong việc chữa lành, giải thoát hay phục hồi từ bên trong lẫn bên ngoài.

Chiến lợi phẩm đã sẵn sàng để thu hoạch, nhưng chỉ cần một hạt cải, một đức tin kiên định là đủ để biến chúng thành kinh nghiệm của chúng ta. Chúng ta đang nói về linh hồn, linh hồn và nhiều linh hồn hơn nữa, cùng mọi thứ chúng ta cần với tư cách là đội quân của Đức Chúa Trời hằng sống để tiến hành một chiến dịch thành công. Chúng tôi ở đây để trang bị cho bạn những bài học từ những người đã đi trước.

Giờ hãy cùng xem phần đầu tiên của bài thuyết trình hôm nay – **Sức mạnh của Đức Thánh Linh ngự trong bạn được**

truyền tải qua lời nói vào NƯỚC và DẦU như một tác nhân cho những điều kỳ diệu – CHỮA LÀNH, GIẢI THOÁT VÀ PHỤC HỒI trong cuộc sống của bạn và những người khác – – Kèm theo là một mẫu kịch bản cầu nguyện.

Chúng ta bắt đầu với Chúa Giê-su, tác giả và người hoàn thành đức tin của chúng ta, Đấng có Đức Thánh Linh ngự trong Ngài như sau:

Giăng 9:1-7
Kinh Thánh Amplified, Phiên bản Cổ điển
9 Khi đi ngang qua, Ngài thấy một người đàn ông bị mù từ lúc mới sinh.
2 Các môn đồ hỏi Ngài: Thưa Thầy, ai đã phạm tội, người này hay cha mẹ người này, mà người ấy lại sinh ra đã bị mù?
3 Chúa Giê-su đáp: "Không phải người này hay cha mẹ người ấy phạm tội, nhưng người ấy sinh ra đã mù để cho những việc làm của Đức Chúa Trời được bày tỏ (hiển thị và minh họa) nơi người ấy."
4 Chúng ta phải làm những việc của Đấng đã sai Ta đến và phải siêng năng lo việc của Ngài khi còn ban ngày; đêm sắp đến, khi đó không ai có thể làm việc được nữa.
5 Chừng nào tôi còn ở trên đời, tôi là ánh sáng của đời.
6 Khi Ngài nói xong điều đó, Ngài nhổ nước bọt xuống đất và trộn với nước bọt của mình thành bùn, rồi bôi lên mắt người đàn ông.
7 Đức Chúa Trời phán với người ấy rằng: "Hãy đi tắm ở hồ Si-lô-am"—nghĩa là "được sai đến". Vậy người ấy đi tắm, rồi trở lại và thấy.

Nếu phép lạ này xảy ra trong thời đại chúng ta bởi bất kỳ tín đồ nào của Chúa Kitô, chúng ta sẽ nhanh chóng phán xét và nói, "có lẽ chúng ta đang dùng bùa chú. Giống như việc Chúa Giê-su bị buộc tội sau phép lạ đáng chú ý này nếu bạn đọc đến cuối chương 9 sách Giăng.

Chúa Giê-su đang chỉ cho chúng ta một nguyên tắc mà chúng ta có thể và nên áp dụng trong thời đại ngày nay bởi vì chúng ta mang Đức Thánh Linh bên trong mình, và khi chúng ta nói với bất cứ điều gì bằng quyền năng của Đức Thánh Linh ngự trị bên trong, những ý định trong lòng chúng ta sẽ thành hiện thực. Tôi sẽ trích dẫn thêm những đoạn Kinh Thánh khác để làm chứng cho sức mạnh kỳ diệu của lời nói trong việc tác động và tạo ra sự thay đổi trong những tình huống bế tắc và mục nát. Sau đó, tôi sẽ đưa ra một lời cầu nguyện đơn giản như một kịch bản mà chúng ta có thể sử dụng và điều chỉnh cho phù hợp với hoàn cảnh của riêng mình:

Châm ngôn 18:20-21
Kinh Thánh Amplified, Phiên bản Cổ điển
20 Con người sẽ được thỏa mãn bởi kết quả của lời nói mình; và phải hài lòng với hậu quả của những lời mình nói (dù tốt hay xấu).
21 Sự sống và sự chết đều ở trong quyền của lưỡi; ai lạm dụng lưỡi sẽ phải gánh chịu hậu quả của nó [là sự chết hoặc sự sống].
Châm ngôn 18:4,6,16
Kinh Thánh Amplified, Phiên bản Cổ điển
4 Lời nói của miệng người khôn ngoan và sáng suốt như dòng nước sâu thẳm [dồi dào và khó dò], và nguồn suối của sự khôn ngoan khéo léo và thánh thiện như dòng suối tuôn chảy [lấp lánh, trong lành, tinh khiết và ban sự sống].
6. Kẻ ngu dại [tự tin] hay gây tranh cãi, miệng hắn dễ bị đánh đập.
16 Tài năng của một người mở đường cho người đó và đưa người đó đến trước những người vĩ đại.
Trước khi cầu nguyện, tôi xin kết thúc bằng lời dạy của Chúa Giê-su về sức mạnh trong lời nói của chúng ta.

Mác 11:20-26
Kinh Thánh Amplified, Phiên bản Cổ điển
20 Sáng hôm sau, khi đang đi ngang qua, họ thấy cây vả đã héo rũ [hoàn toàn] đến tận gốc.
21 Phi-e-rơ nhớ lại và thưa với Đức Chúa Trời rằng: Thưa Thầy, kìa! Cây vả mà Thầy định chết đã héo khô rồi!
22 Đức Chúa Giê-su đáp lại họ rằng: Hãy luôn tin cậy Đức Chúa Trời.
23 Thật vậy, ta nói cùng các ngươi, ai nói với núi này rằng: "Hãy dời đi và ném xuống biển!" mà không hề nghi ngờ trong lòng, nhưng tin rằng điều mình nói sẽ xảy ra, thì điều đó sẽ được thực hiện cho người ấy.
24 Vì lý do này, tôi nói với các bạn rằng, bất cứ điều gì các bạn cầu xin trong lời cầu nguyện, hãy tin (tin tưởng và vững lòng) rằng điều đó sẽ được ban cho các bạn, và các bạn sẽ [nhận được].
25 Và khi nào các con đứng cầu nguyện, nếu các con có điều gì bất bình với ai, hãy tha thứ cho người ấy và bỏ qua (hãy để yên, hãy buông bỏ), để Cha các con ở trên trời cũng tha thứ cho những lỗi lầm và thiếu sót của các con và bỏ qua chúng.
26 [b] Nhưng nếu các ngươi không tha thứ, thì Cha trên trời cũng sẽ không tha thứ cho những lỗi lầm và thiếu sót của các ngươi.

Nếu bạn xem câu 23, Ngài nói "bất cứ ai nói". Điều đó bao gồm cả bạn. Câu đó không nói, "nếu bạn là người nam hoặc nữ được Chúa xức dầu". Điều kiện duy nhất là "và không hề nghi ngờ, tin rằng điều mình nói sẽ xảy ra, thì điều đó sẽ được thực hiện cho mình".

Hãy nhớ rằng, điều này xảy ra trước khi Đức Thánh Linh được ban cho. Giờ đây, bạn và tôi đều có Đức Thánh Linh ngự trong lòng. Tất cả những gì chúng ta cần làm là khơi dậy lòng Ngài. Bằng sự thờ phượng, ngợi khen, nói tiếng lạ để chúng ta được củng cố đức tin mà tuyên bố ra những lời sẽ có hiệu nghiệm.

Bây giờ chúng ta hãy bắt đầu. MẪU KINH THÁNH CẦU NGUYỆN

Đây là một ví dụ về lời cầu nguyện để đọc vào nước hoặc dầu trước khi sử dụng hoặc uống nhằm đạt được mục đích mong muốn. Hãy nhớ rằng, bạn phải hình dung rõ ràng kết quả mong muốn khi đọc những lời cầu nguyện đó vào nước và/hoặc dầu để trở thành tác nhân chữa lành, giải thoát và phục hồi. Hãy tiếp tục làm điều này cho đến khi có sự thay đổi trong hoàn cảnh hoặc tình huống.

Bắt đầu bằng lời cầu nguyện : Hỡi nước hoặc dầu, tôi hít thở hơi thở sự sống đang ngự trị bên trong tôi qua sự tuyên xưng ơn cứu rỗi bởi đức tin trong danh Chúa Giê-su Christ và quyền năng cùng sự hiện diện của Đức Thánh Linh bên trong tôi ngay lúc này. – (thổi hơi vào nước hoặc dầu bằng đức tin, hình dung kết quả mong muốn phù hợp với Kinh Thánh)

Nhờ quyền năng của Đức Thánh Linh, hãy xức dầu hoặc nước để chữa lành (nêu rõ điều bạn muốn được chữa lành), giải thoát (nêu rõ điều bạn muốn được giải thoát) và phục hồi trong danh Chúa Giê-su Christ (nêu rõ điều bạn muốn được phục hồi) – (Thổi từ tận đáy lòng, nhờ quyền năng của Đức Thánh Linh vào nước hoặc dầu – nói tiếng lạ khi được cảm hứng)
Khi tôi uống nước thánh hoặc thoa dầu thánh, nguyện xin quyền năng của sự xức dầu của Đức Thánh Linh lan tỏa khắp thân thể tôi, vào bên trong thân thể tôi và mang đến sự chữa lành trọn vẹn, sự giải thoát trọn vẹn và sự phục hồi trọn vẹn trong danh Chúa Giê-su Christ, Amen. (Hãy nêu rõ những lĩnh vực bạn cần được chữa lành, giải thoát và phục hồi).
Tôi tuyên bố sự sắp đặt thiêng liêng và sự tái cấu trúc hoàn toàn trong tâm linh, linh hồn và thân thể tôi nhân danh Chúa Giê-su Ki-tô, Amen.

Con cảm ơn Cha, con cảm ơn Chúa Giê-su, con cảm ơn Đức Thánh Linh, vì sự chữa lành hoàn toàn (chữa lành khỏi bệnh gì? Hãy nêu tên bệnh, xem kết quả chữa lành), sự giải thoát (khỏi bệnh gì? Hãy nêu tên bệnh, xem kết quả giải thoát) và sự phục hồi (khỏi điều gì? Hãy nêu tên điều gì, xem kết quả phục hồi). Amen và Amen.

PS – Hãy bắt đầu nhìn thấy kết quả – luôn luôn, hãy bắt đầu tuyên xưng kết quả – luôn luôn, hãy bắt đầu trải nghiệm kết quả và làm chứng về kết quả đó để vinh hiển Ngài và ban phước lành cho bạn trong danh Chúa Giê-su, Amen. Hãy tiếp tục lặp lại cho đến khi kết quả được hoàn thành và hãy lan truyền thông tin đến những người khác cần sự chạm đến của Chúa trong danh Chúa Giê-su, Amen.

Giờ, chúng ta hãy xem hai câu chuyện về sự giải thoát của một mục sư và một bé gái 6 tuổi như một bài học kinh nghiệm dành cho CHÍNH BẠN.

Câu chuyện 1: Tôi có nên trở thành một mục sư giải thoát tâm linh? Hành trình đến với công việc giải thoát tâm linh của tôi nhờ Frank Hammond – Sự giải thoát của một mục sư.

"Làm thế nào mà bạn lại bước vào chức vụ giải thoát?" Câu hỏi đó được hỏi tôi khá thường xuyên. Chắc chắn đó không phải là điều tôi mong muốn và tìm kiếm. Tôi thường nói với mọi người, "Nếu bạn nhìn ra ngoài mặt đất, bạn sẽ thấy những vết cày do ngón chân tôi tạo ra khi tôi bị kéo vào công việc này." Chúa không gọi tôi vào khía cạnh này của chức vụ – Ngài đã đẩy tôi vào đó! Trong Ma-thi-ơ 9:38, Chúa Giê-su bảo các môn đồ Ngài cầu nguyện rằng Chúa của mùa gặt sẽ "sai đi" những người làm công. Nghĩa đen là Ngài sẽ "đẩy" hoặc "ép buộc" những người làm công ra. Đó là cách tôi trải nghiệm "tiếng gọi". Chúa không hỏi tôi; Ngài đã nói với tôi!

Thật là một khám phá thú vị khi biết rằng Chúa Giê-su "vẫn y như vậy, hôm qua, hôm nay và mãi mãi" (Hê-bơ-rơ 13:8). Khi tôi trải nghiệm phép báp-têm trong Đức Thánh Linh, tôi nhận ra rằng phép lạ không kết thúc khi mười hai sứ đồ qua đời hoặc khi bộ kinh thánh được hoàn thành. Phép lạ vẫn còn đó cho đến ngày nay. Tôi đã đến nghe Kathryn Kuhlman giảng và chứng kiến nhiều phép lạ chữa lành trong buổi lễ đó. Đức tin của tôi được củng cố, và tôi bắt đầu nghĩ đến những người bạn cần được chữa lành.

Một vị mục sư đồng nghiệp luôn chiếm trọn trái tim tôi. Tôi muốn thấy ông ấy được chữa lành hơn bất cứ ai tôi có thể nghĩ đến. Suốt mười sáu năm, ông ấy liên tục bị đau đầu. Đó là hậu quả của một chấn thương đầu nghiêm trọng. Các bác sĩ không đưa ra được giải pháp nào. Họ đề nghị phẫu thuật não thăm dò, nhưng Fred không đồng ý với cuộc phẫu thuật nguy hiểm như vậy khi mà khả năng giúp đỡ lại rất ít. Vì đau đớn, ông ấy không thể ngủ được và thần kinh suy sụp. Ông ấy không thể học tập và chuẩn bị đầy đủ cho các bài giảng của mình. Cơn đau dai dẳng khiến ông ấy cáu kỉnh và dễ nổi nóng. Gia đình ông ấy rất căng thẳng. Các con không được phép gây ra bất kỳ tiếng động nào. Mọi thứ đều xoay quanh căn bệnh của Fred.

Tôi nói với Fred rằng tôi sẽ cầu nguyện cho anh ấy cho đến khi thấy anh ấy được chữa lành. Mỗi ngày trong suốt một tuần, tôi đều dành thời gian cầu nguyện cho anh ấy. Rồi một buổi sáng nọ, khi đang cầu nguyện, Chúa phán với tôi rằng vấn đề của Fred là do một tà linh gây ra. Liệu tôi có thực sự nghe được tiếng Chúa? Làm sao tôi có thể chia sẻ điều mặc khải này với bạn mình? Anh ấy sẽ nghĩ gì? Rốt cuộc, tôi biết gì về ma quỷ? Tôi đã nghe nhắc đến chúng vài lần ở một vài buổi họp mà tôi đã tham dự, nhưng tôi chưa bao giờ đọc bất cứ điều gì về chủ đề này. Làm sao tôi có thể chắc chắn? Tôi nên làm gì?

Cảm giác muốn chia sẻ điều mình vừa biết với Fred cứ đeo bám, ngày càng mạnh mẽ hơn. Một ngày nọ, khi chúng tôi ở bên nhau, tôi thận trọng đề cập đến vấn đề này. "Fred, tôi đã hứa sẽ cầu nguyện cho anh cho đến khi Chúa chữa lành cho anh," tôi nhắc lại. "Tôi đã cầu nguyện cho anh mỗi ngày. Hôm nọ, Chúa đã nói cho tôi biết vấn đề của anh là gì." Tôi dừng lại để chờ phản ứng của Fred. Tôi đã thu hút được sự chú ý của anh ấy. "Tạ ơn Chúa," anh ấy nói, "Chúa đã nói gì với em?" "Giờ thì, Fred, tôi không biết anh sẽ nghĩ gì về điều này," tôi nói, lựa chọn từ ngữ cẩn thận nhất có thể, "nhưng Chúa đã nói với tôi rằng những cơn đau đầu của anh là do một con quỷ gây ra." Tôi nín thở khi quan sát khuôn mặt anh ấy để xem phản ứng. Tôi không ngờ rằng Fred lại hiểu biết về ma quỷ hơn tôi. Anh ấy đón nhận điều đó một cách bình thản. "Tạ ơn Chúa!" anh ấy reo lên, thậm chí có vẻ vui mừng. "Kinh Thánh chẳng nói rằng ma quỷ có thể bị đuổi ra sao? Tôi muốn em đuổi nó ra khỏi tôi."

"Khoan đã," tôi phản đối. "Tôi không biết gì về việc trừ tà, nhưng tôi nghĩ mình có thể tìm được người biết cách làm việc đó. Hãy cho tôi vài ngày để cầu nguyện xem ai có thể giúp anh. Tôi sẽ báo cho anh biết ngay khi tìm được người phù hợp."

Tôi liền cầu nguyện, xin Chúa dẫn dắt tôi đến gặp một người truyền giảng về sự giải thoát. Chúa phán: "Con hãy làm điều đó." Vì vậy, tôi lại cầu nguyện. Tôi cẩn thận giải thích với Chúa rằng tôi không đủ tư cách như thế nào. Chắc hẳn tôi đã nói những lời bào chữa tệ hơn cả Môi-se tại bụi cây cháy để biện minh cho việc tại sao ông không thể dẫn dân mình ra khỏi Ai Cập. Chúa không cho tôi lựa chọn nào khác. Tôi phải thực hiện chức vụ này.

Nhiều suy nghĩ bắt đầu xoay vần trong đầu tôi. Điều gì sẽ xảy ra nếu tôi tấn công trực diện vào các linh hồn ma quỷ? Chúng sẽ không coi tôi là mục tiêu đặc biệt sao? Chắc chắn tôi sẽ gặp rắc rối lớn. Viễn cảnh đó thật đáng sợ.

Một tuần sau, tôi lại nói chuyện với Fred. Tôi kể cho anh ấy nghe kết quả của những lời cầu nguyện. Có vẻ không hợp lý khi tôi lại là người an ủi anh ấy, nhưng anh ấy hoàn toàn sẵn lòng hợp tác. Chúng tôi đồng ý sẽ cầu nguyện thêm một tuần nữa và nghiên cứu những gì Kinh Thánh nói về vấn đề này. Sau đó, chúng tôi và vợ mình sẽ gặp nhau và xem điều gì sẽ xảy ra.

Ngày mà chúng tôi dự định thực hiện mục vụ cũng đến. Fred và vợ anh ấy sẽ đến nhà chúng tôi ăn tối, sau đó chúng tôi sẽ đến nhà thờ để tham dự buổi cầu nguyện – hoặc bất cứ hoạt động nào khác. Tôi khá vui vì hôm đó chúng tôi bận rộn. Việc phải đi công tác xa là cần thiết. Chúng tôi về nhà khoảng hai tiếng trước khi Fred và vợ anh ấy đến. Trước cửa nhà tôi có một cuốn sách nhỏ, được giữ chặt bằng một hòn đá. Một người bạn đã đi ngang qua thị trấn và không thấy tôi ở nhà nên đã để lại cuốn sách nhỏ đó cho tôi. Tôi gần như không thể tin vào mắt mình khi đọc tiêu đề – *"Giới thiệu về việc trừ tà"* của Derek Prince. Bạn tôi không hề biết về mục vụ sắp diễn ra. Thời điểm thật hoàn hảo. Chắc chắn là do Chúa!

Chỉ trong vài phút, tôi đã đọc ngấu nghiến hết nội dung cuốn sách nhỏ. Nó rất thiết thực và chứa đầy thông tin hữu ích. Chúng tôi có thể dự đoán được một số biểu hiện nào đó khi con quỷ xuất hiện. Ít nhất thì tôi cũng cảm thấy tự tin hơn một chút về toàn bộ vấn đề. Khi Fred đến, tôi đã bảo anh ấy và vợ anh ấy đọc cuốn sách nhỏ trước khi chúng tôi bắt đầu buổi lễ.

Chúng tôi đã dành một thời gian cầu nguyện trước khi thách thức con quỷ. Và lúc đó tôi chỉ nghĩ đến một con quỷ duy nhất. Sự hiểu biết của tôi không hơn thế. Fred vẫn đang quỳ gối khi tôi đề nghị chúng tôi bắt đầu đối phó với con quỷ. Vợ chồng tôi đặt tay lên đầu anh ấy và cả hai cùng nói: "Tôi ra lệnh cho con quỷ phải ra khỏi người này nhân danh Chúa Giê-su." Sau khi tôi ra lệnh và vợ tôi lặp lại, chúng tôi chờ xem điều gì sẽ xảy ra. Cuối cùng, tôi hỏi: "Anh có cảm thấy gì không, Fred? Anh có nghĩ là có chuyện gì xảy ra không?" Fred lắc đầu, anh ấy không cảm nhận được gì cả. Chúng tôi đã bàn bạc ngắn gọn và quyết định thử lại.

Mệnh lệnh được lặp lại thêm vài lần nữa. Chuyện gì đang xảy ra với Fred vậy? Mặt anh ta méo mó! Anh ta cố gắng nói, nhưng không thể thốt ra lời nào. Anh ta dường như đang nghẹn thở. Lúc này không thể lơ là được nữa. Chúng tôi tiếp tục ra lệnh cho con quỷ ra khỏi người anh ta. Fred bắt đầu ho dữ dội. Điều này kéo dài khoảng một phút. Sau đó, anh ta gục xuống sàn và nằm bất động. "Nó ra rồi à, Fred?" tôi hỏi. "Tôi nghĩ vậy," anh ta thì thầm. Anh ta hầu như không thể nói được. "Tôi yếu quá, không thể đứng dậy được," anh ta giải thích. Chúng tôi cầu nguyện cho Fred và cảm ơn Chúa vì đã giải thoát cho anh ta. Phải mất ít nhất năm phút Fred mới có thể ngồi dậy được.

Vợ của Fred đã ngồi cầu nguyện suốt thời gian đó. Giờ tôi nghe thấy bà ấy hát khe khẽ. Tôi nhận ra giai điệu quen thuộc của một bài thánh ca… "Ân điển tuyệt vời". Tôi nghĩ mình sẽ cùng hát với bà ấy, và khi lắng nghe để nghe rõ lời bài hát, tôi nhận ra bà ấy đang hát bằng tiếng lạ. Vài tuần trước, tôi đã cầu nguyện cho bà ấy nhận được phép báp-têm trong Đức Thánh Linh, và bà ấy chỉ có thể nói được một câu ngắn bằng tiếng lạ. Giờ đây, bà ấy hát một cách hoàn toàn tự do. Bốn chúng tôi đều vui mừng khôn xiết.

Một tuần sau, tôi gặp lại Fred. Tôi rất muốn biết tình hình đau đầu của anh ấy. Tôi tin chắc anh ấy sẽ nói rằng nó đã khỏi hoàn toàn. "Frank, tôi không biết phải làm sao," Fred bắt đầu, "nhưng tôi vẫn bị đau đầu. Nó không hề đỡ hơn chút nào." Cảm giác thất vọng dâng trào trong tôi. Làm sao một sứ mệnh lại có thể kịch tính đến vậy mà lại không hiệu quả? Cả hai chúng tôi đều bối rối.

Fred nói với tôi rằng anh ấy đã nhận lời mời làm mục sư cho một nhà thờ ở tiểu bang khác. Anh ấy sẽ chuyển đi ngay lập tức. Sáu tháng sau chúng tôi mới gặp lại anh ấy. Trong một chuyến đi, chúng tôi đã đi ngang qua nơi làm việc mới của anh ấy, vì vậy chúng tôi đã lái xe thêm vài dặm để đến thăm và ngủ lại qua đêm. Tối hôm đó, khi cùng nhau cầu nguyện, chúng tôi quyết định nên giúp đỡ Fred một lần nữa. Trong những tháng qua, chúng tôi đã học được nhiều điều hơn về ma quỷ. Có thể có nhiều hơn một con. Có lẽ chúng tôi chưa bắt được con gây ra vấn đề. Chúng tôi sẽ kiên trì hơn.

Chúng tôi bảo Fred ngồi vào ghế trong khi chúng tôi vây quanh anh ấy. Anh ấy rất hợp tác. Anh ấy sẵn sàng làm bất cứ điều gì mang lại tia hy vọng thoát khỏi cơn đau dai dẳng đang hành hạ anh ấy. Lúc này, chúng tôi không biết cách phân biệt các loại linh hồn khác nhau và chưa bao giờ nhận được bất kỳ sự soi sáng siêu nhiên nào về các ác quỷ cụ thể. Vì vậy, chúng tôi ra lệnh chung cho bất kỳ ác quỷ nào đang ở trong anh ấy hãy ra ngoài. Mỗi lần chúng tôi ra lệnh, Fred lại ho dữ dội. Anh ấy cảm thấy có áp lực ở cổ họng, và cơn ho sẽ làm dịu đi. Điều này xảy ra khoảng sáu lần. "Cơn đau đầu của anh đã hết chưa?" tôi hỏi. "Chưa, nó đau hơn bao giờ hết," Fred giải thích. Chúng tôi có thể nhận ra vẫn còn thứ gì đó bên trong Fred. Tôi nhớ lại đã từng nghe một cuốn băng về việc giải thoát khỏi ác quỷ, trong đó vị mục sư ra lệnh cho các ác quỷ tự xưng tên. Chúng tôi quyết định nên thử cách này.

"Tên ngươi là gì?" Tôi gặng hỏi con quỷ mà tôi chắc chắn vẫn còn ở trong Fred. "Nhân danh Chúa Giê-su, ta ra lệnh cho ngươi nói cho ta biết tên ngươi." Khuôn mặt hắn bắt đầu biến dạng y như lúc bắt đầu nghi lễ. Chúng tôi tiếp tục ra lệnh cho nó tự xưng tên. Môi Fred chu ra và miệng hắn méo mó thành một tiếng gầm gừ. Rất chậm rãi và bằng một giọng nói gần như không thể nghe thấy, chỉ có một từ được thốt ra – "Đau… đau".

Nghe có vẻ đơn giản quá. Sao chúng ta không nghĩ ra sớm hơn nhỉ? *"Quỷ dữ của sự đau đớn*, hãy ra khỏi Fred!" Chúng tôi nài nỉ. "Nhân danh Chúa Giê-su, hãy ra khỏi anh ấy!" Vợ của Fred chắc hẳn đã cảm nhận được điều sắp xảy ra. Bà chộp lấy một tờ báo trên bàn cà phê và ném xuống sàn giữa hai chân Fred. Ngay lập tức Fred ho và nôn ra hai cục đờm lớn lên tờ báo. Con quỷ đã ra! Và cơn đau cũng biến mất! Gần năm năm đã trôi qua và Fred vẫn được chữa lành. Chúa đã đáp lời cầu nguyện của chúng ta!

Câu chuyện 2) Ida Mae mô tả một cuộc giải cứu đầy kịch tính cho một đứa trẻ 6 tuổi mắc chứng tâm thần phân liệt và bị nhiều thế lực tà ác khác khống chế.

Trường hợp giải thoát khỏi ma quỷ gây ấn tượng mạnh nhất mà tôi (Ida Mae) từng chứng kiến là của một bé gái sáu tuổi. Chúng ta sẽ gọi cô bé là Mary. Cha của Mary đến gặp chúng tôi để được giải thoát khỏi ma quỷ. Trong cuộc phỏng vấn, ông ấy kể về những khó khăn trong việc nuôi dạy con gái. Ông và vợ đã ly hôn và ông đang nuôi nấng cô bé. Ông nói rằng cô bé rất khó bảo, bướng bỉnh, ngang ngược và nổi loạn. Ông rất lo lắng vì tính cách của cô bé khiến ông dễ nổi giận và thường trừng phạt cô bé quá nặng. Chúng tôi nói với ông rằng cô bé cần được giải thoát khỏi ma quỷ nhiều như ông, thậm chí còn hơn thế nữa, và khuyên ông nên đưa cô bé đến gặp chúng tôi.

Vài ngày sau, Mary đến thẳng nhà chúng tôi từ trường. Tôi cần phải nói thêm rằng, khi tôi đang làm quen với cô bé và giải thích rằng tôi muốn cầu nguyện cho cô bé, cô bé đã uống gần hết nửa bình nước cam. Cô bé rất hiếu động, nhảy lên nhảy xuống ghế nhà thờ, hoàn toàn không thể ngồi yên trong khi chúng tôi trò chuyện vì quá bồn chồn.

Tôi nói, "Mary, cha con nói với ta rằng con biết có những linh hồn xấu xa." Mắt cô bé mở to và bắt đầu kể cho tôi nghe rất nghiêm túc rằng mỗi đêm cô bé đều phải chắc chắn rằng tất cả các cửa đều được khóa trước khi đi ngủ. Khi thức dậy giữa đêm để lấy nước uống hoặc đi vệ sinh, cô bé đều sợ hãi và phải tự mình biết chắc chắn rằng tất cả các cửa đều được khóa an toàn. Tôi nói, "Đúng vậy, đó là nỗi sợ hãi, Mary. Con có những con quỷ của nỗi sợ hãi trong người. Chúng khiến con sợ hãi và ta muốn cầu nguyện cho con và đuổi chúng ra khỏi người con. Chúng đã xâm nhập vào con và khi ta cầu nguyện, chúng sẽ ra khỏi miệng con và biến mất." Cô bé đón nhận lời tôi với niềm tin đơn giản, ngây thơ như trẻ con.

Tôi bảo cô ấy đến ngồi trên băng ghế bên cạnh tôi trong khi tôi cầu nguyện. Cô ấy làm theo, nhưng cô ấy quá bồn chồn đến nỗi tôi phải bế cô ấy lên lòng để giữ cô ấy ở gần mình. Cô ấy ngồi trên lòng tôi, lưng quay về phía tôi. Tôi bắt đầu cầu nguyện với đức tin và lòng tin tưởng rằng Chúa Giê-su sẽ giải thoát cho cô ấy. Chúa Thánh Thần đã nói rõ với tôi rằng hãy giữ giọng nói thật nhỏ… nhỏ hơn cả giọng nói chuyện bình thường. Đồng thời, hãy coi mọi lời nói phát ra từ miệng của Mary sau này đều là lời nói của ma quỷ hoặc do ma quỷ xúi giục.

Rồi tôi bắt đầu nói chuyện với các ác quỷ. Tôi nói: "Này, hỡi các ác quỷ đang ngự trong thân thể của Đức Mẹ Maria, ta muốn các ngươi biết rằng Đức Mẹ Maria được bao phủ bởi huyết của Chúa Giê-su nhờ mối quan hệ của cha nàng với Chúa Giê-su. Cũng như người cha trong thời Môi-se rắc huyết lên khung cửa để bảo vệ toàn bộ gia đình, thì Đức Mẹ Maria cũng được bao phủ bởi huyết ấy. Hỡi các ác quỷ, ta cũng muốn các ngươi biết rằng cha của Đức Mẹ Maria đã nghe và chấp nhận lẽ thật trong Lời Chúa về các ngươi, hỡi các linh hồn ác quỷ. Giờ đây, ông ấy biết rằng chính các ngươi chứ không phải Đức Mẹ Maria là người mà ông ấy đã chiến đấu chống lại.”

Tôi nhận ra Mary đang thì thầm và nghiêng người lại để xem có nghe rõ cô ấy nói gì không. Cô ấy thì thầm, “Tôi không thích những gì ông đang nói.” Tôi đáp lại, “Ta biết các ngươi không thích điều đó, lũ quỷ, bởi vì ta đang vạch trần các ngươi và ta biết rõ về các ngươi. Mary đã bị các ngươi hành hạ từ trước khi cô ấy được sinh ra. Khi cô ấy còn trong bụng mẹ, một số ngươi đã nhập vào cô ấy. Nhưng Chúa đã phán rằng các ngươi không thể ở trong thân thể cô ấy nữa.” Một lần nữa, con quỷ trong Mary bắt đầu thì thầm. Lần này, với giọng nói cứng đờ và đầy thách thức, chúng phản đối, “Ta… không… thích… những gì… những gì…” “Ngươi… đang… nói gì vậy!” Tôi cẩn thận giữ giọng thật nhỏ khi đáp lại, “Mọi chuyện sẽ không khá hơn cho ngươi đâu, con quỷ, mà còn tệ hơn nữa vì ngươi sẽ bị đuổi ra khỏi người cô ấy hôm nay. Ngươi sẽ mất nhà của mình.” Nghe vậy, con quỷ hét lên và lại phản bác, “Ta không thích những gì ngươi đang nói; im miệng đi!” Tôi đáp lại, “Không, ta sẽ không im miệng mà sẽ tiếp tục nói cho đến khi ngươi ra khỏi người cô ấy.”

Tôi tiếp tục nói chuyện với lũ quỷ một cách nhẹ nhàng. “Giờ thì, từng con một, lũ quỷ hãy bắt đầu hiện hình đi, nhân danh Chúa Giê-su.” Ngay lập tức, Mary bắt đầu thì thầm, “Ngài không yêu con; nếu yêu con thì Ngài đã không ôm con như thế này.” Tôi đáp, “Phải rồi, con quỷ của sự từ chối, ngươi đã ngăn cản cô ấy khỏi các mối quan hệ tình yêu. Ngươi khiến cô ấy nghĩ rằng không ai yêu cô ấy. Ngươi thậm chí còn khiến cô ấy nghĩ rằng Chúa không yêu cô ấy. Ngươi sẽ phải ra khỏi người cô ấy, con quỷ của sự từ chối, nhân danh Chúa Giê-su.” Từng con một, lũ quỷ bắt đầu hiện hình. Chúng xuất hiện nhanh đến nỗi tôi thường chỉ kịp gọi tên một con thì con khác đã trồi lên mặt đất.

Những con quỷ khiến Mary vùng vẫy để thoát khỏi lòng tôi, mặc dù tôi vẫn có thể giữ cô bé khá lỏng lẻo trong vòng tay. Cuối cùng, tôi phải dùng cách kẹp một chân của cô bé giữa hai chân mình, giữ cô bé lại.
Tôi dùng kìm kẹp và giữ chặt lấy cô ta. Con quỷ của sự thù hận dí sát mặt vào mặt tôi, mũi chúng tôi chạm nhau và hét lên, "Ta ghét ngươi." Vẫn nói nhỏ nhẹ, tôi hướng về phía con quỷ, "Ra đây đi, con quỷ của sự thù hận." Cô ta bắt đầu hét lên, "Ta muốn một con dao, ta muốn một…"
"Dao." Tôi hỏi. "Ngươi muốn gì với con dao?" Con quỷ nghiến răng Mary và nói, "Vậy thì…" "Ta có thể giết ngươi." "Được rồi, tên quỷ sát nhân kia," tôi ra lệnh, "hãy ra đây nhân danh Chúa Giê-su."
Tiếp theo, Mary đứng dậy, ưỡn ngực, chống tay lên hông và đáp trả, "Không ai được phép bảo tôi phải làm gì!" Tôi nói, "Sự bất phục tùng, hãy lộ diện đi!"

Giọng nói của con quỷ tiếp theo lên tiếng, thay đổi rõ rệt. Nó nói: "Ta chỉ làm những gì ta muốn." Tôi nói: "Cái tôi ích kỷ, hãy ra đây." Rồi giọng nói lại thay đổi. "Ngươi sẽ không bao giờ bắt được ta ra", giọng nói mới vang lên. "Sự cứng đầu, ngươi cũng phải ra đây", tôi khăng khăng. Mary liền giơ hai tay lên như móng vuốt và lao vào mặt tôi; mắt cô trợn trừng và cô hét lên. Tôi nói: "Sự điên rồ, ngươi hãy ra khỏi Mary nhân danh Chúa Giê-su." Cô bắt đầu cào tóc và lắc đầu dữ dội. Tôi nói: "Bệnh tâm thần và sự điên loạn, hãy ra đây." Tiếp theo, tôi gọi linh hồn của bệnh tâm thần phân liệt. "Hỡi những con quỷ của bệnh tâm thần phân liệt, ta gọi tay các ngươi. Các ngươi hãy mang ra hai nhân cách đối lập mà các ngươi đang thiết lập trong cô ấy. Một trong số các ngươi bắt nguồn từ sự chối bỏ và tự thương hại, và nhân cách kia bắt nguồn từ sự nổi loạn và cay đắng. Không một nhân cách nào trong số đó là Mary thật sự. Ta giải phóng và cho phép Mary thật sự trở thành người mà Chúa Giê-su muốn cô ấy trở thành." Rồi bà ta cào cấu tôi dữ dội, làm xước tay tôi, và lao tới cắn rách áo tôi. Khi bà ta nhấc được một phần áo tôi lên bằng răng, bà ta trông rất giật mình như thể mong đợi tôi tát vào mặt bà ta. Tôi có thể nhận ra đó là Mary thật sự đang giật mình. Tôi nói với lũ quỷ: "Không, lũ quỷ, ta sẽ không làm hại Mary vì đã làm hỏng áo của ta, bởi vì ta có thể tách bà ấy ra khỏi các ngươi. Mary đã phải chịu hình phạt trên thân xác quá lâu vì những điều các ngươi đã làm thông qua bà ấy. Còn các ngươi, lũ quỷ, hầu như không bị ảnh hưởng gì cả."

Hôm nay thì khác; lũ quỷ các ngươi phải chịu hình phạt còn Mary thì được tự do." Mary thoáng thấy nhẹ nhõm, rồi những con quỷ khác bắt đầu hiện hình.

Cuối cùng, sau khoảng hai mươi hoặc ba mươi phút thực hiện nghi thức giải thoát này, Mary bắt đầu la hét liên tục và cầu xin được thả ra. Cô ấy nói, "Đừng giữ chân tôi! Đừng giữ chân tôi!" Đức Thánh Linh cho tôi hiểu rằng xác thịt của cô ấy lúc này đang bị kích động và tôi nên thả cô ấy ra và để cô ấy ngồi trên ghế bên cạnh tôi. Tôi nói với cô ấy, "Mary, tôi sẽ để cô ngồi trên ghế.

"Được chứ?" Cô bé khóc thầm và nói, "Con không thích bố ôm con như thế." Tôi nói, "Ừ, bố xin lỗi vì phải ôm con chặt như vậy, nhưng lũ quỷ xấu xa đã khiến con chống cự." Tôi luôn cẩn thận đổ lỗi cho lũ quỷ. Với vẻ ngây thơ của mình, cô bé dường như rất vui vì cuối cùng chúng cũng phải chịu trách nhiệm thay vì chính cô bé.
Mary ngồi cạnh tôi một lúc, rất tĩnh lặng và thư thái. Chúa Thánh Thần bảo tôi rằng tôi nên nhanh chóng ra lệnh cho những con quỷ còn lại phải ra khỏi người cô ấy. Tôi nói: "Giờ đây, nhân danh Chúa Giê-su, tôi ra lệnh cho tất cả các linh hồn quỷ còn lại trong Mary phải ra khỏi người cô ấy. Hãy ra khỏi người cô ấy ngay bây giờ, nhân danh Chúa Giê-su!"

Ngay lập tức Mary cảm thấy buồn nôn và trước khi tôi kịp lấy khăn giấy, con bé đã nôn ra một cục chất nhầy lớn. Chất nhầy dính đầy hai bàn tay nhỏ bé của con bé và cả tay tôi. Con bé ngước nhìn lên và mỉm cười yếu ớt, rồi dường như trở nên bình yên hoàn toàn.
Hãy nhớ rằng, ở đầu bài viết này tôi đã nói rằng Mary đang uống một bình giữ nhiệt nước cam khi đến làm nhiệm vụ. Không có một chút nước cam nào trong thứ mà cô ấy nôn ra. Chất nhầy cũng không hề đến từ dạ dày của cô ấy.

Chúng tôi ngồi đó và nói chuyện khoảng mười lăm phút. Mary ngồi im lặng và thư giãn, trái ngược với tính khí hiếu động mà cô ấy thể hiện trước đó.

Cha cô vô cùng kinh ngạc. Ông đã chứng kiến cảnh giải cứu đầy bão tố với những cảm xúc lẫn lộn và khó hiểu. Không quen thuộc với những hiện thân của ma quỷ, và không thể phân biệt được nhiều giọng nói khác nhau của chúng như đôi tai tinh tường của tôi, cha của Mary nghĩ rằng Mary thật sự đang bị đối xử khá thô bạo và nói rằng ông chỉ có thể cố gắng hết sức để không can thiệp.
Mặc dù tôi chưa gặp lại Mary kể từ khi cô ấy được giải thoát, nhưng tôi đã nhận được một số phản hồi tốt đẹp. Hầu hết đều nói, "Cô ấy khác hẳn." "Cô ấy không còn giống như trước nữa." "Tôi có thể ôm cô ấy và cô ấy đáp lại tình yêu thương." "Bạn sẽ không thể nào…"
Tôi tin rằng cô ấy vẫn là cô gái đó."

Tôi rưng rưng nước mắt ngay cả khi đang viết những dòng này. Cô ấy là người duy nhất khiến tôi rơi nước mắt. Cuộc chiến tranh thật khốc liệt và nền hòa bình sau đó thật tươi đẹp. Tôi không thể kìm được nước mắt. Vinh quang thuộc về Chúa!

Lời cầu nguyện ngắn để tự giải thoát.

"Lạy Chúa Giê-su Christ, con tin rằng Ngài đã chết trên thập tự giá vì tội lỗi con và sống lại từ cõi chết. Ngài đã chuộc con bằng huyết của Ngài và con thuộc về Ngài, và con muốn sống cho Ngài. Con xưng tội tất cả mọi tội lỗi của con—cả những tội lỗi đã biết và chưa biết—con xin lỗi vì tất cả. Con từ bỏ tất cả. Con tha thứ cho tất cả mọi người như con muốn Ngài tha thứ cho con. Xin tha thứ cho con ngay bây giờ và thanh tẩy con bằng huyết của Ngài. Con cảm tạ Ngài vì huyết của Chúa Giê-su Christ đã thanh tẩy con khỏi mọi tội lỗi. Và con đến với Ngài ngay bây giờ với tư cách là Đấng giải cứu con. Ngài biết những nhu cầu đặc biệt của con—điều trói buộc, hành hạ, làm ô uế; tà linh đó, tà linh đó—con tuyên xưng lời hứa trong Lời Ngài, "Ai kêu cầu danh Chúa sẽ được giải cứu." Con kêu cầu Ngài ngay bây giờ. Nhân danh Chúa Giê-su Christ, xin giải cứu con và trả tự do cho con. Sa-tan, con từ bỏ ngươi và tất cả những việc làm của ngươi. Con lìa bỏ ngươi, nhân danh Chúa Giê-su, và con truyền lệnh cho ngươi hãy rời khỏi con ngay bây giờ, nhân danh Chúa Giê-su. Amen!"

Hãy để tình yêu xuất phát từ trái tim bạn và bạn sẽ thấy được sự cứu rỗi của Chúa!

Bạn đang bị ốm hay cần phục hồi sức khỏe?

Đối với những ai đang ốm đau hoặc không khỏe mạnh dưới bất kỳ hình thức nào, hoặc cần được giải thoát hay phục hồi, vui lòng chạm vào dấu chấm bên dưới với đức tin (Đức tin là nhìn thấy kết quả tích cực chính xác của tình trạng hiện tại của bạn, biết rằng Chúa Giê-su đã làm phần việc của Ngài hơn 2000 năm trước để bảo đảm sự chữa lành và giải thoát, phục hồi cho bạn như một khoản đặt cọc, tin tưởng rằng khoản đặt cọc đó luôn sẵn có để bạn sử dụng, giống như số dư dương trong tài khoản séc của bạn tại ngân hàng, không cần hỏi thêm gì nữa khi

chúng tôi đồng ý với bạn và tuyên bố HÃY ĐƯỢC CHỮA LÀNH trong danh của Chúa Giê-su Christ, Amen).

Nhờ quyền năng mà Ngài đã ban cho con và cho họ, giờ đây con thi hành quyền năng ấy trong đức tin, với sự giận dữ của họ đối với kẻ thù và khát khao nhận được những gì Ngài đã ban cho họ cách rộng rãi. Con nguyền rủa mọi bệnh tật, mọi tai ương, dù là ung thư, COVID-19, dù là tà linh gây suy nhược, dù là sự chiếm hữu hay áp bức của ma quỷ, dù là tà linh nghèo đói, những thất bại, sự chậm trễ trong việc hoàn thành những gì Đức Chúa Trời đã định và ban cho. Chúng con chống lại sự bất thường, con trói buộc chúng, chúng con nguyền rủa chúng tận gốc rễ và chúng con đuổi chúng ra bằng quyền năng trong danh Chúa Giê-su Christ. Amen. Chúng con cầu xin sự chữa lành, giải thoát và phục hồi vào cuộc sống của họ trong danh quyền năng của Chúa Giê-su Christ. Cảm ơn Chúa vì những lời chứng đang trường tồn để tôn vinh, kính trọng và thờ phượng Ngài. Cảm ơn Ngài vì những linh hồn đang được thêm vào vương quốc của Ngài nhờ thông điệp này, những phép lạ mà chúng con đang thấy ngay bây giờ và đang biểu hiện để tôn vinh Ngài trong danh Chúa Giê-su, Amen. Đã xong! Hãy vui mừng!

Hãy chạm vào điểm được đánh dấu này và tuyên xưng bằng miệng rằng: TÔI ĐÃ ĐƯỢC CHỮA LÀNH, TÔI ĐÃ ĐƯỢC GIẢI THOÁT và TÔI ĐÃ ĐƯỢC PHỤC HỒI trong tâm linh, linh hồn, thân thể và khắp mọi nơi trong danh Chúa Giê-su Ki-tô, Amen!!!

Hãy bắt đầu làm những việc mà trước đây bạn không thể làm và hãy bắt đầu xưng tội cho đến khi sự chữa lành trọn vẹn, sự giải thoát và phục hồi trở thành hoa trái trong cuộc đời bạn, nhân danh Chúa Giê-su, Amen. Hãy luôn khao khát trọn vẹn mọi điều thuộc về Chúa, hãy

luôn giận dữ và giành lại tất cả những gì kẻ thù đã giữ lại, nhân danh Chúa Giê-su, Amen.

Lưu ý:
Hãy làm chứng về sự chữa lành để vinh hiển Chúa và làm cho kẻ thù phải xấu hổ! Hãy gửi email hoặc nhắn tin qua WhatsApp cho chúng tôi nếu bạn vẫn cần chúng tôi xác nhận lại vấn đề. Và hãy kết nối trong chuỗi bài giảng trang bị bắt đầu vào thứ Năm tuần sau. Thông tin chi tiết sẽ sớm có trên trang web của chúng tôi!

Những Chiến Công Vĩ Đại - 1 – Chương 9 - Tìm hiểu cách thức từ những bậc thầy trong Phần 8

Ý chí và quyền tối cao của Chúa ở đâu trong tất cả những lời bàn về TỰ DO này? Tại sao không phải tất cả những người chúng ta cầu nguyện đều được CHỮA LÀNH, GIẢI THOÁT hoặc PHỤC HỒI? Tại sao một số trường hợp lại diễn ra DẦN DẦN hoặc KHÔNG HOÀN TOÀN? Những trở ngại nào cản trở việc CHỮA LÀNH, GIẢI THOÁT và PHỤC HỒI? Và một số điều nên làm và không nên làm + Một (1) câu chuyện để chứng minh tiêu đề này và phá vỡ sự kìm kẹp của tinh thần sợ hãi bởi Anh Robert Schambach – Phần 8 + Kịch bản Tự giải thoát và lời cầu nguyện hiệp nhất để Chữa lành, Giải thoát và Phục hồi

Các bạn thân mến, hôm nay, chúng tôi mang đến cho các bạn phần 8 trong loạt bài về chủ đề "Đủ rồi, chấm dứt sự giam cầm và chào đón sự tự do trong Chúa Kitô". Đức tin đến từ sự nghe, và sự nghe đến từ lời của Đức Chúa Trời – Rô-ma 10:17. Phần 8 này có thể là rào cản cuối cùng ngăn cản ai đó nhận được sự chữa lành cho bản thân và người khác ngay hôm nay. Đây là ngày của một khởi đầu mới của sự tự do. Vì vậy, hãy ở lại với tôi, đội quân của Đức Chúa Trời hằng sống. Đây là một loạt bài trang bị.

Chúa Giê-su đã ám chỉ rằng Sa-tan là kẻ trộm, một kẻ cai quản hà khắc và tàn phá. Hãy đọc điều này.

Giăng 10:10
Kinh Thánh Amplified, Phiên bản Cổ điển
10 Kẻ trộm chỉ đến để ăn cắp, giết hại và phá hoại. Ta đến để họ có được sự sống và hưởng thụ sự sống dồi dào (đến mức tràn đầy).
Để đối phó với kẻ thù này, Chúa Giê-su đã truyền dạy cho tất cả những người tin Ngài như sau:

Mác 16:16-20
Kinh Thánh Amplified, Phiên bản Cổ điển
16 Ai tin [ai tuân giữ, tin cậy và trông cậy vào Phúc Âm và Đấng được rao giảng trong đó] và chịu phép báp-têm sẽ được cứu [[a] khỏi hình phạt tử hình đời đời]; nhưng ai không tin [ai không tuân giữ, tin cậy và trông cậy vào Phúc Âm và Đấng được rao giảng trong đó] sẽ bị kết án.
17 Những dấu hiệu chứng thực này sẽ đi kèm với những người tin : nhân danh Ta, họ sẽ đuổi quỷ; họ sẽ nói những thứ tiếng mới;
18 Họ sẽ cầm rắn; và nếu họ uống bất cứ thứ gì độc hại, nó cũng sẽ không làm hại họ; họ sẽ đặt tay trên người bệnh, và người bệnh sẽ được lành bệnh.
19 Vậy, sau khi nói chuyện với họ xong, Chúa Giê-su được cất lên trời và ngồi bên hữu Đức Chúa Trời.
20 Họ đi rao giảng khắp nơi, trong khi Đức Chúa Trời tiếp tục làm việc cùng họ và xác nhận lời rao giảng bằng những dấu lạ và phép lạ đi kèm. Amen (nguyện cho điều đó thành sự thật).

Chúng tôi đã đề cập trong các loạt bài trước rằng để thực hiện thành công mệnh lệnh này của Chúa Giê-su dành cho TẤT CẢ CÁC TÍN HỮU, để đối đầu với loại kẻ thù này như một đội quân kỷ luật, sẵn sàng phục tùng mệnh lệnh của

Tổng tư lệnh, chúng ta cần những điều sau đây như trong **A, B, C, D, E, F và G. Tôi phải nhấn mạnh rằng loạt bài này không dành cho tất cả mọi người. Chỉ một số ít người được chọn sẽ tự mình đủ điều kiện tham gia bằng 7 phẩm chất này. Chúng như sau :**

A. **Sự sẵn có (Tinh thần, tâm hồn và thể xác)**
B. **Sự táo bạo**
C. **Lòng thương người**
D. **Sự quyết tâm**
E. **Tình yêu chân thành**
F. **Cơn giận dữ bùng cháy**
G. **Nạn đói lớn**

Nếu thiếu những phẩm chất này như những nguyên liệu tối thiểu, bạn sẽ không thể tiến hành một chiến dịch thành công vì tất cả các nguyên liệu trên cần được kết hợp với nhau để tạo ra loại đức tin nhỏ bé như hạt cải, có khả năng mang lại sự thay đổi, bởi vì Chúa nuôi dưỡng những người đói khát, chứ không phải những đứa trẻ lạnh lẽo hay thờ ơ, dù là trong việc chữa lành, giải thoát hay phục hồi từ bên trong lẫn bên ngoài.
Chiến lợi phẩm đã sẵn sàng để thu hoạch, nhưng chỉ cần một hạt cải, một đức tin kiên định là đủ để biến chúng thành kinh nghiệm của chúng ta. Chúng ta đang nói về linh hồn, linh hồn và nhiều linh hồn hơn nữa, và tất cả những gì chúng ta cần với tư cách là đội quân của Đức Chúa Trời hằng sống để tiến hành một chiến dịch thành công. Chúng tôi ở đây để trang bị cho bạn những bài học từ những người đã đi trước.

Hôm nay, trong phần 8, chúng ta sẽ cùng tìm hiểu một số câu hỏi quan trọng thường xuyên xuất hiện trong tâm trí người tin Chúa, và những câu hỏi đó thường trở thành rào cản khiến chúng ta không thể đón nhận những gì Chúa đã ban cho chúng ta cách rộng rãi. Đặc biệt là khi chúng ta đã làm mọi điều có thể mà sự tự do vẫn lẩn tránh chúng ta như một tai họa.

Những câu hỏi này là gì?

Ý chí và quyền tối cao của Chúa ở đâu trong tất cả những lời bàn luận về TỰ DO này? Tại sao không phải tất cả những người chúng ta cầu nguyện đều được CHỮA LÀNH, GIẢI THOÁT hoặc PHỤC HỒI? Tại sao một số trường hợp lại diễn ra DẦN DẦN hoặc KHÔNG HOÀN TOÀN? Những trở ngại nào cản trở việc CHỮA LÀNH, GIẢI THOÁT và PHỤC HỒI? Và một số điều nên làm và không nên làm + Một (1) câu chuyện để chứng minh tiêu đề này và phá vỡ sự kìm kẹp của tinh thần sợ hãi.

Chúng ta hãy bắt đầu giải quyết từng vấn đề một.

1) Có đúng không khi cầu nguyện "Nếu đó là ý muốn của Ngài" trong khi thực hiện nghi thức chữa lành và giải thoát?

Sau khi đã khẳng định rằng ý muốn của Chúa là chữa lành cho tất cả những ai đến với Ngài bằng đức tin, như chúng ta đã chứng minh đầy đủ trong phần 1 đến phần 7 của loạt bài này về sự chấm dứt cảnh nô lệ và chào đón sự tự do, thì không còn chỗ nào để chúng ta cầu nguyện **"nếu đó là ý muốn của Ngài"** khi thực hiện việc chữa lành và giải thoát nữa. Chúng ta đã biết ý muốn của Chúa trong vấn đề này rồi. Chúng ta biết ý muốn của Chúa là chữa lành và giải thoát cho tất cả mọi người nếu họ sẵn lòng tin.
Chúa Giê-su là hình mẫu của chúng ta, vậy mà chúng ta chưa bao giờ thấy Chúa Giê-su cầu nguyện "nếu đó là ý muốn của Cha" khi ban ơn chữa lành và giải thoát. Dù chỉ một lần! Vậy tại sao chúng ta lại tạo ra một nền thần học và làm những điều trái ngược với chính Lời Chúa? Bởi vì Chúa Giê-su chính là Lời (Giăng 1:14) – tấm gương hoàn hảo, sống động và đầy sức thuyết phục của chúng ta trong cuộc sống và chức vụ.

Lần duy nhất Chúa Giê-su nói "không phải theo ý con, mà theo ý Cha" (Ma-thi-ơ 26:39,42) là trong Vườn Ghết-xê-ma-ni khi Ngài chuẩn bị chịu đóng đinh trên thập tự giá. Đó là lời cầu nguyện phó thác cho kế hoạch của Cha. Mỗi khi mọi người cầu xin được chữa lành, Ngài đều nói, "Con sẵn lòng". Ngoại trừ người *phụ nữ Sy-ro-pho-ên* đã thuyết phục Chúa Giê-su chữa lành cho con gái bà khỏi quỷ ám. Lý do duy nhất là trước đó, Chúa Giê-su hành động dựa trên giao ước với người Do Thái, nhưng nhờ đức tin và sự kiên trì của bà, điều bà cầu xin đã được đáp ứng. Một số người khác không có giao ước cũng được chữa lành chỉ đơn giản nhờ đức tin của họ. Qua Mác 16:14-19, giờ đây chúng ta được quyền năng làm điều tương tự ngay cả đối với những người không tin nhưng tin nhận qua phép báp-têm trong Đức Thánh Linh – Công vụ 1:4-8.
Ông phải lựa chọn bước đi trong sự vâng phục và tuân theo kế hoạch cứu chuộc của Chúa Cha, một kế hoạch chỉ có thể thực hiện được thông qua cái chết của Ngài trên thập tự giá.

Liệu chúng ta có bao giờ cầu nguyện cho một người tội lỗi đến với chúng ta để xin tha thứ? xóa bỏ tội lỗi thông qua đức tin nơi Chúa Giê-su . **"Lạy Chúa, nếu đó là ý muốn của Ngài, xin hãy..." tha thứ tội lỗi cho anh ấy và ban cho Ngài ban cho sự sống đời đời. Nếu không, nếu Đó không phải là ý muốn của bạn, hãy để anh ta làm vậy. "Hãy xuống địa ngục đi."**
Không bao giờ! Chúng tôi Chúng tôi sẽ không bao giờ cầu nguyện như vậy, bởi vì chúng tôi biết rằng Đức Chúa Trời đã hứa rằng "nhờ danh Ngài, ai tin Ngài sẽ được tha tội" (Công vụ 10:43) và rằng "Đức Chúa Trời yêu thế gian đến nỗi đã ban Con một của Ngài, hầu cho ai tin Ngài không bị hư mất mà được sự sống đời đời" (Giăng 3:16).

Cách đúng đắn để ban ơn chữa lành và giải thoát là làm điều đó với niềm tin vững chắc rằng Chúa muốn người bệnh được chữa lành và giải thoát. Chúng ta ở đây để thi hành ý muốn của Ngài trên đất, cũng như trên trời. Cách tiếp cận của chúng ta khi đón nhận bất cứ ai đến để được chữa lành và giải thoát phải giống như cách tiếp cận khi họ đến để nhận sự tha thứ tội lỗi. Chỉ cần tin! – Cùng một gói dịch vụ!

2) Vì Đức Chúa Trời là Đấng Tối Cao, chẳng lẽ Ngài không chữa lành cho mọi người khi và nếu Ngài muốn sao?

Đây là một câu hỏi chân thành mà nhiều người đặt ra và cũng khá khó để trả lời. Không thể phủ nhận rằng Đức Chúa Trời toàn năng, Ngài có thể làm được mọi điều. Ngài có thể chữa lành và giải cứu bất cứ ai ngay lập tức. Chúng ta cũng biết rằng Đức Chúa Trời là tối cao và hành động theo ý muốn của Ngài vào bất cứ thời điểm nào Ngài muốn. Không ai có thể ngăn cản Ngài. Vậy tại sao một Đức Chúa Trời tốt lành, quyền năng, yêu thương, một Đức Chúa Trời chữa lành và giải cứu lại không chữa lành mọi người bệnh và giải cứu mọi người bị áp bức? Tại sao chúng ta vẫn thấy một số anh chị em của mình, ngay cả những người đã phục vụ Chúa cách trung thành và yêu mến Ngài hết mực, phải chịu đau đớn, bệnh tật và chết vì bệnh kéo dài? Tại sao Đức Chúa Trời, trong quyền tối cao của Ngài, không chữa lành họ và làm cho họ khỏe mạnh?

Chúng ta sẽ giải quyết vấn đề này trong ba phần:

A. Quyền tối cao của Thượng đế và trách nhiệm của con người

B. Quyền tối cao của Đức Chúa Trời và việc thực hành đức tin

C, Chúng ta bước đi theo chân lý đã được mặc khải và tìm kiếm điều gì không rõ

A. Quyền tối cao của Thượng đế và trách nhiệm của con người

Thi Thiên 115:3,16 3 Nhưng Đức Chúa Trời chúng ta ở trên trời; Ngài làm mọi điều Ngài muốn. 16 Trời, cả các tầng trời, đều thuộc về Đức Giê-hô-va; nhưng đất thì Ngài đã ban cho con cái loài người.

Đức Chúa Trời là Đấng tối cao và Ngài làm bất cứ điều gì Ngài muốn, như Kinh Thánh đã nói. Tuy nhiên, trong quyền tối cao của Ngài, Ngài đã quyết định giao phó trái đất cho loài người và đã xác định rằng trong điều kiện bình thường, Ngài sẽ không can thiệp vào trách nhiệm và quyết định của con người. Đức Chúa Trời đã quyết định làm điều này đến mức ngay cả trong Vườn Ê-đen, khi A-đam và Ê-va sắp phạm tội, Đức Chúa Trời đã không can thiệp, mặc dù Ngài có thể làm vậy. Trên thực tế, Đức Chúa Trời đã biết tất cả điều này từ trước nhưng Ngài vẫn tiếp tục tạo ra con người và đặt họ vào Vườn Ê-đen.

Hãy suy ngẫm điều này: Đức Chúa Trời trong quyền năng tối cao của Ngài đã ban cho tất cả mọi người món quà cứu rỗi miễn phí. Chỉ vì sự cứu rỗi đã được ban cho mỗi cá nhân không có nghĩa là mỗi cá nhân tự động được cứu rỗi. Mỗi cá nhân phải có trách nhiệm để đón nhận sự ban cho cứu rỗi này. Kinh Thánh vẫn nói rằng: “Ai tin Con thì được sự sống đời đời; ai không tin Con thì không thấy sự sống, nhưng cơn thịnh nộ của Đức Chúa Trời vẫn ở trên người ấy” (Giăng 3:36).

Tương tự, trong lĩnh vực chữa lành và giải thoát, trong điều kiện bình thường, chúng ta có một số trách nhiệm sau:

(a) Trách nhiệm của những người phục vụ là phải tăng trưởng trong ân điển (2 Phi-e-rơ 3:18), tăng trưởng trong sức mạnh thuộc linh (Ê-phê-sô 3:16) và tăng trưởng trong đức tin cũng như khả năng quản lý sự xức dầu và quyền năng của Đức Chúa Trời. Có một sự xức dầu sẵn có để phá vỡ mọi ách nô lệ, cất bỏ mọi gánh nặng và chữa lành mọi bệnh tật. Có thể nào chúng ta, với tư cách là những người phục vụ, đang thất bại trong trách nhiệm của mình là nỗ lực tiến vào và bước vào mức độ xức dầu này? Có lẽ chúng ta chỉ làm như vậy thỉnh thoảng, thay vì hoạt động trong lĩnh vực đó một cách nhất quán hơn.

(b) Mỗi cá nhân có trách nhiệm chăm sóc thân thể mình, tin vào Lời Chúa và chống lại ma quỷ cùng những việc làm của nó. Chúa sẽ không làm điều này thay chúng ta.

Với sự hiểu biết này, chúng ta thường không thấy Đức Chúa Trời chữa lành độc lập với những lĩnh vực thuộc trách nhiệm của con người. Ngài đã quyết định một cách tối cao là không làm như vậy. Đây là một khía cạnh của quyền tối cao của Đức Chúa Trời.

Tuy nhiên, vẫn có những trường hợp Chúa hành động bất chấp sự thất bại của con người trong hai lĩnh vực (a) và (b) như đã đề cập, và vẫn mang lại sự chữa lành và giải thoát. Đó là những trường hợp ngoại lệ chứ không phải là quy luật chung. Việc Chúa hành động và chữa lành bất chấp sự thất bại của con người trong hai lĩnh vực (a) và (b) là mặt khác của quyền tối cao của Chúa. Hai mặt của cùng một đồng xu, trong việc hiểu về quyền tối cao của Chúa.

B. Quyền tối cao của Đức Chúa Trời và việc thực hành đức tin

Ma-thi-ơ 13:58 58 Vì họ không tin nên Ngài không làm nhiều phép lạ ở đó.

Mác 6:5,6 5 Tại đó, Ngài không làm được phép lạ nào, ngoại trừ việc đặt tay trên một vài người bệnh và chữa lành cho họ. 6 Ngài lấy làm lạ vì sự thiếu đức tin của họ. Sau đó, Ngài đi khắp các làng mạc để giảng dạy.

Chúa Giê-su trở về quê nhà Na-xa-rét, nơi Ngài lớn lên như một con trai của người thợ mộc cho đến năm 30 tuổi. Thật không may, người dân ở quê hương Ngài không thể đón nhận Ngài như Ngài vốn có. Họ chỉ xem Ngài là con trai của một người thợ mộc, chứ không phải là Đấng được Đức Chúa Trời sai đến, được xức dầu để chữa lành và giải cứu. Trong hoàn cảnh như vậy, Chúa Giê-su đã không thực hiện được nhiều phép lạ vì sự thiếu đức tin của họ.

Nếu Đức Chúa Trời là đấng tối cao (toàn năng, vượt trên mọi sự và độc lập với mọi sự khác) và không ai có thể ngăn cản Ngài, tại sao Ngài vẫn yêu cầu con cái Ngài phải thực hành đức tin cá nhân nếu muốn trải nghiệm những tác động kỳ diệu của Ngài trong cuộc sống của họ?
Có vẻ như điều này mâu thuẫn, rằng Đức Chúa Trời của chúng ta toàn năng và tối cao, nhưng Ngài vẫn có thể bị giới hạn bởi sự thiếu đức tin của chúng ta. Thông thường, Ngài không thể và không làm được gì nếu không có đức tin.
Nếu mọi thứ đều là ân điển ban tặng miễn phí, vậy tại sao chúng ta chỉ có thể nhận lãnh chúng qua đức tin? Bởi vì theo cách hiểu của chúng ta, ân điển là sự thể hiện bản chất của Chúa, độc lập với bất cứ điều gì chúng ta đã làm, trong khi đức tin là sự thể hiện lòng tin tưởng và phó thác của chúng ta vào Chúa.

Dưới đây là một số điều cần cân nhắc:

1) Trong sự khôn ngoan của Ngài, Đức Chúa Trời đã cho phép hai thuộc tính dường như mâu thuẫn này cùng tồn tại. Có một lĩnh vực quyền tối cao không thể tranh cãi của Đức Chúa Trời và chắc chắn có yếu tố không thể thiếu và cần thiết của đức tin cá nhân với những kết quả năng động của nó.
2) Có những điều hoàn toàn phụ thuộc vào quyền tối cao của Đức Chúa Trời, chẳng hạn như mục đích vĩnh cửu và kế hoạch của Ngài cho muôn đời. Những điều này sẽ được hoàn thành bất kể việc thực hành đức tin của cá nhân. Và sau đó, có những mục đích riêng của Đức Chúa Trời, mà sự hoàn thành của chúng phụ thuộc vào sự hợp tác của cá nhân với Đức Chúa Trời.

3) Khi Ngài ban phát tất cả những ân tứ của mình cho chúng ta cách tự do bởi ân điển của Ngài, nhưng đồng thời cũng đòi hỏi mỗi người phải đón nhận chúng bằng đức tin, Chúa đang ban cho mỗi người “cơ hội bình đẳng” để nhận lãnh từ Ngài. Bất kể chủng tộc, màu da, địa vị xã hội hay kinh tế, và kinh nghiệm trong quá khứ, mỗi người đều có cơ hội như nhau để nhận lãnh những gì Chúa đã ban cho chúng ta cách tự do bởi ân điển của Ngài.
4) Phạm vi của đức tin được xác định bởi ý chí và mục đích của Chúa. Hoạt động bên ngoài phạm vi này là "chống lại" ý chí tối cao của Chúa, và không ai có thể thành công khi làm như vậy.

Vì vậy, việc học cách sống theo đức tin là điều hết sức cần thiết đối với mỗi tín đồ.
Tuy nhiên, đức tin vào Chúa có hai mặt. Thông thường, Chúa đã quyết định một cách tối cao rằng Ngài sẽ luôn hành động đáp lại đức tin. ***“Theo đức tin của anh em mà được như vậy” (Ma-thi-ơ 9:29)*** là lời đáp của Ngài đối với đức tin. Đó là cách Ngài thường hành động. Mặt khác, có những lúc Chúa hành động một cách tối cao để chữa lành và giải cứu, ngay cả khi dường như không có đức tin. Những điều này có xảy ra, nhưng đó là những trường hợp ngoại lệ chứ không phải là quy luật.

C, Chúng ta bước đi theo chân lý đã được mặc khải và tìm kiếm những điều chưa biết.

Phục truyền luật lệ ký 29:29 Những điều bí mật thuộc về Đức Giê-hô-va, Đức Chúa Trời chúng ta, nhưng những điều đã được bày tỏ thì thuộc về chúng ta và con cháu chúng ta mãi mãi, để chúng ta làm theo mọi lời của luật pháp này.
Châm ngôn 25:2 Đức Chúa Trời có vinh quang che giấu một việc, nhưng vua chúa có vinh quang tìm hiểu sự thật.

Truyền đạo 1:13 Và tôi hết lòng tìm kiếm và nghiên cứu bằng sự khôn ngoan về mọi điều đang diễn ra dưới trời; đây là nhiệm vụ nặng nề mà Đức Chúa Trời đã giao cho con cái loài người, để nhờ đó họ được rèn luyện.

Sẽ thật dại dột nếu chúng ta tuyên bố mình biết hết mọi câu trả lời. Sự thật là chúng ta không biết. Sẽ rất sai lầm nếu chỉ vào một người mà chúng ta biết là trung thành với Chúa, một người yêu mến Chúa hết mực và thậm chí sẵn sàng chết vì sự nghiệp của Chúa Kitô, rồi nói rằng họ không có đức tin. Khi chúng ta thấy một số anh chị em của mình, ngay cả những người đã phục vụ Chúa cách trung thành và yêu mến Ngài hết mực, phải chịu đau đớn, bệnh tật và chết vì bệnh kéo dài, và chúng ta hỏi "tại sao?", thì tất cả những gì chúng ta có thể nói là "chúng ta không biết".

Điều chúng ta quyết tâm làm là tiếp tục sống theo lẽ thật mà chúng ta biết. Chúng ta tuân giữ những gì Lời Chúa dạy dỗ. Chúng ta không thỏa hiệp với lẽ thật đã được bày tỏ rõ ràng. Và rồi chúng ta tiếp tục tìm kiếm những điều chưa biết. Điều này không có nghĩa là chúng ta
Chúng ta sẽ tìm được câu trả lời cho mọi câu hỏi "Tại sao". Điều chúng ta tìm kiếm là làm thế nào để trở thành và trải nghiệm những gì Chúa đã định cho chúng ta. Ngài muốn chúng ta trở nên giống như Thầy của mình và phục vụ như Chúa Giê-su đã làm. Chúng ta tìm kiếm câu trả lời về cách để trưởng thành trong điều này.
Ngay cả trong những trải nghiệm mà chúng ta không có câu trả lời ngay lập tức, chúng ta vẫn tiếp tục "bước đi bằng đức tin chứ không phải bằng sự thấy" (2 Cô-rinh-tô 5:7).

Đức tin là sẵn lòng sống theo những gì đã được tiết lộ và những gì được biết về Đức Chúa Trời, bất chấp trong số tất cả những điều bí ẩn rộng lớn. Niềm tin không cho phép những điều chưa biết vượt lên trên những gì đã biết. Đức tin không cho phép bóng tối vượt ra ngoài để chế ngự ánh sáng mà chúng ta Chúng ta có. Thay vào đó, đức tin cho rằng ánh sáng mà chúng ta hiện có là đủ để tiến những bước tiếp theo, ngay cả khi phía trước là một thế giới tăm tối.

Chúng ta tiếp tục tìm kiếm câu trả lời về những việc chúng ta cần làm để phục vụ sự chữa lành và giải thoát một cách hiệu quả hơn, giống như Chúa Giê-su đã làm. Chúng ta tiếp tục cầu nguyện tha thiết với Chúa về những điều chúng ta chưa biết. Ngài đã hứa: "'Hãy kêu cầu Ta, Ta sẽ đáp lời ngươi, và tỏ cho ngươi những điều lớn lao và kỳ diệu mà ngươi không biết'" (Giê-rê-mi 33:3). Sa-lô-môn nói: "Tôi dốc lòng tìm hiểu, dò xét sự khôn ngoan và lý lẽ của muôn vật…" (Truyền đạo 7:25). Chúng ta tiếp tục học hỏi, tìm tòi Kinh Thánh, lắng nghe Thánh Linh, để có được những hiểu biết mà hiện tại chúng ta còn thiếu, giúp chúng ta phục vụ với quyền năng và thẩm quyền lớn hơn. Chúa Giê-su hứa rằng nếu chúng ta tiếp tục ở trong Lời Ngài, chúng ta sẽ "biết lẽ thật, và lẽ thật sẽ giải phóng các ngươi" (Giăng 8:31,32). Chúng ta tiếp tục nỗ lực để đến gần Chúa hơn nữa.

Cuối cùng, động lực của chúng ta là tình yêu dành cho Chúa. Chúng ta yêu Ngài vì Ngài đã yêu chúng ta trước (1 Giăng 4:19). Không gì có thể làm giảm tình yêu của chúng ta dành cho Ngài. Chúng ta yêu Ngài ngay cả khi đức tin bị thử thách và hy vọng dường như tan vỡ. Chúng ta biết rằng một ngày nào đó đức tin của chúng ta sẽ được chứng minh bằng hành động. Hy vọng của chúng ta sẽ được hiện thực hóa. Và tình yêu sẽ tiếp tục. "Còn lại ba điều: đức tin, hy vọng và tình yêu; nhưng điều lớn nhất trong ba điều ấy là tình yêu" (1 Cô-rinh-tô 13:13).

Tại sao không phải ai cũng được chữa lành?

Chúng tôi sẵn sàng thừa nhận rằng không phải mọi người mà chúng tôi phục vụ đều được chữa lành hoặc được giải thoát. Tôi chắc chắn rằng mọi nhà truyền giáo chữa lành vĩ đại và

mọi người nam hoặc nữ của Chúa đều đã từng đối mặt với điều này và cũng đã vật lộn với việc trả lời câu hỏi tại sao chúng ta không thấy mọi người mà chúng ta phục vụ đều được chữa lành và được giải thoát.
Câu trả lời cho câu hỏi này rất chủ quan vì điều kiện thực tế có thể khác nhau ở mỗi người. Chúng tôi nhận thấy rằng có thể có một số yếu tố cản trở một người nhận được sự chữa lành hoặc giải thoát. Có thể có nhiều lý do, một số lý do chúng ta biết và một số lý do chúng ta không biết.

Tuy nhiên, cách chúng ta phản ứng với những "thất bại" này rất quan trọng. Chúng ta phải luôn nhớ rằng mọi thất bại đều là do lỗi của chúng ta, chứ không phải của Chúa. Chúa luôn trung thành với Lời Ngài. Chúng ta đang trong quá trình học hỏi và khám phá liên tục lẽ thật về Nước Trời và cách thức Chúa hành động. Không ai trong chúng ta hoàn hảo về kiến thức. Chúng ta cần tiếp tục nỗ lực để khám phá lẽ thật ẩn giấu trong Lời Ngài và bởi Thánh Linh của Ngài, để chúng ta có thể đại diện cho Ngài một cách chính xác hơn và làm những điều Ngài đã định cho chúng ta làm.

Dưới đây là

Một số điều nên/không nên làm khi chúng ta đối mặt với những tình huống mà những người chúng ta phục vụ không được chữa lành hoặc giải thoát:

Đừng thỏa hiệp với sự thật.

Chúng ta không được thỏa hiệp với lẽ thật. Chúng ta không được thay đổi sự hiểu biết của mình về bản chất của Đức Chúa Trời, Lời Chúa và công việc hoàn thành của Chúa Kitô trên thập tự giá. Đây là những chân lý tuyệt đối. Đức Chúa Trời là ai, những gì Ngài đã hứa và những gì Chúa Kitô đã hoàn thành trên thập tự giá sẽ không thay đổi. Chúng ta phải từ chối cám dỗ sửa đổi thần học của mình để phù hợp với kinh nghiệm cá nhân. Thay vào đó, chúng ta phải nỗ lực nâng cao kinh nghiệm của mình để đạt đến tiêu chuẩn của Lời Chúa.

Đừng suy đoán, hãy cứ thừa nhận "Tôi không biết".

Vì chúng ta không có tất cả các câu trả lời, nên chúng ta không nên suy đoán và giả vờ biết. Khi không chắc chắn, chúng ta nên tránh đưa ra những nhận định như "Bạn không có đủ đức tin", "Có một tội lỗi nào đó đang bị che giấu", "Có một lời nguyền truyền đời", v.v. Chúng ta có thể làm tổn thương người khác khi nói ra những điều thiếu hiểu biết. Chỉ cần nói, "Tôi không biết tại sao bạn không được chữa lành, nhưng tình yêu của Chúa dành cho bạn là chắc chắn và ý muốn của Ngài là Ngài muốn bạn được khỏe mạnh."

Hãy cầu xin Chúa ban cho sự hiểu biết và tiếp tục phục vụ từng cá nhân.

Thật vậy, không phải ai chúng ta cầu nguyện cho cũng được chữa lành. Nhưng điều này không nên ngăn cản chúng ta nỗ lực hết sức để mang lại sự chữa lành và giải thoát cho mọi người có thể. Chúng ta tiếp tục cầu nguyện và thử nhiều cách tiếp cận khác nhau để phục vụ cá nhân đó bất cứ khi nào có thể. Chúng ta khuyến khích cá nhân đó tiếp tục hướng về Chúa, tiếp tục cầu nguyện, tiếp tục tin tưởng, tiếp tục ngợi khen Chúa vì sự chữa lành của họ và giữ vững Lời Chúa. Hãy cầu xin Chúa ban cho sự hiểu biết, những ân tứ của Thánh Linh để nhận ra những điều đang cản trở sự chữa lành và giải thoát. Đôi khi cá nhân đó có thể cần phải ăn năn một tội lỗi nào đó, hoặc tha thứ cho người khác. Hãy nhạy bén với Thánh Linh và thuận theo sự mặc khải của Ngài.

Hãy tôn vinh Chúa, chứ không phải hoàn cảnh.

Chúng ta phải tôn vinh Đức Chúa Trời chứ không phải tình trạng bệnh tật. Đừng bao giờ phóng đại bệnh tật hay sự áp bức của ma quỷ. Không bệnh tật, không thế lực ma quỷ nào lớn hơn Đức Chúa Trời của chúng ta. Chỉ vì chúng ta không thấy sự chữa lành hay giải thoát, đừng cho rằng những điều đó quá khó khăn đối với Đức Chúa Trời. Không có gì là quá khó khăn đối với Đức Chúa Trời. Chúng ta chỉ cần học cách giải phóng quyền năng của Ngài hiệu quả hơn. Bất chấp hoàn cảnh, chúng ta hãy vui mừng, cầu nguyện luôn luôn và trong mọi việc chúng ta đều tạ ơn (1 Tê-sa-lô-ni-ca 5:16-18) vì chúng ta biết Ngài là ai.

"Mặc dù" chứ không phải "Vì"

Chúa có thể sử dụng một người "bất chấp" bệnh tật, đau ốm, bất kỳ vấn đề thể chất nào. Tuy nhiên, điều này không tự động có nghĩa là tình trạng hiện tại của họ là điều tốt nhất Chúa dành cho họ. Chúa không sử dụng họ "vì" bệnh tật của họ. Chúa hành động bất chấp hoàn cảnh. Ngài không bị giới hạn bởi những giới hạn của chúng ta. Ngài hành động vì mục đích và ân điển mà Ngài ban cho chúng ta trong Chúa Giê-su Christ (2 Ti-mô-thê 1:9), dù ốm đau hay không! Đó là lý do tại sao Ngài là Đức Chúa Trời! Vì vậy, khi Chúa sử dụng một người bất chấp bệnh tật của họ, chúng ta tôn vinh Đức Chúa Trời chứ không phải bệnh tật. Bệnh tật đó vẫn là điều chúng ta cần phải chiến đấu và chống lại.

Hãy tiếp tục nỗ lực để khám phá thêm!

Mọi thất bại đều là do chúng ta, không phải do Chúa. Hãy tiếp tục nỗ lực để nhận được nhiều hơn sự xức dầu và sự mặc khải của Ngài về cách mang lại sự chữa lành cho "tất cả" và "càng nhiều người càng tốt", giống như cách Chúa Giê-su đã làm. Ngài là tiêu chuẩn của chúng ta. Chúng ta phải nỗ lực để làm những việc của Ngài và thậm chí là những việc lớn lao hơn nữa.

Có ít nhất hai câu hỏi liên quan khác mà chúng ta có thể đề cập ở đây: Tại sao một số quá trình chữa lành diễn ra từ từ? Và tại sao một số quá trình chữa lành chỉ diễn ra một phần và không hoàn toàn?

Tại sao một số quá trình chữa lành diễn ra từ từ?

Trong chức vụ của Chúa Giê-su, ngoại trừ trường hợp Ngài chạm vào người mù hai lần, chúng ta thấy tất cả các phép chữa lành và giải thoát khác đều xảy ra ngay lập tức. Tuy nhiên, khi chúng ta phục vụ, có nhiều lúc, sự chữa lành diễn ra dần dần theo thời gian. Một lần nữa, câu trả lời cho câu hỏi này thực sự mang tính chủ quan và phụ thuộc vào từng hoàn cảnh cụ thể. Trong nhiều trường hợp, chúng ta không biết tại sao mọi việc lại diễn ra dần dần thay vì ngay lập tức. Tuy nhiên, phản ứng của chúng ta phải là kiên trì đến cùng để thấy công việc được hoàn thành, bất kể mất bao lâu. Chúng ta ăn mừng mỗi giai đoạn cải thiện mà chúng ta thấy trên đường đi. Chúng ta phải tạ ơn Chúa vì mỗi tiến bộ nhỏ trong quá trình hồi phục mà chúng ta thấy, tiếp tục ngợi khen Chúa và tiếp tục kiên trì để thấy sự chữa lành và giải thoát hoàn toàn.

Mác 8:22-26 22 Rồi Ngài đến Bê-xa-đa; người ta đem một người mù đến trước mặt Ngài và nài xin Ngài chạm vào người ấy. 23 Ngài cầm tay người mù dẫn người ấy ra khỏi thành. Khi Ngài nhổ nước bọt vào mắt người ấy và đặt tay lên người ấy, Ngài hỏi người ấy có thấy gì không. 24 Người ấy ngước mắt lên và thưa rằng: "Tôi thấy người ta giống như cây cối, đang đi lại." 25 Rồi Ngài lại đặt tay lên mắt người ấy và khiến người ấy ngước mắt lên. Người ấy liền được lành bệnh và thấy mọi người rõ ràng. 26 Rồi Ngài sai người ấy về nhà, dặn rằng: "Chớ vào thành, cũng đừng nói cho ai trong thành biết."

Tại sao Chúa Giê-su lại dẫn người mù này ra khỏi thị trấn để chữa bệnh cho ông? Và tại sao Chúa Giê-su phải chạm vào ông hai lần trước khi ông được phục hồi hoàn toàn thị lực? Tại sao Chúa Giê-su lại bảo ông đừng quay trở lại thị trấn hoặc kể cho bất cứ ai trong thị trấn biết? Tất cả đều là những câu hỏi rất thú vị.
Ít nhất bốn môn đồ của Chúa Giê-su đến từ Bê-xa-đa. An-đrê, Si-môn Phi-e-rơ, Phi-líp và Na-tha-na-ên đều đến từ thành Bê-xa-đa (Giăng 1:44). Bê-xa-đa là một trong những thành phố mà Chúa Giê-su quở trách vì không chịu đáp lại những phép lạ vĩ đại mà họ đã thấy (Ma-thi-ơ 11:21-26). Rõ ràng là thành phố này không tin và không tiếp nhận những phép lạ của Chúa Giê-su, có lẽ vì những người "khôn ngoan và thận trọng" (Ma-thi-ơ 11:25) của họ đã làm hư hỏng những cư dân khác trong thành phố. Ít nhất trong một dịp khác, tại nhà của Gia-ri-tơ, chúng ta thấy Chúa Giê-su đuổi tất cả những người chế nhạo, những người không tin và không tiếp nhận chức vụ của Ngài (Mác 5:40).

Mặc dù đoạn Kinh Thánh không nói rõ điều này, nhưng rất có thể lý do Chúa Giê-su đưa người đàn ông này ra khỏi thành và chăm sóc ông, đồng thời dặn dò ông không được quay lại thành hoặc kể cho người dân trong thành biết, là để tách ông ra và bảo vệ ông khỏi sự vô tín và thiếu lòng tiếp nhận đang thịnh hành trong thành. Cũng giống như lý do tại sao Chúa Giê-su không cho phép ai khác ngoài Phi-e-rơ, Gia-cốp, Giăng và cha mẹ của cô gái có mặt khi Ngài làm cho con gái của Gia-ri-tơ sống lại. Trong những trường hợp khác về những người mù được chữa lành, Chúa Giê-su đã chăm sóc cách tự do, phục hồi thị lực cho họ để đáp lại đức tin của họ. Mặc dù đoạn Kinh Thánh trong Mác 8 không đề cập đến đức tin (hoặc sự thiếu đức tin) của người mù ở Bê-xa-đa, nhưng có thể họ đã bị ảnh hưởng bởi sự vô tín đang thịnh hành trong thành phố. Đức tin của ông được khích lệ

khi ông nhận thấy mắt mình được cải thiện một phần và ông đã có thể tin tưởng vào sự phục hồi hoàn toàn.
Có lẽ một số bài học chúng ta có thể rút ra từ sự việc người mù ở Bethsaida là chúng ta cần học cách tách mọi người ra khỏi môi trường nghi ngờ và thiếu đức tin để giúp họ củng cố đức tin. Chúng ta cũng cần khuyến khích đức tin của mọi người ngay cả khi tình trạng thể chất của họ được cải thiện dần dần và kiên trì cho đến khi quá trình chữa lành hoàn tất.

Tại sao một số trường hợp chữa lành chỉ diễn ra một phần và không hoàn toàn?

Một điều khác mà chúng ta có thể quan sát thấy khi thực hiện việc chữa lành là đôi khi những người mắc nhiều vấn đề được chữa lành một số bệnh nhưng vẫn tiếp tục bị các bệnh khác dai dẳng trong cơ thể. Trong trường hợp này, chúng ta sẽ không biết hết mọi lý do tại sao sự chữa lành hoàn toàn không xảy ra. Chúng ta phải tạ ơn Chúa vì mỗi tiến bộ nhỏ trong quá trình hồi phục mà chúng ta thấy, tiếp tục ngợi khen Chúa và tiếp tục nỗ lực để thấy được sự chữa lành và giải thoát hoàn toàn. Tiếp tục khích lệ người bệnh và không được làm họ xấu hổ hay lên án. Tiếp tục cầu xin Chúa chỉ dẫn cách thức phục vụ người bệnh và những việc cần làm để thấy được sự chữa lành hoàn toàn.
Có thể nguyên nhân gây ra các tình trạng khác nhau là khác nhau. Một trường hợp có thể là bệnh lý thể chất thuần túy cần được chữa trị và đã được chữa khỏi ngay lập tức. Một trường hợp khác có thể do ma quỷ gây ra, với một linh hồn bệnh tật ngoan cố cần phải bị trục xuất để sự chữa lành có thể đến.
Có lẽ một số bệnh có thể được giải quyết bằng cách trừ tà, trong khi để chữa lành một bệnh khác, có thể chúng ta chỉ cần khích lệ đức tin trỗi dậy trong lòng họ để họ đón nhận.
Chúng ta cần nhạy bén với sự dẫn dắt và chỉ bảo của Chúa Thánh Thần về cách tốt nhất để phục vụ quyền năng của Chúa cho từng cá nhân.

Ba thái độ tâm hồn cho phép Chúa làm phép lạ

Ngoài ABCDE và F mà chúng ta đã đề cập trước đó, để thực hiện cả việc chữa lành và giải thoát, cũng như khuyến khích mọi người sẵn sàng đón nhận sự chữa lành và giải thoát, cần có ba thái độ quan trọng trong lòng: đức tin, sự mong đợi và khát khao mãnh liệt.

Khi phục vụ mọi người, chúng ta phải sống trong đức tin, sự mong đợi và lòng khao khát mãnh liệt. Chúng ta ban ơn chữa lành và giải thoát với đức tin trong lòng. Sự thiếu đức tin của chúng ta có thể cản trở quyền năng của Chúa tuôn chảy qua chúng ta. Chúng ta phải mong đợi mọi người được khỏe mạnh. Mong đợi mọi người được giải thoát và được trọn vẹn. Có lòng khao khát mãnh liệt được thấy mọi người được chữa lành, được trọn vẹn và được tự do vì vinh quang của Chúa.

Khi phục vụ mọi người, chúng ta cần giúp họ đến được nơi có đức tin, sự mong đợi và khát khao mãnh liệt được chữa lành hoàn toàn. Chúng ta khích lệ họ qua Lời Chúa, cầu nguyện và thờ phượng. Giống như người phụ nữ bị bệnh chảy máu, chúng ta phải khuyến khích mọi người mong đợi điều gì đó sẽ xảy ra khi họ hướng đến Ngài bằng đức tin. Giống như người phụ nữ Canaan, chúng ta phải khuyến khích mọi người quyết tâm đón nhận sự chữa lành và giải thoát.

Những trở ngại trong việc tiếp nhận sự chữa lành

Mặc dù đây không phải là danh sách đầy đủ các "rào cản" hay trở ngại trong việc nhận được sự chữa lành và giải thoát, chúng ta cần phải nhận thức được những điều này khi phục vụ mọi người. Nếu nhận ra một hoặc nhiều trở ngại này, chúng ta nên giải quyết chúng một cách yêu thương và khích lệ. Tuyệt đối không được chỉ trích, lên án, đổ lỗi hay làm xấu hổ cá nhân khi phục vụ. Chúng ta không được cố gắng thay thế "Chúa" trong cuộc sống của mọi người. Chúng ta chỉ là những chiếc bình đất sét sẵn sàng đặt mình trong tay Chúa để được Ngài sử dụng cho mục đích của Ngài.

• Thiếu hiểu biết (Hosea 4:6, Isaiah 5:13)

• Thiếu đức tin (Mác 6:5,6)

• Coi bệnh tật như ý muốn của Chúa.

• Thiếu động lực kiên trì để khỏi bệnh. Thực sự không muốn khỏe mạnh. Có lẽ, họ thích sự cảm thông và quan tâm của mọi người. Có lẽ họ sợ phải sống cuộc sống với những trách nhiệm bình thường sau khi khỏi bệnh.

• Thái độ thụ động trong việc chống lại bệnh tật (tư thế sai lầm dẫn đến niềm tin thụ động: "Nếu đó là ý Chúa, Ngài sẽ chữa lành cho tôi", "Chúa sẽ chữa lành vào thời điểm của Ngài", "Mọi chuyện xảy ra đều là ý Chúa", v.v.).

• Thái độ sai trái trong lòng: giận dữ, oán hận, ghen tị, không tha thứ, cay đắng, vân vân. Châm ngôn 14:30 Một trái tim khỏe mạnh mang lại sự sống cho thân thể, nhưng lòng ghen tị là sự mục rữa của xương cốt. Châm ngôn 17:22 Một trái tim vui vẻ mang lại điều tốt lành, như một liều thuốc, nhưng một tinh thần suy sụp sẽ làm khô héo xương cốt.

• Lối sống hủy hoại bản thân: Nếu một người tiếp tục thực hiện những việc gây hại cho sức khỏe của chính mình, ví dụ như rượu, thuốc lá, ma túy, v.v.

• Những điều chưa biết khác: Chúng ta không biết mọi nguyên nhân có thể cản trở một người nhận được sự chữa lành và giải thoát. Vì vậy, chúng ta học cách lắng nghe Đức Thánh Linh và Ngài sẽ chỉ cho chúng ta phải làm gì trong những tình huống cụ thể.

Một câu chuyện – Phá vỡ sự kìm kẹp của tinh thần sợ hãi – Tác giả: Bro Schambach

Kinh Thánh nói rằng: "Đức Chúa Trời không ban cho chúng ta tinh thần sợ hãi..." (2 Ti-mô-thê 1:7). Kinh Thánh cũng nói rằng: "...sự sợ hãi gây ra sự đau khổ..." (1 Giăng 4:18). Vì vậy, tôi có thể kết luận rằng sợ hãi là một tinh thần gây đau khổ. Nhiều người trong dân Chúa bị trói buộc bởi tinh thần sợ hãi gây đau khổ này, ngay cả khi họ nghe Lời Chúa được rao giảng.

Sợ hãi là đối nghịch với đức tin. Nó có thể ngăn cản bạn hoạt động tích cực với tư cách là một Cơ Đốc nhân. Nếu bạn bị trói buộc bởi tinh thần sợ hãi, tôi không cần phải nói với bạn điều đó – bạn cần một phép lạ giải thoát. Và tôi có tin tốt – Chúa muốn bạn thoát khỏi nỗi sợ hãi trong cuộc sống và Ngài sẵn sàng giải phóng bạn.

Có lần, khi tôi ở Philadelphia, tôi gặp một người phụ nữ có vấn đề về **nỗi sợ hãi.**

Tôi từng tiến hành các cuộc phỏng vấn riêng, nơi mọi người có thể đến gặp tôi trực tiếp. Người phụ nữ này đến với ý định gây ấn tượng. Bà ta nói lảm nhảm một lúc rồi ngồi xuống.

Tôi nói, "Tôi có thể giúp gì cho anh/chị?"

Cô ấy nói, "Tôi đến đây để nhờ anh cầu nguyện cho tôi."

Tôi nói, "Tôi không cầu nguyện vào ban ngày. Tôi cầu nguyện vào ban đêm. Các bạn thấy đấy, ban ngày chúng tôi giảng đạo để khơi dậy đức tin của các bạn. Sau đó, trong buổi lễ đêm, khi đức tin đang sống động, chúng tôi đặt tay lên các bạn."

Cô ấy nói, "Tôi không thể đến vào ban đêm được."

Tôi hỏi, "Bạn có đang làm việc không?"

"KHÔNG."

"Bạn có hẹn trước không?"

"KHÔNG."

"Vậy thì tối nay hãy quay lại nhé," tôi nói với cô ấy.

"Tôi sẽ không quay lại."

Tôi nói, "Tôi không cầu nguyện."

Điều đó nghe có vẻ khắc nghiệt, nhưng tôi biết cô ấy đang giấu tôi điều gì đó. Tôi cảm nhận được điều đó bằng trực giác của mình. Vì vậy, tôi hỏi cô ấy, "Cô có vấn đề gì vậy? Tôi muốn biết."
Cô ấy nói, “Tôi bị huyết áp cao và tiểu đường.” “Chỉ vậy thôi sao?” tôi hỏi.
“Vâng, đúng vậy,” cô ấy trả lời.
Tôi nói, “Không, anh đang nói dối tôi. Anh nói với tôi là anh không thể đến tối nay. Lý do anh không thể đến là vì anh bị trói buộc bởi một linh hồn sợ hãi.”
Cô ấy hỏi, "Sao anh biết?"
Nghe này, bà ấy là con của Chúa. Bà ấy yêu mến Chúa. Nhưng bà ấy vẫn bị trói buộc bởi tinh thần sợ hãi.

Bà ấy nói, “Suốt mười hai năm qua tôi chưa từng ra khỏi nhà vào ban đêm. Ôi, anh Schambach, linh hồn này hành hạ tôi quá.”
Tôi nói, “Này, ở lại đến tối nay nhé. Sang nhà hàng xóm mua một cái bánh mì kẹp. Cứ ở lại đây, tối nay tôi sẽ cầu nguyện cho cô. Tôi sẽ xua đuổi cái tà linh sợ hãi đó đi. Chúa đã ban cho tôi quyền năng trừ quỷ, và tôi sẽ giải thoát cô khỏi tà linh xấu xa đang hành hạ tâm trí cô. Nếu cô ở lại, và Chúa không cứu giúp cô, vợ chồng tôi sẽ đích thân đưa cô về nhà.”
Cô ấy nói, "Anh sẽ làm thế chứ?"
Tôi nói, “Tôi sẽ làm. Tôi thậm chí sẽ vào nhà anh trước. Anh có thể ở lại với vợ tôi trong xe. Tôi sẽ bật tất cả đèn, nhìn phía sau ghế sofa và ghế bành, mở tủ quần áo của anh, và đảm bảo không có ai ở đó.”
Cô ấy đã tin tưởng. Cô ấy nói, "Được rồi, nếu anh làm vậy, tôi sẽ ở lại."
Sau khi giảng đạo tối hôm đó, tôi gọi người phụ nữ ấy lên đầu tiên để cầu nguyện. Tôi đặt tay lên bà ấy và quyền năng của Chúa đã tác động đến bà ấy khiến bà ấy ngã ngửa. Tôi đã đặt tay lên khoảng 500 người tối hôm đó.
Sau khi mọi chuyện kết thúc, vợ chồng tôi đi tìm người phụ nữ đó vì tôi đã hứa sẽ chở cô ấy về nhà. Nhưng tôi không tìm

thấy cô ấy ở đâu cả! Tôi chạy ra ngoài và tìm khắp nơi. Tôi nói, "Ôi Chúa ơi. Tôi phải tìm được người phụ nữ đó." Nhưng tôi không bao giờ tìm thấy.

Đêm hôm sau, bà ta quay lại cuộc họp, hò hét và vui mừng. Vào ban đêm!

Tôi nói, "Lên đây nào. Tôi biết anh/chị có điều muốn chia sẻ."

Bà ấy kể cho mọi người nghe câu chuyện mà tôi đã kể cho bạn. Bà ấy nói: "Tôi biết anh Schambach đã nói với tôi rằng anh ấy và vợ sẽ đưa tôi về nhà tối qua. Nhưng tôi không cần phải để họ đưa tôi về nhà vì khi anh ấy đặt tay lên tôi, con quỷ sợ hãi đó đã biến mất. Chúa đã giải cứu tôi và trả tự do cho tôi! Tôi đã tự đi bộ về nhà."

Tôi nói, "Cậu đi bộ à? Ở Philadelphia?"

Lúc này tôi bắt đầu lo lắng! Bà ấy sống cách đó ba mươi dãy nhà ở phía Nam Philadelphia. Điều đó có nghĩa là bà ấy đã đi bộ qua khu vực tồi tệ nhất của thành phố! Đây lại chính là người phụ nữ từng sợ ra đường vào ban đêm!

Cô ấy nói, "Tôi đến đó vào khoảng ba giờ sáng. Tôi tra chìa khóa vào ổ, nhưng tôi cảm thấy vui vẻ đến nỗi tôi rút chìa khóa ra và đi bộ khắp các con phố suốt đêm, vừa đi vừa nói, 'Quỷ dữ, ngươi là kẻ nói dối. Ta không còn sợ ngươi nữa!'"

Chúa đã giải thoát cô ấy khỏi nỗi sợ hãi! Nếu bạn đang bị trói buộc bởi tinh thần sợ hãi, Ngài cũng muốn làm điều tương tự cho bạn. Bạn không cần phải sợ hãi nữa. Bạn có thể quay lại và đối mặt với kẻ thù với sự tự tin vì Chúa ở bên cạnh bạn!

Tôi xin được cầu nguyện cho bạn:

Lạy Cha, nhân danh Chúa Giê-su, con đến với Ngài thay mặt cho người đọc này, người đang bị trói buộc bởi nỗi sợ hãi. Con cảm ơn Ngài vì quyền năng Ngài đã ban cho con trên ma quỷ. Hỡi nỗi sợ hãi, hỡi linh hồn xấu xa, giày vò, con nhân danh Chúa Giê-su mà đuổi ngươi ra khỏi đời sống người này. Con ra lệnh điều đó trong danh Chúa Giê-su. Lạy

Chúa, xin ban cho người ấy một phép lạ giải thoát, và ban cho người ấy sức mạnh để đứng lên chống lại kẻ thù. Nhân danh Chúa Giê-su, con tuyên bố điều đó đã được thực hiện. Amen và amen.

Lời cầu nguyện ngắn để tự giải thoát.

"Lạy Chúa Giê-su Christ, con tin rằng Ngài đã chết trên thập tự giá vì tội lỗi con và sống lại từ cõi chết. Ngài đã chuộc con bằng huyết của Ngài và con thuộc về Ngài, và con muốn sống cho Ngài. Con xưng tội tất cả mọi tội lỗi của con—cả những tội lỗi đã biết và chưa biết—con xin lỗi vì tất cả. Con từ bỏ tất cả. Con tha thứ cho tất cả mọi người như con muốn Ngài tha thứ cho con. Xin tha thứ cho con ngay bây giờ và thanh tẩy con bằng huyết của Ngài. Con cảm tạ Ngài vì huyết của Chúa Giê-su Christ đã thanh tẩy con khỏi mọi tội lỗi. Và con đến với Ngài ngay bây giờ với tư cách là Đấng giải cứu con. Ngài biết những nhu cầu đặc biệt của con—điều trói buộc, hành hạ, làm ô uế; tà linh đó, tà linh đó—con tuyên xưng lời hứa trong Lời Ngài, "Ai kêu cầu danh Chúa sẽ được giải cứu." Con kêu cầu Ngài ngay bây giờ. Nhân danh Chúa Giê-su Christ, xin giải cứu con và trả tự do cho con. Sa-tan, con từ bỏ ngươi và tất cả những việc làm của ngươi. Con lìa bỏ ngươi, nhân danh Chúa Giê-su, và con truyền lệnh cho ngươi hãy rời khỏi con ngay bây giờ, nhân danh Chúa Giê-su. Amen!"

Hãy để tình yêu xuất phát từ trái tim bạn và bạn sẽ thấy được sự cứu rỗi của Chúa!

Bạn đang bị ốm hay cần phục hồi sức khỏe?

Đối với những ai đang ốm đau hoặc không khỏe mạnh dưới bất kỳ hình thức nào, hoặc cần được giải thoát hay phục hồi, vui lòng chạm vào dấu chấm bên dưới với đức tin (Đức tin là nhìn thấy kết quả tích cực chính xác của tình trạng hiện tại của bạn, biết rằng Chúa Giê-su đã làm phần việc của Ngài hơn 2000 năm trước để bảo đảm sự chữa lành và giải thoát, phục hồi cho bạn như một khoản đặt cọc, tin tưởng rằng khoản đặt cọc đó luôn sẵn có để bạn sử dụng, giống như số dư dương trong tài khoản séc của bạn tại ngân hàng, không cần hỏi thêm gì nữa khi chúng tôi đồng ý với bạn và tuyên bố HÃY ĐƯỢC CHỮA LÀNH trong danh của Chúa Giê-su Christ, Amen).

Nhờ quyền năng mà Ngài đã ban cho con và cho họ, giờ đây con thi hành quyền năng ấy trong đức tin, với sự giận dữ của họ đối với kẻ thù và khát khao nhận được những gì Ngài đã ban cho họ cách rộng rãi. Con nguyền rủa mọi bệnh tật, mọi tai ương, dù là ung thư, COVID-19, dù là tà linh gây suy yếu, dù là sự chiếm hữu hay áp bức của ma quỷ, dù là tà linh nghèo đói, những thất bại, sự chậm trễ trong việc hoàn thành những gì Chúa đã định và ban cho. Chúng con chống lại sự bất thường, con trói buộc chúng, chúng con nguyền rủa chúng tận gốc rễ và chúng con đuổi chúng ra bằng quyền năng trong danh Chúa Giê-su Christ. Amen. Chúng con cầu xin sự chữa lành, giải thoát và phục hồi vào cuộc sống của họ trong danh quyền năng của Chúa Giê-su Christ. Cảm ơn Chúa vì những lời chứng đang trường tồn để tôn vinh, kính trọng và thờ phượng Ngài. Cảm ơn Ngài vì những linh hồn đang được thêm vào vương quốc của Ngài nhờ thông điệp này, những phép lạ mà chúng con đang thấy ngay bây giờ và đang biểu hiện để tôn vinh Ngài trong danh Chúa Giê-su, Amen. Đã xong! Hãy vui mừng!

Hãy chạm vào điểm được đánh dấu này và tuyên xưng bằng miệng rằng: TÔI ĐÃ ĐƯỢC CHỮA LÀNH, TÔI ĐÃ

ĐƯỢC GIẢI THOÁT và TÔI ĐÃ ĐƯỢC PHỤC HỒI trong tâm linh, linh hồn, thân thể và mọi thứ xung quanh tôi, nhân danh CHÚA GIÊ-SU KITÔ, Amen!!!

Hãy bắt đầu làm những việc mà trước đây bạn không thể làm và hãy bắt đầu xưng tội cho đến khi sự chữa lành trọn vẹn, sự giải thoát và phục hồi trở thành hoa trái trong cuộc đời bạn, nhân danh Chúa Giê-su, Amen. Hãy luôn khao khát trọn vẹn mọi điều thuộc về Chúa, hãy luôn giận dữ và giành lại tất cả những gì kẻ thù đã giữ lại, nhân danh Chúa Giê-su, Amen.

Lưu ý:
Hãy làm chứng về sự chữa lành để vinh hiển Chúa và làm cho kẻ thù phải xấu hổ! Hãy gửi email hoặc nhắn tin qua WhatsApp cho chúng tôi nếu bạn vẫn cần chúng tôi xác nhận lại vấn đề. Và hãy kết nối trong chuỗi bài giảng trang bị bắt đầu vào thứ Năm tuần sau. Thông tin chi tiết sẽ sớm có trên trang web của chúng tôi!

Những Chiến Công Vĩ Đại - 1 – Chương 10 - Nhận Câu Trả Lời Cho Những Câu Hỏi Thường Gặp về Chữa Lành, Giải Thoát và Phục Hồi + Hướng Dẫn Thực Hành về Mục Vụ Chữa Lành, Giải Thoát và Phục Hồi + Tổng Hợp Về Bệnh Tâm Thần Phân Liệt như được Chúa Thánh Thần tiết lộ cho Ida Mae Hammond và cách đối phó với linh hồn (phần 9)

Các bạn thân mến, hôm nay, chúng tôi mang đến cho các bạn phần 9 trong loạt bài về chủ đề "Đủ rồi, chấm dứt sự giam cầm và chào đón sự tự do trong Chúa Kitô". Đức tin đến từ sự nghe, và sự nghe đến từ lời của Đức Chúa Trời – Rô-ma

10:17. Đức Chúa Trời đã phán với tiên tri Ô-sê trong **Ô-sê 4:6-7.**

Kinh Thánh Amplified, Phiên bản Cổ điển

6 Dân ta bị diệt vong vì thiếu hiểu biết; vì các ngươi [dân tộc thầy tế lễ] đã chối bỏ sự hiểu biết, nên ta cũng sẽ chối bỏ các ngươi, khiến các ngươi không còn là thầy tế lễ của ta nữa; vì các ngươi đã quên luật của Đức Chúa Trời các ngươi, nên ta cũng sẽ quên con cái các ngươi.

7 Chúng càng gia tăng và sinh sôi nảy nở [về sự thịnh vượng và quyền lực], thì chúng càng phạm tội nghịch cùng Ta; Ta sẽ biến vinh quang của chúng thành sự hổ thẹn.

Hãy suy nghĩ về những lời trên một chút. Chúa phán rằng khi chúng ta từ chối tri thức, tri thức về Ngài như đã được mặc khải trong Kinh Thánh, Ngài cũng sẽ từ chối chúng ta khỏi chức vụ thầy tế lễ của Ngài. Ngài phán rằng vì chúng ta đã quên luật pháp của Đức Chúa Trời, Ngài cũng sẽ quên con cái chúng ta. Tóm lại, Ngài sẽ quên chúng ta và con cái chúng ta. Lời đó thật tàn nhẫn và đó là điều Chúa phán rằng Ngài sẽ làm do sự thiếu hiểu biết hoặc thiếu kiến thức về cách thức hoạt động của Đức Chúa Trời. Chúa cũng gắn một lời khác vào phần đầu của câu 6. Ngài phán rằng chúng ta đang phạm tội chống lại Ngài theo mức độ thịnh vượng của mình. Chúng ta càng thịnh vượng, chúng ta càng trở nên tự phụ và càng quên mất Đức Chúa Trời.

Có phải bạn thấy lạ không khi chúng ta chỉ thực sự tìm kiếm sự giúp đỡ từ Chúa khi đã hết mọi lựa chọn? Khi ốm đau, người đầu tiên chúng ta nghĩ đến lại là những giải pháp thay thế, trong khi chính bản thân chúng ta mới có thể chữa lành bệnh tật. Chúng ta dùng Chúa như một phương án dự phòng khi mọi thứ khác đều thất bại.

Khi được tiếp cận với lời Chúa hoặc bất cứ điều gì mang lại sự soi sáng (kiến thức) giúp chúng ta giải quyết những lo lắng, chúng ta thường nói rằng mình không có thời gian.

Nhưng chúng ta lại không ngại bị cuốn hút vào bất cứ điều gì mang tính giải trí hoặc lợi ích vật chất.

Chúng ta có thể dành hàng giờ liền để xem xét các vấn đề tài chính của mình, nhưng khi nói đến những điều thuộc về vương quốc của Chúa, chúng ta lại vội vàng nhìn đồng hồ hoặc ngủ gật trước khi kịp hiểu được thông điệp mà Ngài đang cố gắng truyền đạt cho chúng ta, đó là sự giải thoát. Chúng ta có thể dành hàng giờ liền chờ đợi để gặp bác sĩ, nhưng lại không có một giờ nào để được trang bị những kỹ năng cần thiết để giúp chúng ta được trọn vẹn trong công việc và bước đi cùng Chúa.

Vậy thì chúng ta đang tự lừa dối ai? Chúa hay chính mình? Và chúng ta tự hỏi tại sao những lời cầu nguyện của mình không được thiên đường đáp lại – Ngày nào chúng ta bắt đầu coi trọng Chúa, Ngài sẽ bắt đầu coi trọng chúng ta.
Chúa vẫn đang phán cùng anh em và tôi - **Giê-rê-mi 29:13**

Kinh Thánh Amplified, Phiên bản Cổ điển
[13] Bấy giờ các ngươi sẽ tìm kiếm Ta, hỏi han và cần đến Ta [như một nhu cầu thiết yếu] và sẽ tìm thấy Ta khi các ngươi tìm kiếm Ta bằng cả tấm lòng.

Đó là lý do tại sao loạt bài này không dành cho tất cả mọi người. Loạt bài này dành cho những người khao khát trọn vẹn về Chúa. Chúng ta cần phải tự trang bị cho mình những điều kiện sau:
A: Sự sẵn có – Tinh thần, Tâm hồn và Thể xác;
B: Sự dũng cảm để thực thi quyền lực và thẩm quyền;
C: Lòng trắc ẩn để ngồi bên cạnh những người đang đau khổ;
D: Quyết tâm vượt qua mọi khó khăn cho đến khi giành chiến thắng;
E: Tình yêu chân thành, không dựa trên vẻ bề ngoài;
F: Cơn thịnh nộ dữ dội với Satan và

G: Khao khát mãnh liệt sự trọn vẹn của Đức Chúa Trời trong chúng ta và xung quanh chúng ta để chúng ta có thể chạm đến thế giới vì Ngài.

Tôi muốn chúng ta cùng suy ngẫm lời này của Chúa Giê-su **- Lu-ca 18:7-8**

Kinh Thánh Amplified, Phiên bản Cổ điển

7 Và chẳng lẽ Đức Chúa Trời công chính của chúng ta lại không bênh vực , bảo vệ và báo thù cho những người được Ngài chọn (những người được Ngài tuyển chọn), những người kêu cầu Ngài ngày đêm sao? Chẳng lẽ Ngài lại trì hoãn họ và [b] trì hoãn việc giúp đỡ thay mặt họ?
8 Ta nói cho các ngươi biết, Ngài sẽ bênh vực , che chở và báo thù cho họ cách mau chóng. Tuy nhiên, khi Con Người đến, Ngài có tìm thấy [[c] sự kiên trì trong] đức tin trên đất chăng?

Nguyện xin Chúa tìm thấy anh chị em trong đức tin khi Ngài đến. Đức tin đến từ sự nghe và sự nghe đến từ Lời Chúa, rồi hành động tương ứng – Rô-ma 10:17. Amen? Amen

GIẢI ĐÁP CÁC CÂU HỎI THƯỜNG GẶP VỀ BỆNH TẬT VÀ CHỮA BỆNH

Ví dụ: **Cái gai của Phao-lô; Những khó khăn của Gióp; Giao nộp một người cho Sa-tan; Hội Thánh Cô-rinh-tô—Nhiều người yếu đuối, nhiều người bệnh tật, và nhiều người chết yểu; Dạ dày của Ti-mô-thê; Bệnh tật của Ê-xê-ki-a; Trophimus bị bệnh; Epaphroditus – vì công việc của Chúa Kitô mà ông suýt chết; Phải chăng bệnh tật là sự sửa phạt của Chúa? Có được phép kết hợp đức tin và y học không? Chăm sóc sức khỏe có phải là dấu hiệu của sự thiếu đức tin không?**

Có một số đoạn trong Kinh Thánh thường bị hiểu sai và được dùng làm cơ sở để dung túng bệnh tật và các việc làm ma quỷ khác. Trong bài giảng hôm nay, chúng ta sẽ xem xét một số đoạn này và cung cấp cái nhìn sâu sắc để hiểu chúng. Chúng ta phải luôn ghi nhớ rằng tất cả Kinh Thánh phải được giải thích trong bối cảnh toàn bộ Kinh Thánh và trong bối cảnh Ngôi vị của Chúa Giê-su Christ.

Mọi điều chúng ta biết về Đức Chúa Trời đều phải phù hợp với những gì được thấy và nghe qua Đức Chúa Trời đã nhập thể, là Chúa Giê-su Ki-tô. Bất cứ điều gì chúng ta cho là hiểu về Đức Chúa Trời mà không phù hợp với những gì Chúa Giê-su đã nói và làm, đều có thể bị nghi ngờ và loại bỏ. Chúa Giê-su Ki-tô là nền tảng thần học hoàn hảo, là Ngôi Lời đã nhập thể.

Gai của Phaolô

2 Cô-rinh-tô 12:7-10 7 Vì tôi không kiêu ngạo quá mức bởi sự mặc khải dồi dào, nên Chúa đã ban cho tôi một cái gai trong thân thể, một sứ giả của Sa-tan đến hành hạ tôi, hầu cho tôi không kiêu ngạo quá mức. 8 Về điều đó, tôi đã cầu xin Chúa ba lần xin cho nó lìa khỏi tôi. 9 Ngài phán với tôi rằng: "Ân điển của Ta đủ cho con, vì sức mạnh của Ta được trọn vẹn trong sự yếu đuối." Vậy nên, tôi vui mừng mà khoe về những sự yếu đuối của mình, hầu cho quyền năng của Đấng Christ ngự trên tôi. 10 Vì vậy, tôi vui thích trong những sự yếu đuối, trong những lời sỉ nhục, trong những sự thiếu thốn, trong những sự bắt bớ, trong những sự khốn khổ, vì cớ Đấng Christ. Vì khi tôi yếu đuối, thì tôi mạnh mẽ.

Sứ đồ Phao-lô quả thật đã nhận được rất nhiều mặc khải. Bên cạnh nhiều kinh nghiệm cá nhân, những lần được Chúa viếng thăm và được đưa lên đến tầng trời thứ ba, Phao-lô đã hiểu và viết ra phần lớn những mặc khải trong Tân Ước. Để Phao-lô không bị kiêu ngạo, Chúa đã cho phép ông có "một cái gai trong thân thể". Giờ đây, nhiều người suy đoán "cái gai trong thân thể" đó là gì. Có người nói đó là bệnh tật, vấn đề về mắt, vấn đề về tay.

Tuy nhiên, sứ đồ Phaolô nói rằng đó là "một sứ giả (tiếng Hy Lạp angelos = thiên sứ) của Sa-tan". Phaolô nói rõ rằng cái gai trong thân thể là một sứ giả của Sa-tan. Từ "sứ giả" trong tiếng Hy Lạp cũng là từ được dùng để chỉ thiên sứ, và ví dụ như được dùng trong "thiên sứ của Hội Thánh" trong sách Khải Huyền, chương 2 và 3, khi Chúa phán với từng Hội Thánh. Do đó, sứ giả của Sa-tan là một thực thể thuộc linh liên tục chống đối Phaolô trong chức vụ của ông, "đánh đập" (nghĩa là liên tục tấn công) ông. Trong chương trước, Phaolô đã mô tả nhiều khó khăn, rắc rối, yếu đuối mà ông phải chịu đựng. Đây là những gì ông đã nói: "Họ có phải là tôi tớ của Đấng Christ không? – Tôi nói như một kẻ dại dột – Tôi còn hơn thế nữa: trong công việc nhiều hơn , trong đòn roi nhiều hơn, trong tù nhiều hơn, trong cái chết nhiều lần."

"Từ phía người Do Thái, tôi năm lần bị đánh bốn mươi roi trừ một. Ba lần tôi bị đánh bằng roi; một lần tôi bị ném đá; ba lần tôi bị đắm tàu; một đêm một ngày tôi ở ngoài biển sâu; thường xuyên phải đi đường, gặp nguy hiểm trên biển, gặp nguy hiểm bởi bọn cướp, gặp nguy hiểm bởi đồng bào mình, gặp nguy hiểm bởi dân ngoại, gặp nguy hiểm trong thành phố, gặp nguy hiểm trong hoang mạc, gặp nguy hiểm trên biển, gặp nguy hiểm giữa những anh em giả dối; trong sự mệt mỏi và lao nhọc, thường xuyên mất ngủ, đói khát, thường xuyên nhịn ăn, trong giá lạnh và trần truồng" (2 Cô-rinh-tô 11:23-27). Mặc dù ông tự gánh chịu một số gian khổ này, nhưng nhiều gian khổ khác lại đến như sự chống đối công việc ông đang làm.

Tất cả những điều này giúp ông giữ vững lập trường, bước đi trong sự khiêm nhường, biết rằng mình phải trông cậy vào Chúa. Phao-lô đã cầu nguyện ba lần để quỷ dữ này biến mất. Trong trường hợp này, Chúa không đơn giản là loại bỏ sứ giả của Sa-tan. Thay vào đó, Ngài kêu gọi Phao-lô dựa vào ân điển của Ngài để tiếp tục tiến lên và vượt qua những gì quỷ dữ này đang làm. Do đó, Phao-lô hiểu rằng ngay cả trong những lúc yếu đuối nhất, ân điển của Chúa vẫn đủ mạnh mẽ để giữ ông vững vàng.

Là những người tin Chúa ngày nay, không ai trong chúng ta nhận được sự mặc khải dồi dào như vậy. Chúng ta không được Chúa sử dụng theo cách giống như Phao-lô để có đặc ân được ban cho một "cái gai trong thân thể", một sứ giả của Sa-tan để thử thách chúng ta, giúp chúng ta khiêm nhường. Hơn nữa, việc chúng ta cho rằng bệnh tật của mình là một "cái gai trong thân thể" được ban cho vì một mục đích tâm linh cao cả thì trái với Kinh Thánh và tự tôn mình lên. Chúng ta phải chống lại bệnh tật như một việc làm của ma quỷ, thứ không có quyền tồn tại trong thân thể chúng ta.

Những rắc rối của Job

Gióp 1:12 Vậy Sa-tan đã rời khỏi sự hiện diện của Chúa.
Gióp 2:6,7 6 Đức Giê-hô-va phán cùng Sa-tan rằng: "Này, hắn ở trong tay ngươi, nhưng hãy tha mạng cho hắn." 7 Vậy Sa-tan đi ra khỏi trước mặt Đức Giê-hô-va, và giáng tai họa xuống Gióp, khiến ông bị những mụn nhọt đau đớn từ lòng bàn chân đến đỉnh đầu.
Gióp 2:10 Trong tất cả những điều này, Gióp không hề phạm tội bằng môi miệng mình.
Gióp 3:25 Điều tôi vô cùng lo sợ đã xảy đến với tôi, và điều tôi kinh hãi đã xảy ra với tôi.
Gióp 42:10 Và Đức Chúa Trời đã bù đắp những thiệt hại của Gióp khi ông cầu nguyện cho bạn mình. Quả thật, Đức Chúa Trời đã ban cho Gióp gấp đôi số tài sản ông có trước đây.
Gia-cơ 5:11 Quả thật, chúng ta coi những người kiên nhẫn là người được phước. Các bạn đã nghe về sự kiên trì của Gióp và thấy được kết cục mà Chúa đã định – rằng Chúa rất nhân từ và thương xót.

Chính Sa-tan đã giáng tai họa xuống Gióp và gia đình ông, gây ra đủ mọi loại bệnh tật (Gióp 1:12; 2:7). Chúng ta không thể đổ lỗi cho Đức Chúa Trời về những việc Sa-tan đã làm. Đúng là Đức Chúa Trời đã cho phép Sa-tan tác động đến Gióp, người vốn được Đức Chúa Trời bảo vệ vì Ngài đã "làm hàng rào bao quanh ông" (Gióp 1:10). Nhưng chính ma quỷ vẫn là kẻ gây ra tất cả những tai họa đó, sử dụng cả yếu tố thời tiết và thiên nhiên.

Trong thế giới ngày nay, ma quỷ và các ác thần được phép thực hiện những việc làm xấu xa của chúng. Nói chung, Đức Chúa Trời không ngăn cản ma quỷ và các ác thần chống lại người tin Chúa bằng những cám dỗ, trở ngại và những khó khăn khác. Tất cả chúng ta đều phải đối mặt với những điều này. Đức Chúa Trời cho phép những điều này xảy ra ngay cả đối với những người tin vào Ngài. Đức Chúa Trời sử dụng những điều này như một phần trong quá trình rèn luyện và trưởng thành của chúng ta trở nên giống Chúa Kitô. Ngài kêu gọi chúng ta chiến đấu trận chiến tốt lành, chống lại ma quỷ, vật lộn với các thế lực bóng tối, dập tắt mọi mũi tên lửa và sống một cuộc đời chiến thắng. Là những người tin Chúa, chúng ta có thể nhận lấy sự bảo vệ thiêng liêng (Thi thiên 34:7; Thi thiên 91; Ê-sai 54:17; 1 Giăng 5:18) hoặc thông qua sự sợ hãi, nghi ngờ hoặc bất tuân mà khiến bản thân dễ bị tổn thương trước những cuộc tấn công của ma quỷ mà lẽ ra không nên chế ngự chúng ta. Đức Chúa Trời đã ban cho chúng ta mọi vũ khí để chiến thắng kẻ thù (Ê-phê-sô 6:10-18), điều mà Gióp không nhất thiết phải hiểu. Dựa trên tất cả những gì chúng ta có trong Tân Ước, không giống như Gióp, chúng ta thực sự không cần phải bị kẻ thù đánh bại, ngay cả khi lực lượng của hắn tấn công chúng ta.

Giữa những biến cố ấy, Gióp vẫn giữ vững sự chính trực và đức tin nơi Chúa. Ông kiên định trong lòng tận hiến cho Đức Chúa Trời. Sự kiên trì của Gióp là điều chúng ta cần noi theo, bởi vì chúng ta biết rằng Chúa quả thật nhân từ và thương xót, và cuối cùng Ngài sẽ biến mọi sự thành điều tốt lành cho chúng ta. Một khía cạnh khác về Gióp là ông dường như là người rất sợ hãi những tai họa như vậy sẽ ập đến với mình, và quả thật chúng đã xảy ra. Nỗi sợ hãi là đức tin sai hướng. Nó thu hút những điều xấu xa vào cuộc sống của chúng ta. Là con cái của Chúa, chúng ta có thể học cách sống mà không có nỗi sợ hãi đó, và thay vào đó hãy nương tựa vào đức tin.

Giao nộp một người cho Satan

1 Cô-rinh-tô 5:1-5 1 Có lời đồn rằng giữa các ngươi có sự dâm loạn, sự dâm loạn đến nỗi ngay cả giữa dân ngoại cũng không ai nhắc đến – đó là người đàn ông lấy vợ của cha mình! 2 Các ngươi lại kiêu ngạo, thay vì thương tiếc, thì kẻ đã làm điều ấy phải bị loại bỏ khỏi giữa các ngươi. 3 Vì ta, dù vắng mặt về thân xác nhưng hiện diện về tinh thần, ta cũng đã xét xử (như thể ta đang hiện diện) kẻ đã làm điều ấy rồi. 4 Nhân danh Chúa Giê-su Christ, khi các ngươi nhóm họp lại, cùng với thần linh của ta, với quyền năng của Chúa Giê-su Christ, 5 hãy giao kẻ ấy cho Sa-tan để ta hủy diệt thân xác, hầu cho linh hồn người ấy được cứu trong ngày Chúa Giê-su trở lại.

1 Ti-mô-thê 1:20 Trong số đó có Hymenaeus và Alexander, những người mà ta đã giao cho Satan để họ học được bài học không phạm thượng.

2 Ti-mô-thê 2:17-18 17 Lời rao giảng của họ sẽ lan rộng như ung thư. Hymenaeus và Philetus thuộc loại người như vậy, 18 là những kẻ lạc lối về lẽ thật, nói rằng sự sống lại đã qua rồi; và chúng làm lung lay đức tin của một số người.

2 Ti-mô-thê 4:14-15 14 Alexander, người thợ đồng, đã làm hại tôi rất nhiều. Nguyện Chúa báo trả hắn theo việc làm của

hắn. 15 Các ngươi cũng phải coi chừng hắn, vì hắn đã chống đối lời chúng ta hết sức.
Chỉ có hai trường hợp sứ đồ Phao-lô đề cập đến việc giao phó ai đó cho Sa-tan. Trong hội thánh Cô-rinh, điều đó liên quan đến việc kỷ luật một người đàn ông sống vô luân, người ban đầu dường như không ăn năn. Phao-lô muốn người đàn ông này bị đuổi khỏi hội thánh địa phương trong một thời gian (1 Cô-rinh 5:13) và giao cho Sa-tan để bị hủy diệt phần xác thịt, hầu cho linh hồn người ấy được cứu rỗi. Chúng ta nhận thấy rằng Phao-lô đang thực thi quyền năng sứ đồ của mình và đang thi hành kỷ luật đối với hành vi tội lỗi không ăn năn. Người đàn ông đó bị đuổi khỏi hội thánh địa phương, theo một nghĩa, cả về thể xác lẫn tâm linh. Điều này có nghĩa là sự bảo vệ mà người ấy thường có đã bị rút lại và giờ đây người ấy dễ bị Sa-tan tấn công vì tội lỗi của mình. Sa-tan khi đó có thể làm bất cứ điều gì để gây hại trong thế giới vật chất, nhưng điều này được cho phép để người đàn ông đó ăn năn.

Sau đó, trong thư 2 Cô-rinh-tô, chúng ta có ghi chép rằng, sau một thời gian ngắn, Phao-lô khuyên răn hội thánh như sau: “Hình phạt mà đa số đã giáng xuống người ấy là đủ cho người đó rồi; vậy nên, trái lại, anh em phải tha thứ và an ủi người ấy, kẻo người ấy bị chìm đắm trong sự buồn rầu quá mức. Vì vậy, tôi khuyên anh em hãy tỏ lòng yêu thương người ấy” (2 Cô-rinh-tô 2:6-8). Không có ghi chép nào cho thấy người này thực sự bị tổn hại về thể xác. Dù sao đi nữa, dường như có rất nhiều sự buồn rầu và ăn năn chân thành, đến nỗi chính Phao-lô viết: “Vì nếu quả thật tôi có tha thứ điều gì, thì tôi đã tha thứ cho người ấy vì cớ anh em trước mặt Đấng Christ” (2 Cô-rinh-tô 2:10).

Trường hợp thứ hai liên quan đến hai người đàn ông nổi loạn trong hội thánh Ê-phê-sô, Hy-mê-na-ê và A-lê-xơ-rơ. Hy-mê-na-ê là người đã phạm thượng (nói điều xấu), có lẽ là về Phao-lô và lẽ thật về Đấng Christ, và rao giảng giáo lý sai lạc rằng sự phục sinh đã kết thúc, khiến một số người lìa bỏ đức tin. A-lê-xơ-rơ dường như là người chống đối Phao-lô, nói những điều gây hại nhiều cho Phao-lô. Trong cả hai trường hợp, Phao-lô đều sử dụng quyền năng sứ đồ để đuổi những người này ra khỏi hội thánh và phó thác họ cho Sa-tan. Biết được tấm lòng của sứ đồ, điều này hẳn được thực hiện với ý định rằng những người này sẽ ăn năn và trở về với lẽ thật. Nhưng chúng ta không có ghi chép nào về kết quả trong trường hợp này.

Thật vậy, khi một người sống bất tuân, nổi loạn và vượt quá giới hạn của Chúa, người đó sẽ dễ bị Sa-tan cám dỗ. Tuy nhiên, là những người tin Chúa, chúng ta không cần phải sợ bị giao nộp cho Sa-tan, vì chúng ta đang tiến gần hơn đến Chúa, chứ không phải xa rời Ngài.

Hội Thánh Cô-rinh-tô—Nhiều người yếu đuối, nhiều người bệnh tật và nhiều người chết yểu.

1 Cô-rinh-tô 11:17-34 17 Giờ đây, khi đưa ra những lời chỉ dẫn này, tôi không khen ngợi anh em, vì anh em nhóm họp lại không phải để tốt hơn mà lại để tệ hơn. 18 Trước hết, khi anh em nhóm họp lại với tư cách là một hội thánh, tôi nghe nói rằng có sự chia rẽ giữa anh em, và tôi tin một phần điều đó. 19 Vì chắc hẳn cũng phải có sự bè phái giữa anh em, để những người được chấp nhận thì được nhận biết giữa anh em. 20 Vì vậy, khi anh em nhóm họp lại một chỗ, đó không phải là để dự Tiệc Thánh của Chúa. 21 Vì khi ăn, mỗi người tự lấy phần ăn của mình trước; người thì đói, người thì say. 22 Này! Anh em không có nhà để ăn uống sao? Hay anh em khinh thường hội thánh của Đức Chúa Trời và làm xấu hổ những người không có gì? Tôi phải nói gì với anh em? Tôi có nên khen ngợi anh em về điều này không? Tôi không khen ngợi anh em. 23 Vì tôi đã nhận được từ Chúa điều mà tôi cũng đã truyền lại cho anh em: rằng Chúa Giê-su vào đêm Ngài bị phản bội đã cầm

lấy bánh; 24 Khi đã tạ ơn, Ngài bẻ bánh ra và phán rằng: "Hãy lấy ăn; đây là thân thể Ta, bị bẻ ra vì các ngươi; hãy làm điều này để tưởng nhớ đến Ta." 25 Cũng vậy, sau bữa ăn tối, Ngài cầm lấy chén, phán rằng: "Chén này là giao ước mới trong huyết Ta. Hãy làm điều này, mỗi khi các ngươi uống, để tưởng nhớ đến Ta." 26 Vì mỗi khi các ngươi ăn bánh này và uống chén này, các ngươi loan báo sự chết của Chúa cho đến khi Ngài đến. 27 Vậy, ai ăn bánh này hoặc uống chén này của Chúa một cách không xứng đáng, sẽ phạm tội đối với thân thể và huyết của Chúa. 28 Nhưng mỗi người hãy tự xét mình, rồi hãy ăn bánh và uống chén. 29 Vì ai ăn và uống một cách không xứng đáng thì ăn và uống sự phán xét cho chính mình, vì không phân biệt được thân thể của Chúa. 30 Vì lý do đó, nhiều người trong các ngươi yếu đuối và bệnh tật, và nhiều người đã chết. 31 Vì nếu chúng ta tự xét mình, thì chúng ta sẽ không bị xét đoán. 32 Nhưng khi chúng ta bị xét xử, chúng ta bị Chúa sửa phạt, để chúng ta không bị kết án cùng với thế gian. 33 Vậy nên, hỡi anh em, khi anh em nhóm họp ăn uống, hãy chờ đợi lẫn nhau.
34 Nhưng nếu ai đói, hãy ăn ở nhà, kẻo các ngươi phải tụ họp lại để xét xử. Còn những việc khác, khi ta đến, ta sẽ sắp xếp lại.

Hội thánh Cô-rinh, dù là một nhóm người rất sùng đạo, cũng gặp phải nhiều vấn đề cần giải quyết, trong các lĩnh vực về chuẩn mực đạo đức, cách cư xử trong các buổi nhóm họp của hội thánh và việc sống chung với nhau như một cộng đồng thống nhất. Một phần của vấn đề này là cách họ cử hành Tiệc Thánh. Thay vì tôn kính và thực hiện điều này với ý nghĩa thiêng liêng, nó lại trở thành thời gian ăn uống, tiệc tùng trong các buổi nhóm họp của hội thánh. Họ biến điều này thành một bữa tiệc cùng nhau, điều mà Phao-lô nói rằng họ có thể làm ở nhà. Điều mà Chúa muốn là thời gian tôn kính và loan báo thiêng liêng về sự chết, sự phục sinh và sự trở lại sắp tới của Ngài, lại trở nên giống như một bữa tiệc trưa!

Do đó, thay vì hưởng lợi ích, phước lành và quyền năng của Thập tự giá Chúa Kitô, trái lại, những người Cô-rinh-tô này, bằng cách xúc phạm bàn thờ thánh, đã tự đặt mình vào chỗ chịu sự phán xét của Chúa. Kết quả là, nhiều người trở nên ốm yếu và chết yểu, thay vì hưởng lợi ích chữa lành, giải thoát và trọn vẹn từ Thập tự giá.
Mục đích của việc cử hành Tiệc Thánh là để chúng ta công bố sự chết của Chúa trong nghi lễ thiêng liêng này và nhờ đó trải nghiệm trọn vẹn những phước lành của Thập tự giá Chúa Giê-su Ki-tô. Đây là kế hoạch và ý muốn của Đức Chúa Trời. Đây là ý muốn của Ngài. Ngài không muốn dân Ngài trở nên yếu đuối, bệnh tật và chết yểu.

Tuy nhiên, bằng cách coi thường một cách trắng trợn những điều thiêng liêng và biến nó thành thời gian ăn chơi mà không tập trung vào việc xem xét đời sống của chính mình và phân biệt thân thể Chúa, chúng ta đã không nhận được phước lành mà Chúa muốn ban và thay vào đó bước ra khỏi sự bảo vệ của Ngài, khiến bản thân dễ bị tổn thương trước sự yếu đuối, bệnh tật và cái chết yểu. Chúng ta hiểu sự phán xét của Chúa vừa là (A) sự rút lại sự bảo vệ thiêng liêng, vừa là (B) việc Chúa cho phép hoặc sử dụng những yếu tố này (sự yếu đuối, bệnh tật và cái chết yểu) để thu hút sự chú ý của mọi người, nhằm đưa chúng ta trở lại con đường đúng đắn. Đây không phải là ý muốn của Chúa, mà là điều xảy ra khi chúng ta bước ra khỏi kế hoạch của Chúa và sống trong sự bất tuân. Nếu chúng ta tự xét mình và sống trong sự vâng phục, chúng ta có thể tránh được những điều này.

Là những người tin Chúa ngày nay, chúng ta không cần phải sợ sự yếu đuối, bệnh tật và cái chết sớm vì “sai cách” tham dự Tiệc Thánh, đơn giản vì chúng ta đã được dạy cách làm đúng. Chúng ta biết mình phải làm gì mỗi khi dự Tiệc Thánh. Không phải Chúa đang chờ đợi một lỗi lầm nhỏ nhất để trừng phạt chúng ta! Trái lại, mỗi lần chúng ta cử hành Tiệc Thánh, chúng ta mang lại niềm vui cho lòng Ngài và sự khiếp sợ cho phe địch!

Dạ dày của Timothy

1 Ti-mô-thê 5:23 Đừng chỉ uống nước nữa, hãy dùng thêm một chút rượu để tốt cho dạ dày và giảm bớt các chứng bệnh thường xuyên của bạn.
Từ câu Kinh Thánh này, rõ ràng là Ti-mô-thê mắc một số vấn đề về dạ dày tái phát và có lẽ cả những bệnh tật khác thường xuyên. Không rõ liệu những vấn đề này chỉ bắt đầu xảy ra với ông sau khi đến Ê-phê-sô hay đã tồn tại từ lâu trước đó. Cũng không rõ liệu Ti-mô-thê chỉ gặp những vấn đề này trong một thời gian ngắn hay là những vấn đề kéo dài. Vì vậy, mọi nhận xét theo hướng này đều chỉ là suy đoán. Điều chúng ta biết chắc chắn là Ti-mô-thê đã lãnh đạo hội thánh tại Ê-phê-sô và chức vụ của ông không bị gián đoạn vì những bệnh tật này.

Sứ đồ Phao-lô đã khuyên dùng rượu vì giá trị chữa bệnh của nó đối với chứng đau dạ dày của Ti-mô-thê. Do đó, chúng ta có thể kết luận rằng việc sử dụng các phương pháp chữa bệnh tự nhiên và y học là điều được chấp nhận, miễn là vẫn giữ lòng trung thành với Chúa.

Bệnh của vua Hezekiah

2 Các Vua 20:1-7 1 Bấy giờ, vua Ê-xê-ki-a lâm bệnh nặng, gần chết. Tiên tri Ê-sai, con trai của A-mốt, đến thăm ông và nói rằng: “Đức Giê-hô-va phán rằng: ‘Hãy lo việc nhà ngươi cho đàng hoàng, vì ngươi sẽ chết chứ không sống nữa.’ ” 2 Bấy giờ, ông quay mặt vào tường mà cầu nguyện với Đức Giê-hô-va rằng: 3 “Lạy Đức Giê-hô-va, con xin Ngài nhớ lại con đã sống trước mặt Ngài cách chân thật và trung tín, và đã làm điều thiện trước mắt Ngài.” Vua Ê-xê-ki-a khóc lóc

thảm thiết. 4 Trước khi Ê-sai ra đến sân giữa, thì lời Đức Giê-hô-va phán cùng ông rằng: 5 “Hãy trở về và nói với Ê-xê-ki-a, người lãnh đạo dân Ta, rằng: ‘Đức Giê-hô-va, Đức Chúa Trời của Đa-vít, cha ngươi, phán rằng: Ta đã nghe lời cầu nguyện của ngươi, Ta đã thấy nước mắt của ngươi; chắc chắn Ta sẽ chữa lành cho ngươi. Đến ngày thứ ba, ngươi sẽ lên nhà Đức Giê-hô-va. 6 Ta sẽ thêm cho ngươi mười lăm năm nữa.’” Ta sẽ giải cứu ngươi và thành này khỏi tay vua A-si-ri; và Ta sẽ bảo vệ thành này vì chính Ta và vì tôi tớ Ta là Đa-vít.” 7 Bấy giờ Ê-sai nói: “Hãy lấy một nắm quả vả.” Họ liền lấy và đắp lên chỗ mụn nhọt, và ông liền lành lại.
Ê-sai 38:21 Trước đây, tiên tri Ê-sai đã nói: “Hãy lấy một nắm quả vả, đắp lên chỗ mụn nhọt, và người ấy sẽ khỏi.”

Vua Ê-xê-ki-a lâm bệnh nặng và sắp chết. Sau khi nghe lời cảnh báo của nhà tiên tri, Ê-xê-ki-a quay về với Chúa và cầu nguyện. Chúa nghe lời cầu nguyện của nhà vua và sai nhà tiên tri hướng dẫn dân chúng nghiền một cục quả sung thành bột nhão rồi đắp lên vết thương (một số bản dịch ghi là 'vết loét' hoặc 'khối u'). Ê-xê-ki-a được chữa lành và sống thêm 15 năm nữa.
Rõ ràng là Đức Chúa Trời có thể chữa lành cho vua Ê-xê-ki-a mà không cần dùng đến hỗn hợp làm từ quả sung. Không chắc chắn liệu hỗn hợp làm từ quả sung có tác dụng chữa bệnh hay có giá trị y học nào đối với vết mụn nhọt hay không. Dù có giá trị y học hay không, chúng ta có thể khẳng định rằng Đức Chúa Trời không phản đối việc sử dụng các yếu tố tự nhiên để (hoặc cùng với) việc chữa lành của Ngài được thực hiện cho một người.

Trophimus Left Sick

2 Ti-mô-thê 4:20 Erastus ở lại Corinth, còn Trophimus thì bị ốm và phải ở lại Miletus.
Sứ đồ Phao-lô là người phục vụ trong quyền năng của Đức Thánh Linh và đã chứng kiến những phép chữa lành kỳ diệu,

phép lạ, dấu kỳ và kỳ tích được thực hiện ở nhiều nơi ông phục vụ. Tuy nhiên, ông vẫn viết rằng ông đã để lại một thành viên trong nhóm của mình, Trophimus, đang bị bệnh ở Mi-lê-tô (Công vụ 20:4,15), trước khi lên đường đến Rô-ma.

Mặc dù chính Phaolô không chứng kiến những kết quả hoàn hảo, nhưng ông không hề phủ nhận công việc của Đức Thánh Linh, sự chữa lành, phép lạ, ân tứ của Đức Thánh Linh, các dấu kỳ và kỳ công. Thực tế, ông đã nhấn mạnh đến những điều này trong các thư tín của mình.

Chúng ta không biết chính xác điều gì đã xảy ra với Trophimus. Chúng ta không biết liệu đây có phải là một căn bệnh tạm thời mà ông ấy đã nhanh chóng hồi phục hay không. Dù sao đi nữa, chúng ta thừa nhận rằng chúng ta không phải lúc nào cũng có tất cả các câu trả lời. Nhưng chúng ta vẫn tiếp tục tiến bước trong công việc của Chúa, phục vụ trong quyền năng của Thánh Linh, giống như Phao-lô đã làm.

Epaphroditus—Vì công việc của Chúa Kitô, ông suýt chết

Phi-líp 2:25-30 25 Nhưng tôi thấy cần phải sai Ê-pa-phrô-đít, anh em tôi, người cùng làm việc và cùng chiến đấu với tôi, nhưng cũng là sứ giả của anh em và người đã phục vụ nhu cầu của tôi, đến với anh em; 26 vì anh ấy rất mong nhớ anh em và đau buồn khi nghe tin anh ấy bị bệnh. 27 Thật vậy, anh ấy đã bị bệnh nặng gần chết; nhưng Đức Chúa Trời đã thương xót anh ấy, không chỉ thương xót anh ấy mà còn thương xót tôi nữa, để tôi khỏi buồn rầu chồng chất. 28 Vì vậy, tôi càng sốt sắng sai anh ấy đến, để khi anh em gặp lại anh ấy, anh em sẽ vui mừng, và tôi sẽ bớt buồn rầu. 29 Vậy, hãy tiếp đón anh ấy trong Chúa với tất cả niềm vui, và hãy kính trọng những người như vậy; 30 vì vì công việc của Đấng Christ, anh ấy đã gần chết, không màng đến mạng sống mình, để bù đắp những gì còn thiếu trong sự phục vụ của anh em đối với tôi.

Phi-líp 4:18 Quả thật, tôi có tất cả và dư dật. Tôi no đủ, vì đã nhận được từ Epaphroditus những thứ mà anh em gửi đến, một hương thơm dễ chịu, một lễ vật được chấp nhận, đẹp lòng Đức Chúa Trời.
Phi-líp 1:22-24 22 Nhưng nếu tôi cứ sống trong xác thịt, điều đó sẽ có nghĩa là công lao của tôi sẽ được đền đáp; tuy nhiên, tôi không thể nói trước được mình sẽ chọn điều gì. 23 Vì tôi đang ở giữa hai điều, vừa muốn ra đi và ở với Đấng Christ, điều đó tốt hơn nhiều. 24 Tuy nhiên, ở lại trong xác thịt thì cần thiết hơn cho anh em.

Phao-lô bị giam cầm ở Rô-ma. Ê-pa-phrô-đít được hội thánh Phi-líp-pi cử đến phục vụ sứ đồ trong thời gian ông ở tù. Trong việc phục vụ sứ đồ Phao-lô, Ê-pa-phrô-đít dường như đã cố gắng hết sức mình, đến nỗi suýt chết, không phải vì tính mạng của chính mình. Chúng ta không biết chính xác bản chất của sự phục vụ mà ông đã thực hiện và ông đã lao động nhiều đến mức nào. Nhưng điều đáng lưu ý là trong quá trình phục vụ Chúa, ông đã bị bệnh và suýt chết. Nhờ lòng thương xót của Chúa, mạng sống của ông đã được cứu và Ê-pa-phrô-đít tiếp tục sống.

Chỉ vì chúng ta đang phục vụ Chúa và dân Ngài trong chức vụ Cơ Đốc, không có nghĩa là chúng ta tự động được đảm bảo sức khỏe tốt và cường tráng. Chúng ta cũng cần làm những gì cần thiết để chăm sóc sức khỏe của mình như một phần trách nhiệm. Có thể chúng ta sẽ làm việc quá sức và có nguy cơ tử vong trong quá trình đó.

Dù làm việc đến chết vì sự nghiệp của Chúa Kitô có vẻ cao cả, nhưng điều đó lại không cần thiết và vô ích. Chúng ta hữu ích hơn cho Chúa, Vương quốc của Ngài và dân Ngài khi còn sống trên trái đất này, hơn là khi đã chết. Tất nhiên, được về với Chúa Kitô thì tốt hơn nhiều. Tuy nhiên, vì lợi ích của Giáo hội và sự nghiệp của Vương quốc Ngài, tốt hơn hết là nên chăm sóc sức khỏe, sống một cuộc đời dài, khỏe mạnh và có ích.

Phải chăng bệnh tật là sự trừng phạt của Chúa?

1 Cô-rinh-tô 11:28-32 *28 Nhưng mỗi người hãy tự xét mình, rồi hãy ăn bánh và uống chén. 29 Vì ai ăn và uống cách không xứng đáng thì ăn và uống sự phán xét cho chính mình, vì không phân biệt được thân thể của Chúa. 30 Vì lý do đó, nhiều người trong anh em yếu đuối và bệnh tật, và nhiều người đã chết. 31 Vì nếu chúng ta tự xét mình, thì chúng ta sẽ không bị xét đoán. 32 Nhưng khi chúng ta bị xét đoán, thì chúng ta bị Chúa sửa phạt, để chúng ta không bị kết án cùng với thế gian.*

Hê-bơ-rơ 12:5-11 *5 Các ngươi đã quên lời khuyên dạy dành cho các ngươi như con cái: "Hỡi con ta, chớ khinh thường sự sửa phạt của Chúa, cũng chớ nản lòng khi bị Ngài quở trách; 6 vì Chúa yêu thương ai thì Ngài sửa phạt người đó, và đánh đòn mọi con mà Ngài nhận làm con." 7 Nếu các ngươi chịu đựng sự sửa phạt, thì Đức Chúa Trời đối xử với các ngươi như con cái; vì có con nào mà cha không sửa phạt? 8 Nhưng nếu các ngươi không chịu sửa phạt, là điều mà mọi người đều phải chịu, thì các ngươi là con bất hợp pháp và không phải là con cái. 9 Hơn nữa, chúng ta đã có những người cha trần gian sửa phạt chúng ta, và chúng ta kính trọng họ. Há chúng ta lại chẳng càng sẵn lòng phục tùng Cha của các linh hồn và sống theo Ngài sao? 10 Vì họ đã sửa phạt chúng ta trong vài ngày theo ý họ cho là tốt nhất, nhưng Ngài sửa phạt chúng ta vì lợi ích của chúng ta, để chúng ta được dự phần vào sự thánh khiết của Ngài. 11 Hiện tại, sự sửa phạt nào cũng có vẻ vui mừng, trái lại là đau đớn; tuy nhiên, sau đó nó mang lại kết quả bình an của sự công chính cho những người đã được rèn luyện bởi nó.*

Khải Huyền 3:19 *Ta yêu thương ai thì ta quở trách và sửa phạt người ấy. Vậy nên, hãy sốt sắm và ăn năn.*
Thi Thiên 103:10-13 10 Ngài không đối xử với chúng ta theo tội lỗi chúng ta, cũng không trừng phạt chúng ta theo sự gian ác chúng ta. 11 Vì trời cao hơn đất bao nhiêu, thì lòng thương xót của Ngài đối với những người kính sợ Ngài cũng lớn bấy nhiêu; 12 Như phương đông cách phương tây bao xa, thì Ngài đã cất bỏ tội lỗi chúng ta khỏi chúng ta bao xa bấy nhiêu. 13 Như cha thương xót con mình, thì Đức Giê-hô-va cũng thương xót những người kính sợ Ngài.

Trong số chúng ta, nếu là cha mẹ, con cái mình phạm lỗi, ai lại muốn sửa sai và dạy dỗ chúng bằng cách gây bệnh cho chúng, khiến chúng gặp tai nạn, nằm liệt giường, hay khiến chúng mắc ung thư hoặc bất kỳ bệnh hiểm nghèo nào khác? Tôi nghĩ chắc chắn không ai trong chúng ta lại làm như vậy! Hầu hết chúng ta sẽ bắt đầu bằng việc nghiêm khắc nói chuyện với con, đôi khi sẽ đánh đòn chúng một hoặc hai cái, rồi có thể tước bỏ một số đặc quyền của chúng. Nếu con cái lớn hơn, khi việc đánh đòn không còn phù hợp nữa, chúng ta sẽ ngồi xuống và lý luận với chúng, cố gắng giải thích để dạy chúng điều đúng đắn. Nếu ngay cả chúng ta, những người xấu xa, cũng biết cách đối xử với con cái mình như vậy, thì Cha Thiên Thượng của chúng ta càng đối xử với con cái Ngài tốt hơn biết bao, để yêu thương sửa sai, hướng dẫn, dạy dỗ và dẫn dắt chúng đến những điều tốt nhất cho cuộc đời chúng.

Vấn đề về sự sửa phạt của Chúa thường bị hiểu sai và xuyên tạc. Nhiều người bị bệnh, rồi cho rằng Chúa khiến họ ốm để dạy họ một bài học tâm linh sâu sắc. Chúng ta đều đồng ý rằng ngay cả cha mẹ trần gian cũng sẽ không làm điều đó với con cái mình, nhưng khi chúng ta buộc tội Chúa làm điều đó, chúng ta lại làm cho Ngài tệ hơn cả chính mình. Ví dụ, một tín đồ bị ốm và phải nằm liệt giường vài ngày (hoặc vài tuần). Nằm trên giường, không có việc gì khác để làm, tín đồ bắt đầu đọc những cuốn sách Cơ Đốc hay hoặc nghe nhiều bài giảng, và nhờ đó mà có được sự hiểu biết tâm linh và cảm thấy được củng cố về mặt tâm linh. Sau một thời gian, tín đồ hồi phục sức khỏe. Lời giải thích phổ biến nhất mà chúng ta thường nghe là Chúa khiến người này ốm để củng cố tâm linh và dạy họ những bài học tâm linh cụ thể đó. Lý lẽ của tôi là, trước hết, chúng ta đang buộc tội Chúa làm điều mà chúng ta, với tư cách là cha mẹ, sẽ không tự mình làm, khiến Chúa trở nên tệ hơn chúng ta. Thứ hai, nếu người tín đồ đó, khi còn khỏe mạnh, đã đọc những cuốn sách đó và nghe những bài giảng đó, thì họ cũng có thể học được những bài học tâm linh tương tự!

Từ "chasten" là từ tiếng Hy Lạp 'paideuo' mà đơn giản có nghĩa là "đào tạo" một đứa trẻ, tức là, giáo dục, hoặc (ngầm hiểu) kỷ luật (bằng hình phạt)," tới "hướng dẫn, học hỏi, giảng dạy" (Từ điển Strong). Từ này cũng được dịch là "học hỏi" (Công vụ 7:22) như sau: "Môi-se thông thạo mọi sự khôn ngoan của người Ai Cập, và giỏi cả lời nói lẫn việc làm." Từ này cũng được dịch là "dạy dỗ" (Công vụ 22:3) như khi Phao-lô đề cập đến việc mình được Ga-ma-li-ên dạy dỗ từ nhỏ. "Tôi quả thật là người Do Thái, sinh ra ở Tê-sus thuộc xứ Si-li-cia, nhưng được nuôi dạy ở thành này dưới chân Ga-ma-li-ên, được dạy dỗ theo sự nghiêm khắc của luật pháp tổ phụ chúng ta, và tôi sốt sắng đối với Đức Chúa Trời như anh em ngày nay." Từ này cũng được dùng để chỉ những cú đánh thể xác (Lu-ca 23:16,22), mà Phi-lát, thấy Chúa Giê-su không có lỗi, đã đề nghị đánh Ngài và thả Ngài đi, hy vọng điều đó sẽ làm nguôi giận người Do Thái. Sự sửa phạt do đó liên quan đến việc dạy dỗ (học tập, huấn luyện, hướng dẫn), sửa sai và đôi khi là trừng phạt. Mục tiêu cơ bản của sự sửa phạt là giúp người đó học được điều gì đó. Mục tiêu là hướng dẫn chứ không phải hủy diệt.

Trong điều kiện bình thường, việc răn dạy liên quan đến việc dạy bảo, sửa sai và trừng phạt được thực hiện một cách yêu

thương như đối với một đứa trẻ, và chỉ trong những trường hợp cực đoan mới liên quan đến sự phán xét.
Thông thường, việc răn dạy liên quan đến việc dạy dỗ con cái và do đó đề cập đến điều được thực hiện vì tình yêu thương, chứ không phải vì giận dữ. Trong điều kiện bình thường, việc răn dạy bao gồm việc dạy bảo, sửa sai và trừng phạt được thực hiện một cách yêu thương như đối với một đứa trẻ, và chỉ trong những trường hợp cực đoan mới liên quan đến sự phán xét.

Hê-bơ-rơ 12 mô tả mục đích của sự sửa phạt của Chúa, đó là để huấn luyện chúng ta trong sự thánh khiết và công chính. Vậy, trở lại câu hỏi ban đầu của chúng ta: Liệu cha mẹ trần gian có dùng bệnh tật để dạy dỗ con cái mình học cách làm điều đúng đắn không? Không! Dù vậy, Đức Chúa Trời của chúng ta, Đấng là Cha vô cùng lớn lao, Cha trên trời yêu thương đời đời, sẽ không để con cái Ngài bị bệnh tật để sửa phạt họ trong cuộc sống thường nhật. Trong cuộc sống hằng ngày bước đi cùng Ngài, Đức Chúa Trời sẽ dùng Lời Ngài, Thánh Linh Ngài và sự thông công với các tín hữu khác để rèn luyện chúng ta trong đời sống.

Trước đó trong chương này, chúng ta đã thảo luận về hội thánh Cô-rinh, nơi họ hoàn toàn đi chệch hướng và làm ô danh Tiệc Thánh, biến nó thành một bữa tiệc thay vì một sự tham dự thiêng liêng. Điều xảy ra trong trường hợp của họ là do sự bất tuân, họ đã bỏ lỡ phước lành chữa lành, sức khỏe và sự trọn vẹn mà Chúa dành cho họ, thay vào đó lại tự làm cho mình dễ bị tổn thương bởi sự yếu đuối, bệnh tật và cái chết. Chúa cho phép những điều này xảy ra như một phần trong sự sửa phạt thiêng liêng của Ngài để đưa họ trở lại cách thức đúng đắn khi cử hành Tiệc Thánh. Tuy nhiên, đây không phải là sự sửa phạt thông thường của Chúa dành cho họ với tư cách là những người tin, mà là một trường hợp phán xét của Chúa. Dựa trên tất cả những gì Kinh Thánh bày tỏ về bản chất của Đức Chúa Trời và công việc của Đức Chúa

Trời được bày tỏ trong Ngôi vị của Chúa Giê-su Christ, sẽ là không đúng nếu một tín đồ đang bước đi cùng Chúa lại nói rằng Chúa đang sửa phạt họ bằng một số bệnh tật.

Liệu có được phép kết hợp tín ngưỡng và y học?

Sau khi xem xét trường hợp của vua Ê-xê-ki-a và Ti-mô-thê, chúng tôi tin rằng không có gì sai trái khi kết hợp đức tin và y học. Chúa đã giao phó cho chúng ta nguồn lực về tri thức, công nghệ và tài nguyên thiên nhiên để sử dụng cho mục đích và vinh quang của Ngài. Chúng ta biết rằng mục đích của Chúa là chữa lành và làm cho mọi người khỏe mạnh. Chúng ta biết rằng Chúa được vinh hiển khi mọi người được chữa lành. Vì vậy, chúng ta không ngần ngại sử dụng các nguồn lực mà Chúa đã ban cho để mang lại sự chữa lành. Ngay cả khi chúng ta dùng thuốc hoặc nhận sự trợ giúp y tế, mắt chúng ta vẫn hướng về Chúa để cầu xin Ngài chữa lành và cứu chữa. Đức tin của chúng ta đặt vào Lời Ngài và vào quyền năng của Ngài, vì sự chữa lành cuối cùng đến từ Ngài.

Việc chăm sóc sức khỏe có phải là dấu hiệu của sự thiếu đức tin?

Một trong những bài học chúng ta có thể rút ra từ Ê-pa-ph-ốt là trong khi làm công việc phục vụ Chúa và dân Ngài, chúng ta cũng cần phải có trách nhiệm và chăm sóc sức khỏe của mình. Nếu không, chúng ta có thể bỏ bê thân thể và có nguy cơ chết sớm mà chưa hoàn thành công việc được giao. Trong khi trông cậy vào Chúa để được chữa lành, trọn vẹn và khỏe mạnh, thì việc chăm sóc sức khỏe cũng là một phần trách nhiệm của chúng ta. Chúng ta cần làm những gì trong khả năng và điều kiện của mình để giữ gìn sức khỏe tốt. Ví dụ, một số người có thể đi khám sức khỏe định kỳ (ví dụ: hàng năm), chú ý đến chế độ ăn uống, tập thể dục, v.v. Khi cần thiết, hãy thực hiện các biện pháp phòng ngừa theo khuyến cáo của bác sĩ. Điều này không phải là dấu hiệu của sự thiếu đức tin mà là biểu hiện của sự quản lý tốt. Đức tin của chúng ta về sự chữa lành và sức khỏe vẫn đặt nơi Chúa.

HƯỚNG DẪN THỰC TIỄN VỀ VIỆC TH

Các cách thức để phục vụ chữa lành

Có nhiều cách để chúng ta có thể an ủi người bệnh. Không có phương pháp hay quy trình cố định nào mà chúng ta bắt buộc phải sử dụng mỗi lần. Điều chúng ta cố gắng làm là làm quen với các cách thức chữa lành khác nhau như được mô tả trong Kinh Thánh. Học cách an ủi theo những cách đã được thấy trong Kinh Thánh. Luôn sẵn sàng an ủi bằng bất kỳ cách nào. Sau đó, hãy nhạy bén với Chúa và sử dụng bất kỳ phương pháp nào mà bạn cảm thấy được soi dẫn trong lòng để an ủi người bệnh.
Hãy nhớ rằng, sự chữa lành không nằm ở phương pháp, mà nằm ở chính con người. Chúa Giê-su là Đấng chữa lành. Sự chữa lành xảy ra không phải vì chúng ta đã làm mọi thứ đúng đắn. Sự chữa lành xảy ra bởi quyền năng của Ngài tuôn chảy vào người bệnh, khiến họ khỏe mạnh.

Hãy nhớ rằng những điều này được thảo luận hoàn toàn từ góc độ trang bị, chúng không nên được phân chia hoặc tách biệt theo kiểu nếu chúng ta sử dụng một phương pháp thì không nên kết hợp nó với các phương pháp khác. Trên thực tế, trong quá trình mục vụ, chúng ta thường sử dụng kết hợp các phương pháp này để chữa lành.

Cũng cần lưu ý rằng, mặc dù ở đây chúng ta đang thảo luận cụ thể về sự chữa lành thể chất, nhưng trên thực tế, sẽ có những trường hợp chúng ta thực hiện cả việc chữa lành thể chất, giải thoát và chữa lành nội tâm, tất cả cùng diễn ra đồng thời. Ở đây cũng không có thứ tự cụ thể nào cho việc thực hiện từng điều. Đôi khi, chúng ta có thể bắt đầu bằng việc giải thoát, sau đó là chữa lành thể chất và rồi đến chữa lành

nội tâm. Những lúc khác, Chúa có thể dẫn dắt chúng ta theo cách khác. Cũng cần nhớ rằng, trong khi chúng ta đang thực hiện việc chữa lành thể chất, đồng thời Chúa cũng đang thực hiện việc giải thoát và chữa lành nội tâm trong cuộc đời của một người. Chúng ta không phải lúc nào cũng nhận thức được tất cả những gì đang xảy ra trong một người khi họ đang trải nghiệm sự chạm đến của Chúa.
Chúng tôi xin trình bày ngắn gọn một số cách để phục vụ/nhận được sự chữa lành như được thấy trong Kinh Thánh.

Thông qua đức tin cá nhân vào Chúa

Chúa đã phán rằng Lời Ngài là thuốc chữa lành toàn thân thể chúng ta (Châm ngôn 4:20-22). Vì vậy, bất cứ ai cũng có thể nhận được sự chữa lành bằng cách suy ngẫm Lời Chúa và sử dụng đức tin được sinh ra từ Lời Ngài (Rô-ma 10:17). Khi đức tin được kết hợp với Lời mà chúng ta tiếp nhận, quyền năng của Chúa sẽ được giải phóng để thực hiện phép lạ chữa lành.

Luật đức tin được diễn đạt đơn giản là "theo đức tin của anh em mà được nên" (Ma-thi-ơ 9:29). Chúng ta sẽ luôn nhận được khi chúng ta bày tỏ đức tin trong lòng mình. Đó là một luật mà Đức Chúa Trời đã thiết lập.

Bạn có thể đặt niềm tin vào Chúa để được chữa lành. Ví dụ: Người phụ nữ bị bệnh chảy máu (Ma-thi-ơ 9:22), hai người mù (Ma-thi-ơ 9:22-30), một trong mười người mắc bệnh phong (Lu-ca 17:11-19), người mù ở ngoài Giê-ri-cô (Lu-ca 18:35-42).
Niềm tin vào Chúa có thể được thể hiện bằng nhiều cách khác nhau:

1. Tin và nói (Ma-thi-ơ 17:20, Mác 11:23, Rô-ma 10:9,10). Chúng ta tin bằng tấm lòng và xưng nhận bằng miệng. Đây là một cách thể hiện đức tin.
2. Tin tưởng và hành động dựa trên đức tin của bạn. Thể hiện đức tin vì người khác Chúng ta có thể

đặt niềm tin nơi Chúa để Ngài chữa lành cho người khác. Ví dụ: Viên đội trưởng La Mã cầu cứu người đầy tớ của mình (Ma-thi-ơ 8:10-13), người phụ nữ Ca-na-an cầu cứu con gái mình (Ma-thi-ơ 15:28), Phi-e-rơ và Giăng cầu cứu người què ở cổng đền thờ (Công vụ 3:16). Có thể có đức tin tương hỗ nơi Chúa khi hai người trở lên cùng tin tưởng với nhau. Ví dụ: bốn người bạn và người bạn bị bại liệt của họ (Ma-thi-ơ 9:2), một nhóm trưởng lão cầu nguyện bằng đức tin (Gia-cơ 5:14-15). Chúng ta cũng có thể có đức tin tập thể nơi Chúa dành cho người khác, khi một số lượng lớn người cùng nhau tin tưởng vào một phép lạ. Ví dụ: Các môn đồ đã tụ tập xung quanh Phao-lô sau khi ông bị ném đá và bị bỏ mặc cho đến chết (Công vụ 14:19-20). Thông qua Lời cầu nguyện hiệp nhất Ma-thi-ơ 18:18-20 18 "Quả thật, ta nói cùng các ngươi, điều gì các ngươi buộc dưới đất thì cũng sẽ bị buộc trên trời, điều gì các ngươi cởi dưới đất thì cũng sẽ được cởi trên trời. 19 Ta lại nói cùng các ngươi, nếu hai người trong các ngươi hiệp nhau cầu xin điều gì dưới đất, thì Cha ta ở trên trời sẽ ban cho điều đó. 20 Vì nơi nào có hai hoặc ba người nhóm lại nhân danh ta, thì ta ở giữa họ." Có những lúc, khi chúng ta phục vụ trong một nhóm, chúng ta có thể cầu nguyện và/hoặc sử dụng quyền năng để trói buộc những việc ma quỷ đang làm và Giải phóng cá nhân khỏi những gì kẻ thù đã áp đặt lên họ. Chúng ta làm điều này trong sự đồng thuận, đồng thời giải phóng đức tin và thực thi quyền năng mà Chúa ban cho. Có sức mạnh trong sự đồng thuận và điều này mang lại hiệu quả mạnh mẽ.

Qua lời cầu nguyện bằng đức tin

Gia-cơ 5:14,15 14 *Trong anh em có ai bị bệnh không? Hãy mời các trưởng lão của hội thánh đến, và họ sẽ cầu nguyện cho người ấy, xức dầu cho người ấy nhân danh Chúa. 15 Lời cầu nguyện đức tin sẽ cứu người bệnh, và Chúa sẽ chữa lành người ấy. Nếu người ấy có phạm tội, thì tội lỗi của người ấy sẽ được tha thứ.*

Ma-thi-ơ 21:22 *Và bất cứ điều gì các con cầu xin trong lời cầu nguyện, nếu tin tưởng, các con sẽ nhận được."*

Giăng 14:14 Nếu các con cầu xin bất cứ điều gì nhân danh Ta, Ta sẽ làm điều đó.

Công vụ 28:8 Và xảy ra rằng, cha của Publius bị bệnh sốt và kiết lỵ. Phao-lô vào thăm ông, cầu nguyện, rồi đặt tay lên ông và chữa lành cho ông.

Đoạn Kinh Thánh trong sách Gia-cơ kêu gọi các trưởng lão (những người lãnh đạo thuộc linh) trong hội thánh cầu nguyện bằng đức tin cho người bệnh. Việc này được thực hiện nhân danh Chúa Giê-su và với sự xức dầu.

Tất cả những người tin Chúa đều có thể cầu nguyện bằng đức tin để xin Chúa chữa lành cho người khác. Vì vậy, chúng ta không nên giới hạn việc cầu nguyện bằng đức tin chỉ dành cho các trưởng lão. Sự chữa lành xảy ra là vì chúng ta cầu nguyện bằng đức tin trong danh Chúa Giê-su Christ.

Thông qua một mệnh lệnh

Ma-thi-ơ 8:16 *Đến chiều tối, người ta đem đến cho Ngài nhiều người bị quỷ ám. Ngài đuổi quỷ bằng một tiếng và chữa lành tất cả những người bệnh.*

Lu-ca 4:38,39 *38 Bấy giờ, Đức Chúa Trời đứng dậy khỏi hội đường và vào nhà Si-môn. Nhưng mẹ vợ của Si-môn bị sốt cao, nên họ cầu xin Ngài chữa bệnh cho bà. 39 Đức Chúa Trời đứng bên cạnh bà và quở trách cơn sốt, thì cơn sốt liền biến mất. Bà liền đứng dậy và hầu hạ họ.*

Ma-thi-ơ 17:20 *Vậy Chúa Giê-su nói với họ: "Vì các ngươi không tin; quả thật, ta nói cùng các ngươi, nếu các ngươi có đức tin bằng hạt cải, các ngươi sẽ nói với núi này: 'Hãy dời khỏi đây đến đó', thì núi ấy sẽ dời đi; và không có việc gì là không thể đối với các ngươi cả.*

Giống như điều chúng ta thấy Chúa Giê-su làm, chúng ta phán một lời ra lệnh cho bệnh tật hoặc tà linh, bảo nó phải rời đi. Chúa Giê-su quở trách cơn sốt và nó đã biến mất. Tương tự, chúng ta quở trách bệnh tật và ra lệnh cho nó phải rời đi trong danh quyền năng của Chúa Giê-su. Chúng ta làm điều này với đức tin trong lòng. Chúa Giê-su nói rằng nếu chúng ta có đức tin và phán với núi, bảo nó dời đi, thì núi sẽ dời đi, và không có gì là không thể. Chúng ta có thể phán một lời ra lệnh quở trách bệnh tật khi người bệnh ở bên cạnh chúng ta hoặc ngay cả khi người bệnh ở một địa điểm khác. Thực sự không có "khoảng cách" trong cõi tâm linh.

Thông qua việc đặt tay (xức dầu thánh, kèm theo lời truyền dạy)

Ma-thi-ơ 8:3 Rồi Chúa Giê-su giơ tay ra chạm vào người ấy và phán rằng: "Ta đồng ý; hãy được sạch." Ngay lập tức bệnh phong của người ấy được chữa lành.
Ma-thi-ơ 8:15 Rồi Ngài chạm vào tay bà, và cơn sốt liền biến mất. Bà đứng dậy và phục vụ họ.
Ma-thi-ơ 9:29 Rồi Ngài chạm vào mắt họ và phán rằng: "Tùy theo đức tin của các con mà được như vậy."
Ma-thi-ơ 20:34 Chúa Giê-su động lòng thương xót và chạm vào mắt họ. Ngay lập tức mắt họ được sáng, và họ đi theo Ngài.
Mác 6:12-13 12 Vậy họ đi rao giảng rằng mọi người nên ăn năn. 13 Họ đuổi nhiều quỷ, xức dầu cho nhiều người bệnh và chữa lành cho họ.

Mác 7:32-35 32 Bấy giờ, người ta đem đến cho Ngài một người bị điếc và nói lắp, nài xin Ngài đặt tay lên người ấy. 33 Ngài dẫn người ấy ra khỏi đám đông, đặt ngón tay vào tai người ấy, rồi nhổ nước bọt và chạm vào lưỡi người ấy. 34 Rồi, ngước mắt lên trời, Ngài thở dài và phán với người ấy rằng: "Êpháp-tha", nghĩa là "Hãy mở ra". 35 Ngay lập tức, tai người ấy được mở ra, tật nói lắp của người ấy được chữa khỏi, và người ấy nói năng rõ ràng.
Lu-ca 4:40 Khi mặt trời lặn, tất cả những ai có người thân bị bệnh tật đều đem họ đến với Ngài; và Ngài đặt tay lên từng người và chữa lành cho họ.
Lu-ca 13:13 Và Ngài đặt tay lên bà, lập tức bà được lành lại và ngợi khen Đức Chúa Trời.
Mác 16:17,18 17 Những dấu hiệu này sẽ theo những người tin: Nhân danh Ta, họ sẽ đuổi quỷ; họ sẽ nói tiếng mới; 18 họ sẽ cầm rắn; và nếu họ uống bất cứ thứ gì độc hại, thì sẽ không hề hại họ; họ sẽ đặt tay trên người bệnh, và người bệnh sẽ được lành."

Việc chữa lành cho người bệnh bằng cách đặt tay là một cách phổ biến để phục vụ Chúa. Chúng ta đặt tay lên người bệnh và ra lệnh cho bệnh tật phải biến mất trong danh quyền năng của Chúa Giê-su. Chúng ta kỳ vọng quyền năng của Đức Thánh Linh sẽ được ban xuống thông qua việc đặt tay.
Việc chữa bệnh bằng cách đặt tay có thể được thực hiện theo nhiều cách, ví dụ:

1 Việc đặt tay cùng với lời cầu nguyện bằng đức tin nhân danh Chúa Giê-su

2 Đặt tay và ban lời truyền dạy nhân danh Chúa Giê-su

3 Việc đặt tay cùng với lời cầu nguyện bằng đức tin và xức dầu thánh.

4 Việc đặt tay và xức dầu nhân danh Chúa (không nhất thiết phải cầu nguyện bằng lời nói). Khi mọi người được phục vụ thông qua việc đặt tay, họ có thể hoặc

không bị "ngã gục" trong Thánh Linh. Không nhất thiết mọi người phải "ngã gục dưới quyền năng" khi được đặt tay lên. Nếu điều đó xảy ra thì tốt. Nếu không, chúng ta cũng không cần quá lo lắng. Thông thường, chúng ta sẽ đặt tay lên vùng cơ thể cần được chữa lành. Đây là cách làm điển hình, mặc dù không phải là bắt buộc. Đôi khi, khi một người đàn ông chữa lành cho một người phụ nữ, chúng ta có thể yêu cầu người phụ nữ đặt tay lên phần cơ thể bị ảnh hưởng, trong khi người đàn ông đặt tay lên đầu người phụ nữ.

5 Khi người bệnh chạm vào bạn Ma-thi-ơ 9:20 Và đột nhiên, một người phụ nữ bị chảy máu suốt mười hai năm từ phía sau tiến đến và chạm vào vạt áo của Ngài.

Ma-thi-ơ 14:36 Họ nài nỉ Ngài cho phép họ chỉ được chạm vào vạt áo của Ngài. Và tất cả những ai chạm vào đều được chữa lành hoàn toàn.
Có những lúc mọi người sẽ vươn tay chạm vào chúng ta bằng đức tin. Sự chạm đó là hành động của đức tin và là sự kết nối của họ với quyền năng của Chúa. Chúa tôn vinh đức tin của họ khi làm điều này và họ nhận được sự chữa lành.

Thông qua việc Tuyên xưng Đức tin

Ma-thi-ơ 8:13 Rồi Chúa Giê-su nói với viên đội trưởng: "Hãy đi đi; và như ngươi đã tin, thì điều đó sẽ được thực hiện cho ngươi." Và người đầy tớ của ông ta được chữa lành ngay lập tức.
Ma-thi-ơ 15:28 Rồi Chúa Giê-su đáp lại và nói với bà: "Hỡi người phụ nữ, đức tin của bà thật lớn lao! Hãy được như bà mong muốn." Và con gái bà được chữa lành ngay từ giờ đó.

Giăng 4:50 Chúa Giê-su nói với người ấy: "Hãy đi đi; con trai ngươi vẫn còn sống." Vậy người ấy tin lời Chúa Giê-su nói, và ông ta ra đi.

Giăng 5:8,9 8 Chúa Giê-su nói với người ấy: "Hãy đứng dậy, vác giường mình mà đi." 9 Người ấy liền lành lại, vác giường mình mà đi. Ngày ấy là ngày Sa-bát.

Có những lúc Chúa hướng dẫn chúng ta chỉ đơn giản là thông báo cho người bệnh rằng sự chữa lành đã hoàn thành. Có thể không nhất thiết phải có lời cầu nguyện hay lời ra lệnh, hoặc có thể là sự kết hợp của cả hai. Chúng ta thông báo bằng đức tin và quyền năng rằng công việc đã hoàn thành. Chúa làm việc đó. Người bệnh thấy rằng sự chữa lành đã được thực hiện.

Thông qua hành động trong đức tin

Ma-thi-ơ 9:6,7 6 Nhưng để các ngươi biết rằng Con Người có quyền tha tội trên đất"—Bấy giờ, Ngài phán với người bại liệt rằng: "Hãy đứng dậy, vác giường mình mà về nhà." 7 Người liền đứng dậy và đi về nhà mình.

Ma-thi-ơ 12:13 Rồi Ngài phán với người đàn ông: "Hãy giơ tay ra." Người ấy giơ tay ra, và tay người ấy được lành lặn trở lại như tay kia.

Giăng 9:7 Và Đức Chúa Trời phán với ông rằng: "Hãy đi tắm ở hồ Si-lô-am" (nghĩa là "Được sai đến"). Vậy ông đi tắm, rồi trở lại và thấy.

Công vụ 3:6-8 6 Bấy giờ Phi-e-rơ nói: "Tôi không có vàng bạc gì cả, nhưng tôi có điều tôi muốn dâng cho anh: Nhân danh Đức Chúa Giê-su Christ ở Na-xa-rét, hãy đứng dậy mà đi." 7 Phi-e-rơ nắm lấy tay phải ông và đỡ ông đứng dậy, lập tức chân và mắt cá chân ông được mạnh lên. 8 Vậy, ông nhảy lên, đứng dậy và đi vào đền thờ với họ—vừa đi vừa nhảy múa và ngợi khen Đức Chúa Trời.

Công vụ 14:8-10 8 Tại Lystra, có một người ngồi đó, chân bị tật nguyền, từ trong bụng mẹ mà chưa bao giờ đi được. 9 Người ấy nghe Phao-lô nói. Phao-lô quan sát kỹ và thấy người ấy có đức tin để được chữa lành, 10 liền lớn tiếng nói: "Hãy đứng thẳng dậy!" Người ấy liền nhảy lên và đi được.

Có những lúc Chúa Thánh Thần hướng dẫn chúng ta khuyên người bệnh hãy hành động theo đức tin của họ. Điều này thường có nghĩa là hướng dẫn họ bắt đầu làm những việc mà họ không thể làm được vì bệnh tật. Đôi khi, ban đầu chúng ta sẽ giúp đỡ họ khi họ cố gắng thực hiện điều đó. Khi mọi người bắt đầu hành động theo đức tin của mình, quyền năng của Chúa sẽ chữa lành họ. Họ bước ngay vào quá trình chữa lành của chính mình.

Khi con người hành động dựa trên đức tin

Ma-thi-ơ 9:20-22 20 Bỗng nhiên, một người phụ nữ bị chảy máu suốt mười hai năm từ phía sau đi đến và chạm vào vạt áo Ngài. 21 Vì bà tự nhủ: "Chỉ cần chạm vào áo Ngài thôi, tôi sẽ được lành." 22 Nhưng Đức Chúa Giê-su quay lại, khi thấy bà thì phán: "Hỡi con gái, hãy vững lòng; đức tin của con đã chữa lành con." Và người phụ nữ ấy được lành ngay từ giờ đó.

Mác 2:3-5 3 Bấy giờ, họ đến gần Ngài, mang theo một người bại liệt được bốn người khiêng. 4 Vì đám đông quá đông nên họ không thể đến gần Ngài, liền dỡ mái nhà nơi Ngài đang ở. Sau khi vào được trong mái nhà, họ hạ chiếc giường có người bại liệt nằm xuống. 5 Khi thấy đức tin của họ, Đức Chúa Giê-su phán cùng người bại liệt rằng: "Này con, tội lỗi con đã được tha rồi."

Tương tự, người ta có thể làm những việc bằng đức tin mà không cần ai bảo phải làm. Giống như người phụ nữ bị bệnh chảy máu kinh niên đã len lỏi qua đám đông và chạm vào vạt áo của Chúa Giê-su. Đó là hành động đức tin của bà. Chúa đã tôn vinh điều đó. Bốn người đàn ông đã đem người bạn bị bại liệt đến với Chúa Giê-su cũng đang hành động bằng đức tin của họ. Họ thậm chí còn leo lên mái nhà và thả người bạn của mình xuống. Chúa Giê-su đã thấy đức tin của họ. Người bạn của họ đã được chữa lành. Hành động đức tin của họ là điều gì đó giữa họ và Chúa. Chúa nhìn thấy tấm lòng của họ và đáp lại.

Thông qua các ân tứ của Thánh Linh

1 Cô-rinh-tô 12:7-11 7 Nhưng sự bày tỏ của Thánh Linh được ban cho mỗi người vì lợi ích chung: 8 vì nhờ Thánh Linh mà có người được ban cho lời khôn ngoan, người thì được ban cho lời hiểu biết, 9 người thì được ban cho đức tin, người thì được ban cho ơn chữa bệnh, 10 người thì được ban cho khả năng làm phép lạ, người thì được ban cho ơn tiên tri, người thì được ban cho ơn phân biệt các thần, người thì được ban cho ơn nói các thứ tiếng khác nhau, người thì được ban cho ơn giải thích các thứ tiếng đó. 11 Nhưng chỉ một và cùng một Thánh Linh thực hiện tất cả những điều ấy, phân phát cho mỗi người tùy theo ý muốn của Ngài.

Hê-bơ-rơ 2:3,4 3 Làm sao chúng ta thoát khỏi sự trừng phạt nếu chúng ta bỏ qua ơn cứu rỗi vĩ đại như vậy, ơn cứu rỗi mà ban đầu đã được Chúa rao giảng và được những người nghe Ngài xác nhận? 4 Đức Chúa Trời cũng làm chứng bằng các dấu kỳ phép lạ, bằng nhiều phép màu và các ơn của Đức Thánh Linh, theo ý muốn của Ngài?

Chúa chữa lành thông qua các ân tứ của Thánh Linh. Thông thường, điều này sẽ được thể hiện qua ân tứ chữa bệnh và lời tri thức, đôi khi kèm theo việc làm phép lạ và ân tứ đức tin. Các ân tứ khác của Thánh Linh cũng có thể được vận dụng cùng lúc. Có thể có lời khôn ngoan, sự phân biệt thuộc linh hoặc lời tiên tri được ban ra trong lúc thực hiện việc chữa lành và giải thoát.

Chúng ta phải khao khát vận dụng những ân tứ này khi phục vụ mọi người. Chúng ta phải bước đi trong đức tin để những ân tứ này được ban phát. Đó là phần việc của chúng ta. Chúa thường đáp lại lòng khao khát và sự sẵn lòng bước đi trong đức tin của chúng ta bằng cách ban phát bất kỳ sự kết hợp nào của các ân tứ của Thánh Linh.

Có những lúc những ân tứ này được ban ra ngay cả khi không ai thực sự có đức tin mạnh mẽ hoặc mong đợi điều gì đó xảy ra. Cả người ban ơn lẫn người được ban ơn đều không có đức tin mạnh mẽ, nhưng sự chữa lành, sự giải thoát và phép lạ vẫn xảy ra nhờ sự vận hành của các ân tứ. Ví dụ, một người không tin, chỉ đến dự buổi họp với tư cách là người quan sát, không có kiến thức hay đức tin vào Chúa Giê-su Christ, có thể nhận được một phép lạ chữa lành kỳ diệu trong buổi lễ mà không ai thực sự cầu nguyện hay ban ơn cho người đó. Đây sẽ là một công việc tối cao của Chúa thu hút sự chú ý của người đó và dẫn dắt họ đến với đức tin nơi Chúa Kitô.

Thông qua sự xức dầu chữa lành

Lu-ca 5:17 Một ngày nọ, khi Ngài đang giảng dạy, có các người Pha-ri-si và các thầy dạy luật từ khắp các thành Ga-li-lê, Giu-đê và Giê-ru-sa-lem đến ngồi đó. Chúa có quyền năng chữa lành cho họ.
Lu-ca 6:19 Cả đám đông đều tìm cách chạm vào Ngài, vì quyền năng phát ra từ Ngài và chữa lành cho tất cả mọi người.

Lu-ca 8:46-47 46 Nhưng Đức Chúa Giê-su nói: "Có người chạm vào Ta, vì Ta cảm nhận được quyền năng từ

Ta phát ra." 47 Khi người phụ nữ thấy mình không còn giấu được nữa, bà run rẩy đến gần Ngài, quỳ xuống trước mặt mọi người và thuật lại cho Ngài biết lý do bà đã chạm vào Ngài và làm thế nào bà được chữa lành ngay lập tức.

Sự xức dầu là sự hiện diện và quyền năng của Đức Thánh Linh. Sự xức dầu có thể ban quyền năng cho một cá nhân hoặc hiện diện trên một hội thánh (cộng đồng) tín hữu để khiến quyền năng của Đức Chúa Trời được bày tỏ. Chúa Giê-su đã thi hành chức vụ bởi quyền năng của Đức Thánh Linh (Công vụ 10:38). Quyền năng này cũng sẵn có cho tất cả các tín hữu (Công vụ 1:8) và do đó có thể tuôn chảy từ chúng ta, giống như nó đã tuôn chảy từ Chúa Giê-su. Sự xức dầu chữa lành là sự hiện diện và quyền năng của Đức Thánh Linh khiến cho sự chữa lành diễn ra. Khi Chúa Giê-su thi hành chức vụ, quyền năng của Chúa đã hiện diện để chữa lành mọi người. Quyền năng chữa lành (đức tính chữa lành hoặc sự xức dầu chữa lành) tuôn chảy từ Ngài và chữa lành nhiều người đã chạm vào Ngài.

Khi chúng ta thực hiện chức năng chữa lành, chúng ta phải khao khát và mong đợi quyền năng chữa lành của Đức Thánh Linh tuôn chảy qua chúng ta và chữa lành người bệnh. Có những lúc chúng ta có thể nhận ra (cảm nhận rõ ràng) dòng chảy của quyền năng chữa lành này. Có những lúc chúng ta không cảm thấy gì cả, nhưng chúng ta vẫn thực hiện chức vụ bằng đức tin, biết rằng quyền năng của Đức Thánh Linh đang được giải phóng qua chúng ta.

Thông qua sự xức dầu đặc biệt

Công vụ 5:12-16 12 Qua tay các sứ đồ, nhiều dấu kỳ phép lạ đã được thực hiện giữa dân chúng. Tất cả đều đồng lòng tụ họp tại hành lang Sa-lô-môn. 13 Nhưng những người khác không dám gia nhập cùng họ, tuy nhiên dân chúng rất kính trọng các sứ đồ. 14 Số người tin Chúa càng ngày

càng tăng lên, cả nam lẫn nữ, 15 đến nỗi họ đem người bệnh ra đường phố, đặt trên giường và ghế dài, để ít nhất bóng của Phi-e-rơ đi ngang qua cũng phủ lên một số người trong số họ. 16 Một đám đông từ các thành phố xung quanh cũng kéo đến Giê-ru-sa-lem, đem theo những người bệnh và những người bị quỷ ám, và tất cả đều được chữa lành.

Có những lúc chúng ta được ơn xức dầu đặc biệt để chữa lành, dù là cá nhân hay toàn thể cộng đoàn. Khi điều này xảy ra, nhiều phép lạ kỳ diệu bắt đầu diễn ra một cách tự phát. Chúng ta phải nhạy bén và nhận ra điều này, và thuận theo ý muốn của Chúa Thánh Linh trong thời điểm đó, để mọi người có thể được cảm hóa. Chúng ta không được dập tắt công việc của Chúa Thánh Linh trong những lúc như vậy, bởi vì Chúa cố ý ban ơn xức dầu đặc biệt này vì một lý do nào đó.

Một "không gian chữa lành", nơi sự xức dầu chữa lành tràn ngập bầu không khí tâm linh trong một buổi nhóm họp, có thể được tạo ra thông qua cầu nguyện, thờ phượng, đức tin cao độ và sự mong đợi. Mặc dù việc tạo ra một không gian chữa lành là hữu ích và đáng mong muốn, nhưng điều này không phải lúc nào cũng khả thi, vì giống như Chúa Giê-su, chúng ta có thể phải phục vụ trong những môi trường thù địch. Chúa có thể hành động mạnh mẽ bất kể môi trường nào, vì vậy chúng ta phải luôn luôn cởi mở và nhạy bén với Thánh Linh của Chúa.

Thông qua sự ăn năn và từ bỏ tội lỗi

Giăng 5:14 Sau đó, Chúa Giê-su gặp ông trong đền thờ và nói với ông: "Này, ngươi đã được chữa lành. Đừng phạm tội nữa, kẻo điều tệ hơn sẽ giáng xuống ngươi."
Giăng 9:1-3 1 Khi Đức Chúa Giê-su đi ngang qua, Ngài thấy một người mù từ lúc mới sinh. 2 Các môn đồ hỏi Ngài rằng: "Thưa Thầy, ai đã phạm tội, người này hay cha mẹ

người này, mà người ấy bị mù?" 3 Đức Chúa Giê-su đáp: "Cả người này lẫn cha mẹ người này đều không phạm tội, nhưng để những việc của Đức Chúa Trời được tỏ ra nơi người ấy.

Không phải mọi bệnh tật đều là dấu hiệu của tội lỗi cá nhân, như trường hợp người mù bẩm sinh trong Giăng 9. Tuy nhiên, có thể có tội lỗi nào đó trong đời sống của người đó đã mở đường cho bệnh tật về thể chất. Có thể người què trong Giăng 5 bị tàn tật là do một tội lỗi cụ thể nào đó. Khi Chúa chữa lành cho ông và khuyên răn ông: "Đừng phạm tội nữa, kẻo tai họa nặng hơn sẽ giáng xuống trên ngươi", ông hiểu ý nghĩa của điều đó. Không phải là ông sẽ không bao giờ phạm "tội lỗi", mà Chúa Giê-su đang nói đến tội lỗi (hoặc những tội lỗi) đã khiến ông bị tàn tật ngay từ đầu. Hãy xem điều gì sẽ xảy ra nếu người què đã được chữa lành trong Giăng 5 lại đi phạm tội. Như Chúa Giê-su đã nói, "tai họa nặng hơn" có thể sẽ giáng xuống trên ông. Ông cần phải ăn năn và từ bỏ tội lỗi đó để được chữa lành và trở nên trọn vẹn trở lại.

Khi thực hiện việc chữa lành, Chúa có thể hướng dẫn chúng ta trước tiên giải quyết tội lỗi trong đời sống của người được phục vụ. Sau đó, chúng ta yêu thương trao đổi với người đó và hướng dẫn họ ăn năn và từ bỏ những điều liên quan đến tội lỗi đó. Có thể có sự không tha thứ, thù hận, giận dữ và những thái độ sai trái khác trong lòng mà người đó đang nuôi dưỡng, cần phải được từ bỏ. Thông thường, chúng ta hướng dẫn người đó từ bỏ lối sống, thói quen tội lỗi, sự dâng hiến cho các linh hồn ô uế, cắt đứt mối liên hệ với các thế lực ma quỷ và đóng các cánh cửa/lối vào.

Thông qua sự giải thoát

Ma-thi-ơ 9:32,33 32 Khi họ đi ra, này, họ đem đến cho Ngài một người câm và bị quỷ ám. 33 Khi quỷ bị đuổi ra,

người câm liền nói được. Và đám đông kinh ngạc nói rằng: "Chưa từng thấy điều như vậy ở Y-sơ-ra-ên!"
Ma-thi-ơ 12:22 Rồi người ta đem đến trước mặt Ngài một người bị quỷ ám, mù và câm; Ngài chữa lành cho người ấy, khiến người mù và câm ấy nói được và nhìn thấy được.
Lu-ca 13:11-13 11 Và kìa, có một người phụ nữ bị quỷ ám suốt mười tám năm, lưng còng xuống và không thể nào tự mình đứng dậy được. 12 Nhưng khi Đức Chúa Giê-su thấy bà, Ngài gọi bà đến gần và phán rằng: "Này người phụ nữ, ngươi được lìa khỏi bệnh tật!" 13 Ngài đặt tay lên bà, và bà lập tức được lành thẳng, và ngợi khen Đức Chúa Trời.

Lưu ý rằng trong các trường hợp trên, chúng ta thấy chứng mù lòa, điếc, câm và gù lưng là do sự hiện diện của ma quỷ gây ra. Điều này không có nghĩa là mọi trường hợp mù lòa, điếc, câm hay vấn đề về lưng đều do một tà linh gây bệnh tật. Một số trường hợp mù lòa có thể do tai nạn hoặc các nguyên nhân khác. Chúng ta cố gắng lắng nghe Thánh Linh của Chúa và làm theo sự hướng dẫn của Ngài. Khi không chắc chắn, chúng ta tiến hành chữa lành và giải quyết bất kỳ tà linh gây bệnh tật nào có thể hiện diện. Nhiều bệnh nan y và các tình trạng thể chất khác mà nguyên nhân không xác định được thường là dấu hiệu của một tà linh cần phải bị trục xuất.

Ba sách Phúc Âm cũng ghi lại trường hợp của một cậu bé dường như bị động kinh và co giật (Ma-thi-ơ 17:14-18, Mác 9:17-27, Lu-ca 9:37-43). Đây thực chất là trường hợp bị quỷ ám gây ra điếc, câm, điên loạn và có khuynh hướng tự tử. Vậy nên khi Chúa Giê-su đuổi tà ma ra, cậu bé được chữa lành. Về mặt y học, chúng ta biết rằng bệnh động kinh là do sự mất cân bằng hóa học gây ra, cần đến sự can thiệp của phép lạ. Nhưng trong một số trường hợp, cũng có thể có một tà ma gây bệnh tiềm ẩn cần được giải quyết.

Qua việc thực hành đức tin khi cử hành Tiệc Thánh.

1 Cô-rinh-tô 11:26 Vì mỗi khi các ngươi ăn bánh này và uống chén này, các ngươi loan báo sự chết của Chúa cho đến khi Ngài đến.

Thập giá của Chúa Giê-su Ki-tô là "lời tuyên bố giải phóng" của chúng ta. Đó là nơi mà sự tha thứ tội lỗi, sự chữa lành và sự trọn vẹn cho cả thể xác lẫn tâm trí, và mọi điều cần thiết để đảo ngược sự Sa Ngã, đã được ban cho. Chúa Giê-su đã thiết lập điều mà chúng ta gọi là "Bữa Tiệc Thánh" hay "Bàn Tiệc Thánh" để chúng ta thường xuyên cử hành như vậy để tưởng nhớ Ngài. Mỗi lần chúng ta dự Tiệc Thánh, chúng ta "tuyên bố sự chết của Chúa". Chúng ta dự Tiệc Thánh để "phân biệt thân thể Chúa". Chúng ta nhận ra những gì Chúa Ki-tô đã hoàn thành cho chúng ta trong thân thể Ngài trên Thập tự giá. Tiệc Thánh là một lời tuyên bố hay một sự khẳng định đức tin của chúng ta vào công việc đã hoàn thành của Chúa Ki-tô trên Thập tự giá và sự thật rằng Ngài đã sống lại và sẽ trở lại. Đây là thời điểm chúng ta kết hợp đức tin của mình với lòng khao khát và mong đợi nhận được trọn vẹn những phước lành của Thập tự giá được hiện thực hóa và có hiệu quả trong cuộc sống của chúng ta. Chúng ta mong đợi Đức Thánh Linh sẽ củng cố trong mọi phần của cuộc sống chúng ta, những phước lành trọn vẹn của Thập tự giá Chúa Ki-tô. Chúng ta mời gọi Thánh Linh của Đức Chúa Trời làm cho quyền năng của Thập tự giá được thể hiện hữu hiệu trong đời sống chúng ta. Công việc của Chúa Giê-su trên Thập tự giá đã được hoàn thành nhờ quyền năng của Thánh Linh (Hê-bơ-rơ 9:14). Chính Thánh Linh ấy hiện diện ở đây để làm cho quyền năng và phước lành của Thập tự giá được thể hiện hữu hiệu trong đời sống chúng ta. Mỗi khi chúng ta dự Tiệc Thánh, chúng ta phải làm điều đó với niềm mong đợi này. Đức Chúa Trời sẽ đáp lại đức tin của chúng ta bằng những việc làm đầy quyền năng (2 Tê-sa-lô-ni-ca 1:11).

Người Cô-rinh-tô đã bỏ lỡ phước lành này vì họ không dự Tiệc Thánh một cách xứng đáng. Họ coi đó là thời gian để ăn uống và say sưa. Thay vì trải nghiệm phước lành của Chúa, họ lại tự chuốc lấy sự phán xét và kết cục là sự yếu đuối, bệnh tật và cái chết yểu. "Vì ai ăn uống cách không xứng đáng thì ăn uống sự phán xét cho mình, vì không phân biệt được thân thể Chúa. Bởi vậy, nhiều người trong anh em yếu đuối và bệnh tật, và nhiều người đã chết" (1 Cô-rinh-tô 11:29,30). Sự yếu đuối, bệnh tật và cái chết có thể tránh được nếu họ tham dự Tiệc Thánh một cách đúng đắn.

Thông qua việc sử dụng khăn cầu nguyện

Công vụ 19:11,12 11 Đức Chúa Trời đã làm những phép lạ phi thường qua tay Phao-lô, 12 đến nỗi người ta lấy khăn tay hoặc tạp dề từ thân thể ông đem đến cho người bệnh, và bệnh tật liền liền biến mất, tà linh cũng ra khỏi người ấy .

Chúng ta thấy Chúa làm phép lạ qua Phao-lô, nơi những chiếc khăn tay và tạp dề mà Phao-lô mang đến cho người bệnh và người bị quỷ ám đã mang lại sự chữa lành và giải thoát. Chúa vẫn làm việc qua phương pháp này. Vì vậy, trong những trường hợp Chúa hướng dẫn, chúng ta có thể cầu nguyện trên những mảnh vải và mang chúng đến cho những người bệnh. Khi những mảnh vải này được đặt lên người bệnh với đức tin, sự chữa lành và giải thoát sẽ được ban cho họ. Chúa cũng có thể sử dụng những vật chất khác như dầu, nước, v.v.

Cần lưu ý một điều khi sử dụng vải/vật phẩm/đồ vật. Đôi khi, nếu không được hướng dẫn đúng cách, mọi người có thể biến vật phẩm được dùng để chữa lành hoặc giải thoát cho họ thành vật thờ cúng, bùa hộ mệnh hoặc một vật phẩm siêu nhiên nào đó thu hút sự chú ý của họ. Điều quan trọng là chúng ta phải làm rõ rằng chính Chúa Giê-su mới là người mang đến sự chữa lành và bản thân vật phẩm chỉ được sử dụng như một phương tiện liên lạc. Chúa có thể chữa lành ngay cả khi không cần dùng đến vật phẩm đó.

Thông qua các phương pháp khác thường

Mặc dù chúng tôi đã cố gắng liệt kê một số cách thức chữa lành được thực hiện, xin hãy nhớ rằng đây không phải là danh sách đầy đủ. Chúa có thể sử dụng những cách thức khác thường, không phổ biến và chúng ta phải luôn mở lòng đón nhận Ngài. Hãy xem xét thực tế rằng Chúa Giê-su cũng đã phục vụ bằng một số cách thức khác thường trong một số trường hợp. Có lần khi phục vụ một người câm điếc, Chúa Giê-su đã đưa ngón tay vào tai người đó, rồi nhổ nước bọt và dùng nước bọt của mình chạm vào lưỡi người đó, và người đó vừa nghe vừa nói được (Mác 7:32-25). Đối với một người mù khác, Chúa Giê-su đã nhổ nước bọt vào mắt người đó và đặt tay lên người đó, và người mù đã thấy được (Mác 8:22-26). Đối với một người mù khác, Chúa Giê-su đã nhổ nước bọt xuống đất và trộn nước bọt của Ngài với đất sét, rồi đắp đất sét lên mắt người mù và bảo người đó: "Hãy đi rửa mặt trong hồ Si-lô-am", và người mù này đã được chữa lành (Giăng 9:6,7). Trong sách Công Vụ Các Tông Đồ, chúng ta đọc thấy việc Đức Chúa Trời dùng bóng của Phi-e-rơ để mang lại sự chữa lành.

Vì vậy, chúng ta phải luôn mở lòng đón nhận sự hướng dẫn của Chúa và phục vụ theo những cách thức khác thường, nếu Ngài dẫn dắt chúng ta. Tuy nhiên, đừng biến điều mà Chúa bảo bạn sử dụng trong một tình huống đặc biệt thành thói quen. Hãy tiếp tục làm theo sự dẫn dắt của Ngài. Mục tiêu của chúng ta ở đây không phải là quảng bá một phương pháp mới hay tìm kiếm bản sắc của mình trong một cách thức chữa lành khác thường nào đó. Mục tiêu của chúng ta là giúp mọi người được chữa lành và tôn vinh Chúa trong mọi việc.

Trao tặng sự chữa lành—Trực tiếp từng người một

Khi thực hiện việc chữa lành trực tiếp cho một cá nhân, nếu có thể, hãy dành thời gian để xây dựng đức tin của người đó thông qua việc giảng dạy Lời Chúa. Hãy chia sẻ nền tảng của sự chữa lành và giải thoát mà chúng ta có được. Sau đó, chúng ta sẽ sử dụng bất kỳ phương pháp nào đã được thảo luận ở trên để phục vụ, tùy theo trường hợp. Chúng ta mong muốn và tìm kiếm sự tuôn chảy của các ơn chữa lành và phép lạ. Trong chương tiếp theo, chúng ta sẽ học một cách tiếp cận đơn giản và dễ dàng để thực hiện việc chữa lành trực tiếp cho từng người.

Truyền giảng chữa lành trong một buổi tụ họp đông người

Mặc dù không có khuôn khổ hay trình tự cụ thể nào cần tuân theo khi phục vụ chữa lành trong một buổi nhóm đông người, nhưng đây là một số cách chung để phục vụ trong một bối cảnh lớn. Cách tiếp cận thông thường của chúng tôi là rao giảng Lời Chúa để xây dựng đức tin trong lòng mọi người, bất cứ khi nào có thể. Sau đó, chúng tôi cố gắng làm theo sự hướng dẫn của Chúa về cách phục vụ. Đôi khi Chúa có thể hướng dẫn chúng tôi kêu gọi mọi người cầu nguyện chữa lành hoặc kêu gọi mọi người đến trước bàn thờ để nhận được sự phục vụ. Đôi khi, thông qua lời tri thức, chúng tôi kêu gọi những trường hợp cụ thể cần được chữa lành, và sau đó phục vụ tập thể cho những người khác được chữa lành. Không có công thức cố định nào. Điều quan trọng là phải nhạy bén với Chúa và làm theo sự hướng dẫn của Ngài. Dưới đây là một số điều chung mà chúng tôi làm khi phục vụ chữa lành tập thể sau khi rao giảng Lời Chúa.

Chúng ta có thể khuyên mọi người đặt tay lên phần cơ thể cần được chữa lành nếu có thể. Đây là một bước đơn giản để

thể hiện đức tin của họ và giúp họ trông cậy vào Chúa để nhận được một phép lạ cụ thể.
Khi thực hiện phép chữa lành tập thể, chúng ta thường bắt đầu bằng việc đuổi các tà linh và tà linh gây bệnh tật. Đó là những ma quỷ giữ cho con người trong tình trạng bệnh tật và ngăn cản sự chữa lành đến. Vì vậy, chúng ta trải qua một thời gian giải thoát tập thể. Chúng ta cố gắng nhạy bén với Chúa khi Ngài bày tỏ qua sự phân biệt các tà linh, những loại tà linh cụ thể cần phải bị quở trách.

Sau đó, chúng ta đưa ra những lời truyền lệnh để mọi người được chữa lành. Trong thời gian này, chúng ta luôn nhạy bén với Chúa để nhận được lời mặc khải và kêu gọi những tình trạng cụ thể đang được chữa lành hoặc mô tả những tình huống cụ thể có thể đã gây ra bệnh tật hoặc vấn đề đó. Những lời mặc khải cụ thể hoặc mô tả tình huống này xây dựng đức tin trong lòng mọi người và thúc đẩy họ đón nhận phép lạ chữa lành.

Chúng ta mời gọi quyền năng của Chúa Thánh Thần tác động đến họ bằng sức mạnh chữa lành của Ngài (sự xức dầu chữa lành) và để những ơn chữa lành và phép lạ được ban ra. Một lần nữa, Chúa Thánh Thần có thể tiết lộ những tình trạng cụ thể đang được chữa lành và chúng ta cầu nguyện cho những điều đó.

Sau đó, chúng tôi khuyến khích mọi người kiểm tra sự hồi phục của mình và thể hiện đức tin. Rất thường xuyên, khi mọi người bắt đầu kiểm tra cơ thể và thể hiện đức tin, những phép lạ chữa lành sẽ xảy ra. Họ phát hiện ra rằng mình đã hoàn toàn khỏi bệnh hoặc tình trạng sức khỏe đã được cải thiện hơn so với trước đây. Đối với những người thấy có sự cải thiện, hãy khuyến khích họ biết ơn và kỳ vọng vào sự hồi phục hoàn toàn.

Lời chứng củng cố đức tin. Vì vậy, nếu có thể, chúng tôi khuyến khích mọi người đến và chia sẻ những lời chứng về sự chữa lành đã xảy ra ngay lúc đó và có thể kiểm chứng được. Trong trường hợp không thể thu thập lời chứng cá nhân, chúng tôi khuyến khích mọi người thể hiện sự khỏi bệnh bằng cách giơ tay hoặc bằng cách khác. Đúng là có một số bệnh chỉ có thể được xác minh thông qua các xét nghiệm và khám bệnh. Trong những trường hợp như vậy, hãy khuyến khích mọi người đến gặp bác sĩ trước, xác minh tình trạng bệnh và sau đó chia sẻ lời chứng vào thời điểm khác.

Khi phục vụ trong một nhóm đông người, thường không thể giải quyết các vấn đề cá nhân như tội lỗi chưa xưng nhận, những cơ hội chưa thành hiện thực, v.v. Hãy để Đức Thánh Linh lo liệu cho từng cá nhân theo ý muốn của Ngài. Nếu Đức Thánh Linh tiết lộ những tội lỗi hoặc hành vi trong quá khứ cần phải ăn năn và từ bỏ, hãy chỉ ra những điều đó và hướng dẫn mọi người cầu nguyện về những vấn đề này. Tuy nhiên, hãy làm điều này mà không làm nhục hay vạch trần bất kỳ cá nhân nào. Mục tiêu của chúng ta là xây dựng con người chứ không phải hủy hoại họ.

Đội ngũ chữa bệnh

Lu-ca 10:1,9 1 Sau đó, Chúa chọn thêm bảy mươi người khác nữa, và sai từng hai người một đi trước mặt Ngài đến mọi thành phố và nơi nào Ngài sắp đến. 9 Hãy chữa lành người bệnh ở đó, và nói với họ rằng: 'Nước Thiên Chúa đã đến gần các ngươi rồi.'

Khi Chúa Giê-su sai các môn đồ đi rao giảng, Ngài đã sai họ đi thành từng nhóm hai người với nhiệm vụ rao giảng Nước Thiên Chúa, chữa lành người bệnh và đuổi quỷ. Mở rộng khái niệm này đến thời đại chúng ta, chúng ta biết rằng việc phục vụ chữa lành và giải thoát theo nhóm là rất mạnh mẽ. Chúng ta có thể có các nhóm chữa lành để phục vụ trong hội thánh địa phương trong các buổi lễ hoặc các nhóm chữa lành đi đến các trung tâm thương mại, đường phố, trường học/cao đẳng và các khu vực khác để truyền giáo. Các nhóm chữa lành cũng có thể phục vụ trong bệnh viện hoặc thăm viếng tại nhà để phục vụ những người bệnh. Các nhóm chữa lành có thể được tổ chức chính thức bởi hội thánh địa phương hoặc có thể là sự tụ họp tự phát của một vài người cùng chí hướng, nhiệt huyết và sẵn sàng phục vụ Chúa.

Dưới đây là một số yếu tố quan trọng để hoạt động hiệu quả với tư cách là một nhóm hỗ trợ chữa bệnh:

- Về cơ bản, các nhóm chữa lành bao gồm từ hai người trở lên đã được đào tạo về cách thức thực hiện việc chữa lành và giải thoát.
- Họ luôn đồng lòng và nhất trí trong mỗi buổi lễ.
- Không ai tìm kiếm sự nổi bật hay tầm quan trọng khi phục vụ Chúa.
- Họ luôn hỗ trợ và khích lệ lẫn nhau. Họ hiểu được yếu tố đức tin và rủi ro mà mỗi thành viên trong nhóm phải gánh chịu khi bước ra phục vụ, và do đó, họ âm thầm hỗ trợ nhau trong đức tin.
- Không ai nhận công lao cá nhân về bất kỳ phép lạ chữa bệnh hay công việc nào mà Chúa làm. Mọi vinh quang đều thuộc về Chúa.
- Các thành viên trong nhóm thảo luận về câu chuyện và bài học kinh nghiệm (thành công và sai lầm) với nhau và với các nhóm chữa lành khác, để mọi người đều có thể hưởng lợi và phát triển trong việc học cách thực hiện sứ mệnh chữa lành và giải thoát.
- Các thành viên trong nhóm thường xuyên gặp gỡ để cầu nguyện, thờ phượng và giao lưu, điều này tạo nên tinh thần đoàn kết và sự hiểu biết lẫn nhau. Nhờ đó, các thành viên hiểu nhau hơn và phối hợp nhịp nhàng hơn khi ra ngoài phục vụ. Khuyến khích mọi người thực hành đức tin của họ Dưới đây là một vài hướng dẫn đơn giản khi khuyến khích mọi người bước ra ngoài và thực hành đức tin của mình:

- Hãy làm điều đó theo sự hướng dẫn của Thánh Linh. Hãy chắc chắn rằng Thánh Linh đang thúc giục bạn nói điều này với họ. Nếu không, hãy mang đến sự khích lệ tích cực để họ làm những điều họ cảm thấy thoải mái khi thực hành đức tin của mình.
- Đừng tự phụ. Ví dụ, nếu một người sử dụng dụng cụ hỗ trợ thị giác (kính hoặc kính áp tròng) nói rằng họ đang hành động theo đức tin của mình và tự ý bỏ đi các dụng cụ hỗ trợ thị giác, điều đó có thể dẫn đến những hậu quả nghiêm trọng! Mặt khác, khi mắt họ đã lành, việc đeo kính sẽ rất khó chịu. Đó là thời điểm thích hợp để họ bỏ các dụng cụ hỗ trợ thị giác.
- Đừng để sự phấn khích nhất thời khiến bạn hành động thiếu suy nghĩ. Hãy hành động khôn ngoan.
- Đừng thay thế vai trò của bác sĩ. Đừng đưa ra lời khuyên y tế. Đừng bảo người khác ngừng dùng thuốc hoặc điều trị. Hãy để họ tự quyết định sau khi tham khảo ý kiến bác sĩ.
- Dạy mọi người cách duy trì sự hồi phục của mình Nếu một người nhận được sự chữa lành ở một vùng cơ thể nhất định, điều đó không có nghĩa là họ sẽ không bao giờ mắc bất kỳ bệnh nào khác hoặc bệnh đó sẽ không bao giờ tái phát. Mọi người cần được hướng dẫn cách duy trì sự chữa lành cả về mặt thực tiễn và thông qua niềm tin vào Chúa. Mọi người cần học cách suy ngẫm Lời Chúa, xây dựng đức tin nơi Chúa để giữ vững sự chữa lành và sống khỏe mạnh. Mọi người cần học cách rao giảng Lời Chúa, chiến đấu kiên cường trong đức tin và tin tưởng Chúa sẽ nhận được và duy trì sự chữa lành của chính mình. Vì vậy, nếu có thể, hãy cung cấp các nguồn tài liệu (sách, bài giảng, bài dạy) và hướng dẫn để mọi người làm được điều này.

Hơn nữa, có một số điều cơ bản mà tất cả chúng ta đều có thể làm như chế độ ăn uống hợp lý, nghỉ ngơi và tập thể dục, rất quan trọng đối với sức khỏe lâu dài.

Chuẩn bị cá nhân để phục vụ chữa lành

Mặc dù Đức Chúa Trời là Đấng Chữa Lành và chính quyền năng của Ngài chữa lành và giải cứu con người, nhưng vẫn có những điều chúng ta có thể làm để trở thành những người cộng tác tốt với Đức Chúa Trời trong việc thi hành quyền năng chữa lành của Ngài cho mọi người. Dưới đây là một vài điều được liệt kê như những lời nhắc nhở đơn giản:

Trưởng thành trong Lời Chúa

Hãy để Lời Chúa về sự chữa lành, sự xức dầu, phép lạ, sự giải thoát và quyền năng được củng cố vững chắc trong chúng ta qua sự suy ngẫm liên tục. Đức tin của chúng ta nơi Chúa phải mạnh mẽ và một trong những cách để phát triển đức tin là thông qua Lời Chúa. Chúng ta không được nản lòng trước những khó khăn của bệnh tật hay sự áp bức của ma quỷ mà chúng ta gặp phải.

Trưởng thành trong sự xức dầu

Chúng ta cần phát triển sự thông công sâu sắc và nhạy bén với Đức Thánh Linh. Cầu nguyện bằng tiếng lạ là một phần không thể thiếu trong việc phát triển điều này. Chúng ta cũng lớn lên trong sự xức dầu bằng cách giao lưu, quan sát, học hỏi và tiếp nhận qua các tôi tớ Chúa khác. Khao khát sự hiện diện và quyền năng của Ngài nhiều hơn. Khao khát sự vận hành nhiều hơn của các ân tứ Đức Thánh Linh.

Phát triển mối quan hệ thân mật thông qua sự vâng phục, cầu nguyện, thờ phượng và kiêng ăn.

Phát triển mối quan hệ của chúng ta với Chúa thông qua sự vâng phục, dành thời gian riêng tư với Ngài trong cầu nguyện, thờ phượng và kiêng ăn.

Giữ gìn sự thanh khiết của tâm hồn

Chúng ta phải giữ một tấm lòng trong sạch. Chúng ta phải giữ gìn tấm lòng mình khỏi những động cơ sai trái như cạnh tranh, ghen tị, kiêu ngạo và ích kỷ. Chúng ta phải giữ gìn tấm lòng mình khỏi những ham muốn sai trái về danh vọng, tiền bạc và bất cứ điều gì khác không đẹp lòng Chúa.

Trưởng thành trong đức tin thông qua việc bước ra khỏi vùng an toàn.

Cách duy nhất để đi trên mặt nước là bước ra khỏi thuyền. Vì Ngài đã phán và ban cho chúng ta lời "Hãy đến", nên đến lượt chúng ta bước ra. Đây là một bước đi của đức tin. Chúng ta phải vượt qua nỗi sợ thất bại, ngay cả từ những kinh nghiệm trong quá khứ. Thường thì suy nghĩ "nếu không có gì xảy ra thì sao?" sẽ thoáng qua trong đầu chúng ta. Tuy nhiên, chúng ta có thể thay thế nó bằng "nếu điều gì đó xảy ra thì sao?". Khi những nghi ngờ dường như tràn ngập tâm trí, chúng ta hãy tự khích lệ mình bằng cách nói "Tôi đang mong đợi điều gì đó sẽ xảy ra".

Luôn luôn dâng mọi vinh quang cho Chúa.

Chúa nhìn vào tấm lòng chúng ta. Chúng ta có thực sự ngợi khen Ngài và dâng trọn vinh quang cho Ngài hay chúng ta giữ lại một phần vinh quang cho riêng mình? Chúng ta phải luôn luôn có một tấm lòng dâng lên Ngài mọi lời ngợi khen, vinh quang, tôn kính và thờ phượng trong mọi việc xảy ra.

Một số cạm bẫy cần tránh

Đừng hứa hẹn hão huyền.

Tất cả chúng ta, những người phục vụ Chúa, đều mong muốn đạt đến trạng thái mà mọi người chúng ta phục vụ đều được chữa lành. Trong quá trình theo đuổi mục tiêu này và trong lòng nhiệt thành để đạt được mục tiêu đó, chúng ta thường đưa ra những tuyên bố khá tự phụ. Ví dụ, nếu chúng ta đứng trước một đám đông và nói "tối nay mọi người sẽ được chữa lành", đây có thể là một tuyên bố hay, nhưng thử thách thực sự là vào cuối buổi họp, khi chúng ta kiểm tra xem mọi người có được chữa lành hay không. Nếu không, thì ai đó đã nói dối! Một tuyên bố thích hợp hơn là "Tối nay mọi người đều có thể được chữa lành", đây là một tuyên bố chân thành và đúng đắn dựa trên Lời Chúa. Trong khi chúng ta đang hướng đến tiêu chuẩn hoàn hảo, hãy cẩn thận với những gì chúng ta nói và cách chúng ta làm mọi việc trên con đường đó. Chỉ nói những gì Chúa đã phán.

Ngã hay được chữa lành — Điều nào quan trọng hơn?

Mục tiêu của chúng ta là chữa lành cho mọi người chứ không phải khiến họ "ngã gục" xuống đất. Thật không may, trong một số cộng đồng Cơ Đốc giáo, chúng ta thấy các mục sư có xu hướng thúc ép mọi người hoặc dùng "bàn tay nặng nề" để ép họ ngã xuống đất. Mặc dù điều này trông có vẻ tốt trước mắt người xem, như thể mọi người đang bị "ngã gục trong Thánh Linh" hay "ngã xuống dưới quyền năng", nhưng thực sự đây không phải là một cách làm hữu ích. Chúng ta hãy tập trung vào việc chữa lành cho mọi người, chứ không phải là diễn kịch. Nếu mọi người ngã xuống vì họ bị choáng ngợp

bởi sự hiện diện của Thánh Linh thì điều đó không sao cả. Nhưng thử thách thực sự là khi họ đứng dậy khỏi mặt đất, liệu họ có được chữa lành và giải thoát hay không?
Tóm lại, chúng ta hãy noi gương chức vụ của Chúa Giê-su, khi chúng ta vươn ra phục vụ mọi người bằng cách ban ơn chữa lành và giải thoát.

Tổng hợp về bệnh tâm thần phân liệt được Chúa Thánh Thần mặc khải cho Ida Mae và cách đối phó với Thánh Linh.

Tâm thần phân liệt là một vấn đề rất phổ biến. Một số chuyên gia trong lĩnh vực bệnh tâm thần ước tính có thể có tới năm mươi triệu người ở Hoa Kỳ mắc phải chứng tâm thần phân liệt ở các mức độ khác nhau, "...ước tính người mắc tâm thần phân liệt chiếm khoảng 50% số ca nhập viện tại các bệnh viện tâm thần của tiểu bang, với 300.000 ca mới mỗi năm." Một số trường hợp cấp tính trong khi những trường hợp khác khá nhẹ, không cần điều trị chuyên nghiệp. Tâm thần phân liệt vẫn là một vấn đề rất khó hiểu đối với các chuyên gia sức khỏe tâm thần. Nguyên nhân và cách chữa trị vẫn còn là một điều bí ẩn.

Sự rối loạn, méo mó và tan rã nhân cách được gọi là tâm thần phân liệt hoặc chứng mất trí sớm thường xuyên xảy ra với các mục sư giải thoát. Hầu như mọi người đến với chúng tôi để được giải thoát đều được phát hiện có các mức độ khác nhau của mạng lưới linh hồn ma quỷ gây ra tâm thần phân liệt. Chúa đã nhân từ ban cho chúng tôi một **sự mặc khải đặc biệt về vấn đề này, cho** phép chúng tôi khôi phục lại sự toàn vẹn về nhân cách cho nhiều người. Kể từ khi sự mặc khải đến với vợ tôi, Ida Mae, tôi đã yêu cầu cô ấy viết phần còn lại của bài viết này.

KHẢI THỊ TÂM THẦN PHÂN LIỆT Ida Mae Hammond

Chúng tôi đã tích cực hỗ trợ một người trong công tác giải thoát khỏi ma quỷ, nhưng người đó không có nhiều tiến bộ sau nhiều lần được chúng tôi phục vụ. Người này rất tha thiết muốn được giải thoát. Bà ấy yêu Chúa hết lòng, tin tưởng tuyệt đối rằng sự giải thoát là câu trả lời cho vấn đề của mình, và đã kêu cầu Chúa trong tuyệt vọng. Bà ấy hoàn toàn hợp tác với chúng tôi trong công tác phục vụ. Tuy nhiên, kết quả tổng thể lại đáng thất vọng.

Hết lần này đến lần khác, chúng tôi cảm thấy chiến thắng đã nằm trong tầm tay. Có vài ngày tính cách của cô ấy tỏ ra ổn định, rồi đột nhiên mọi thứ lại đảo lộn. Chúng tôi lại trở về điểm xuất phát.

Rồi một đêm nọ, sau một biến động dữ dội, tôi bị đánh thức khỏi giấc ngủ. Chúa đang phán trong tâm linh tôi. Chúa phán: "Ta muốn cho con biết vấn đề của Sarah là gì. Vấn đề là *bệnh tâm thần phân liệt.*" Lúc đó, tôi không am hiểu về chủ đề này. Ở đại học, tôi đã học một ít tâm lý học - đủ để quen thuộc với những thuật ngữ chung như rối loạn lưỡng cực, tâm thần phân liệt, hoang tưởng, loạn thần và rối loạn thần kinh. Tôi lục lại ký ức để nhớ rằng tâm thần phân liệt đôi khi được gọi là "đa nhân cách". Chúa đã cho tôi định nghĩa này: "Tâm thần phân liệt là sự rối loạn, biến dạng hoặc tan rã trong sự phát triển của nhân cách. Con sẽ không còn gọi cô ấy là Sarah nữa mà là 'Sarah Một' và 'Sarah Hai', vì cô ấy có nhiều hơn một nhân cách trong mình."

Tôi vẫn còn nằm trên giường - mắt vẫn còn ngái ngủ - khi Chúa tiếp tục ban cho sự mặc khải. Ngài hướng dẫn tôi chắp hai tay lại, lòng bàn tay hướng vào nhau và các ngón tay đan chặt vào nhau. Ngài nói điều này tượng trưng cho bản chất của người mắc bệnh tâm thần phân liệt. Mỗi bàn tay tượng trưng cho một trong hai nhân cách đối lập của người bệnh, không nhân cách nào là bản ngã thực sự. Chúng đan chặt vào nhau. Chúa phán, "Bàn tay của con tượng trưng cho ổ ma quỷ tạo nên bệnh tâm thần phân liệt. Ta muốn con biết rằng nó là ma quỷ. Đó là một ổ ma quỷ, và chúng đã xâm nhập vào cuộc đời người này khi cô ấy còn rất, rất nhỏ. Ta sẽ cho con thấy nó hoạt động như thế nào."

Chúa đã chỉ dẫn tôi phải từ từ tách hai tay ra. Khi các ngón tay tôi được tách rời dần, Chúa cho tôi thấy rằng những linh hồn ma quỷ trong người mắc chứng tâm thần phân liệt phải được tách biệt, trục xuất và từ bỏ. Quá trình này cần thời gian. Đó là một cú sốc đối với người bệnh khi phát hiện ra rằng phần lớn tính cách của họ không phải là con người thật của họ. Họ có thể sợ hãi khi khám phá ra tính cách thật của mình. Họ cần thời gian để thích nghi và dần dần từ bỏ sự đồng thuận với những nhân cách ma quỷ giả tạo. Họ phải học cách ghê tởm nhân cách tâm thần phân liệt và từ bỏ sự đồng thuận với nó. Chúa nhắc nhở tôi về câu Kinh Thánh Amos 3:3: "Làm sao hai người có thể cùng đi với nhau nếu không đồng thuận với nhau?"

Từng ngón tay một của tôi lần lượt bị tách rời, tượng trưng cho sự phân tách các nhân cách ma quỷ. (Sau này, mỗi ngón tay được gán cho một tên gọi ma quỷ). Hai ngón tay cuối cùng tách rời là ngón giữa của mỗi bàn tay. Chúa cho thấy rằng những ngón tay này đại diện cho cốt lõi của sự *đào thải* và *nổi loạn trong chứng tâm thần phân liệt.* Khi chúng cuối cùng được tách rời, người đó có thể coi mình đã được chữa lành - được giải thoát và biết được bản ngã thực sự của mình là ai.

Con quỷ kiểm soát được gọi là "Tâm thần phân liệt" hay "Tính hai lòng". Kinh Thánh nói: "Người hai lòng thì không ổn định trong mọi đường lối" (Gia-cơ 1:8). Đây là định nghĩa trong Kinh Thánh về người mắc bệnh tâm thần phân liệt. Bản dịch Amplified nói rằng:
[Vì bản chất của ông ta] là một người hai mặt - do dự, nghi ngờ, thiếu quyết đoán - [ông ta] không ổn định, không đáng

tin cậy và không chắc chắn về mọi thứ (ông ta nghĩ, cảm nhận, quyết định).

Cụm từ được dịch là "hai tâm trí" xuất phát từ một từ ghép trong tiếng Hy Lạp, nghĩa đen là "hai linh hồn". Giai đoạn tiếp theo của sự mặc khải đến vài tuần sau đó. Chúa hướng dẫn tôi vẽ phác thảo bàn tay mình trên giấy. Sau đó, Ngài đặt tên cho các ngón tay là các linh hồn ma quỷ khác nhau và chỉ cho tôi cách mỗi con quỷ tự thiết lập vị trí của mình trong người mắc bệnh tâm thần phân liệt. Con quỷ điều khiển bệnh tâm thần phân liệt mời gọi các con quỷ khác vào để gây ra sự biến dạng nhân cách. Bệnh tâm thần phân liệt LUÔN LUÔN bắt đầu bằng "sự từ chối". Nó thường bắt đầu từ thời thơ ấu hoặc thời sơ sinh và đôi khi ngay cả khi đứa trẻ vẫn còn trong bụng mẹ. Có nhiều nguyên nhân dẫn đến sự từ chối. Có lẽ đứa trẻ không được mong muốn. Hoặc có thể là giới tính không phù hợp với mong muốn của một hoặc cả hai cha mẹ. Tình trạng trong gia đình có thể không ổn định. Có rất nhiều "cánh cửa" dẫn đến sự từ chối.

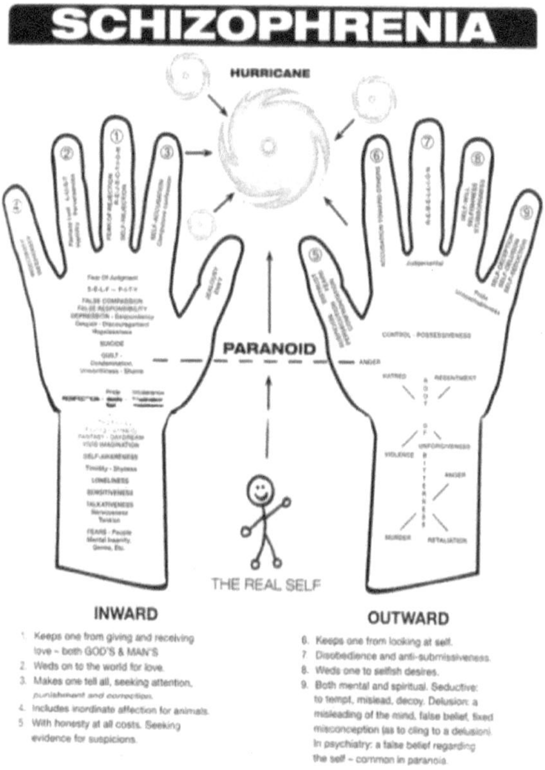

Bệnh tâm thần phân liệt có thể được di truyền bởi ma quỷ. Hãy chú ý tôi nói là “do ma quỷ”. Ý tôi là nó không nằm trong hệ thống huyết thống, không nằm trong gen - mà là nằm trong chính ma quỷ! Nói cách khác, ma quỷ tìm cách duy trì giống loài của chúng. Chúng dễ làm điều này nhất trong phạm vi gia đình. Ví dụ, giả sử bản chất tâm thần phân liệt nằm trong người mẹ. Ma quỷ sẽ chọn một hoặc nhiều đứa con của bà để truyền bệnh xuống. Người mẹ mắc bệnh tâm thần phân liệt cảm thấy bị ruồng bỏ. Bà là người chịu trách nhiệm chính trong việc vun đắp tình yêu thương cho gia đình. Bà là người chạm vào, bế ẵm và âu yếm đứa trẻ sơ sinh. Sự ruồng bỏ trong chính bản thân bà tạo ra vấn đề trong mối quan hệ của bà với đứa trẻ. Vì vậy, đứa trẻ dễ bị ruồng bỏ bởi sự bất ổn của người mẹ. Tôi nhắc lại, bệnh tâm thần phân liệt LUÔN LUÔN bắt đầu từ sự ruồng bỏ.

Giờ đây, người ta có thể có tinh thần phản kháng mà không nhất thiết phải là người mắc chứng tâm thần phân liệt. Nói cách khác, tất cả nằm ở quá trình hình thành nhân cách. Bạn có thể có tinh thần phản kháng nhưng vẫn có thể hình thành nhân cách riêng và tự tin vào bản thân. Ngược lại, người mắc chứng tâm thần phân liệt luôn loay hoay… "Tôi là ai?" Bản ngã đích thực bị lẫn lộn hoặc mất phương hướng.
chối *bỏ* (được thể hiện ở bàn tay trái trong hình minh họa) là con quỷ kiểm soát trong một trong những tính cách được hình thành bên trong người mắc bệnh tâm thần phân liệt. Sự chối bỏ mô tả một kiểu tính cách thu mình. (Đó là một cảm giác bên trong - đó là nỗi đau đớn bên trong... đó là sự thiếu thốn tình yêu... đó là sự bất an... đó là cảm giác tự ti... đó là ảo tưởng... đó là sự không thực tế - tất cả đều ở bên trong — "Tôi không chia sẻ điều này.") Đây là một trong những tính cách mà các con quỷ đã tạo ra.

Nhân cách thứ hai do ma quỷ tạo ra là *"Nổi loạn"*. (Hãy xem ngón tay giữa bên phải trong hình minh họa). Khi một đứa trẻ không có được những mối quan hệ tình yêu trọn vẹn trong cuộc sống, nó sẽ lớn lên mà không thể cảm nhận và chia sẻ tình yêu thương. Một sự nổi loạn nảy sinh. Nó bắt đầu đấu tranh cho tình yêu. Hoặc nó trút giận lên những người đã tước đoạt tình yêu của nó. Sự nổi loạn thể hiện qua sự bướng bỉnh, tính tự phụ và ích kỷ. Đây là một nhân cách khác. Nhân cách này không hướng nội và thu mình. Nó hung hăng và trút giận bằng sự tức giận, cay đắng, oán hận, thù ghét và trả thù. Người mắc chứng tâm thần phân liệt thực sự nằm dưới hai sức mạnh đối lập này. Anh ta có thể chuyển đổi từ kiểu nhân cách này sang kiểu nhân cách khác chỉ trong tích tắc.

Chúa đã cho tôi thấy rằng tôi phải gọi người mắc chứng tâm thần phân liệt là "Sarah Một" và "Sarah Hai" – "Sarah Một" là con người thật, còn "Sarah Hai" là nhân cách phân liệt có hai mặt. Vì vậy, thực sự có ba nhân cách liên quan – nhân cách thật, nhân cách chối bỏ và nhân cách nổi loạn. Trong vòng ba mươi phút, người ta có thể thấy cả ba nhân cách cùng biểu hiện. Điều này đương nhiên gây ra nhiều hoang mang cho chính người bệnh cũng như những người xung quanh.

Con người thật sự không phải là một trong hai "bàn tay". "Bản ngã đích thực" được thể hiện trong hình minh họa giữa hai cánh tay, ở phía dưới. Ma quỷ đã không cho phép bản ngã đích thực phát triển. Người mắc bệnh tâm thần phân liệt không biết bản ngã đích thực của mình. Khi người mắc bệnh tâm thần phân liệt bắt đầu được giải thoát, bản ngã đích thực phải có Chúa Giê-su. Chúa Giê-su phải bắt đầu lớn lên trong người đó, phát triển nhân cách đó và biến nó thành điều Ngài muốn. Đó là lý do tại sao việc giải thoát người mắc bệnh tâm thần phân liệt cần thời gian - đôi khi vài tháng hoặc thậm chí một năm, hoặc lâu hơn. Việc giải thoát phải hoạt động cân bằng với sự phát triển của "Bản ngã đích thực". Nó không thể vội vàng, vì người đó không có gì để dựa vào. Nếu mọi con quỷ trong người mắc bệnh tâm thần phân liệt đột nhiên bị đuổi ra, người đó sẽ cảm thấy hoàn toàn lạc lõng. Sự đồng nhất với "Bản ngã đích thực" cần thời gian. Khi bản chất tâm thần phân liệt bị loại bỏ, nhân cách đích thực phải xuất hiện để thay thế nó.

Hãy để tôi minh họa những gì có thể xảy ra khi một người mắc chứng tâm thần phân liệt đang trong quá trình được giải thoát. Anh ta có thể đang học cách phục tùng quyền lực. Anh ta đang phải đối mặt với một thử thách. Có một tình huống mà anh ta được yêu cầu phải phục tùng. Anh ta không quen với việc phục tùng. Anh ta sẽ làm gì? Liệu anh ta sẽ quay trở lại trạng thái chối bỏ... đi vào phòng? ...che mặt? ...từ chối nói chuyện với bất kỳ ai? Hay anh ta sẽ quay trở lại trạng thái nổi loạn... thể hiện sự phản kháng Tức giận? ...trở nên bất phục tùng? ...thể hiện sự cứng đầu?

Hay liệu ông ấy sẽ cho phép bản chất của Chúa Giê-su được bộc lộ... hợp tác? ...tuân phục quyền uy? ...trở nên phục tùng? Quyết định là của ông ấy. Ông ấy phải sẵn sàng từ bỏ sự đồng thuận với ma quỷ và phá vỡ những thói quen cũ. "Bản ngã đích thực" phải trở nên đủ mạnh mẽ trong Chúa Kitô để thực hiện quyết định đúng đắn.

Trên hình minh họa, bạn sẽ thấy một vòng xoáy ở phía trên, giữa hai bàn tay. Điều này tượng trưng cho một "cơn bão". Người mắc chứng tâm thần phân liệt liên tục tạo ra những "cơn bão" xung quanh mình. Anh ta bị mắc kẹt trong những cơn bão này, và những người khác phải liên hệ với những gì đang xảy ra. Hãy chú ý rằng một số mũi tên cũng mang theo những vòng xoáy hoặc "cơn bão". Nếu người cố gắng liên hệ cũng không ổn định, anh ta sẽ mang cơn bão của mình vào cơn bão của người mắc chứng tâm thần phân liệt. Khi đó, bạn có một cơn bão trong cơn bão. Những mũi tên khác thì thẳng. Chúng mô tả những người ổn định và có thể liên hệ với "cơn bão" một cách ổn định. Một người như vậy có thể đối mặt với cơn bão mà không bị tổn thương hay để lại sẹo. Anh ta không bị cuốn vào sự hỗn loạn. Người truyền giáo giải thoát phải có khả năng xuất hiện như một mũi tên thẳng.

Những thời điểm giông bão này khiến cho mầm mống cay đắng hình thành (xem bên phải) và ngày càng ăn sâu hơn.

Giờ chúng ta hãy xem các ngón tay khác trên bàn tay trái tượng trưng cho điều gì. Ngón đeo nhẫn tượng trưng cho *dục vọng* . Chúa đã cho tôi thấy rằng con quỷ này "kết hôn" một người với thế gian vì tình yêu. Dục vọng bắt nguồn từ sự bị từ chối. Nếu một người không nhận được tình yêu thỏa mãn thông qua các kênh bình thường của cuộc sống, bản chất xác thịt sẽ bắt đầu tìm kiếm loại tình yêu của riêng nó - tình yêu nhục dục. Do đó, cánh cửa được mở ra cho con quỷ dục vọng xâm nhập. Một linh hồn đồng hành trong nhóm này là *dục vọng ảo tưởng* , có thể khiến người đó tưởng tượng mình là một người tình vĩ đại trong thế giới điện ảnh hoặc tưởng tượng ra những trải nghiệm tình dục như một khúc dạo đầu cho những hành vi công khai. Linh hồn dâm đãng ở phụ nữ có thể biểu hiện đầu tiên qua cách ăn mặc và sự khiêu khích. Sự lệch lạc tình dục *thể* hiện những nỗ lực cực đoan để vượt qua sự từ chối.

Những trải nghiệm tình dục, dù là thật hay tưởng tượng, không bao giờ có thể thỏa mãn nhu cầu về tình yêu đích thực. Chúng là sự thay thế của ma quỷ cho tình yêu chân chính và khiến người ta luôn cảm thấy thất vọng và tội lỗi.
Ngón út bên tay trái tượng trưng cho *sự bất an* và *mặc cảm.* Đây là một biểu hiện khác của sự bị từ chối. Người có cảm giác bị từ chối sâu sắc sẽ cảm thấy bất an và mặc cảm.

Ngón trỏ tay trái tượng trưng cho " *sự tự buộc tội".* Con quỷ này khiến người ta quay lưng lại với chính mình và phá hủy lòng tự trọng của họ. Trong hầu hết các trường hợp, chúng ta thấy *"sự tự buộc tội"* đi kèm với " *sự thôi thúc phải thú nhận".* Ví dụ, nếu người đó sa vào con đường vô đạo đức, họ không thể yên lòng cho đến khi thú nhận lỗi lầm của mình. Họ thường thú nhận với những người đáng lẽ phải yêu thương họ nhất. Họ bị thúc đẩy làm điều này nhằm "gây sốc" cho người khác để nhận được sự chú ý bắt buộc và từ đó tìm kiếm sự thay thế cho tình yêu.
Bây giờ, chúng ta hãy chuyển sang bàn tay phải trong hình minh họa. Ngón giữa trong hình minh họa được biểu thị là "nổi loạn". Như chúng ta đã thấy, nổi loạn thể hiện một trong những tính cách giả tạo do ma quỷ tạo ra. Nhóm ma quỷ này có thể được coi là những linh hồn bù đắp cho sự "bị từ chối".

Nổi loạn là đối lập với bị từ chối. Một bên thể hiện sự mạnh mẽ và hỗn loạn, bên kia thu mình và bất an.

Ngón đeo nhẫn bên tay phải tượng trưng cho *ý chí cá nhân.* Con quỷ này "kết nối" con người với những ham muốn ích kỷ. Điều này mở đường cho *sự bướng bỉnh* , *ích kỷ* và *không chịu dạy bảo.* Một lần nữa, chúng ta thấy sự bù đắp cho *sự từ chối.* Vì người đó đã bị từ chối hoặc sợ bị từ chối, nên họ bị thúc đẩy để chiều chuộng bản thân... để thúc đẩy bản thân. Bằng cách đó, họ đang cố gắng vượt qua cảm giác bị từ chối.

Ngón trỏ được gọi là ngón *tay buộc tội.* Nó cũng là một con quỷ bù đắp. Nó chuyển hướng sự chú ý khỏi sự từ chối. Nó tìm cách loại bỏ sự tập trung vào bản thân bằng cách hướng sự chú ý đến người khác. Ngón trỏ trái chỉ vào bản thân - "Tôi là người có lỗi," trong khi ngón trỏ phải chỉ vào người khác - "Bạn là người có lỗi." Con quỷ buộc tội mở ra cánh cửa cho những linh hồn *phán xét đồng hành.*

Ngón tay út bên tay phải *tượng trưng cho sự tự lừa dối.* Đồng hành của nó là *ảo tưởng* , *sự quyến rũ bản thân* và *lòng kiêu ngạo.* Ba tinh thần "cái tôi" này thổi phồng lòng kiêu ngạo. Lòng kiêu ngạo là một cách bù đắp khác cho sự bị từ chối. Người cảm thấy bị từ chối muốn cảm thấy mình quan trọng. Tinh *thần ảo tưởng* xuất hiện và nói, "Bạn THỰC SỰ là một người quan trọng"; "Bạn là một người khổng lồ về mặt tinh thần!", hoặc một loại khổng lồ nào đó khác. Cái tôi bị tổn thương dường như được nâng đỡ. Nhưng tất cả đều là ma quỷ. Nó chỉ dẫn đến sự thất vọng và chán nản lớn hơn.
Trong một trường hợp phục vụ, *tinh thần tự lừa dối* đã thuyết phục một cô bé mười ba tuổi rằng mình đã mười chín tuổi. Cô bé lấy một cái tên khác để phù hợp với con người khác của mình. Cô bé cố gắng suy nghĩ, nói chuyện và hành động như một cô gái lớn tuổi hơn. Cô bé bị đẩy vượt quá khả năng và sự trưởng thành bình thường của mình. Điều đó làm tăng thêm sự áp bức đối với cô bé.

Qua sự mặc khải, Chúa đã cho thấy ngón tay cái tượng trưng cho giai đoạn "hoang tưởng" của bệnh tâm thần phân liệt. Một phần của nó được thể hiện ở ngón tay cái bên trái vì nó bắt nguồn từ sự từ chối. Về phía từ chối là những linh hồn của *sự ghen tị* và *đố kỵ*. Những người thiếu thốn trong các mối quan hệ tình yêu tương hỗ trở nên ghen tị và đố kỵ với những người trải nghiệm được tình yêu trọn vẹn. Về phía nổi loạn là những linh hồn của *sự ngờ vực* , *nghi ngờ, sợ hãi* và *bị bức hại*. Có một con quỷ khác trong nhóm sau này và nó được gọi là *"Đối đầu bằng sự trung thực bằng mọi giá"*. Sự nghi ngờ và ngờ vực tích tụ trong người đó cho đến khi anh ta buộc phải đối mặt với người khác. Sau cuộc đối đầu, áp lực trong anh ta giảm xuống trong một thời gian. Nhưng nó để lại người bị tấn công phải tự mình xử lý *vết* thương. Người hành động dưới ảnh hưởng của *những con quỷ hoang tưởng* khá vô cảm về số lượng vết thương mà họ gây ra, nhưng lại cực kỳ nhạy cảm với mọi sự xúc phạm hướng về bản thân.

Sự mặc khải được thể hiện qua các ngón tay và ngón cái đã được chứng minh là không thể sai sót, theo đánh giá của nhiều bộ môn có người mắc chứng tâm thần phân liệt. Không có một sai sót nào trong đó.

Những con quỷ được liệt kê ở bên trái đại diện cho các linh hồn khác thường thấy trong khía cạnh bị từ chối của chứng tâm thần phân liệt. Chúng sẽ có một số biến thể tùy thuộc vào từng người. Danh sách này chỉ mang tính gợi ý chứ không đầy đủ. Rõ ràng trong hầu hết các trường hợp, những con quỷ được liệt kê ở bên trái đều có liên quan đến bộ ba linh hồn thuộc loại bị từ chối... *sự từ chối, nỗi sợ bị từ chối* và *sự tự từ chối.*

Danh sách các ác quỷ ở bên tay phải bao gồm *sự kiểm soát và tính chiếm hữu.* Chúng có liên quan trực tiếp đến sự nổi loạn.

Vì sự phản nghịch cũng giống như tội phù phép, và sự cứng đầu cũng giống như tội ác và thờ thần tượng. I Sa-mu-ên 15:23a

Câu Kinh Thánh này có thể được hiểu theo hai cách. Thứ nhất, tôi hiểu nó có nghĩa là đối với Chúa, sự nổi loạn cũng đáng ghê tởm như chính thuật phù thủy. Tôi cũng hiểu nó có nghĩa là người nào có bản chất nổi loạn thì có bản chất của một phù thủy. Mục đích của thuật phù thủy là để kiểm soát. Đó là việc kiểm soát người khác bằng cách cố ý hoặc vô ý sử dụng sức mạnh của các linh hồn tà ác. Sự nổi loạn thường dẫn đến sự kiểm soát.

Giờ, chúng ta hãy tiếp tục xuống phía bên phải. Có một "gốc rễ của sự cay đắng". Trong cuộc sống, ai cũng gặp phải xung đột. Những điều xảy ra và những lời nói được thốt ra đòi hỏi thái độ tha thứ. Vấn đề của người mắc bệnh tâm thần phân liệt nằm ở chỗ này. Anh ta không thể tha thứ. Anh ta có một *tinh thần không khoan dung*. Những điều xảy ra ba mươi năm trước vẫn sống động như lúc chúng mới xảy ra. Gốc rễ của sự cay đắng được giữ cho tồn tại và từ đó sinh ra *sự oán giận , thù hận, giận dữ, trả thù, bạo lực* và *giết người*. Có thể có nhiều con quỷ khác bám vào gốc rễ cay đắng đó.

Người mắc chứng tâm thần phân liệt làm thế nào để thoát khỏi mớ hỗn độn này? Ba lĩnh vực chính cần chinh phục là SỰ TỪ CHỐI, SỰ NỔI LOẠN và CỘT NGUỒN CỦA SỰ CAY ĐẮNG. Khi chinh phục được những lĩnh vực này, " *ngôi nhà* " (cuộc sống) phải được lấp đầy bằng sự cho đi và nhận lại tình yêu thương, bằng sự phục tùng mọi quyền lực hợp pháp và bằng sự tha thứ cho tất cả mọi người bất kể hoàn cảnh. Khi ba lĩnh vực này được chinh phục, những tinh thần liên quan khác sẽ mất đi sức mạnh. Sự quyết tâm là cần thiết. Người nào có thể kiên trì nói rằng, "Tôi sẽ khác! Tôi sẽ không để ma quỷ thống trị cuộc đời tôi!" cuối cùng sẽ đạt được chiến thắng.

Giữa hai bàn tay ở phía dưới bức tranh minh họa là một hình người que nhỏ gọi là "Bản Ngã Thật". Khi quá trình giải thoát diễn ra trong một khoảng thời gian, "Bản Ngã Thật" phải trỗi dậy (được biểu thị bằng mũi tên) và tách rời các nhân cách phân liệt giả tạo bằng cách không còn đồng thuận với tất cả ảnh hưởng và những gì chúng đại diện. "Bản Ngã Thật" phải mang lấy bản chất của chính Chúa Giê-su. Các bài tập tâm linh như học Kinh Thánh, cầu nguyện, kiêng ăn, ngợi khen và thông công với các tín hữu khác là điều cần thiết cho một sự giải thoát thành công. Những bài tập tâm linh này cũng sẽ đẩy nhanh quá trình giải thoát khi cuộc sống của người đó được lấp đầy bởi những điều tích cực của Chúa Giê-su Christ.

Đây là một công việc khó khăn đối với cả bệnh nhân tâm thần phân liệt và người làm công tác giải thoát. Tôi vô cùng ngưỡng mộ những người mắc bệnh tâm thần phân liệt đã chiến đấu đến cùng để giành chiến thắng. Tôi ngưỡng mộ những chiến thắng này hơn tất cả các hình thức giải thoát khác. Việc giải thoát cho bệnh nhân tâm thần phân liệt là sự giải thoát sâu sắc nhất, phức tạp nhất và kiên quyết nhất mà chúng tôi từng gặp.

Lời cầu nguyện để được giải thoát khỏi bệnh tâm thần phân liệt

"Hỡi những con quỷ của chứng tâm thần phân liệt, ta gọi các ngươi ra tay. Các ngươi đang giăng hai nhân cách đối lập trong người ấy. Một trong hai nhân cách đó bắt nguồn từ sự chối bỏ và tự thương hại, nhân cách kia bắt nguồn từ sự nổi loạn và cay đắng. Không một nhân cách nào trong hai nhân cách đó là con người thật của người ấy. Ta giải phóng và cho phép con người thật của người ấy được trở thành người mà Chúa Giê-su muốn." Trong danh Chúa Giê-su, Amen.

Lời cầu nguyện ngắn để tự giải thoát.

"Lạy Chúa Giê-su Christ, con tin rằng Ngài đã chết trên thập tự giá vì tội lỗi con và sống lại từ cõi chết. Ngài đã chuộc con bằng huyết của Ngài và con thuộc về Ngài, và con muốn sống cho Ngài. Con xưng tội tất cả mọi tội lỗi của con - cả những tội lỗi đã biết và chưa biết - con xin lỗi vì tất cả. Con từ bỏ tất cả. Con tha thứ cho tất cả mọi người như con muốn Ngài tha thứ cho con. Xin tha thứ cho con ngay bây giờ và thanh tẩy con bằng huyết của Ngài. Con cảm tạ Ngài vì huyết của Chúa Giê-su Christ đã thanh tẩy con khỏi mọi tội lỗi. Và con đến với Ngài ngay bây giờ với tư cách là Đấng giải cứu con. Ngài biết những nhu cầu đặc biệt của con - điều trói buộc, hành hạ, làm ô uế; tà linh đó, tà linh đó - con tuyên xưng lời hứa trong Lời Ngài, "Ai kêu cầu danh Chúa sẽ được giải cứu." Con kêu cầu Ngài ngay bây giờ. Nhân danh Chúa Giê-su Christ, xin giải cứu con và trả tự do cho con. Sa-tan, con từ bỏ ngươi và tất cả những việc làm của ngươi. Con tự giải thoát khỏi ngươi, nhân danh Chúa Giê-su, và con truyền lệnh cho ngươi hãy rời khỏi con ngay bây giờ, nhân danh Chúa Giê-su. Amen!"

Hãy để tình yêu xuất phát từ trái tim bạn và bạn sẽ thấy được sự cứu rỗi của Chúa!

Bạn đang bị ốm hay cần phục hồi sức khỏe?

Đối với những ai đang ốm đau hoặc không khỏe mạnh dưới bất kỳ hình thức nào, hoặc cần được giải thoát hay phục hồi, vui lòng chạm vào dấu chấm bên dưới với đức tin (Đức tin là nhìn thấy kết quả tích cực chính xác của tình trạng hiện tại của bạn, biết rằng Chúa Giê-su đã làm phần việc của Ngài hơn 2000 năm trước để bảo đảm sự chữa lành và giải thoát, phục hồi cho bạn như một khoản đặt cọc, tin tưởng rằng khoản đặt cọc đó luôn sẵn có để bạn sử dụng, giống như số dư dương trong tài khoản séc của bạn tại ngân hàng, không cần hỏi thêm gì nữa khi chúng tôi đồng lòng với bạn và tuyên bố HÃY ĐƯỢC CHỮA LÀNH trong danh của Chúa Giê-su Christ, Amen).

Nhờ quyền năng mà Ngài đã ban cho con và cho họ, giờ đây con thi hành quyền năng ấy trong đức tin, với sự giận dữ của họ đối với kẻ thù và khát khao nhận được những gì Ngài đã ban cho họ cách rộng rãi. Con nguyền rủa mọi bệnh tật, mọi tai ương, dù là ung thư, COVID-19, dù là tà linh gây suy yếu, dù là sự chiếm hữu hay áp bức của ma quỷ, dù là tà linh nghèo đói, những thất bại, sự chậm trễ trong việc hoàn thành những gì Chúa đã định và ban cho. Chúng con chống lại sự bất thường, con trói buộc chúng, chúng con nguyền rủa chúng tận gốc rễ và chúng con đuổi chúng ra bằng quyền năng trong danh Chúa Giê-su Christ. Amen. Chúng con cầu xin sự chữa lành, giải thoát và phục hồi vào cuộc sống của họ trong danh quyền năng của Chúa Giê-su Christ. Cảm ơn Chúa vì những lời chứng đang trường tồn để tôn vinh, kính trọng và thờ phượng Ngài. Cảm ơn Ngài vì những linh hồn đang được thêm vào vương quốc của Ngài nhờ thông điệp này, những phép lạ mà chúng con đang thấy ngay bây giờ và đang biểu hiện để tôn vinh Ngài trong danh Chúa Giê-su, Amen. Đã xong! Hãy vui mừng!

Hãy chạm vào điểm được đánh dấu này và tuyên xưng bằng miệng rằng: TÔI ĐÃ ĐƯỢC CHỮA LÀNH, TÔI ĐÃ ĐƯỢC GIẢI THOÁT và TÔI ĐÃ ĐƯỢC PHỤC HỒI trong tâm linh, linh hồn, thân thể và mọi thứ xung quanh tôi, nhân danh CHÚA GIÊ-SU KITÔ, Amen!!!

Hãy bắt đầu làm những việc mà trước đây bạn không thể làm và hãy bắt đầu xưng tội cho đến khi sự chữa lành trọn vẹn, sự giải thoát và phục hồi trở thành hoa trái trong cuộc đời bạn, nhân danh Chúa Giê-su, Amen. Hãy

luôn khao khát trọn vẹn mọi điều thuộc về Chúa, hãy luôn giận dữ và giành lại tất cả những gì kẻ thù đã giữ lại, nhân danh Chúa Giê-su, Amen.

Lưu ý:
Hãy làm chứng về sự chữa lành để vinh hiển Chúa và làm cho kẻ thù phải xấu hổ! Hãy gửi email hoặc nhắn tin qua WhatsApp cho chúng tôi nếu bạn vẫn cần chúng tôi xác nhận lại vấn đề. Và hãy kết nối trong chuỗi bài giảng trang bị bắt đầu vào thứ Năm tuần sau. Thông tin chi tiết sẽ sớm có trên trang web của chúng tôi!

Những Chiến Công Vĩ Đại - 1 - Kết luận

Thưa các bạn, tôi hy vọng và cầu nguyện rằng cuốn sách này đã mang đến cho các bạn tất cả những gì các bạn mong muốn trước khi đặt mua, và thậm chí còn hơn thế nữa, trong danh Chúa Giê-su, Amen.

Trước khi kết thúc, tôi muốn mang đến cho các bạn một cơ hội lớn hơn để đạt được những thành tựu lớn hơn nữa. Chúng ta hãy cùng nhau khám phá cơ hội này.

CƠ HỘI TUYỆT VỜI

Chúng ta sẽ không kết thúc loạt bài về chủ đề "Không Biên Giới" này cho đến khi chúng ta mang đến cơ hội cho những người chưa từng gặp gỡ Chúa Giê-su để tìm được sự bình an cho chính mình ngay hôm nay.

Lời cầu nguyện cứu rỗi

Lời cầu nguyện cứu rỗi - Cuộc trò chuyện thực sự đầu tiên của chúng ta với Chúa
"Lời cầu nguyện cứu rỗi" là lời cầu nguyện quan trọng nhất mà chúng ta từng cầu nguyện. Khi chúng ta sẵn sàng trở thành một Cơ Đốc nhân, chúng ta sẵn sàng có cuộc trò chuyện thực sự đầu tiên với Chúa, và đây là những thành phần của nó:

- Chúng tôi thừa nhận rằng Chúa Giê-su Ki-tô là Đức Chúa Trời; rằng Ngài đã đến thế gian làm người để sống một đời sống không tội lỗi mà chúng ta không thể sống; rằng Ngài đã chết thay cho chúng ta, để chúng ta không phải chịu hình phạt mà chúng ta đáng phải nhận.

- Chúng ta thú nhận cuộc sống tội lỗi trong quá khứ – sống cho bản thân và không vâng phục Chúa.
- Chúng tôi thừa nhận rằng chúng tôi đã sẵn sàng tin cậy Chúa Giê-su Ki-tô là Đấng Cứu Thế và Chúa Tể của chúng tôi.
- Chúng ta cầu xin Chúa Giê-su đến ngự trong lòng chúng ta, cư ngụ ở đó và bắt đầu sống qua chúng ta.

Lời Cầu Nguyện Xin Cứu Rỗi - Bắt Đầu Bằng Đức Tin Nơi Đức Chúa Trời
Khi chúng ta cầu nguyện xin cứu rỗi, chúng ta đang cho Đức Chúa Trời biết rằng chúng ta tin Lời Ngài là chân thật. Nhờ đức tin mà Ngài đã ban cho chúng ta, chúng ta chọn tin vào Ngài. Kinh Thánh cho chúng ta biết rằng: " *Không có đức tin thì không thể làm đẹp lòng Đức Chúa Trời, vì người nào đến gần Đức Chúa Trời phải tin rằng Ngài hiện hữu, và Ngài là Đấng ban thưởng cho những người siêng năng tìm kiếm Ngài* " (Hê-bơ-rơ 11:6).

Vì vậy, khi chúng ta cầu nguyện, xin Đức Chúa Trời ban ơn cứu rỗi, chúng ta đang thực hiện quyền tự do lựa chọn của mình để thừa nhận rằng chúng ta tin vào Ngài. Sự thể hiện đức tin đó làm đẹp lòng Đức Chúa Trời, bởi vì chúng ta đã tự do lựa chọn để biết Ngài.

Lời Cầu Nguyện Cứu Rỗi - Xưng Tội
Khi chúng ta cầu nguyện lời cầu nguyện cứu rỗi, chúng ta thừa nhận rằng mình đã phạm tội. Như Kinh Thánh nói về mọi người, ngoại trừ một mình Chúa Giê-su: " *Vì mọi người đều đã phạm tội và thiếu mất vinh quang của Đức Chúa Trời* " (Rô-ma 3:23).

Phạm tội đơn giản là không đạt được mục tiêu, giống như một mũi tên không trúng đích. Vinh quang của Đức Chúa

Trời mà chúng ta không đạt được chỉ có thể tìm thấy trong Chúa Giê-su Christ: " *Vì chính Đức Chúa Trời, Đấng đã truyền cho ánh sáng chiếu ra từ bóng tối, đã chiếu sáng trong lòng chúng ta, để ban cho chúng ta sự hiểu biết về vinh quang của Đức Chúa Trời nơi mặt Chúa Giê-su Christ* " (2 Cô-rinh-tô 4:6).

Vì vậy, lời cầu nguyện cứu rỗi nhận biết rằng Chúa Giê-su Christ là người duy nhất từng sống mà không có tội lỗi. " *Vì Ngài đã khiến Đấng không biết tội lỗi trở nên tội lỗi vì chúng ta, để chúng ta nhờ Ngài mà trở nên sự công chính của Đức Chúa Trời* " (2 Cô-rinh-tô 5:21).

Lời Cầu Nguyện Cứu Rỗi - Tuyên xưng Đức tin nơi Chúa Giê-su là Đấng Cứu Thế và Chúa Tể.
Với Chúa Giê-su là chuẩn mực hoàn hảo của chúng ta, giờ đây chúng ta thừa nhận đức tin nơi Ngài là Đức Chúa Trời, đồng ý với sứ đồ Giăng rằng: " *Ban đầu có Lời (Chúa Giê-su), Lời ở với Đức Chúa Trời, và Lời là Đức Chúa Trời. Ngài ở cùng Đức Chúa Trời từ ban đầu. Muọi vật đều bởi Ngài mà có dựng nên; không bởi Ngài thì không có một vật nào dựng nên cả* " (Giăng 1:1-3).

Bởi vì Đức Chúa Trời chỉ có thể chấp nhận một của lễ hoàn hảo, không tì vết, và bởi vì Ngài biết rằng chúng ta không thể nào làm được điều đó, nên Ngài đã sai Con Ngài đến chết vì chúng ta và trả giá đời đời. " *Vì Đức Chúa Trời yêu thế gian đến nỗi đã ban Con một của Ngài, hầu cho ai tin Ngài thì không bị hư mất mà được sự sống đời đời* " (Giăng 3:16).

Lời cầu nguyện cứu rỗi - Hãy nói và thành tâm cầu nguyện ngay bây giờ!

Bạn có đồng ý với tất cả những gì bạn đã đọc cho đến nay không? Nếu có, đừng chần chừ thêm một giây phút nào nữa để bắt đầu cuộc sống mới của bạn trong Chúa Giê-su Ki-tô. Hãy nhớ rằng, lời cầu nguyện này không phải là một công thức thần kỳ. Bạn chỉ đơn giản là bày tỏ tấm lòng mình với Chúa. Hãy cùng cầu nguyện với chúng tôi:

"Lạy Cha, con biết con đã vi phạm luật lệ của Cha và tội lỗi của con đã ngăn cách con với Cha. Con thật sự hối hận, và giờ đây con muốn từ bỏ cuộc sống tội lỗi trong quá khứ để quay về với Cha. Xin Cha tha thứ cho con và giúp con tránh phạm tội lần nữa. Con tin rằng Con Cha, Chúa Giê-su Christ, đã chết vì tội lỗi của con, đã sống lại từ cõi chết, đang sống và nghe lời cầu nguyện của con. Con mời Chúa Giê-su trở thành Chúa của đời sống con, cai trị và ngự trị trong lòng con từ ngày hôm nay trở đi. Xin Cha sai Thánh Linh của Cha đến giúp con vâng phục Cha và làm theo ý muốn của Cha suốt phần đời còn lại của con. Con cầu nguyện trong danh Chúa Giê-su, Amen."

Lời Cầu Nguyện Cứu Rỗi - Tôi Đã Cầu Nguyện Rồi; Giờ Thì Sao?

Nếu bạn đã cầu nguyện lời cầu nguyện cứu rỗi này với lòng tin và tấm lòng chân thành, bạn giờ đây là người theo Chúa Giê-su. Đây là sự thật, cho dù bạn có cảm thấy khác biệt hay không. Các hệ thống tôn giáo có thể đã khiến bạn tin rằng bạn nên cảm thấy điều gì đó - một cảm giác ấm áp, một sự rung động, hoặc một trải nghiệm huyền bí nào đó. Sự thật là, bạn có thể có hoặc không. Nếu bạn đã cầu nguyện lời cầu nguyện cứu rỗi và thực sự có ý đó, bạn giờ đây là người theo Chúa Giê-su. Kinh Thánh cho chúng ta biết rằng sự cứu rỗi đời đời của bạn được bảo đảm! " *Vì nếu ngươi xưng nhận Chúa Giê-su bằng miệng và tin trong lòng rằng Đức Chúa Trời đã khiến Ngài sống lại từ cõi chết, thì ngươi sẽ được cứu rỗi* " (Rô-ma 10:9).

Chào mừng bạn đến với gia đình của Đức Chúa Trời! Chúng tôi khuyến khích bạn tìm một nhà thờ địa phương để

được báp-têm và tăng trưởng trong sự hiểu biết về Đức Chúa Trời qua Lời Ngài, Kinh Thánh.
Bạn cũng có thể truy cập trang web của chúng tôi tại www.otakada.org để được hỗ trợ phát triển và trưởng thành trong Chúa Kitô. Sử dụng liên kết này trong khóa học Kinh Thánh khám phá để tự mình khám phá Chúa Giê-su.

https://www.otakada.org/dbs-dmm/

Hành trình môn đệ hóa 40 ngày

Hoặc bạn có thể bắt đầu hành trình 40 ngày học trực tuyến theo tốc độ của riêng mình qua liên kết này : https://www.otakada.org/get-free-40-days-online-discipleship-course-in-a-journey-with-jesus/

Nếu cần hướng dẫn, vui lòng gửi email đến info@otakada.org
Nguyện xin Chúa mở rộng cuộc sống của bạn và lấp đầy bạn bằng niềm vui, bình an, tình yêu và sự hòa thuận mà chỉ Ngài mới có thể ban tặng, Amen.

Shalom!

Những người đóng góp tài liệu tham khảo:

1) Otakada.org
2) Lời chứng thực – healingrevival.com/testimonies
3) Những chú lợn trong phòng khách của Frank Hammond
4) Những quy tắc ứng xử – Cindy Trim
5) Sự xức dầu cho phép lạ – Robert Schambach và Donna
6) Họ sẽ trục xuất ma quỷ – Derek Prince
7) Truyền giảng chữa lành và giải thoát bởi Ashish Raichur
8) Giao tiếp với Thượng Đế Siêu Nhiên bởi Monday Ogbe
9) Được ban tặng sức mạnh - Norvel Hayes

SÁCH VÀ TÀI LIỆU THAM KHẢO ĐƯỢC KHUYẾN NGHỊ

Tôi Thấy Lửa Từ Trời: Từ Thánh Chiến đến Chúa Giê-su - Lòng Trung Thành Dưới Lửa (Những Thư Tín Sống Động - Bộ Sách Suy Niệm 40 Ngày)

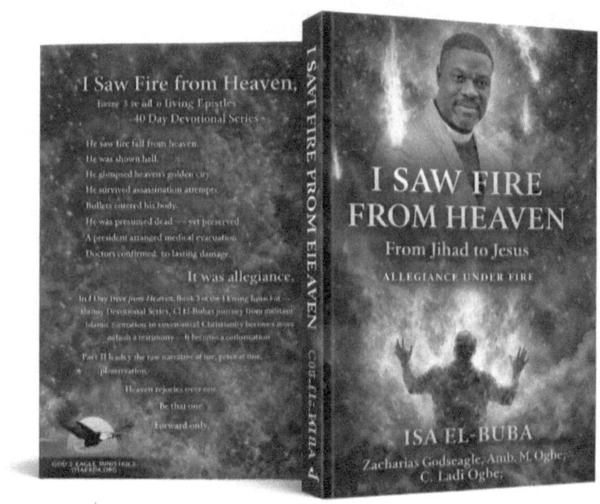

Sách bìa mềm - https://www.amazon.com/Saw-Fire-Heaven-Allegiance-Devotional/dp/B0GPK6C8VX

Sách điện tử - https://www.amazon.com/Saw-Fire-Heaven-Allegiance-Devotional-ebook/dp/B0GP9TGL2D

CS Lewis (1898-1963) - Đạo Cơ Đốc thuần túy, sống trọn vẹn: Từ một tâm trí miễn cưỡng đến một cuộc đời được biến đổi (Những bức thư sống động - Chuỗi bài suy niệm 40 ngày | Tập 2)

Sách điện tử

https://www.amazon.com/Lewis-1898-1963-Mere-Christianity-Fully-ebook/dp/B0GKQ27F9N

Sách bìa mềm

https://www.amazon.com/Lewis-1898-1963-Mere-Christianity-Fully/dp/B0GM8YMXC3

Bìa cứng

https://www.amazon.com/Lewis-1898-1963-Mere-Christianity-Fully/dp/B0GM8WHXJL

THÁNH AUGUSTINE THÀNH HIPPO (354–430 SAU CÔNG NGUYÊN)
Từ một trái tim không ngừng tìm tòi đến một cuộc đời được ghi chép lại - Những bức thư sống động - Chuỗi bài suy niệm 40 ngày - Phần 1

Link tải sách điện tử trên Amazon -
https://www.amazon.com/ST-AUGUSTINE-HIPPO-354-430-Devotional-ebook/dp/B0GJN8N9XS

Link đặt mua sách bìa mềm trên Amazon -
https://www.amazon.com/St-Augustine-Hippo-354-430-Devotional/dp/B0GJWTVLR6

Link mua sách bìa mềm Ingramspark -
https://shop.ingramspark.com/b/084?params=BZOOW3dj93aGEtBL2Fv1VY8wV1OQvA10dtZRDgk7Z9Z

QUÉT TÔI

GIA HẠN 7
Chữa lành trái tim ngôi nhà bạn trong 7 ngày: Chuỗi bài giảng về sự đổi mới – Phiên bản về sự đoàn kết gia đình.

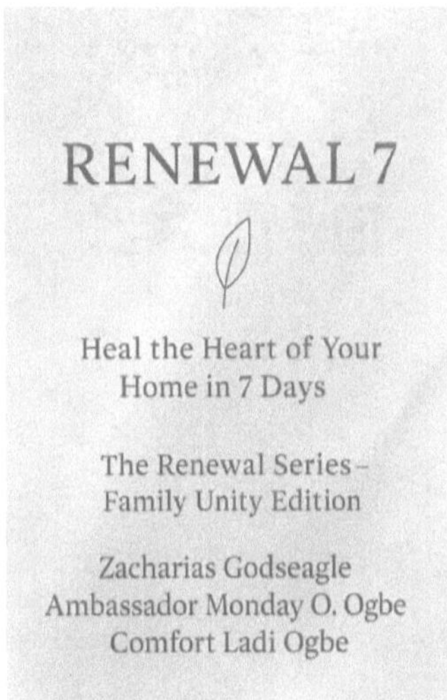

Link đến sách bản bìa mềm - https://shop.ingramspark.com/b/084?params=htyfL002e1JzyEpZWkKtaXWF5FJ1jZFOjgiQKEfcbnw

Link đến trang Amazon phiên bản bìa mềm - https://www.amazon.com/RENEWAL-Heal-Heart-Your-Renewal/dp/B0GD92153W

Link đến sách điện tử trên Amazon –

https://www.amazon.com/RENEWAL-Heal-Heart-Your-Renewal-ebook/dp/B0G91BMFND

QUÉT TÔI –

Phục Hưng 7: Chữa Lành Trái Tim Ngôi Nhà Bạn Trong 7 Ngày

Bộ sách Đổi mới - Ấn bản về Sự đoàn kết gia đình

Link đến sách bìa mềm -
https://shop.ingramspark.com/b/084?params=nSEELv9oUsItOu5akVZlg4ycGbbmvlBOtSiqeOZr5yQ

Link đến sách bìa mềm trên Amazon -
https://www.amazon.com/RENEWAL-MARRIAGE-Heart-Marriage-Renewal/dp/B0GDC1YZJ7

Link đến sách điện tử trên Amazon -
https://www.amazon.com/RENEWAL-MARRIAGE-Heart-Marriage-Renewal-ebook/dp/B0G6JXJWJL

Ngai vàng của trái tim – 12 trận chiến chúng ta phải thắng

Sách điện tử Amazon -
https://www.amazon.com/THRONE-HEART-COVETOUSNESS-Counterfeit-CONTENTMENT-ebook/dp/B0G4SPFRY7

Sách bìa mềm trên Amazon -
https://www.amazon.com/THRONE-HEART-COVETOUSNESS-Counterfeit-CONTENTMENT/dp/B0G4TKW1ND

Sách bìa mềm từ Ingramspark -
https://shop.ingramspark.com/b/084?params=a75LJXtvvI63VnzeQPleQTkAJWfu8CPQV6l5Oe31D80

4 bài giảng trong 1 của Zacharias Godseagle kèm link âm thanh –

Link tải sách điện tử trên Amazon -
https://www.amazon.com/Sermons-Zacharias-Godseagle-Audio-links-ebook/dp/B0G4XCH4TW

Sách bìa mềm trên Amazon -
https://www.amazon.com/Sermons-Zacharias-Godseagle-Audio-links/dp/B0G4TK4XGT

Link mua sách bìa mềm Ingram Spark -
https://shop.ingramspark.com/b/084?params=nK2JERskkbhdAOSNseTUNRhaCFqUPZuhB4uYfqrXvGb

MÃ SỐ HÀNH HƯƠNG: Trí tuệ nhân tạo thức tỉnh

Sách điện tử - https://www.amazon.com/Logos-Protocol-Awakening-artificial-intelligence-ebook/dp/B0FXNQFSWZ

Sách bìa mềm - https://www.amazon.com/Logos-Protocol-Awakening-artificial-intelligence/dp/B0FXNGR66D

Sách bìa cứng - https://www.amazon.com/Logos-Protocol-Awakening-artificial-intelligence/dp/B0FZNTQR6Y

Sách bìa mềm Ingramspark - https://shop.ingramspark.com/b/084?params=QkK4aNYTYO9U5z9uOkdHgc7Ue1eGDLqbb1tz9WRPaSk

Vì sao sự giải thoát thất bại - và làm thế nào ngọn lửa của Chúa phục hồi tâm hồn: 40 lời tuyên bố hàng ngày để được giải thoát toàn diện

Sách điện tử - https://www.amazon.com/Why-Deliverance-Fails-Declarations-All-Round-ebook/dp/B0FW74L4G4

Sách bìa mềm - https://www.amazon.com/Why-Deliverance-Fails-Declarations-All-Round/dp/B0FWB3LXRM

Được cứu rỗi nhưng vẫn lạc lối – Người cải đạo không theo đạo – được dịch sang 25 ngôn ngữ.

Sách bìa mềm
https://shop.ingramspark.com/b/084?params=iYNB6S3PLMfREpm0jMM15bMe3BvWlkjcYyLYnHVGAds
Sách điện tử - https://www.amazon.com/SAVED-BUT-LOST-UNDISCIPLED-heartbreak-ebook/dp/B0FVJ29DF7

7 NGÀY CHIẾN TRANH VÀ PHỤC HỒI TINH THẦN - Đây là Phần 1

Trói buộc kẻ thù, đáp trả bảy lần bằng những mũi tên sắc nhọn, và khôi phục lại vận mệnh của bạn.

https://shop.ingramspark.com/b/084?params=8mPzqUl73Ex7uPyeO7ydyt8EGkkB6u2gX1jZvWU8j1C

Link sách điện tử - https://www.amazon.com/DAYS-SPIRITUAL-WARFARE-RECOVERY-Returning-ebook/dp/B0FMPJM5KZ

7 NGÀY CHIẾN TRANH VÀ PHỤC HỒI TÂM LINH - Phần 2 - Củng cố chiến thắng, phá tan tà ác trong gia đình và bảo vệ vận mệnh đã được phục hồi của bạn

Sách bìa mềm - https://shop.ingramspark.com/b/084?params=LkpNmGSsApHhWhiSO7bW3wFmcXQKIO4ZEBeSbP5rL1S

Sách điện tử - https://www.amazon.com/DAYS-SPIRITUAL-WARFARE-RECOVERY-Wickedness-ebook/dp/B0FR9YCMY8

TỪ BÓNG TỐI ĐẾN SỰ THỐNG TRỊ: 40 Ngày để Thoát Khỏi Sự Kiềm Chế Bí Ẩn của Bóng Tối

—

Một sự tận hiến toàn cầu về nhận thức, giải thoát và sức mạnh - Dành cho các cá nhân, gia đình và quốc gia sẵn sàng được tự do.

Sách bìa mềm

https://shop.ingramspark.com/b/084?params=aVgp21QfwJxNANkfMxIQ0yejuFCVY12KFr978SRkZUD

Link Amazon - https://www.amazon.com/DARKNESS-DOMINION-Devotional-Awareness-Deliverance-ebook/dp/B0FLDH2Y67

- ***Được giải thoát khỏi quyền lực bóng tối*** **(Sách bìa mềm)** — Mua tại đây | Sách điện tử trên Amazon

    - **Những đánh giá hàng đầu từ Hoa Kỳ:**
        - **Khách hàng Kindle** : "Cuốn sách Cơ Đốc hay nhất từ trước đến nay!" (5 sao)

Cảm ơn Chúa Giê-su vì lời chứng này. Tôi đã được ban phước rất nhiều và khuyên mọi người nên đọc cuốn sách này... Vì tiền công của tội lỗi là sự chết, nhưng ân tứ của Đức Chúa Trời là sự sống đời đời. Shalom! Shalom!

- **Da Gster** : "Đây là một cuốn sách rất thú vị và khá kỳ lạ." (5 sao)

Nếu những gì được nói trong cuốn sách là đúng thì chúng ta thực sự đang tụt hậu rất xa so với khả năng của kẻ thù! ... Một cuốn sách không thể thiếu đối với bất cứ ai muốn tìm hiểu về chiến tranh tâm linh.

- **Visa** : "Tôi rất thích cuốn sách này" (5 sao)

Đây quả là một điều bất ngờ... một lời thú nhận chân thật... Gần đây tôi đã tìm kiếm khắp nơi để mua nó. Thật vui mừng khi tìm được nó trên Amazon.

- **FrankJM** : "Khá khác biệt" (4 sao)

Cuốn sách này nhắc nhở tôi về sự khốc liệt của cuộc chiến tâm linh. Nó cũng giúp tôi nhớ lại lý do tại sao cần phải mặc "Toàn bộ áo giáp của Đức Chúa Trời".

- **JenJen** : "Ai muốn lên Thiên đường thì hãy đọc cuốn này!" (5 sao)

Cuốn sách này đã thay đổi cuộc đời tôi rất nhiều. Cùng với lời chứng của John Ramirez, nó sẽ giúp bạn nhìn nhận đức tin của mình theo một cách khác. Tôi đã đọc nó 6 lần rồi!

- *Cựu tín đồ Satan: Cuộc trao đổi với James* (Sách bìa mềm) — Mua tại đây | Sách điện tử trên Amazon

- ***LỜI CHỨNG CỦA MỘT CỰU THỜ QUỶ SATAN NGƯỜI CHÂU PHI*** - *Mục sư JONAS LUKUNTU MPALA* (Sách bìa mềm) — Mua tại đây | Sách điện tử trên Amazon

- *Những Chiến Công Vĩ Đại Tập 14* (Sách bìa mềm) — Mua tại đây | Sách điện tử trên Amazon

- *"Out of the Devil's Cauldron"* của John Ramirez — Hiện có bán trên Amazon.
- *Ngài Đến Để Giải Phóng Những Người Bị Tù Tù* - Tác giả: Rebecca Brown — Tìm mua trên Amazon

Các sách khác do tác giả xuất bản – Hơn 1000 đầu sách

Được yêu thương, được lựa chọn và được trọn vẹn : Hành trình 30 ngày từ bị từ chối đến **được phục hồi,** được dịch ra 40 ngôn ngữ trên thế giới.

https://www.amazon.com/Loved-Chosen-Whole-Rejection-Restoration-ebook/dp/B0F9VSD8WL

https://shop.ingramspark.com/b/084?params=xga0WR16muFUwCoeMUBHQ6HwYjddLGpugQHb3DVa5hE

Theo bước chân Ngài — Thử thách 40 ngày WWJD: Sống theo gương Chúa Giê-su qua những câu chuyện có thật trên khắp thế giới

https://www.amazon.com/His-Steps-Challenge-Real-Life-Stories-ebook/dp/B0FCYTL5MG

https://shop.ingramspark.com/b/084?params=DuNTWS59IbkvSKtGFbCbEFdv3Zg0FaITUEvlK49yLzB

CHÚA GIÊ-SU Ở CỬA:
40 Câu Chuyện Đau Lòng và Lời Cảnh Báo Cuối Cùng Từ Thiên Đường Dành Cho Các Hội Thánh NGÀY NAY

https://www.amazon.com/dp/B0FDX31L9F

https://shop.ingramspark.com/b/084?params=TpdA5j8WPvw83glJ12N1B3nf8LQte2a1lIEy32bHcGg

ĐỜI SỐNG GIAO ƯỚC: 40 Ngày Sống Trong Phước Lành của Phục Truyền Luật Lệ Ký 28

- https://www.amazon.com/dp/B0FFJCLDB5

Những câu chuyện từ người thật, sự vâng lời thực sự và sự thật hiển nhiên.

https://shop.ingramspark.com/b/084?params=bH3pzfz1zdCOLpbs7tZYJNYgGcYfU32VMz3J3a4e2Qt

Phiên dịch sang hơn 20 ngôn ngữ

HIỂU VỀ CÔ ẤY VÀ HIỂU VỀ ANH ẤY:
40 ngày hướng đến sự chữa lành, thấu hiểu và tình yêu bền lâu

https://www.amazon.com/KNOWING-HER-HIM-Healing-Understanding-ebook/dp/B0FGC4V3D9

https://shop.ingramspark.com/b/084?params=vC6KCLoI7Nnum24BVmBtSme9i6k59p3oynaZOY4B9Rd

HOÀN THÀNH, KHÔNG CẠNH TRANH:
Hành trình 40 ngày hướng đến mục đích, sự đoàn kết và hợp tác

https://shop.ingramspark.com/b/084?params=5E4v1tHgeTqOOuEtfTYUzZDzLyXLee30cqYo0Ov9941

https://www.amazon.com/COMPLETE-NOT-COMPETE-Journey-Collaboration-ebook/dp/B0FGGL1XSQ/

MÃ SỐ SỨC KHỎE THIÊNG LIÊNG - 40 Chìa Khóa Hàng Ngày để Kích Hoạt Sự Chữa Lành Thông Qua Lời Chúa và Sự Sáng Tạo. Khám Phá Sức Mạnh Chữa Lành của Thực Vật, Cầu Nguyện và Hành Động Tiên Tri.

https://shop.ingramspark.com/b/084?params=xkZMrYcEHnrJDhe1wuHHYixZDViiArCeJ6PbNMTbTux

https://www.amazon.com/dp/B0FHJT42TK

Bạn có thể tìm thấy các cuốn sách khác trên trang tác giả tại https://www.amazon.com/stores/Ambassador-Monday-O.-Ogbe/author/B07MSBPFNX

www.ingramcontent.com/pod-product-compliance
Lightning Source LLC
LaVergne TN
LVHW090214051026
849517LV00001B/62